AF741406

ಡಾ. ಶೈಲೇಶ್ ಕುಮಾರ್ ಎಸ್.

ಬೆಂಗಳೂರು ವಿಶ್ವವಿದ್ಯಾಲಯದಿಂದ ಕಂಪ್ಯೂಟರ್ ಸೈನ್ಸ್ ಇಂಜಿನಿಯರಿಂಗ್ ಪದವಿಯಲ್ಲಿ ಅತ್ಯುನ್ನತ ದರ್ಜೆಯಲ್ಲಿ ತೇರ್ಗಡೆಯಾದರು. ತಮ್ಮ ಸಂಶೋಧನೆಯ ಆಸಕ್ತಿಯ ಫಲವಾಗಿ ಅವರು ಕಂಪ್ಯೂಟರ್ ಸೈನ್ಸ್‌ನಲ್ಲಿ ಪಿಎಚ್.ಡಿ. ಪಡೆದಿದ್ದಾರೆ. ಇದರೊಂದಿಗೆ ಇನ್‌ಫರ್ಮೇಷನ್ ಟೆಕ್ನಾಲಜಿಯಲ್ಲಿ ಎಂಬಿಎ ಸ್ನಾತಕೋತ್ತರ ಪದವಿ ಗಳಿಸಿದ್ದಾರೆ.

ಕನ್ನಡ ಸಾಹಿತ್ಯದಲ್ಲಿ ಅತೀವ ಆಸಕ್ತಿ ಹೊಂದಿರುವ ಡಾ. ಶೈಲೇಶ್ ಕನ್ನಡದಲ್ಲಿ ಎಂ.ಎ. ಪೂರ್ಣಗೊಳಿಸಿ ನವ್ಯ ಕಾವ್ಯವನ್ನು ತಮ್ಮ ಸಂಶೋಧನೆಯ ವಿಷಯವನ್ನಾಗಿ ಆರಿಸಿಕೊಂಡು ಜೈನ್ ವಿಶ್ವವಿದ್ಯಾಲಯದಿಂದ ಕನ್ನಡದಲ್ಲಿ ಪಿಎಚ್.ಡಿ ಪಡೆಯುವ ಕೊನೆ ಹಂತದಲ್ಲಿದ್ದಾರೆ.

ಎರಡು ದಶಕದಿಂದ ಸಾಫ್ಟ್‌ವೇರ್ ಕಾಯಕದಲ್ಲಿರುವ ಡಾ. ಶೈಲೇಶ್, ಇನ್ಫೋಸಿಸ್, ಆರಾಕಲ್, ಮೈಂಡ್ ಟ್ರೀ ಮುಂತಾದ ಪ್ರತಿಷ್ಠಿತ ಕಂಪನಿಗಳಲ್ಲಿ ಕಾರ್ಯ ನಿರ್ವಹಿಸಿ ಪ್ರಸ್ತುತ ಅಮೆಜಾನ್ ಕಂಪನಿಯಲ್ಲಿ ಸೊಲ್ಯೂಷನ್ಸ್ ಆರ್ಕಿಟೆಕ್ಟ್ ಆಗಿ ಕೆಲಸ ಮಾಡುತ್ತಿದ್ದಾರೆ. ವೃತ್ತಿ ಸಂಬಂಧ ಅವರು ಉತ್ತರ ಅಮೇರಿಕಾ, ಯುಎಇ, ಸಿಂಗಾಪುರ್ ದೇಶಗಳಲ್ಲಿ ಕೆಲಸ ಮಾಡಿರುವ ಅನುಭವ ಗಳಿಸಿದ್ದಾರೆ.

ಸಾಹಿತ್ಯ, ಸಂಶೋಧನೆ, ಪುಸ್ತಕ ಬರವಣಿಗೆ ಹಾಗೂ ಮಾಹಿತಿ ತಂತ್ರಜ್ಞಾನ ಕ್ಷೇತ್ರಗಳಲ್ಲಿ ಸೃಜನಶೀಲ ಬಹುಮುಖ ಪ್ರತಿಭೆ ಹೊಂದಿರುವ ಡಾ. ಶೈಲೇಶ್‌ರವರ 9 ತಾಂತ್ರಿಕ ಪುಸ್ತಕಗಳನ್ನು ವಿಶ್ವದ ಪ್ರತಿಷ್ಠಿತ ಪ್ರಕಾಶಕರಾದ ಎಲ್ಸಿವರ್ ಸೈನ್ಸ್, ಟೇಲರ್ ಅಂಡ್ ಫ್ರಾನ್ಸಿಸ್, ವೈಲಿ, ಐಇಇಇ ಪ್ರೆಸ್, ಏಪ್ರೆಸ್‌ರವರು ಪ್ರಕಟಿಸಿದ್ದಾರೆ. ನೂರಕ್ಕೂ ಹೆಚ್ಚು ಸಂಶೋಧನಾ ಪ್ರಬಂಧಗಳನ್ನು ಅಂತರ್ ರಾಷ್ಟ್ರೀಯ ಪತ್ರಿಕೆಗಳಲ್ಲಿ ಪ್ರಕಟಿಸಿದ್ದಾರೆ. ಇದಲ್ಲದೆ ಅವರು ಬರೆದಿರುವ 39 ಪಠ್ಯ ಪುಸ್ತಕ ಅಧ್ಯಾಯಗಳು ಪದವಿ ಮತ್ತು ಸ್ನಾತಕೋತ್ತರ ಪದವಿಗಳಿಗೆ ಪಠ್ಯವಾಗಿವೆ. ಅವರ ತಮ್ಮ ಅನ್ವೇಷಣೆಗಳಿಗೆ ಎರಡು ಅಮೆರಿಕೆಯ ಪೇಟೆಂಟ್‌ಗಳು ಗಳಿಸಿರುವ ಹೆಗ್ಗಳಿಕೆ ಹೊಂದಿದ್ದಾರೆ.

ಡಾ. ಶೈಲೇಶ್‌ರವರ ಕವನಗಳು ನಾಡಿನ ಹೆಸರಾಂತ ಪತ್ರಿಕೆಗಳಲ್ಲಿ ಪ್ರಕಟವಾಗಿ ವಿಮರ್ಶಕರ ಮೆಚ್ಚುಗೆ ಗಳಿಸಿವೆ. ಅವರ ಸಾಹಿತ್ಯಕ್ಕೆ ಪ್ರತಿಷ್ಠಿತ 2024ರ ಕಡೆಂಗೋಡ್ಲು ಕಾವ್ಯ ಪ್ರಶಸ್ತಿ, 2023ರ ಭೂಮಿ ಸಾಹಿತ್ಯ ಪ್ರಶಸ್ತಿ ಸಂದಿದೆ. ಪ್ರಜಾವಾಣಿ ದೀಪಾವಳಿ ಕಾವ್ಯ ಸ್ಪರ್ಧೆ, ಪ್ರತಿಷ್ಠಿತ ವಿಂಗ್ ವರ್ಡ್ ರಾಷ್ಟ್ರೀಯ ಕವನ ಸ್ಪರ್ಧೆ ಹಾಗೂ ಅನೇಕ ರಾಜ್ಯ ಮಟ್ಟದ ಕವನ ಸ್ಪರ್ಧೆಗಳಲ್ಲಿ ಇವರ ಕವನಗಳು ಬಹುಮಾನ ಪಡೆದಿವೆ.

ಪ್ರಸ್ತುತ ಬೆಂಗಳೂರಿನಲ್ಲಿ ನೆಲೆಸಿರುವ ಅವರು ಬಿಡುವಿನ ವೇಳೆಯಲ್ಲಿ ಮ್ಯಾರಥಾನ್ ಸ್ಪರ್ಧೆಗಳಲ್ಲಿ ಹಾಗೂ ಸಮಾಜ ಸೇವೆಯ ಕಾರ್ಯದಲ್ಲಿ ತೊಡಗಿಸಿಕೊಳ್ಳುತ್ತಾರೆ.

(ಆಸ್ಟ್ರೇಲಿಯಾ ಪ್ರವಾಸ ಕಥನ)

ಸಪ್ತ ಸಾಗರದಾಚೆ

ಡಾ. ಶೈಲೇಶ್ ಕುಮಾರ್ ಎಸ್.

ವೀರಲೋಕ
207, 2ನೇ ಮಹಡಿ, 3ನೇ ಮೇನ್
ಚಾಮರಾಜಪೇಟೆ, ಬೆಂಗಳೂರು–560018
ಮೊಬೈಲ್: 70221 22121, 88612 12172
ಇಮೇಲ್: veeralokabooks@gmail.com
ವೆಬ್‌ಸೈಟ್: www.veeralokabooks.com

SUPTA SAGARADACHE
A travelogue written by **Dr. Shailesh Kumar S.**

Published by:
VEERALOKA BOOKS PVT. LTD.
207, 2nd Floor, 3rd Main
Chamarajpet, Bengaluru-560018

Mobile:	+91 7022122121, 8861212172
E-mail:	veeralokabooks@gmail.com
Website:	www.veeralokabooks.com

Price:	Rs. 200/-
Pages:	xiv + 152 = 166
First Impression:	June 2024
Paper used:	70 GSM NS Maplitho
Book size:	1/8th Demy
ISBN:	978-81-972006-7-0

Cover page illustration by:
Raju Vishnu

Inner pages design by:
Vijaya Vikram

ವೀರಲೋಕ crew

Anand Rach
Anantha Kunigal
Raju Vishnu
Govind Vishnu
Vishwajith
Mamatha
Parvathi
Punith

ಅರ್ಪಣೆ

ಕಾಲ ದೇಶ ಮೀರಿದ ಅನುಭವದ ಸಾಲುಗಳನ್ನು ಸಾಲ ಕೊಟ್ಟ
ಶ್ರೀ ಕುವೆಂಪು, ಶ್ರೀ ಗೋಪಾಲಕೃಷ್ಣ ಅಡಿಗ, ಶ್ರೀ ಪೂರ್ಣಚಂದ್ರ ತೇಜಸ್ವಿ,
ಶ್ರೀ ಜಯಂತ ಕಾಯ್ಕಿಣಿ, ಶ್ರೀ ಯು.ಆರ್. ಅನಂತಮೂರ್ತಿ,
ಶ್ರೀ ಕೆ.ಎಸ್. ನರಸಿಂಹಸ್ವಾಮಿ, ಶ್ರೀ ಎ.ಕೆ. ರಾಮಾನುಜನ್,
ಶ್ರೀ ಜಿ.ಎಸ್. ಶಿವರುದ್ರಪ್ಪನವರಿಗೆ ಮತ್ತು
ಶ್ರೀ ಎಸ್. ಮಂಜುನಾಥರವರಿಗೆ..

"ಕಣ್ಬಿಟ್ಟು ನೋಡೋದನ್ನು ಕಲೀಬೇಕು..ನಾನು ಪ್ರೊಫೆಸರು, ಮಂದಣ್ಣ ಹಳ್ಳಿ ಗಮಾರ, ಇವೆಲ್ಲ ಹೆಬ್ಬುಬ್ಬೆಯನ್ನು ನೀನು ನಿಜಾಂತ ತಿಳಿದರೆ ಏನಪ್ಪಾ ಕಲಿತಂತೆ ಆಯ್ತು? ಇದರಲ್ಲೇ ನಿನ್ನ ಆಯಸ್ಸು ಮುಗಿದು ಹೋಗುತ್ತೆ. ಸತ್ಯದ ಕಿಂಚಿತ್ ದರ್ಶನಾನೂ ಆಗೋಲ್ಲ ನಿನಗೆ. ಈ ಮಾಯೆನೆಲ್ಲಾ ಮೀರಬೇಕು ನಾವು. ಆಗಲೇ ನಿಮಗೆ ಬೇರೆ ಬೇರೆ ಜಗತ್ತು, ಪ್ರಪಂಚ ಕಾಣ್ತದೆ."

'ಕರ್ವಾಲೋ'ದ ಶ್ರೀ ಪೂರ್ಣಚಂದ್ರ ತೇಜಸ್ವಿ

ಆಸ್ಟ್ರೇಲಿಯಾದ ಪ್ರವಾಸದ ಅನುಭವಕ್ಕೆ ಮುನ್ನ

ಒಂದು ಪ್ರವಾಸದಲ್ಲಿ ನಾವು ಏನನ್ನೇ ನೋಡಿದರೂ ಅದರಲ್ಲಿ ಎಲ್ಲವೂ ಮನುಷ್ಯನ ವಿನ್ಯಾಸಗಳೇ ನನಗೆ ಕಂಡು ಬರುತ್ತದೆ. ಅನ್ಯ ದೇಶದ ತೀರಾ ಭಿನ್ನವಾದ ಸಂಸ್ಕೃತಿಯನ್ನು ಪ್ರವಾಸದ ಸೀಮಿತ ಅವಧಿಯಲ್ಲಿ ಅನುಭವಿಸುವುದು ಮತ್ತು ಆ ಸೀಮಿತ ಚೂರು ಪಾರು ಅನುಭವವನ್ನು ಅಕ್ಷರಗಳಲ್ಲಿ ಕಟ್ಟುವುದು ಬೊಗಸೆಯಲ್ಲಿ ಇಡೀ ಸಾಗರವನ್ನು ಹಿಡಿದಂತೆ.

ಇಂತಹ ಒಂದು ಅನುಭವ ಕಥನದಲ್ಲಿ ಹೇಳಬೇಕಾಗಿರುವುದು ಪ್ರವಾಸದ ಸ್ಥಳಗಳ ಶುಷ್ಕ ಮಾಹಿತಿಯನ್ನೇ? ಜನರು ಮೆಚ್ಚುವಂತಹ ಕಣ್ಣ ಮಂಜಾಗಿಸುವ ಚಿತ್ರಗಳನ್ನೇ? ಪ್ರವಾಸದಲ್ಲಿ ಮುಖಾಮುಖಿಯಾದ ಜನರ ಕಥನವನ್ನೇ? ಪ್ರವಾಸದಿಂದ ಕಲಿತ್ತಿದ್ದನ್ನೇ? ವೈಯುಕ್ತಿಕ ಅನುಭವ ಮತ್ತು ಜಿಜ್ಞಾಸೆಯನ್ನೇ? ಪ್ರವಾಸದ ಮೋಜು, ಸ್ವಾರಸ್ಯವನ್ನೇ? ಅಥವಾ ಈ ಎಲ್ಲವೂ ಇರುವುದನ್ನೇ? ಇದು ನನ್ನನ್ನು ಈ ಪ್ರವಾಸ ಕಥನದುದ್ದಕ್ಕೂ ಕಾಡಿದ ಪ್ರಶ್ನೆ.

ಕನ್ನಡ ಸಾಹಿತ್ಯ ಪರಂಪರೆಯಲ್ಲಿ ಪ್ರವಾಸ ಕಥನದ ಉಜ್ವಲ ಮಾದರಿಗಳಿವೆ. ಎಸ್. ದಿವಾಕರರ ಪ್ರಬಂಧದಲ್ಲಿ ಹೇಳುವಂತೆ ವಿ.ಸೀ.ಯವರು ಲಂಡನ್ ರಸ್ತೆ ರಸ್ತೆಯನ್ನೂ ಕೇವಲ ಪ್ರವಾಸ ಕಥನ ಓದಿಯೇ ತಿಳಿದುಕೊಂಡು ಕಾಣದೂರಿನ ದಾರಿಯನ್ನು ಗುರುತಿಸಿದ್ದರು. ಕೆ.ಟಿ. ಗಟ್ಟಿಯವರ 'ನಿಸರ್ಗದ ಕನಸಿನ ಕನ್ಯೆ ಅಂಡಮಾನ್' ಒಂದು ಚೇತೋಹಾರಿ ಪ್ರವಾಸದ ಅನುಭವ ಕೊಟ್ಟ ಕೃತಿ, 'ಅಮೇರಿಕಾದಲ್ಲಿ ಗೊರೂರು' ಪ್ರವಾಸ ಕಥನದಲ್ಲಿ ಇಣುಕುವ ಗೊರೂರರಿಗೇ ವಿಶಿಷ್ಟವಾದ ಹಾಸ್ಯ ಮಿಶ್ರಿತ ಜಿಜ್ಞಾಸೆ ಓದುಗರನ್ನು ಚಿಂತನೆಗೆ ಹಚ್ಚುತ್ತದೆ.

ನಾನು ಚಿಕ್ಕಂದಿನಲ್ಲಿ ಶಾಲಾ ಪ್ರವಾಸದ ಕಥನ ಬರೆಯುವಾಗ ಪ್ರತಿ ದಿನದ ಪ್ರವಾಸ ದಿನಚರಿ, ಓಡಾಡಿದ್ದು, ನೋಡಿದ್ದು, ತಿಂದಿದ್ದು, ಘಟನೆಗಳನ್ನು ದಾಖಲಿಸುತ್ತಿದ್ದೆ. ನಂತರ ಹೈ ಸ್ಕೂಲಿನಲ್ಲಿ ಶ್ರೀ ಪೂರ್ಣಚಂದ್ರ ತೇಜಸ್ವಿಯವರ 'ಅಲೆಮಾರಿಯ ಅಂಡಮಾನ್ ಮತ್ತು ಮಹಾನದಿ ನೈಲ್' (ಇಂತಹ ಸಂಕೀರ್ಣ ಅನುಭವ ಕಥನವನ್ನು ಪ್ರವಾಸ ಕಥನದ ಸೀಮಿತ ಚೌಕಟ್ಟಿಗೆ ಸೇರಬೇಕೋ ಬೇಡವೋ ಎನ್ನುವುದು ಬೇರೆ ವಿಷಯ) ಓದಿದ ಮೇಲೆ ತೇಜಸ್ವಿಯವರು ತಾವು ಅಂಡಮಾನಿನಲ್ಲಿ ಮಾಡಿದ ವೈಯುಕ್ತಿಕ ಪ್ರಯೋಗಗಳ, ಅಲ್ಲಿನ ಜನರ ಖಾಸಗಿ ಒಡನಾಟಗಳ ತಮ್ಮದೇ ಅನುಭವದ ಮೂಸೆಯಲ್ಲಿ ಪ್ರವಾಸವನ್ನು ಬಣ್ಣಿಸುತ್ತಾರೆ. ಅಂಡಮಾನಿನ ಮೋಹಕ ಸಮುದ್ರ ತೀರಗಳನ್ನು ಅವರು ಬಣ್ಣಿಸಲಿಲ್ಲ; ಅಲ್ಲಿ ಮೀನು ಹಿಡಿದದ್ದು, ಸ್ಕ್ವಿಡ್ ಕಂಡಿದ್ದು ಇಂತಹ ಅನುಭವ-ಪ್ರಣೀತದ ಕಡೆಗೆ ಅವರ ಕುತೂಹಲ. ಓದುಗರು ಉಪೇಕ್ಷಿಸಬಹುದಾದ ಟಿಕೆಟ್‌ಗಾಗಿ ಜಗಳವಾಡಿದ್ದೊ ಅದರಲ್ಲಿ ಇಣುಕುತ್ತದೆ-ಏಕೆಂದರೆ ತೇಜಸ್ವಿಯವರ ಅಂಡಮಾನ್ ಅನುಭವ ಎಲ್ಲಾ ಅಸಂಗತೆಯನ್ನೂ ಒಳಗೊಂಡಿದೆ. ಅದೇ ರೀತಿ ಡಾ. ರಹಮತ್ ತರೀಕೆರೆಯವರ 'ನಡೆದಷ್ಟೂ ನಾಡು' ಕೂಡ ನನಗೆ ಇಷ್ಟವಾಯಿತು. ಇಲ್ಲೂ ಕೂಡ ಮಾನವೀಯ ವಿನ್ಯಾಸ ಪ್ರವಾಸದ ನೆಪದಲ್ಲಿ ಕಾಣಸಿಗುತ್ತದೆ.

ದೇಶ ಸುತ್ತಿ ಕೋಶ ಓದಲು ಹೊರಡುವ ಪ್ರಯತ್ನದಲ್ಲಿ, ಒಂದು ದೇಶದಲ್ಲೇ ನಿಮಗೆ ಕೋಶ ಕಂಡರೆ ಅದನ್ನು ಹೇಳುವುದು ಹೇಗೆ? ಅಂತಹ ಒಂದು ವೈರುಧ್ಯಗಳ ಸಂಕೀರ್ಣತೆಗಳ ದೇಶ ಆಸ್ಟ್ರೇಲಿಯಾ. ಇಂಗ್ಲಿಷರ ವಸಾಹತು ಮತ್ತು ಕ್ರಿಕೆಟ್ ಮೋಹ ಈ ಎರಡರಲ್ಲೂ ಭಾರತವನ್ನು ಹೋಲುವ ಆಸ್ಟ್ರೇಲಿಯಾದ ನಮ್ಮದೇ ಚರಿತ್ರೆಯ ಇನ್ನೊಂದು ಆವೃತ್ತಿಯಾಗಿಯೂ ನನಗೆ ಕಂಡಿತು.

ಬಿಸಿ ಬಲೂನಿನಿಂದ ಮಹಾಹವಳದ ದಂಡೆಯ ಆಳದವರೆಗೆ, ಮರಳುಗಾಡಿನಿಂದ ಮಳೆಕಾಡಿನವರೆಗೆ, ಪುರಾತನ ಸಂಸ್ಕೃತಿಯಿಂದ ಆಧುನಿಕ ತಂತ್ರಜ್ಞಾನದವರೆಗೆ, ಮರಳ ದಂಡೆಯಿಂದ ಹಿಮ ಪರ್ವತಗಳವರೆಗೂ, ಜನಾಂಗೀಯ ಭೇದದಿಂದ ಬಹುಸಂಸ್ಕೃತಿಯ ಸಮಾಜದವರೆಗೆ, ಅತಿಭೋಗದಿಂದ ಆಧ್ಯಾತ್ಮದವರೆಗೆ, ಆದಿವಾಸಿಗಳಿಂದ ಆಧುನಿಕ ನಾಗರೀಕತೆಯವರೆಗೆ, ಜಗತ್ತಿನ ಅತ್ಯಂತ ಮುಂದುವರಿದ ಗಗನಚುಂಬಿಗಳಿಂದ ಹಿಡಿದು ಯುನೆಸ್ಕೋ ಪಾರಂಪರಿಕ ತಾಣಗಳವರೆಗೆ–ಈ ಎಲ್ಲಾ ವೈರುಧ್ಯಗಳನ್ನೂ ತನ್ನ ಒಡಲಲ್ಲಿ ಇಟ್ಟುಕೊಂಡಿರುವ ಆಸ್ಟ್ರೇಲಿಯಾ ಎಂಬ ದೇಶವನ್ನು, ಮುಖ್ಯವಾಗಿ ಅಲ್ಲಿನ ಜನರನ್ನು, ಸಂಸ್ಕೃತಿಯನ್ನೂ ನನ್ನ ಅನುಭವಕ್ಕೆ ಬಂದ ರೀತಿಯಲ್ಲಿ ಈ ಪ್ರವಾಸ ಕಥನದಲ್ಲಿ ಚಿತ್ರಿಸಿದ್ದೇನೆ. ಆಸ್ಟ್ರೇಲಿಯಾದ ಮಹಾನಗರಗಳು, ಸಮುದ್ರ ತೀರಗಳು, ಸ್ಮಾರಕಗಳು, ಇತಿಹಾಸ, ಸಾಹಸ, ವನ್ಯ ಜೀವಿಗಳು, ವನ ಸಂಪತ್ತು, ಆಸಿ ಜನ ಜೀವನ, ಕ್ರಿಕೆಟ್, ಹಬ್ಬ, ತಿಂಡಿ ತಿನಿಸು, ವಾತಾವರಣ, ಹವಾಮಾನ–ಈ ಎಲ್ಲವನ್ನೂ ನನ್ನ ಕಣ್ಣಿನ ಕನ್ನಡಿಯಿಂದ, ವಿಚಾರದಿಂದ ಅರಿವಿಗೆ ಬಂದಷ್ಟು ಹಿಡಿದಿಟ್ಟಿದ್ದೇನೆ.

ಈ ಪ್ರವಾಸದ ಅನುಭವವನ್ನು ದಾಟಿಸಲು ಒತ್ತಾಸೆಯಾಗಿ ನಿಂತ ವೀರಲೋಕ ಬುಕ್ಸ್‌ನ ಶ್ರೀ ವೀರಕಪುತ್ರ ಎಂ. ಶ್ರೀನಿವಾಸರವರಿಗೆ ನನ್ನ ಹೃದಯಪೂರ್ವಕ ಧನ್ಯವಾದಗಳು. ವೀರಲೋಕ ಬುಕ್ಸ್‌ನ ವ್ಯವಸ್ಥಾಪಕ ಶ್ರೀ ಅನಂತ ಕುಣಿಗಲ್ ಪುಸ್ತಕದ ಪ್ರತಿ ಘಟ್ಟದಲ್ಲೂ ತನ್ಮಯತೆಯಿಂದ ಮಾರ್ಗದರ್ಶನ ನೀಡಿ ಈ ಪುಸ್ತಕಕ್ಕೆ ಒಂದು ಸುವರ್ಣ ಚೌಕಟ್ಟನ್ನು ಹಾಕಿದ್ದಾರೆ–ಅವರ ಪ್ರೋತ್ಸಾಹ, ಉತ್ತೇಜನಕ್ಕೆ ನಾನು ಚಿರಋಣಿ. ಚಂದದ ಮುಖಪುಟ ವಿನ್ಯಾಸ ಮಾಡಿರುವ ಶ್ರೀ ರಾಜು ವಿಷ್ಣುರವರಿಗೆ, ಒಳ ಪುಟ ವಿನ್ಯಾಸ ಮಾಡಿರುವ ಶ್ರೀ ವಿಜಯ ವಿಕ್ರಮ್ ಅಡಿಗ ಅವರಿಗೆ ಮತ್ತು ನನ್ನ ಚೊಚ್ಚಲ ಪ್ರವಾಸನ ಕಥನದ ಸಾಹಸಕ್ಕೆ ಧೈರ್ಯದಿಂದ ಮುಂದಾಗಿರುವ ವೀರಲೋಕ ಬುಕ್ಸ್ ಸಮಸ್ತ ಬಳಗಕ್ಕೆ ನನ್ನ ಅನಂತ ಧನ್ಯವಾದಗಳು.

ಆಸ್ಟ್ರೇಲಿಯಾದ ಹೃದಯದ ಹಾಡು ಹಾಡಿದ ಆಸ್ಟ್ರೇಲಿಯಾದ ಕವಯತ್ರಿ ಡೊರೋಥಿಯ ಮೆಕೆಲ್ಲಾರ್‌ರವರಿಗೆ, ಅಲಿ ಕಾಬ್ಬಿ ಹಿಲ್‌ರವರಿಗೆ, ಆಸ್ಟ್ರೇಲಿಯಾದ ಕವಿಗಳಾದ ಹೆನ್ರಿ ಲಾಸನ್‌ರವರಿಗೆ ಮತ್ತು ಒಮರ್ ಮುಸರವರಿಗೆ, ಹವಳದಂತ ಕೆಚ್ಚೆದೆಯನ್ನು ಹೊಂದಿರುವ ಆಸ್ಟ್ರೇಲಿಯಾದ ಮೂಲನಿವಾಸಿ ಅಬಾರಿಜಿನಲ್ಸ್‌ಗಳಿಗೆ,

ಅದಾವುದೋ ಸಂಬಂಧದಂತೆ ಕಂಡದ್ದನ್ನೂ ಕಾಣದ್ದನ್ನೂ ತೋರಿಸಿದ ಆಸ್ಟ್ರೇಲಿಯಾದ ಮಾರ್ಗದರ್ಶಿಗಳಾದ ಜೇಮ್ಸ್ ಮತ್ತು ಲೆಜ್ ಅವರಿಗೆ ಹಾಗೂ ಈ ಪ್ರವಾಸದ ಅನುಭವದಲ್ಲಿ ಪಾಲು ಪಡೆದುಕೊಂಡ ಮಡದಿ ಮತ್ತು ಮಗನಿಗೆ ಹಾಗೂ ಈ ಪ್ರವಾಸ ಕಥನದ ಬೀಜ ಬಿತ್ತಿದ ಅಮ್ಮನಿಗೆ ನನ್ನ ಹೃದಯಪೂರ್ವಕ ಕೃತಜ್ಞತೆಗಳು.

ಪ್ರತಿ ಕಂಗಳಿಗೂ ಒಂದು ಆಸ್ಟ್ರೇಲಿಯ ಕಾಣುತ್ತದೆ; ಅಂತೆಯೇ ಇದು ನನ್ನ ಕಣ್ಣಿನ ಆಸ್ಟ್ರೇಲಿಯ. ಕಾಲ ದೇಶ ಮೀರಿದ ಕನ್ನಡದ ಕಾವ್ಯ ಕಣಜ ಇಲ್ಲೂ ನನ್ನ ಅನುಭವವನ್ನು ದಾಟಿಸಲು ಸಂಕದಂತೆ ನನ್ನ ನೆರವಿಗೆ ಬಂದಿದೆ. ಹಾಗಾಗಿ ಕನ್ನಡ ಕಾವ್ಯ ಪರಂಪರೆಗೆ ಕೃತಜ್ಞತೆಯನ್ನು ಸಲ್ಲಿಸುವುದು ನನ್ನ ಕರ್ತವ್ಯವಾಗುತ್ತದೆ. ಈ ಪ್ರವಾಸ ಕಥನದ ಸಂದರ್ಭದಲ್ಲಿ ನಾನು ಮತ್ತೊಮ್ಮೆ ಆಸ್ಟ್ರೇಲಿಯಾದ ಅನುಭವವನ್ನು ಜೀವಿಸಿದ್ದೇನೆ; ಆ ಅನುಭವ ನಿಮ್ಮದೂ ಆಗಲಿ ಎಂದು ಆಶಿಸುತ್ತಾ.

ಡಾ. ಶೈಲೇಶ್ ಕುಮಾರ್ ಎಸ್.

ವೀರಲೋಕಕ್ಕೆ ಭರ್ತಿ ಎರಡು ವರ್ಷ!

ಈ ಎರಡು ವರ್ಷಗಳಲ್ಲಿ ವೈವಿಧ್ಯಮಯ ಹಾಗೂ ಮೌಲ್ಯಯುತವಾದ 100 ಪುಸ್ತಕಗಳ ಪ್ರಕಟಣೆ ಮಾಡಿದ್ದೇವೆ. ಅದರಲ್ಲಿ ಅರ್ಧಕ್ಕಿಂತ ಹೆಚ್ಚು ಪುಸ್ತಕಗಳು ಯುವ ಲೇಖಕರದ್ದೇ ಅಗಿರುವುದು ಅವರನ್ನು ಮುನ್ನಲೆಗೆ ತರಬೇಕೆಂಬ ಅದಮ್ಯ ಸಂಕಲ್ಪದಿಂದಲೇ. ಜೊತೆಗೆ ಕೇವಲ ಒಂದೇ ಪ್ರಕಾರದ ಪುಸ್ತಕ ಪ್ರಕಟಣೆಗಳಿಗೆ ಒತ್ತು ನೀಡದೆ ಕತೆ, ಕಾದಂಬರಿ, ಲಲಿತ ಪ್ರಬಂಧ, ವೈಚಾರಿಕ, ಐತಿಹಾಸಿಕ, ಗಣಿತ, ಅನುಭವ ಕಥನ, ವ್ಯಕ್ತಿಚಿತ್ರ, ಅಧ್ಯಯನ, ಪ್ರಾಯೋಗಿಕ, ಅನುವಾದ, ವಾಚಿಕೆ, ಮಕ್ಕಳ ಸಾಹಿತ್ಯ, ಕವನಸಂಕಲನ, ನಾಟಕ ಕೃತಿಗಳನ್ನೂ ಪ್ರಕಟಿಸಿದ್ದೇವೆ. ವೀರಲೋಕದ ಪುಸ್ತಕಗಳು ಇದುವರೆಗೆ ನಲ್ವತ್ತಕ್ಕೂ ಹೆಚ್ಚು ಮರುಮುದ್ರಣಗಳನ್ನು ಕಂಡಿವೆ.

ಮನುಷ್ಯನ ದೈನಂದಿನ ಬದುಕಿಗೆ ಬೇಕಾದ ಎಲ್ಲಾ ವಸ್ತುಗಳು ಅಮೆಜಾನ್ ಮತ್ತು ಫ್ಲಿಪ್ ಕಾರ್ಟ್ ನಲ್ಲಿ ಬೆರಳಿಗೆ ಸಿಗುವಂತೆಯೇ ಎಲ್ಲಾ ಥರದ ಪುಸ್ತಕಗಳು ಒಂದೇ ಸೂರಿನಡಿ ಸಿಗುವಂತೆ veeralokabooks.com ವೆಬ್ಸೈಟ್ ಆರಂಭ. 10,000ಕ್ಕೂ ಹೆಚ್ಚು ಪುಸ್ತಕಗಳು ಇಲ್ಲಿ ಲಿಸ್ಟಿಂಗ್ ಆಗಿವೆ.

ಕೆಲವೇ ನಿಮಿಷಗಳಲ್ಲಿ ಫುಡ್ ಡೆಲಿವರಿ ಮಾಡುವ ಸ್ವಿಗ್ಗಿ, ಜೊಮ್ಯಾಟೋದಂತೆ ಬೆಂಗಳೂರಿನ ಓದುಗರಿಗೆ ಪುಸ್ತಕಗಳನ್ನು ಕ್ಷಣಾರ್ಧದಲ್ಲಿ ತಲುಪಿಸಲು ಬುಕ್ ಬಾಯ್ ನೇಮಕ.

ಪಾರ್ಕ್, ಹೋಟೆಲ್‌ಗಳ ಬಳಿಯೂ ಪುಸ್ತಕಗಳು ಸಿಗುವಂತೆ ಸ್ವಯಂ ಕೃಷಿ ಯೋಜನೆ ಆರಂಭ. 75ಕ್ಕೂ ಹೆಚ್ಚು ವಿದ್ಯಾರ್ಥಿಗಳು ಇದರ ಪ್ರಯೋಜನ ಪಡೆದುಕೊಳ್ಳುತ್ತಿದ್ದಾರೆ.

ಗ್ರಾಮೀಣ ಪ್ರತಿಭೆಗಳನ್ನು ಮುಖ್ಯವಾಹಿನಿಗೆ ತರುವ ನಿಟ್ಟಿನಲ್ಲಿ 'ದೇಸಿ ಜಗಲಿ ಕಥಾಕಮ್ಮಟ' ಕಾರ್ಯಾಗಾರ ಆರಂಭ.

ಉತ್ತರ ಕರ್ನಾಟಕದ ಲೇಖಕರಿಗಾಗಿ ಉತ್ತರ ಪರ್ವ ಯೋಜನೆಯನ್ನು ಆರಂಭಿಸಿದ್ದು.

ಅತಿ ಹೆಚ್ಚು ಬಹುಮಾನದ ಸ್ಪರ್ಧೆಗಳನ್ನು ಏರ್ಪಡಿಸಿದ್ದು.

ಪರಭಾಷಾ ಪ್ರಾಬಲ್ಯವನ್ನು ವಿರೋಧಿಸುತ್ತಾ, ಪ್ರಕಾಶಕರು, ಲೇಖಕರು ಮತ್ತು ಓದುಗರನ್ನು ಒಂದೆಡೆ ಸಂಧಿಸುವಂತೆ ಮಾಡಿ, ಪುಸ್ತಕ ಮಾರಾಟಕ್ಕೆ ಭರವಸೆಯಾದ ಪುಸ್ತಕ ಸಂತೆ ಕಾರ್ಯಕ್ರಮ.

ಯುವ ತಲೆಮಾರನ್ನು ಕನ್ನಡ ಪುಸ್ತಕಗಳೆಡೆಗೆ ಆಕರ್ಷಿಸಲು ಡಿಸೆಂಬರ್ 31ರ ಮಧ್ಯರಾತ್ರಿ ಪುಸ್ತಕ ಬಿಡುಗಡೆಗೊಳಿಸುವ ವಿನೂತನ ಕಾರ್ಯಕ್ರಮವನ್ನು ಕಳೆದ ಎರಡು ವರ್ಷಗಳಿಂದ ಯಶಸ್ವಿಯಾಗಿ ನಡೆಸಿಕೊಂಡು ಬರುತ್ತಿರುವುದು.

ಪುಸ್ತಕ ಬಿಡುಗಡೆ ಸಮಾರಂಭಗಳನ್ನು ಸಿನಿಮಾ ಸಮಾರಂಭಗಳಿಗಿಂತ ಅದ್ಧೂರಿಯಾಗಿ ಏರ್ಪಡಿಸುವ ಮೂಲಕ ಬರಹಗಾರರಿಗೆ ಭರವಸೆ ತುಂಬಿದ್ದು ಮತ್ತು ಓದುಗರನ್ನು ಸೆಳೆದಿದ್ದು ವೀರಲೋಕದ ಹೆಗ್ಗಳಿಕೆ.

ಯಾವುದೇ ಪುಸ್ತಕ ಕೇಳಿ, ತಲುಪಿಸದಿದ್ದರೇ ಹೇಳಿ ಎಂಬ ಘೋಷವಾಕ್ಯದೊಂದಿಗೆ ಆರಂಭಿಸಿದ ವೀರಲೋಕ ಇದುವರೆಗೆ 90000ಕ್ಕೂ ಹೆಚ್ಚು ಪುಸ್ತಕಗಳನ್ನು ಓದುಗರಿಗೆ ತಲುಪಿಸಿದೆ. ಕೆಲವೊಮ್ಮೆ ಎಲ್ಲೂ ಸಿಗದ ಪುಸ್ತಕಗಳನ್ನೂ ಎಲ್ಲೆಲ್ಲೋ ಹುಡುಕಿ ತಂದು ಓದುಗರ ಓದಿನ ದಾಹವನ್ನು ತಣಿಸಿದ್ದೇವೆ.

ಲೇಖಕರನ್ನು ಸ್ಟಾರುಗಳಂತೆ ಬಿಂಬಿಸುವುದರ ಜೊತೆಗೆ ಅವರ ರಾಯಧನದ ವಿಷಯದಲ್ಲಿ ಅತ್ಯಂತ ಪಾರದರ್ಶಕತೆಯನ್ನು ಪಾಲಿಸಿದ್ದು ಕೂಡ ವೀರಲೋಕದ ಹೆಗ್ಗಳಿಕೆ.

ಇವುಗಳ ಆದಿಯಾಗಿ ಇನ್ನೂ ಸಾಕಷ್ಟು ಕೆಲಸಗಳನ್ನು ವೀರಲೋಕ ಈ ಎರಡು ವರ್ಷದ ಅವಧಿಯಲ್ಲಿ ಮಾಡಿ ಮುಗಿಸಿದೆ. ಇನ್ನಷ್ಟು ಕೆಲಸಗಳ ಪಟ್ಟಿಯನ್ನು ಹಿಡಿದು ಕೂತಿದೆ. ಆ ಎಲ್ಲದಕ್ಕೂ ಬೆಂಬಲವಾಗಿ ನೀವು ನಿಂತಿದ್ದೀರಿ. ಸಾಹಿತ್ಯ ಕ್ಷೇತ್ರ ನಮ್ಮನ್ನು ಇಷ್ಟು ಗೌರವದಿಂದ ನಡೆಸಿಕೊಳ್ಳುತ್ತದೆ ಎಂದು ಭಾವಿಸಿರಲಿಲ್ಲ. ನಿರೀಕ್ಷೆ ಮೀರಿದ ಪ್ರೀತಿ, ಪ್ರೋತ್ಸಾಹವನ್ನು ಪ್ರತಿಯೊಬ್ಬರೂ ನೀಡಿದ್ದಾರೆ. ಈ ಅವಧಿಯಲ್ಲಿ ಕೇವಲ ಹೊಗಳಿಕೆಗಳು ಮಾತ್ರವಲ್ಲ ಟೀಕೆಗಳನ್ನೂ ಕಂಡಿದ್ದೇವೆ. ಟೀಕೆಗಳು ಬಂದಾಗ ಎದೆಗುಂದದೆ ತಪ್ಪುಗಳನ್ನು ತಿದ್ದಿಕೊಂಡು ಮುನ್ನಡೆದಿದ್ದೇವೆ ಎಂಬುದು ನಮ್ಮ ಈ ಕ್ಷಣದ ಖುಷಿ.

ಸಾವಿರಾರು ವರ್ಷಗಳ ಇತಿಹಾಸವಿರುವ ಒಂದು ದೇಶವನ್ನು ವಾರ, ಹತ್ತು ದಿನದ ಪ್ರವಾಸದಲ್ಲಿ ಅರಿಯುವುದು ಸಾಧ್ಯವೇ? ಸಾಧ್ಯವಿಲ್ಲ ಎಂಬುದು ನನ್ನ ಗಟ್ಟಿ ಅಭಿಪ್ರಾಯ. ಆದ್ದರಿಂದಲೇ ಪ್ರವಾಸ ಕಥನಗಳ ಬಗ್ಗೆ ವೀರಲೋಕ ಇದುವರೆಗೆ ಅಂತಹ ಆಸಕ್ತಿ ತೋರಿರಲಿಲ್ಲ. ಆದರೆ ಸುಪ್ತ ಸಾಗರದಾಚೆ ಪುಸ್ತಕ ತುಂಬಾ ಆಸಕ್ತಿಕರವಾಗಿ ಓದಿಸಿಕೊಳ್ಳುತ್ತದೆ. ಆಸ್ಟ್ರೇಲಿಯಾ ಎಂದ ಕೂಡಲೇ ನಮ್ಮ ತಲೆಯಲ್ಲಿ ಸುಳಿಯುವುದು ಅಲ್ಲಿನ ಅದ್ಭುತ ನೈಸರ್ಗಿಕ ಭೂದೃಶ್ಯಗಳು, ವಾತಾವರಣ, ಅನನ್ಯ ವನ್ಯಜೀವಿಗಳು, ಉನ್ನತ ಜೀವನಮಟ್ಟ, ಉತ್ಕೃಷ್ಟ ಶಿಕ್ಷಣ, ಬಲವಾದ ಆರ್ಥಿಕತೆ ಮತ್ತು ವೈವಿಧ್ಯಮಯವಾದ ಸಾಂಸ್ಕೃತಿಕ ಶ್ರೀಮಂತಿಕೆ. ಅವುಗಳಾಚೆ ಏನನ್ನು ಹೇಳಬಹುದು ಎಂಬ ನನ್ನ ಕುತೂಹಲವನ್ನು ಎಸ್. ಶೈಲೇಶ್ ಕುಮಾರ್ ಅವರು ತಣಿಸಿದ್ದಾರೆ. ನಿಮಗೂ ಆ ಕುತೂಹಲವಿದ್ದರೆ ಈ ಕೃತಿ ನಿಮಗೆ ಇಷ್ಟವಾಗುತ್ತದೆ.

ಈ ಕೃತಿಯನ್ನು ಓದುವ ಸುಖ ನಿಮ್ಮದಾಗಲಿ..

ವೀರಕಪುತ್ರ ಶ್ರೀನಿವಾಸ
ಪ್ರಕಾಶಕ, ವೀರಲೋಕ ಬುಕ್ಸ್

ಪ್ರಕಾಶಕರ ಅರ್ಪಣೆ:
Sri N.J. Sunil
Bengaluru Ratna Award Winner
and Proprietor Difesa Security Services
#110, 1st Floor, 10th Cross, Venkatapura Main Rd.
Teacher's Colony, 1st Block Koramangala
Koramangala, Bengaluru-560034, Karnataka

ಪರಿವಿಡಿ

ಇದು ನಿಚ್ಚಂ ಪೊಸತು–ಸೂರ್ಯ ಮುದ್ದಿಸಿದ ಖಂಡ

ದ್ವೀಪದ ಸಮುದ್ರ ದಂಡೆಗಳು

ಇದು ಬರಿ ಬೆಳಗಲ್ಲೋ ಅಣ್ಣಾ

ಸೂರ್ಯನ ಸೌಂದರ್ಯ ಕನ್ನಡಿ–ಒಪೇರಾ ಹೌಸ್

ಆಸ್ಟ್ರೇಲಿಯ ಎಂಬ ಮಾಯಾಲೋಕ

ಸಪ್ತ ಸಾಗರದಾಚೆಯೆಲ್ಲೋ ಕಾದಿರುವ ಸುಪ್ತ ಸಾಗರ

ಆಸ್ಟ್ರೇಲಿಯಾದ ಬಗ್ಗೆ ನಾನು ಮೊದಲು ಕೇಳಿದ್ದು ಚಿಕ್ಕಂದಿನ ಶಾಲಾ ತರಗತಿಯಲ್ಲಿ ಎಂದು ಜ್ಞಾಪಕ. ಆಗಲೂ ಆಸ್ಟ್ರೇಲಿಯಾದ ಪರಿಚಯ ಆಗಿದ್ದು, ಕುತೂಹಲ ಹುಟ್ಟಿಸಿದ್ದು ಕಾಂಗರೂ ಮೂಲಕವೇ. ಕಾಂಗರೂ, ಮೊಟ್ಟೆ ಇಡುವ ಏಕೈಕ ಸಸ್ತನಿ ಪ್ಲಾಟಿಪಸ್, ಕೋಆಲಾ (ಕೋಲಾ ಎಂದು ಅದನ್ನು ಕರೆಯಬಹುದಾದರೂ ಆಸ್ಟ್ರೇಲಿಯನ್ನರು ಉಚ್ಚಾರಿಸುವ ರೀತಿಯಲ್ಲಿ ಅದನ್ನು ಕನ್ನಡಿಸಿದ್ದೇನೆ) ಮುಂತಾದ ಅತಿ ವಿಶಿಷ್ಟ ಪ್ರಾಣಿಗಳ ಆವಾಸಸ್ಥಾನವಾದ, ಬೂಮ್‌ರಾಂಗ್‌ನಂತಹ ಆಯುಧವನ್ನು ಮೊದಲು ಬಳಸಿದ, ಇಡೀ ಒಂದು ಭೂಖಂಡವೇ ಒಂದು ರಾಷ್ಟ್ರವಾಗಿರುವ ಆಸ್ಟ್ರೇಲಿಯಾ ಎಂಬ ಮಾಯಾಲೋಕ ಉದ್ದಕ್ಕೂ ಒಂದು ಬಿಡಿಸಬೇಕಾದ ಒಗಟಾಗಿ, ಜೀವ ವಿಕಾಸದ ಅಪರೂಪದ ಗುಟ್ಟುಗಳನೆಲ್ಲಾ ಅಡಗಿಸಿಟ್ಟಿರುವ ಭೂಖಜಾನೆಯಾಗಿ ಕಂಡಿತು.

ಕ್ರಿಕೆಟ್ ಹುಚ್ಚನಾಗಿದ್ದ ನನಗೆ, ಬೃಹದಾಕಾರದ ಆಸ್ಟ್ರೇಲಿಯಾದ ಕ್ರಿಕೆಟ್ ಸ್ಟೇಡಿಯಂಗಳು, ಅದರಲ್ಲಿ ಸಿಕ್ಸರ್ ಬಾರಿಸಲು ಹೆಣಗುವ ಬ್ಯಾಟ್ಸಮನ್‌ಗಳು ಎಂ.ಸಿ.ಜಿ ಯಂತ ಕ್ರಿಕೆಟ್ ಸ್ಟೇಡಿಯಂಗಳ ವಿಸ್ತಾರವನ್ನು ನೋಡುವ ಕನಸ ಬಿತ್ತಿತು.

ಜೀವನದ ಅನೇಕ ಜಂಜಾಟಗಳಲ್ಲಿ ಕಳೆದು ಹೋಗಿದ್ದ ನನಗೆ ಮತ್ತೆ ಆಸ್ಟ್ರೇಲಿಯಾದ ಕನಸು ಚಿಗುರೊಡೆದಿದ್ದು ಒಂದು ಸುದೀರ್ಘ ರಜಾ ದೊರೆತಾಗ. ನನ್ನ 12 ವರ್ಷದ ಮಗನನ್ನು ನಾನು "ಟ್ರಿಪ್ ಮ್ಯಾನೇಜರ್" ಎಂದು ನೇಮಿಸಿದೆ. ಹಾಗಾಗಿ ನೋಡಬೇಕಾದ ಜಾಗಗಳು, ಪ್ರವಾಸದ ವೇಳಾಪಟ್ಟಿ ಎಲ್ಲಕ್ಕೂ ಅವನ ಉಸ್ತುವಾರಿ, ಪ್ರವಾಸದ ಪಟ್ಟಿಗೆ ಅವನದೇ ಜವಾಬ್ದಾರಿ. ಅಲ್ಲಿ ನೋಡಬೇಕಾದ ಆಕರ್ಷಣೆಗಳು, ಸವಿಯಬೇಕಾದ ತಿನಿಸುಗಳು, ಮಾಡಬೇಕಾದ ಕಿರು ಸಾಹಸಗಳ ದೊಡ್ಡ ಪಟ್ಟಿಯನ್ನು ನನ್ನ 12 ವಯಸ್ಸಿನ ಮಗ ಸಿದ್ದಪಡಿಸಿದ. ತನಗೆ ಕೊಟ್ಟ "ಟ್ರಿಪ್ ಮ್ಯಾನೇಜರ್" ಜವಾಬ್ದಾರಿಯನ್ನು ಪೂರ್ತಿಯಾಗಿ ಬಳಸಿಕೊಂಡು ಪ್ರತಿ ಊರಿನಲ್ಲೂ ತನಗಿಷ್ಟವಾದ ಮೃಗಾಲಯ, ಸಫಾರಿ, ಜಲ ಕ್ರೀಡೆಗಳು ಇರುವಂತೆ ನೋಡಿಕೊಂಡ.

ನಮ್ಮ ಆಸ್ಟ್ರೇಲಿಯಾ ಪ್ರವಾಸದ ವಿಷಯ ತಿಳಿದಾದ ಸ್ನೇಹಿತರು, ಸಹೋದ್ಯೋಗಿಗಳೂ "ಸುಮಾರು ದುಡ್ಡಾಗುತ್ತದಲ್ಲ, ಬದಲಾಗಿ ಅದಕ್ಕಿಂತ

ಕಡಿಮೆ ಖರ್ಚಿನಲ್ಲಿ ಥೈಲ್ಯಾಂಡೊ, ಸಿಂಗಾಪುರ್ ಇತ್ಯಾದಿ ಪ್ರವಾಸ ಮಾಡಬಹುದಿತ್ತಲ್ಲ" ಎಂಬಿತ್ಯಾದಿ ಧಾರಾಳ ಸಲಹೆಗಳು ಬಂದವು.

ಭಾರತದಿಂದ ಸುಮಾರು ಏಳೂವರೆ ಸಾವಿರ ಕಿಲೋಮೀಟರ್ ದೂರದಲ್ಲಿರುವ ಆಸ್ಟ್ರೇಲಿಯಾದಲ್ಲಿ ಪೂರ್ವ, ಪಶ್ಚಿಮ ಮತ್ತು ಮಧ್ಯದ ಭೂಪ್ರದೇಶಗಳಿಗೆ ಸಂಬಂಧಪಟ್ಟಂತ ಮೂರು ಪ್ರಮುಖ ಸಮಯ (ಟೈಂ ಝೋನ್)ಗಳಿವೆ. ಭಾರತಕ್ಕಿಂತ ಎರಡೂವರೆ ಪಟ್ಟು ಹೆಚ್ಚು ಭೂ ಪ್ರದೇಶವನ್ನು ಹೊಂದಿದ್ದರೂ ಆಸ್ಟ್ರೇಲಿಯಾದ ಒಟ್ಟು ಜನಸಂಖ್ಯೆ ಕೇವಲ ಎರಡೂವರೆ ಕೋಟಿ ಮಾತ್ರ. ಸುಮಾರು 140 ಕೋಟಿ ಜನಸಂಖ್ಯೆ ಹೊಂದಿರುವ ಭಾರತ, ಜನಸಂಖ್ಯೆಯಲ್ಲಿ ಆಸ್ಟ್ರೇಲಿಯಾಗಿಂತ 50 ಪಟ್ಟು ಹೆಚ್ಚಿದೆ.

ಆಸ್ಟ್ರೇಲಿಯಾದ ತಸ್ಮಾನಿಯಾ ಪ್ರದೇಶ ಜಗತ್ತಿನಲ್ಲಿ ಅತ್ಯಂತ ಶುದ್ಧವಾದ ಗಾಳಿಯನ್ನು ಹೊಂದಿರುವ ಹೆಗ್ಗಳಿಕೆ ಪಡೆದಿದೆ. ಭೂಮಿಯ ಶೇಕಡಾ ಐದರಷ್ಟು ಭೂ ಪ್ರದೇಶ ಹೊಂದಿರುವ ಆಸ್ಟ್ರೇಲಿಯಾ, ಭೂ ವ್ಯಾಪ್ತಿಯ ಹೋಲಿಕೆಯಲ್ಲಿ ಜಗತ್ತಿನ ಆರನೇಯ ದೊಡ್ಡ ರಾಷ್ಟ್ರ. ಜಗತ್ತಿನ ಅತ್ಯಂತ ಚಿಕ್ಕ ಖಂಡ ಹಾಗೂ ಅತ್ಯಂತ ದೊಡ್ಡ ದ್ವೀಪ. ಇಷ್ಟೆಲ್ಲಾ ಇದ್ದರೂ ಆಸ್ಟ್ರೇಲಿಯಾದ 90 ರಷ್ಟು ಜನ ವಾಸಿಸುವುದು ಕರಾವಳಿ ಪ್ರದೇಶಗಳಲ್ಲಿ!

ಸುಮಾರು ಎರಡೂವರೆ ಸಾವಿರದಷ್ಟು ಹವಳದ ದಂಡೆಗಳನ್ನು ಹೊಂದಿರುವ ಆಸ್ಟ್ರೇಲಿಯಾದ ಗ್ರೇಟ್ ಬ್ಯಾರಿಯರ್ ರೀಫ್ ಜಗತ್ತಿನ ಅತ್ಯಂತ ದೊಡ್ಡ ದಂಡೆಯಷ್ಟೇ ಅಲ್ಲ, ಅಂತರಿಕ್ಷದಿಂದಲೂ ಕಾಣಬಹುದಾದ ಅದ್ಭುತ ಪ್ರದೇಶವಾಗಿದೆ. ಆಸ್ಟ್ರೇಲಿಯಾದ ನಕ್ಷೆಗೆ ಪೂರ್ವದಿಂದ ಪಶ್ಚಿಮಕ್ಕೆ ಇಂಚುಪಟ್ಟಿ ಹಾಕಿದಂತೆ ಕಾಣುವ ಪೂರ್ವದ ಸಿಡ್ನಿ ಮತ್ತು ಪಶ್ಚಿಮದ ಪರ್ತಿನ ನಡುವಿನ 4300 ಕಿ.ಮೀ. ಕ್ರಮಿಸಲು ಇಂಡಿಯನ್ ಪ್ಯಾಸಿಫಿಕ್ ರೈಲಿಗೆ ಸುಮಾರು 65 ತಾಸು ಹಿಡಿಯುತ್ತದೆ; ಹಾಗಾಗಿ ಇದು ಜಗತ್ತಿನ ಅತ್ಯಂತ ಉದ್ದದ ರೈಲ್ವೆ ಹಳಿ ಹೊಂದಿರುವ ವ್ಯವಸ್ಥೆ ಎಂಬ ಖ್ಯಾತಿ ಪಡೆದಿದೆ. ಕಾಂಗರೂ, ಕೋಆಲ, ವಾಮ್ಬ್ಯಾಟ್, ಪ್ಲಾಟಿಪಸ್ ಮುಂತಾದ ಪ್ರಾಣಿಗಳು ಕೇವಲ ಆಸ್ಟ್ರೇಲಿಯಾದಲ್ಲಿ ಮಾತ್ರ ಕಾಣಸಿಗುವಂತದ್ದು. ಜಗತ್ತಿನ ಅತ್ಯಂತ ದೊಡ್ಡ ಮರಳ ದ್ವೀಪವಾದ ಫ್ರೇಸರ್ ಐಲ್ಯಾಂಡ್ ಇರುವುದು ಆಸ್ಟ್ರೇಲಿಯಾದ ಕ್ವೀನ್ಸ್‌ಲ್ಯಾಂಡ್ ರಾಜ್ಯದಲ್ಲಿ.

ಭಾರತಕ್ಕಿಂತ ಸುಮಾರು ಎರಡೂವರೆ ಪಟ್ಟು ದೊಡ್ಡದಷ್ಟು ಭೂಪ್ರದೇಶ ಹೊಂದಿರುವ ಆಸ್ಟ್ರೇಲಿಯಾ ದೇಶದಲ್ಲಿ ಏನುಂಟು ಏನಿಲ್ಲ. ಸಾವಿರಾರು ಕಿಲೋಮೀಟರ್ಗಳಷ್ಟು ದೂರ ಹಬ್ಬಿರುವ ಸಮುದ್ರ ದಂಡೆಗಳು, ನಿತ್ಯಹರಿದ್ವರ್ಣ ಕಾಡುಗಳಿಂದ ಹಿಡಿದು ಮರುಭೂಮಿಯವರೆಗೂ ಇರುವ ವೈವಿಧ್ಯದ

ಭೂಪ್ರದೇಶ, ಸಿಡ್ನಿ ಮೆಲ್ಬರ್ನ್ ಮುಂತಾದ ಜಗತ್ತಿನ ಅತ್ಯಂತ ಮುಂದುವರಿದ ಮಹಾನಗರಗಳು, ಆಸ್ಟ್ರೇಲಿಯಾದಲ್ಲಿ ಮಾತ್ರ ಕಾಣಸಿಗುವಂತಹ ಕಾಂಗರು, ಎಮು, ವಾಮ್ ಬ್ಯಾಟ್, ಪ್ಲಾಟಿಪೈಸ್ ಮುಂತಾದ ಅತ್ಯಪರೂಪದ ವನ್ಯಜೀವಿಗಳು, ಜಗತ್ತಿನ ಅತ್ಯಂತ ದೊಡ್ಡದಾದ ಹವಳದ ದಂಡೆ, ಸಿಡ್ನಿ ಒಪೇರಾ ಹೌಸ್ ಮುಂತಾದ ಆಕರ್ಷಣೆಗಳು, ಬಿಸಿ ಗಾಳಿಯ ಬಲೂನಿನ ಸಾಹಸಗಳು ಮತ್ತು ಎಲ್ಲಕ್ಕಿಂತ ಹೆಚ್ಚಾಗಿ ಆಸ್ಟ್ರೇಲಿಯಾದ ವೈವಿಧ್ಯದ ವನ್ಯ ಸಂಪತ್ತು. ಹೇಳುತ್ತಾ ಹೋದಷ್ಟು ಪಟ್ಟಿ ಕೊನೆಗೊಳ್ಳುವಂತೆ ಕಾಣಲಿಲ್ಲ.

ನಮ್ಮಗಿರುವಷ್ಟು ಕಾಲಾವಕಾಶದಲ್ಲಿ ಆದ್ಯತೆ ಕೊಟ್ಟು ಕೆಲವನ್ನು ಅನಿವಾರ್ಯವಾಗಿ ಪಟ್ಟಿಯಿಂದ ಹೊರಗಿಡಬೇಕಾಯಿತು. ಇದ್ದಕ್ಕಿದ್ದಂತೆ ಬದಲಾಗುವ ವಾತಾವರಣದ ಬಗ್ಗೆ ಸ್ನೇಹಿತರು ಎಚ್ಚರಿಕೆ ನೀಡಿದ್ದರಿಂದ ನಾವು ಹೋಗುವ ಸ್ಥಳ ಹಾಗೂ ಪ್ರವಾಸದ ಸಮಯದಲ್ಲಿ ಇರುವ ವಾತಾವರಣವನ್ನು ಗಮನದಲ್ಲಿಟ್ಟುಕೊಂಡು ಅದಕ್ಕೆ ತಕ್ಕದಾದ ಉಡುಪುಗಳನ್ನು ಪ್ಯಾಕ್ ಮಾಡಿದ್ದೆವು.

ಈ ಎಲ್ಲಾ ಸಿದ್ಧತೆಗಳ ನಡುವೆ ಕಾಂಗರು ಜೊತೆ ಮುಖಾಮುಖಿ ಆಗುತ್ತೇನೆ ಎಂಬ ಖುಷಿಯಲ್ಲಿ ಕುಣಿದಾಡುತ್ತಿದ್ದ ಹನ್ನೆರಡು ವರ್ಷದ ನನ್ನ ಮಗ "ಅಪ್ಪ ಆಸ್ಟ್ರೇಲಿಯಾ ನಮಗಿಂತ ಐದು ಗಂಟೆ ಮುಂದೆ ಇದೆಯಂತೆ" ಎಂಬ ಮಾಹಿತಿಯನ್ನು ಸಂಗ್ರಹಿಸಿದ.

ಆಸ್ಟ್ರೇಲಿಯಾಕ್ಕೆ ವೀಸಾ ಸಿಗುವುದು ಸುಲಭದ ಕಥೆಯಾಗಲಿಲ್ಲ. ಕೇವಲ ಪ್ರವಾಸಿ ವೀಸಾಕ್ಕೂ ಅನೇಕ ಕಾಗದ ಪಾತ್ರಗಳು ಬೇಕಾಗಿದ್ದವು; ಮುಖ್ಯವಾಗಿ ಬ್ಯಾಂಕಿನ ಬ್ಯಾಲೆನ್ಸ್ ವೀಸಾ ಅಧಿಕಾರಿಗಳಿಗೆ ತೋರಿಸಬೇಕಿತ್ತು. ನನ್ನ ಮತ್ತು ನನ್ನ ಪತ್ನಿಯ ಕಚೇರಿಯಿಂದ ರಜೆ ಮಂಜೂರಾತಿ ಪತ್ರ, ನನ್ನ ಮಗನ ಲೀವ್ ಲೆಟರ್‌ನಿಂದ ಮೊದಲುಗೊಂಡು, ಮುಂಚಿನ ವಿದೇಶಿ ಪ್ರಯಾಣದ ವಿವರ, ಫ್ಲೈಟ್ ವಿವರ, ಹೋಟೆಲ್ ವಿವರ ಇತ್ಯಾದಿ ಎಲ್ಲಾ ಸಲ್ಲಿಸಬೇಕಿತ್ತು. ಈ ಪತ್ರಗಳನ್ನು ಸಿದ್ಧಗೊಳಿಸುವುದಕ್ಕೆ ನನಗೆ ಎರಡು ವಾರ ಸಮಯ ಹಿಡಿಯಿತು. ಬಹಳಷ್ಟು ದೇಶಗಳು ಭಾರತೀಯರಿಗೆ ಪ್ರವಾಸಿ ವೀಸಾ ನೀತಿ ಸಡಲಿಸಿದ್ದರೂ, ಆಸ್ಟ್ರೇಲಿಯಾದಲ್ಲಿ ಪ್ರವಾಸಿ ವೀಸಾಕ್ಕೆ ತುಂಬಾ ಸಮಯ ವ್ಯಯಿಸಬೇಕಾಯಿತು.

ಇರುವುದೆಲ್ಲವ ಬಿಟ್ಟು..

ಕುತೂಹಲಗಳ ಖಜಾನೆಯಾದ ಆಸ್ಟ್ರೇಲಿಯಾದ ಪ್ರವಾಸ ಪರಸರದ ನಿಧಿ ಹುಡುಕಾಟದಂತ ರೋಮಾಂಚಕ ಕಿರು ಸಾಹಸವೇ ಸೈ. ಆಸ್ಟ್ರೇಲಿಯಾಕ್ಕೆ

ಪ್ರವಾಸ ಹೋಗುವುದೆಂದರೆ ಈ ಭೂಮಿಯ ಅಪರೂಪದ ವೈಶಿಷ್ಟ್ಯತೆಗಳ ಭೇಟಿ ಮಾಡಿದಂತೆ. ಈ ಸಾಹಸಕ್ಕೆ 18 ಗಂಟೆಗಳ ಆಕಾಶಯಾನಕ್ಕೆ ಸಜ್ಜಾದೆವು.

ಮಲೇಷ್ಯನ್ ಏರ್ಲೈನ್ಸ್ ವಿಮಾನದ ಸೀಟಿನ ಪಕ್ಕವೇ ಮುಂಭಾಗದ ವಿಮಾನದ ರೆಕ್ಕೆ ಇರುವುದರಿಂದ, ರೆಕ್ಕೆ ಮೇಲೆ ಕೂತು ಹಾರಿದಂತೆ ಭಾಸವಾಯಿತು. ಭೂಮಿ ತೊರೆದು ಆಕಾಶಕ್ಕೆ ಚಿಮ್ಮುವ ಆ ಒಂದು ಕ್ಷಣ ಈ ನೆಲದ ಆಧಾರದ ಅಗಾಧತೆಯ ಪರಿಚಯಿಸುತ್ತದೆ. ನಿಧಾನವಾಗಿ ಎತ್ತರಕ್ಕೇರುತ್ತಿರುವ ಹಾಗೆ ಜನ, ರಸ್ತೆ, ಕಟ್ಟಡ ಕಣ್ಣ ಮುಂದೆಯೇ ಕುಬ್ಜವಾಗುವ ರೀತಿ ಮಾಯಾಬಜಾರ್ ಪಿಕ್ಚರ್ ನೋಡಿದಂತೆ ಕಾಣುತ್ತದೆ. ಮೂವತ್ತು ಸಾವಿರ ಅಡಿ ಎತ್ತರದಿಂದ ಏಕೆ ರಾಮನುಜನರ "ನೆಲದವರು ಕಾಣದ ನೆಲ"ವನ್ನು ಬೆಳಕಿನಲ್ಲಿ ಕಾಣಬಹುದು. ಹಸಿರು ತುಂಬಿದ ಹೊಲಗಳೆಲ್ಲಾ ಯಾವುದೋ ಮಗು ಶಿಸ್ತಾಗಿ ಹಸಿರ ಗೆರೆ ಬರೆದು ಚೌಕಾಕಾರದಲ್ಲಿ ಮೂಡಿಸಿರುವ ಚಿತ್ರಗಳಾಗುತ್ತವೆ; ಸಮುದ್ರದ ಅಲೆಗಳ ಚಲನೆ ಮಾಯವಾಗಿ ನಿಂತ ನೀರಾಗುತ್ತದೆ; ಹೆದ್ದಾರಿಗಳು ಭೂಮಿಯನ್ನು ವಿಭಜಿಸುವ ರೇಖೆಗಳಾಗುತ್ತವೆ; ನದಿಗಳು ಯಾರೋ ಹಾಕಿದ ಉದ್ದನೆ ನೀರ ಗೆರೆಗಳಾಗುತ್ತವೆ; ದೈತ್ಯ ಬೆಟ್ಟಗಳು ಆಕಾಶಕ್ಕೆ ಮುಖ ಮಾಡಿ ನಿಂತ ನೆಲದ ಕೊಂಬುಗಳಾಗುತ್ತವೆ. ವಿಮಾನ ಮೋಡದ ಮಧ್ಯ ಹೋಗುವ ಸ್ವಾರಸ್ಯ ಬೇರೆಯೇ ರೀತಿಯದ್ದು; ಬಿಳಿ ಹತ್ತಿಯಂತ ಮೋಡಗಳ ಕಿಟಕಿಯಿಂದಲೇ ಮುಟ್ಟಬಹುದು. ಆ ರಾತ್ರಿ ಪಯಣದಲ್ಲಿ ಅಗಾಧ ಕರಿ ಬೆಟ್ಟದ ಗಾತ್ರದ ಮೋಡಗಳಿಂದ ಮಿಂಚು ಉದ್ಭವಿಸಿದಾಗ ಆ ಕೋರೈಸುವ ಬೆಳಕಿನ ಮೂಲ ಕಿಟಕಿಯಂಚಿನಿಂದ ಕಂಡಿದ್ದು ನನ್ನ ಜೀವನದಲ್ಲಿನ ಅವಿಸ್ಮರಣೀಯ ಘಟನೆ. ಮೋಡಗಳ ಮೇಲೆ ವಿಮಾನ ಪಯಣಿಸುವಾಗ ಕಿಟಕಿಯು ಅನಾಮತ್ತಾಗಿ ನಮ್ಮನ್ನು ಹಳೆಯ ಚಲನಚಿತ್ರಗಳ ಇಂದ್ರನ ಒಡ್ಡೋಲಗದಲ್ಲಿ ಕೂರಿಸುತ್ತದೆ. ಅಂದಿನ ಹುಣ್ಣಿಮೆ ರಾತ್ರಿ ಅಂತರ್‌ರಾಷ್ಟ್ರೀಯ ವಿಮಾನದ ಕಿಟಕಿಯ ಮೇಲೆ ಪೂರ್ಣ ಚಂದ್ರನ ಬೆಳಕು ಕೆಳಗೆ ಆ ಬೆಳಕ ಬಿಂಬಿಸುವ ಬಿಳಿ ಮೋಡಗಳು ಒಂದು ಅಲೌಕಿಕ ಅನುಭವ ಕಟ್ಟಿಕೊಟ್ಟಿದೆ.

ರಾತ್ರಿ ವೇಳೆಯಲ್ಲಿ ಎಲ್ಲಾ ನಗರಗಳು ಮಿಂಚುಹುಳುಗಳ ಗೊಂಚಲಂತೆ, ರಸ್ತೆಗಳು ಸಾಲು ದೀಪಗಳಂತೆ ಕಂಡರೆ, ಜನ ಸಂದಣಿ ಇಲ್ಲದ ಊರುಗಳು ಬೆಳಕಿನ ಕಾಳ ಅಲ್ಲಲ್ಲಿ ಚೆಲ್ಲಿದಂತೆ ಗೋಚರಿಸುವುದು. ರಾತ್ರಿ ವೈಭವಕ್ಕೆ ಹೆಸರಾದ ಆಸ್ಟ್ರೇಲಿಯಾದ ಸಿಡ್ನಿ ಮಹಾ ನಗರ ರಂಗು ರಂಗಿನ ಬೆಳಕಿನ ರಂಗೋಲಿಯಂತೆ ಉಜ್ವಲವಾಗಿ ಹೊಳೆಯುತ್ತಾ ತೋರುವುದು.

ನೋಡಿದ ಎಲ್ಲಾ ಕಾರ್ಟೂನ್ ಚಲನಚಿತ್ರಗಳು ಮುಗಿದ ಮೇಲೆ ನನ್ನ ಮಗ ಆಸ್ಟ್ರೇಲಿಯ ಇನ್ನೂ ತಲುಪಿಲ್ಲ ಎಂಬ ಅಸಹನೆಯೊಂದಿಗೆ ವಿಮಾನದ ಪಯಣ ತೋರಿಸುವ ಪರದೆಯನ್ನೇ ನೋಡತೊಡಗಿದ. ಯಾವುದೊ ಪುಸ್ತಕ ಓದುತ್ತಿದ್ದ ನನಗೆ ನಿದ್ದೆಯ ಜೋಂಪು ಬಂದಿದ್ದೇ ತಿಳಿಯಲಿಲ್ಲ. "ಅಪ್ಪ ಇನ್ನು ಅರ್ಧ ಗಂಟೆಗೆ ಮೆಲ್ಬೋರ್ನ್‌ನಲ್ಲಿ ಇಳಿಯಲಿದ್ದೇವೆ" ಎಂದು ನನ್ನ ಮಗ ಕಿರುಚಿದಾಗಲೇ ನನಗೆ ಎಚ್ಚರ. ವಿಮಾನ ಮತ್ತೆ ಭೂಮಿ ಸ್ಪರ್ಷಿಸುವ ಘಳಿಗೆಗೇ ನಾವು ಎದುರು ನೋಡತೊಡಗಿದೆವು.

ನೀಲಿ ಆಗಸದ ಬಿಳಿ ರತ್ನ ಒಪೇರಾ ಹೌಸ್

ಕಾಂಗರೂಗಳ ನಾಡಿನಲ್ಲಿ

ನಾವು ಬಂದೇವ ಆಸ್ಟ್ರೇಲಿಯ ನೋಡಲಿಕ್ಕ

ನಾವು ಮೆಲ್ಬರ್ನ್ ಅಂತಾರಾಷ್ಟ್ರೀಯ ವಿಮಾನ ನಿಲ್ದಾಣದಲ್ಲಿ ಬಂದಿಳಿದಾಗ ಬೆಳಗ್ಗಿನ ಸುಮಾರು ಎಂಟು ಗಂಟೆಯಾಗಿತ್ತು. ಪಯಣದುದ್ದಕ್ಕೂ ಕಾರ್ಟೂನ್ ಚಿತ್ರಗಳನ್ನೇ ನೋಡುತ್ತಾ ಸಮಯ ಕಳೆದಿದ್ದ ನನ್ನ ಮಗ ವಿಮಾನ ನಿಲ್ದಾಣದಿಂದ ಹೋಟೆಲಿಗೆ ಹೋಗುವ ಅತ್ಯಾಧುನಿಕ ಸ್ವಚ್ಛ ರಸ್ತೆಗಳನ್ನು ನೋಡಿದಾಗ ಅವನ ಮಾತೇ ಹೊರಡಲಿಲ್ಲ. ಅವನು ಕಾರ್ಟೂನಿನಂತ ಕಲ್ಪನಾ ಲೋಕದಲ್ಲೂ ನೋಡದ ಅಚ್ಚುಕಟ್ಟಾದ, ವ್ಯವಸ್ಥಿತ, ಶಿಸ್ತುಬದ್ಧ ಸೌಕರ್ಯಗಳು ಕಂಡವು. ಮಕ್ಕಳಿಗೆ ರಸ್ತೆಯ ಶಿಸ್ತು ಪಾಲನೆಯಲ್ಲಿ ಇಂತಹ ನಗರಕ್ಕಿಂತ ಬೇರೆ ನಿದರ್ಶನ ಬೇಕಿಲ್ಲ.

ಹೋಟೆಲಿನಲ್ಲಿ ತಾಜಾ ಹಣ್ಣುಗಳಿಂದ ಕೂಡಿದ ತಿಂಡಿಯನ್ನು ಸವಿದು ಆ ದಿನದ ನಮ್ಮ ಪ್ರಯಾಣದ ತಯಾರಿಯನ್ನು ಮಾಡಿಕೊಂಡೆವು. ನಾವು ಯಾವುದೇ ಗ್ರೂಪ್ ಟೂರ್‌ನಲ್ಲಿ ಇಲ್ಲದ ಕಾರಣ, ಪ್ರವಾಸದ ಎಲ್ಲಾ ಯೋಜನೆ, ಪ್ರವಾಸದ ವೇಳಾ ಪಟ್ಟಿ ಈ ಎಲ್ಲವನ್ನೂ ನಾವೇ ಸಿದ್ಧಗೊಳಿಸಿಕೊಂಡಿದ್ದೆವು. ನಮ್ಮ "ಟ್ರಿಪ್ ಮ್ಯಾನೇಜರ್"ನನ್ನ ಆ ದಿನದ ವೇಳಾ ಪಟ್ಟಿ ಕೇಳಿದಾಗ ಅವನು "ಮೊದಲಿಗೆ ವೆರ್‍ರಿಬೀ ಓಪನ್ ರೇಂಜ್ ಮೃಗಾಲಯ..ನಂತರ ಮಿಕ್ಕೆಲ್ಲಾ" ಎಂದು ಫರ್ಮಾನು ಹೊರಡಿಸಿ ನಮ್ಮನ್ನು ಪ್ರಾಣಿಗಳ ಭೇಟಿಗೆ ಅಣಿ ಮಾಡಿದ. ಅವನ ಆಜ್ಞೆಯನ್ನು ಶಿರಸಾವಹಿಸಿ ಪಾಲಿಸಿದೆವು.

ಆ ದಿನದ ಮೊದಲ ಬಸ್ಸಿನ ಪಯಣದಲ್ಲಿ ನನಗಿನ್ನೂ ಜೆಟ್‌ಲ್ಯಾಗಿನ ನಿದ್ದೆಯ ಜೋಂಪು. ಅರೆ ನಿದ್ದೆ, ಅರೆ ಎಚ್ಚರದ ಸ್ಥಿತಿಯಲ್ಲೇ ನನ್ನ ಮೊದಲ ದಿನದ ಪ್ರವಾಸ ಶುರುವಾಯಿತು. ಅಂದಿನ ಬಸ್ಸಿನ ಪಯಣದಲ್ಲಿ ಚಾಲಕ ಆಸ್ಟ್ರೇಲಿಯಾಗೆ ಪ್ರವಾಸಿಗರನ್ನು ಕರೆಯುವ ಆಶಯ ಹೊಂದಿರುವ "ಕಮ್ ಟು ಆಸ್ಟ್ರೇಲಿಯ" ಎಂಬ ಹಾಡು ನಮಗೆ ಕೇಳಿಸಿದ. ಆಸ್ಟ್ರೇಲಿಯಾದ ಅಪಾಯಗಳನ್ನು ಹಾಸ್ಯ ಮತ್ತು ವ್ಯಂಗ್ಯ ಮಿಶ್ರಿತ ಲಘು ಧಾಟಿಯಲ್ಲಿ ವೈಭವೀಕರಿಸುವ ಆ ಹಾಡು ಕೇಳಲು ತಮಾಷೆಯಾಗಿ, ಆಸ್ಟ್ರೇಲಿಯಾದಲ್ಲಿ ಕಾಣಸಿಗುವ ವಿಷ ಪೂರಿತ ಪ್ರಾಣಿಗಳ ದೊಡ್ಡ ಪಟ್ಟಿಯನ್ನೇ ನೀಡುತ್ತದೆ. ಘೋರ ವಿಷದ ನೀಲಿ ಉಂಗುರದ ಆಕ್ಟೋಪಸ್, ಜೆಲ್ಲಿ ಫಿಶ್, ಕಚ್ಚಿದ ನಿಮಿಷಗಳಲ್ಲಿ ಹೃದಯ ಸ್ತಂಭಿಸುವ ಸ್ಟೋನ್ ಫಿಶ್, ಈಜಲು ಹೋದಾಗ ಹಿಡಿಯುವ ಶಾರ್ಕ್–ಇವುಗಳು ಪ್ರವಾಸಿಗರನ್ನು ಆಹ್ವಾನಿಸುವ ಬದಲಾಗಿ ದಿಗಿಲು ಹಿಡಿಸುತ್ತವೆ. ವ್ಯಂಗ್ಯಭರಿತ ತಮಾಷೆಯಿಂದ ಕೂಡಿರುವ ಇಂತಹ ಮಾತುಗಾರಿಕೆಗೆ ಆಸ್ಟ್ರೇಲಿಯಾದಲ್ಲಿ "ಟಾಕಿಂಗ್ ಎ ರಿಪ್" ಎಂಬ ಹೆಸರೇ ಇದೆ. ಇದರ ಮೊದಲ ಪರಿಚಯ ಆಗಿದ್ದು ನನಗೆ ಈ ಹಾಡಿನ ಮೂಲಕವೇ.

ಆಸ್ಟ್ರೇಲಿಯಾ ಅನಾವರಣ

"ಡೌನ್ ಅಂಡರ್", "ಆಜ್", "ಸೂರ್ಯ ಸುಟ್ಟ ನಾಡು (ಸನ್‌ಬರ್ನ್ಟ್ ಕಂಟ್ರಿ)", "ದಿ ಲಕ್ಕಿ ಕಂಟ್ರಿ", "ದಿ ಗ್ರೇಟ್ ಸದರ್ನ್ ಲ್ಯಾಂಡ್" ಎಂದೆಲ್ಲಾ ಕರೆಯಲ್ಪಡುವ ಆಸ್ಟ್ರೇಲಿಯಾ ಅನೇಕ ಅದ್ಭುತಗಳ ಸಮಾಗಮ. ಸೂರ್ಯನ ಒಲವಿನಲ್ಲಿ ಪ್ರಕೃತಿಯ ವರ್ಣಚಿತ್ರದಂತೆ ಆಸ್ಟ್ರೇಲಿಯಾ ಕಂಗೊಳಿಸುತ್ತಿದೆ. ನಿತ್ಯಹರಿದ್ವರ್ಣ ಕಾಡುಗಳಿಂದ ಹಿಡಿದು ಮರುಭೂಮಿಯವರೆಗೂ, ಅತ್ಯಾಧುನಿಕ ತಂತ್ರಜ್ಞಾನದೊಂದಿಗೆ ಸಹಸ್ರಾರು ವರ್ಷದ ಮೂಲ ನಿವಾಸಿಗಳ ಉಪಕರಣಗಳೂ, ಹವಳದ ದಂಡೆಯಿಂದ ಹಿಡಿದು ಪರ್ವತಗಳವರೆಗೂ, ಕಾಂಗರೂ ಕೋಆಲಾದಿಂದ ಪೆಂಗ್ವಿನ್‌ವರೆಗೆ, ಸೌಂದರ್ಯ ಕ್ರೌರ್ಯ ಮೇಳೈಸಿರುವ, ಮರಳದಂಡೆಯಿಂದ ಹಿಮಪರ್ವತಗಳವರೆಗೂ, ಅತಿ ಭೋಗದಿಂದ ಆಧ್ಯಾತ್ಮಿಕತೆವರೆಗೆ, ಜಗತ್ತಿನ ಅತ್ಯಂತ ಮುಂದುವರಿದ ಗಗನಚುಂಬಿಗಳಿಂದ ಹಿಡಿದು ಯುನೆಸ್ಕೋ ಪಾರಂಪರಿಕ ತಾಣಗಳವರೆಗೆ ಈ ರೀತಿ ಆಸ್ಟ್ರೇಲಿಯಾ ಅನೇಕ ವೈರುಧ್ಯಗಳ ಸಮಾಗಮ. ಅದು ನಿಸರ್ಗ ತನಗೆಂತಲೇ ಬರೆದಿಟ್ಟುಕೊಂಡ ಬಹು ವರ್ಣಗಳ ತೈಲಚಿತ್ರದ ರೀತಿ.

ಆಸ್ಟ್ರೇಲಿಯಾವನ್ನು ಮೂರು ಸಾಗರಗಳು ಮತ್ತು ಹಲವು ಸಮುದ್ರಗಳು ಆವರಿಸಿವೆ. ದಕ್ಷಿಣದಲ್ಲಿ ದಕ್ಷಿಣ ಸಾಗರ, ಪಶ್ಚಿಮದಲ್ಲಿ ಹಿಂದೂ ಸಾಗರ ಮತ್ತು ಪೂರ್ವದಲ್ಲಿ ಪೆಸಿಫಿಕ್ ಸಾಗರ. ಆಸ್ಟ್ರೇಲಿಯಾವನ್ನು ಆವರಿಸಿರುವ ಸಮುದ್ರಗಳಲ್ಲಿ ಅರಫುರಾ, ಟಿಮೋರ್, ಟಾಸ್ಮಾನ್, ಕೊರಲ್, ಸೊಲೊಮನ್ ಮತ್ತು ಬಿಸ್ಮರ್ಕ್ ಸೇರಿದೆ.

ಆಧುನಿಕ ತಂತ್ರಜ್ಞಾನಕ್ಕೆ ಆಸ್ಟ್ರೇಲಿಯಾದ ಕೊಡುಗೆ ದೊಡ್ಡದಿದೆ- ಖಾಯಿಲೆಗಳ ಪತ್ತೆಗೆ ವ್ಯಾಪಕವಾಗಿ ವೈದ್ಯಕೀಯ ರಂಗ ಬಳಸುವ ಅಲ್ಟ್ರಾಸೌಂಡ್ ಸ್ಕ್ಯಾನರ್, ಎಲ್ಲ ಡಿಜಿಟಲ್ ಉಪಕರಣಗಳಿಗೆ ಅತ್ಯಗತ್ಯವಾದ ವೈಫೈ, ಜೀವ ರಕ್ಷಕ ಸರ್ವಿಕಲ್ ಕ್ಯಾನ್ಸರಿನ ಲಸಿಕೆ, ಅಂಗ ವಿಕಲತೆಗೆ ರಾಮಬಾಣವಾದ ಬಯೋನಿಕ್ ಆರ್ಮ್ ಮುಂತಾದ ಅನೇಕ ಆವಿಷ್ಕಾರಗಳು ಆಸ್ಟ್ರೇಲಿಯಾದ ಹೆಸರಿನಲ್ಲಿದೆ.

ಆಸ್ಟ್ರೇಲಿಯಾ ಅಮೂಲ್ಯ ಲೋಹಗಳ ಖಜಾನೆಯಾಗಿದೆ. ಇಡೀ ಜಗತ್ತಿನಲ್ಲಿ ಉತ್ಪಾದನೆಯಾಗುವ ಟೈಟಾನಿಯಂ ಲೋಹದಲ್ಲಿ ಆಸ್ಟ್ರೇಲಿಯಾದ ಪಾಲು ಅರ್ಧದಷ್ಟಿದೆ; ಅದೇ ರೀತಿ ಶೇಕಡಾ 33ರಷ್ಟು ಜಗತ್ತಿನ ವಜ್ರಗಳು ದೊರೆಯುವುದು ಆಸ್ಟ್ರೇಲಿಯಾದಿಂದ. ಜಗತ್ತಿನ 95 ರಷ್ಟು ಓಪಲ್ ಲೋಹ ದೊರೆಯುವುದು ಆಸ್ಟ್ರೇಲಿಯಾದಲ್ಲಿ. ಅದೇ ರೀತಿ ಚಿನ್ನ, ಬೆಳ್ಳಿ, ತಾಮ್ರ ಇವುಗಳ ರಫ್ತಿನಲ್ಲೂ ಆಸ್ಟ್ರೇಲಿಯಾ ಮುಂದಿದೆ.

ಜಗತ್ತಿನ ಅತ್ಯಂತ ಪುರಾತನ ಖಂಡವಾದ ಆಸ್ಟ್ರೇಲಿಯಾದ ಭೂ ವ್ಯಾಪ್ತಿ ಉತ್ತರ ಅಮೇರಿಕಾಗಿಂತ ದೊಡ್ಡದಿದೆ; ಇಡೀ ಯೂರೋಪ್ ಖಂಡಕ್ಕಿಂತ ವಿಸ್ತಾರವಾಗಿದೆ. ಅಬಾರಿಜಿನಲ್ಸ್ ಕಲಾಕೃತಿಗಳು ಮನುಷ್ಯನ ಇತಿಹಾಸದಲ್ಲೇ ಅತ್ಯಂತ ಪುರಾತನ ಕಲೆಗಳಲ್ಲಿ ಒಂದು ಎಂದು ನಿರೂಪಿತವಾಗಿದೆ. ನಮ್ಮಂತೆಯೇ ರಾಷ್ಟ್ರಕ್ಕೆ ಪ್ರಧಾನ ಮಂತ್ರಿಯೇ ನಾಯಕನಾದರೂ ಅದು ಈಗಲೂ ಬ್ರಿಟಿಷ್ (ಕಾಮನ್ ವೆಲ್ತ್‌ನ) ಭಾಗವಾಗಿರುವುದರಿಂದ ಆಸ್ಟ್ರೇಲಿಯಾಗೆ ಬ್ರಿಟನ್ ರಾಜನೇ ಗೌರವ ನಾಯಕ.

ರತ್ನ ಹೃದಯದ ದೇಶ (ಓಪಲ್ ಹಾರ್ಟೆಡ್ ಕಂಟ್ರಿ)

ನಾನು "ರತ್ನ ಹೃದಯ"ದ ನುಡಿಗಟ್ಟು ಪಡೆದಿರುವುದು ಆಸ್ಟ್ರೇಲಿಯಾದ ಕವಯತ್ರಿ ಡೊರೋಥಿಯ ಮೆಕೆಲ್ಲಾರ್ ನ ಪ್ರಸಿದ್ಧ ಕವಿತೆ "ಮೈ ಕಂಟ್ರಿ"ಯಿಂದ. ಡೊರೋಥಿ ತನ್ನ ಕವಿತೆಯಲ್ಲಿ ಆಸ್ಟ್ರೇಲಿಯಾದ ಪ್ರಮುಖ ಗುಣ ಲಕ್ಷಣಗಳ, ಎಲ್ಲಾ ವೈರುಧ್ಯಗಳ, ಮುಖ್ಯವಾಗಿ ಆಸ್ಟ್ರೇಲಿಯಾದ ಬಗ್ಗೆ ತನಗಿರುವ ಒಲವ ಹಾಡಿದ್ದಾಳೆ. ಆಸ್ಟ್ರೇಲಿಯಾದ ಅನುಭವ ಹೆಪ್ಪುಗಟ್ಟಿದಂತೆ ಇರುವ, ಆಸ್ಟ್ರೇಲಿಯಾದ ಎಲ್ಲಾ ವೈರುಧ್ಯಗಳೂ ಘನೀಭವಿಸಿದಂತೆ ಕಾಣಿಸುವ ಈ ಕವಿತೆಯ ಪ್ರಮುಖ ಸಾಲುಗಳ ನನ್ನದೇ ಭಾವಾನುವಾದವನ್ನು ಇಲ್ಲಿ ಉಲ್ಲೇಖಿಸುವುದು ಸೂಕ್ತವೆನಿಸುತ್ತದೆ–

ನಾನು ಪ್ರೀತಿಸುವೆ
ಬಿಸಿಲಿನಿಂದ ಸುಟ್ಟಿರುವ ದೇಶವ
ವಿಶಾಲ ಸಮತಟ್ಟಿನ ಭೂಮಿಯ
ದೂರದ ಕ್ಷಿತಿಜವ
ಆಭರಣದ ಸಾಗರವ
ಅವಳ ಸೌಂದರ್ಯವ
ಮತ್ತವಳ ಭೀಕರತೆಯ
ಪ್ರೀತಿಸುತ್ತೇನೆ ಅವೆಲ್ಲವ

ಬಿಳಿ ಉಂಗುರ ತೊಟ್ಟ ಕಾಡು
ಚಂದ್ರನದು ದುರಂತ ಪಾಡು
ನೀಲಮಣಿ–ಮಬ್ಬಿನ ಬೆಟ್ಟಗಳು
ನನ್ನ ಹೃದಯದ ಮಿಡಿತ
ನನ್ನ ದೇಶ

ಓಪಲ್-ಹೃದಯದ ದೇಶ,
ಭೂಮಿಯಲ್ಲಿದ್ದರೂ ಅನೇಕ ವೈಭವ
ನಾನೆಲ್ಲೇ ಅಳಿದರೂ
ನನ್ನ ಮನೆಯಂತ ದೇಶಕ್ಕೆ
ಕೊನೆಗೆ ಹಾರುವುದು ನನ್ನ ಮನಸ್ಸು.

ಈ ಕವಿತೆಯಲ್ಲಿ ಡೊರೋಥಿ ಆಸ್ಟ್ರೇಲಿಯಾವನ್ನು "ರತ್ನ ಹೃದಯದ ದೇಶ" (ಓಪಲ್ ಹಾರ್ಟೆಡ್ ಕಂಟ್ರಿ) ಎಂದು ಕರೆದಿರುವುದು ಆಸ್ಟ್ರೇಲಿಯಾದ ಎಲ್ಲಾ ಸಂಕೀರ್ಣತೆಯ, ವಿವಿಧ ಮುಖಗಳ ಬಿಂಬಿಸುವ ಶಕ್ತಿಶಾಲಿ ರೂಪಕವಾಗಿದೆ. ರತ್ನ (ಓಪಲ್) ವಿವಿಧ ಬಣ್ಣಗಳ ಪ್ರತಿಫಲಿಸಿ ಸೌಂದರ್ಯ ಮೆರೆಯುವಂತೆ ಆಸ್ಟ್ರೇಲಿಯದ ವಿವಿಧ ಭೂ ಪ್ರದೇಶಗಳು, ಮಹಾನಗರಗಳು, ಸಂಸ್ಕೃತಿಗಳು ಅನುಪಮ ಸೌಂದರ್ಯದ ಜೊತೆಗೆ ಸಂಕೀರ್ಣತೆ ಹೊಂದಿವೆ. ಭೂ ಗರ್ಭದಲ್ಲಿ ಭೂಮಿಯ ಅತ್ಯಂತ ಒತ್ತಡವನ್ನು ತಡೆದುಕೊಂಡು ರೂಪಗೊಂಡ ರತ್ನದಂತೆ ಆಸ್ಟ್ರೇಲಿಯನ್ನರು ತುಂಬಾ ಕಠಿಣ ಪರಿಸ್ಥಿತಿಗಳನ್ನು, ಸವಾಲುಗಳನ್ನು ಎದುರಿಸಿ, ಚೇತರಿಸಿಕೊಂಡು ಬೆಳೆಯುತ್ತಿದ್ದಾರೆ. ರತ್ನದಂತೆ ತುಂಬಾ ವಿರಳ, ಅಮೂಲ್ಯ ಮತ್ತು ಅನನ್ಯ ಆಸ್ಟ್ರೇಲಿಯ. ಪ್ರತಿ ಓಪಲ್ ರತ್ನಕ್ಕೂ ತನ್ನದೇ ಆದ ವಿಶಿಷ್ಟ ಬಣ್ಣ ಮತ್ತು ಬೆಳಕಿರುವಂತೆ ಆಸ್ಟ್ರೇಲಿಯ ಕೂಡ ವಿಶಿಷ್ಟವಾಗಿದೆ.ಈ ರೀತಿ ಸೌಂದರ್ಯ, ವಿಶಿಷ್ಟತೆ, ಸಂಕೀರ್ಣತೆ, ಕಷ್ಟ ಸಹಿಷ್ಣುತೆ ಆಸ್ಟ್ರೇಲಿಯಾದ ಇವೆಲ್ಲ ಗುಣಗಳ ಸಮ್ಮಿಳತೆಯನ್ನು ಓಪಲ್ ಎಂಬ ರೂಪಕ ಸಂಪೂರ್ಣ ಸಾವಯವ ಶಿಲ್ಪದಂತೆ ಪ್ರತಿಬಿಂಬಿಸುತ್ತದೆ.

ಷೋಕೇಸಿನ ಗೊಂಬೆಯಂತೆ ಠಾಕೂ ಠೀಕಾಗಿ ಶುದ್ಧ ಚೆಲುವು

ಶುದ್ಧ ಸ್ವಚ್ಛ ಪರಿಸರವನ್ನು ಆಸ್ಟ್ರೇಲಿಯಾದಲ್ಲಿ ಕಂಡಾಗ ನನಗೆ ನನ್ನದೇ ಒಂದು ಅನುಭವ ಜ್ಞಾಪಕ ಬಂದಿತು. ಸಸ್ಯಕಾಶಿಯಾದ ಲಾಲ್‌ಬಾಗಿನ ಪ್ರವೇಶ ದ್ವಾರದಲ್ಲೇ ಪ್ಲಾಸ್ಟಿಕ್ ನಿಷೇಧದ ಫಲಕವಿದ್ದರೂ ಏಳೆಂಟು ಬಾರಿ ನಾನೇ ಒಂದು ಚೀಲದಲ್ಲಾಗುವಷ್ಟು ಪ್ಲಾಸ್ಟಿಕ್ ಬಾಟಲಿ ಹಾಗೂ ಪ್ಲಾಸ್ಟಿಕ್ ಕವರ್‌ಗಳನ್ನೂ ಸಂಗ್ರಹಿಸಿ ಹೊರ ತಂದಿದ್ದೇನೆ. ಲಾಲ್ ಬಾಗ್ ಕೆರೆಯ ದಂಡೆಗಳಲ್ಲಿ ಪ್ಲಾಸ್ಟಿಕ್ ಬಾಟಲಿಗಳು ತೇಲುವುದ ಕಂಡು ಖೇದವೆನಿಸಿದೆ. ಇನ್ನೂ ದುರಂತದ ಸಂಗತಿಯೆಂದರೆ ಉತ್ತರ ಕನ್ನಡ ಜಿಲ್ಲೆಯ ಯಾಣ ಬೆಟ್ಟ ಹತ್ತುವ ಮುಂಚೆ ಪ್ರವೇಶ ದ್ವಾರದಲ್ಲಿ ಎಲ್ಲ ಪ್ಲಾಸ್ಟಿಕ್ ವಸ್ತುಗಳನ್ನೂ ತನಿಖೆ ಮಾಡಿ ಬೆಟ್ಟ ಹತ್ತಲು ಬಿಡುತ್ತಾರೆ. ಆದರೆ ಭೈರವೇಶ್ವರ ಶಿಖರದಲ್ಲಿ ಇರುವ ಗೂಡಂಗಡಿಗಳು ಪೂರ್ತಿ ಪ್ಲಾಸ್ಟಿಕ್‌ಮಯ-ಪ್ಲಾಸ್ಟಿಕ್ ತಿನಿಸು, ಪ್ಲಾಸ್ಟಿಕ್ ನೀರಿನ

ಬಾಟಲಿ ಎಲ್ಲಾ ಪೂರ್ತಿ ಪ್ಲಾಸ್ಟಿಕ್. ನಮ್ಮ ಹೆಮ್ಮೆಯ ಲಾಲ್‌ಬಾಗ್ ಹಾಗೂ ಯಾಣದಂತಹ ಸೂಕ್ಷ್ಮ ಜೈವಿಕ ಪ್ರದೇಶಗಳಲ್ಲಿ ಪ್ಲಾಸ್ಟಿಕ್ ನೀರಿನ ಮೂಲ ಸೇರಿದರೆ ಅಥವಾ ಮಣ್ಣು ಸೇರಿದರೆ ಅದರಿಂದ ಪರಿಸರ, ವನ್ಯಜೀವಿ ಮತ್ತು ಮನುಷ್ಯನ ಮೇಲೆಯೇ ಆಗುವ ದೀರ್ಘ ಕಾಲೀನ ಪರಿಣಾಮದ ಬಗ್ಗೆ ನಾವು ಕುರುಡರಾಗುತ್ತೇವೆ. ಬೆಟ್ಟದ ತಪ್ಪಲುಗಳ ಮೇಲೆ ಕುಡಿದು ಬಿಸಾಕಿರುವ ಬೀರು ಬಾಟಲಿಗಳು ಕೆಲವೊಮ್ಮೆ ನಾವು ಹೆಕ್ಕಿ ತಾಳಲಾಗಷ್ಟು ಆಳದ ಕಮರಿಗಳಲ್ಲಿ ಸೇರಿಬಿಟ್ಟಿರುತ್ತವೆ. ನಮ್ಮ ಮನೆಯನ್ನು ಬಿಟ್ಟು ಮಿಕ್ಕೆಲ್ಲ ಜಾಗಗಳನ್ನು ಗಲೀಜು ಮಾಡುವ ಪರವಾನಗಿಯನ್ನು ನಮಗೆ ನಾವೇ ಕೊಟ್ಟುಕೊಂಡು ಬಿಡುತ್ತೇವೆ.

ಆಸ್ಟ್ರೇಲಿಯಾದಲ್ಲಿ ಒಪೇರಾ ಹೌಸ್, ರಾಯಲ್ ಬೊಟಾನಿಕಲ್ ಗಾರ್ಡನ್, ಬ್ಲೂ ಮೌಂಟೆನ್ನಿನ ತಪ್ಪಲಲ್ಲಾಗಲಿ, ಮುಖ್ಯವಾಗಿ ಆಸ್ಟ್ರೇಲಿಯಾದಲ್ಲಿ ಇರುವ ನೂರಾರು ಸಮುದ್ರ ದಂಡೆಗಳಲ್ಲಿ ನಾನು ಹುಡುಕಿದರೂ ಪ್ಲಾಸ್ಟಿಕ್ ಚೀಲಗಳಾಗಲಿ, ಬಾಟಲಿಗಳಾಗಲಿ ನನಗೆ ಕಾಣಲಿಲ್ಲ. ಇಲ್ಲೆಲ್ಲೂ "ಕಸವನ್ನು ಬಿಸಾಡಬೇಡಿ" "ಪ್ಲಾಸ್ಟಿಕ್ ನಿಷೇಧಿಸಿದೆ" ಎಂಬ ಕ್ಲೀಷೆಯ ಫಲಕಗಳೂ ಇಲ್ಲ. ಈ ಎಲ್ಲಾ ಜಾಗಗಲ್ಲಿ ದಿನಕ್ಕೆ ಸಾವಿರಾರು ಪ್ರವಾಸಿಗರು ಸೇರುತ್ತಾರೆ, ಅಲ್ಲೂ ನಮ್ಮಲ್ಲಿ ಇರುವಂತೆ ತಿಂಡಿ ತಿನಸುಗಳ ಅನೇಕ ಅಂಗಡಿಗಳಿವೆ; ಆದರೂ ಆಸ್ಟ್ರೇಲಿಯನ್ನರು ಮತ್ತು ಪ್ರವಾಸಿಗರು ತಮ್ಮ ಸ್ವಂತ ಮನೆಯಂತೆಯೇ, ನಾವು ನಮ್ಮ ಮನೆಯ ಅಂಗಳವನ್ನು ಶುಭ್ರವಾಗಿಟ್ಟುಕೊಂಡಿರುವಂತೆಯೇ ಇಡೀ ಆಸ್ಟ್ರೇಲಿಯಾವನ್ನು ಶುಭ್ರವಾಗಿಟ್ಟುಕೊಂಡಿದ್ದಾರೆ.

ಇಡೀ ಆಸ್ಟ್ರೇಲಿಯಾ ನನಗೆ ನಾವು ಕೈ ತೊಳೆದು ಮುಟ್ಟುವ ಶೋಕೇಸಿನ ಗೊಂಬೆಯಷ್ಟು ಶುಭ್ರ ಚೆಲುವಾಗಿ ಕಂಡಿತು. ನಾವು ಗುಡಿಗಳ ಆವರಣವನ್ನು ಸ್ವಚ್ಛವಾಗಿಸಿರಿಕೊಂಡಷ್ಟು ಆಸ್ಟ್ರೇಲಿಯನ್ನರು ಎಲ್ಲಾ ಜಾಗಗಳನ್ನೂ ಸ್ವಚ್ಛವಾಗಿರಿಸಿಕೊಂಡಿದ್ದಾರೆ. "ಸ್ವಚ್ಛತೆ ದೈವಶ್ರದ್ಧೆಗಿಂತ ಮಿಗಿಲಾದದು" ಎಂಬ ಮಹಾತ್ಮ ಗಾಂಧಿಯವರ ವಾಕ್ಯವನ್ನು ನಾವು ದೊಡ್ಡ ದೊಡ್ಡ ಫಲಕಗಳಲ್ಲಿ ಬರೆದು ಅದರ ಕೆಳಗಡೆಯೇ ಗಲೀಜು ಮಾಡಿದರೆ, ಆಸ್ಟ್ರೇಲಿಯನ್ನರು ಮಹಾತ್ಮನ ವಾಕ್ಯವನ್ನು ಚಾಚೂ ತಪ್ಪದೆ ಪಾಲಿಸುತ್ತಿದ್ದಾರೆ.

ಸ್ವಚತೆಯೇ ದೈವತ್ವ–ನಮ್ಮ ರಬ್ಬಿಶ್‌ಗೆ ನಾವೇ ಜವಾಬ್ದಾರರು

ಮೆಲ್ಬರ್ನ್ ಮೃಗಾಲಯದಲ್ಲಿ ಆಗ ತಾನೇ ನಡೆಯಲು ಕಲಿತಿದ್ದ ಪುಟ್ಟ ಮಗುವೊಂದು ತಾನು ತಿಂದು ಮುಗಿಸಿದ ಐಸ್ ಕ್ರೀಮಿನ ಕವರ್ ಅನ್ನು ತಾನೇ ನಡೆದು ಹೋಗಿ ಹತ್ತಿರದಲ್ಲಿದ್ದ ಕಸದ ಬುಟ್ಟಿಗೆ ಹಾಕಿ ತನ್ನ ಪಾಲಕರಿಂದ "ರಬ್ಬಿಶ್" ಸರಿಯಾಗಿ ವಿಲೇವಾರಿ ಮಾಡಿದ್ದಕ್ಕೆ ಶಹಬಾಸ್‌ಗಿರಿ ಪಡೆಯಿತು (ಆಸ್ಟ್ರೇಲಿಯನ್ನರು ಇಂಗ್ಲಿಷರ ಪ್ರಭಾವದಿಂದ ಕಸಕ್ಕೆ "ಟ್ರಾಶ್"

"ಗಾರ್ಬೇಜ್" ಮುಂತಾದ ಸಾಮಾನ್ಯ ಪದಗಳ ಬದಲಾಗಿ "ರಬ್ಬಿಶ್" ಎಂಬ ಶಬ್ದವನ್ನು ಬಳಸುತ್ತಾರೆ). ಎಳೆಯ ವಯಸ್ಸಿನಲ್ಲೇ ಸ್ವಚ್ಛತೆಯ ಪಾಠ ಅಲ್ಲಿನ ಮಕ್ಕಳಿಗೆ ಬಲವಾಗಿ ಬೇರೂರಿರುತ್ತದೆ. ನಮ್ಮ ಬಸ್ಸಿನ ಡ್ರೈವರ್ ಕೂಡ ಎಲ್ಲಾ ಪ್ರಯಾಣಿಕರಿಗೆ ಇಳಿಯುವ ಮುಂಚೆ ತಮ್ಮ ರಬ್ಬಿಶ್ ತಾವೇ ಸ್ವಚ್ಛಗೊಳಿಸುವಂತೆ ವಿನಂತಿ ಮಾಡಿಕೊಂಡ. ನಾವೆಲ್ಲಾ ಅವನ ವಿನಂತಿಯನ್ನು ಚಾಚೂ ತಪ್ಪದೆ ಪಾಲಿಸಿದೆವು. ನಾವು ಕೊನೆಯ ನಿಲ್ದಾಣದಲ್ಲಿ ಇಳಿದಾಗ ನಮ್ಮ ಬಸ್ಸು ನಾವು ಮೊದಲು ಹತ್ತಿದಾಗ ಇರುವಷ್ಟೇ ಸ್ವಚ್ಛವಾಗಿತ್ತು. ನಾನು ಚಿಕ್ಕಂದಿನಲ್ಲಿದ್ದಾಗ ಕೇಳಿದ್ದ ಸ್ಕೌಟ್‌ನ ಧ್ಯೇಯ ವಾಕ್ಯ "Leave the place better than you found" ಎಂಬುದರ ಸಾರ್ಥಕರೂಪ ಕಾಣಸಿಕ್ಕಿತು.

ಕನಸಿನ ಲೋಕದ ಸ್ಫಟಿಕ ಶುಭ್ರ ತಿಳಿ ನೀರ ಸರೋವರಗಳು

ಬೆಂಗಳೂರಿನ ವಿಮಾನಗರದ ವಿಭೂತಿಪುರದ ಕೆರೆಯ ಸ್ವಚ್ಛ ಮಾಡಲು ಒಂದು ವಾರಾಂತ್ಯ ನಾನು ನನ್ನ ಸಹೋದ್ಯೋಗಿಗಳೊಂದಿಗೆ ಕೆರೆಯಂಗಳಕ್ಕೆ ಬಂದಾಗಲೇ ತಿಳಿದದ್ದು ನಾವು ಬಿಸಾಡುವ ತ್ಯಾಜ್ಯಗಳು ಕೆರೆಗಳ ಕೊರಳನ್ನು ಹೇಗೆ ಹಿಸುಕುತ್ತಿವೆ ಎಂದು. ವಿಭೂತಿಪುರದ ಕೆರೆಗೆ 10ನೇ ಶತಮಾನದ ಹೊಯ್ಸಳರು ಕಟ್ಟಿಸಿದ ಐತಿಹ್ಯವಿದ್ದರೂ ಆ ಕೆರೆಗೀಗ 'ನಿಂತು ಕೊಳೆಯುವ ಮಡುಗಳಲ್ಲಿ ಮಡಗಿಯೇ ಇದೇ, ಹಳೆ ಕೊಳೆಯ ದುರ್ನಾತ ಕೆಸರು ರಾಡಿ' ಯಂತಹ ಬತ್ತಲಾರದ ಗಂಗೆಯ ದುಸ್ಥಿತಿ. ನೀರಿಳಿಯಲು ಮಾಡಿರುವ ಸಣ್ಣ ಸಣ್ಣ ತೊಬುಗಳಲ್ಲಿ ಪ್ಲಾಸ್ಟಿಕ್ ಸಿಲುಕಿ ನೀರು ಎಲ್ಲಿಗೂ ಹೋಗಲಾದಂತೆ ಇರುವ ಪ್ಲಾಸ್ಟಿಕ್ ಕಸ; ಕೆರೆಯ ನೀರಿನ ಅಂಚಲ್ಲೆಲ್ಲಾ ಹಾಲಿನ ಪ್ಯಾಕೆಟಿನ ರಾಶಿ, ಕೆರೆಯ ದಂಡೆಯ ಸುತ್ತ ಒಂದು ಪ್ಲಾಸ್ಟಿಕ್ ಕವರ್ ಎಳೆದರೆ ಅದು ಮರದಂತೆ ಬೇರು ಬಿಟ್ಟು ಆಳದವರೆಗೂ ಸೇರಿತ್ತು. ಈ ಪ್ಲಾಸ್ಟಿಕ್ ಕಸದಲ್ಲೇ ಮೇಯುವ ಹಸು ಮತ್ತು ಆ ಹಸುವಿನ ಹಾಲನ್ನು ಕುಡಿದು ಮತ್ತೆ ಅಲ್ಲೇ ಹಾಲಿನ ಪ್ಯಾಕೆಟ್ ಎಸೆದು ಹಾಲು ಕೊಡುವ ಹಸುವಿನ ಹೊಟ್ಟೆಗೇ ತಲುಪುವ ಈ ವಿಷವರ್ತುಲ. ಆ ದಿನ ಮೂರು ಗಂಟೆಗಳಲ್ಲಿ ನಾವು ಸಂಗ್ರಹಿಸಿದ ಪ್ಲಾಸ್ಟಿಕ್ ಕಸ ಬರೋಬ್ಬರಿ ನೂರು ಕೇಜಿಗೂ ಹೆಚ್ಚು. ಇಷ್ಟಾದರೂ ಅಲ್ಲಿ ಪ್ಲಾಸ್ಟಿಕ್ ಉಳಿದೇ ಇತ್ತು. ಆಗ್ಗಾಗ್ಗೆ ಕಲುಷಿತಗೊಂಡ ನೀರು ಕೆರೆಗಳಿಗೆ ಸೇರುವ ಪರಿಣಾಮ ಮೀನುಗಳು ಸತ್ತು ತೇಲುತ್ತವೆ.

ನಾವು ಕೆರೆಗಳನ್ನು ಮಲಿನ ಮಾಡುವ ರೀತಿಗೊಂದು ಸಣ್ಣ ಉದಾಹರಣೆಯಿದು. ಪ್ಲಾಸ್ಟಿಕ್ ಎಂಬ ಮಹಾಮಾರಿ ನಮ್ಮ ದೇಹವನ್ನೂ ಪ್ರವೇಶಿಸಿರುವುದಕ್ಕೆ ವಿಜ್ಞಾನಿಗಳು ಸಾಕ್ಷ್ಯವನ್ನು ಕಂಡುಹಿಡಿದ್ದಾರೆ. ಮೈಕ್ರೋಪ್ಲಾಸ್ಟಿಕ್ಸ್ (5 ಮೀ.ಮೀ.ಗಿಂತಲೂ ಸಣ್ಣದಾದ ಪ್ಲಾಸ್ಟಿಕ್ ಕಣಗಳು)

ಆಗಲೇ ನಮ್ಮ ರಕ್ತವನ್ನು ಸೇರಿಯಾಗಿವೆ. ನಾವು ಕುಡಿಯುವ ಪ್ಲಾಸ್ಟಿಕ್ ಬಾಟಲಿ ಮೂಲಕ, ಗಾಳಿಯ ಮೂಲಕ, ಕಲುಷಿತಗೊಂಡ ಆಹಾರದ ಮೂಲಕ.

ಇದಕ್ಕೆ ಸಂಪೂರ್ಣ ವ್ಯತಿರಿಕ್ತವಾದ ವಾತಾವರಣ ಆಸ್ಟ್ರೇಲಿಯಾದ ಕೆರೆ ಸರೋವರಗಳದ್ದು. ಮೆಲ್ಬರ್ನ್, ಸಿಡ್ನಿ ಮುಂತಾದ ಮಹಾನಗರಗಳ ಹಸಿರು ಹೊದ್ದ ರಾಯಲ್ ಬೊಟಾನಿಕಲ್ ಗಾರ್ಡನ್‌ಗಳ ಮಧ್ಯದಲ್ಲಿ ಕನಸಿನಂತೆ ಒಂದು ಸರೋವರ ಆ ದೇವರೇ ಪ್ರತ್ಯಕ್ಷವಾದಂತೆ ನಮಗೆ ಎದುರಾಗುತ್ತದೆ. ಆ ಸರೋವರದ ನೀರು ನಾವು ಬೊಗಸೆಯಲ್ಲಿ ಹಿಡಿದು ಕುಡಿಯುವಷ್ಟು ಸ್ಫಟಿಕ ಶುಭ್ರ. ಹಳೆಯ ಚಂದಮಾಮ ಚಿತ್ರಗಳಲ್ಲಿ ಕಂಡುಬರುವ ಕನಸಿನಲೋಕದಲ್ಲಿನ ಸರೋವರಗಳಂತೆ ಕಂಗೊಳಿಸುತ್ತವೆ. ಎಲ್ಲೇ ಹುಡುಕಿದರೂ ಪ್ಲಾಸ್ಟಿಕ್ ಗಲೀಜಾಗಲೀ ಕಂಡುಬರುವುದಿಲ್ಲ. ಗ್ರೇಟ್ ಓಷನ್ ರೋಡ್ ನ ಪಯಣದಲ್ಲಿ ದಾರಿಯಲ್ಲಿ ಸಿಕ್ಕ ಅನೇಕ ತೊರೆಗಳಲ್ಲೂ ಇದೇ ಸ್ಫಟಿಕ ಶುಭ್ರತೆ.

ಆಸ್ಟ್ರೇಲಿಯನ್ನರಿಗೆ ತಮ್ಮ ಪರಿಸರದ ಬಗ್ಗೆ ಕಾಳಜಿಯೇ ಅಥವಾ ತಮ್ಮ ಪ್ರವಾಸಿ ಜಾಗಗಳ ಬಗ್ಗೆ ಅತೀವ ಅಭಿಮಾನವೇ ಅಥವಾ ಸಹಜವಾಗಿ ಅವರಲ್ಲಿ ರೂಡಿಯಾಗಿರುವ ಸ್ವಚ್ಛತೆಯ ಮನಸ್ಥಿತಿಯೇ? ಒಟ್ಟಿನಲ್ಲಿ ಸ್ಫಟಿಕ ಶುಭ್ರ ಸರೋವರಗಳು ಹಂಸಗಳಿಗೆ, ಸೂರ್ಯನ ಕಿರಣಗಳಿಗೆ ಮತ್ತು ಕಮಲದ ಎಲೆಗಳಿಗೆ ಅಪ್ಯಾಯಮಾನವಾಗಿತ್ತು. ಇವೆಲ್ಲವೂ ಕೂಡಿದ ನೋಟ ನಮಗೂ ಕೂಡ.

ಮೆಲ್ಬೋರ್ನ್ ಬೊಟಾನಿಕಲ್ ಗಾರ್ಡನ್ ವಿಹಂಗಮ ನೋಟ

ಅಬಾರಿಜಿನಲ್ಸ್ ವಧದುದ್ವೇಗದಳಲ ಬತ್ತಲೆ ಸುತ್ತ ಸ್ಮರಣಿಕೆಯ ಶಿಲಾ ತೊಗಲು

ಒಂದಾನೊಂದು ಕಾಲದಲ್ಲಿ

ಈಗಿನ ಆಸ್ಟ್ರೇಲಿಯಾ ಸುಮಾರು 150 ದಶಲಕ್ಷ ವರ್ಷಗಳ ಹಿಂದೆ ಪ್ಯಾಂಜೀಯ ಮಹಾಖಂಡದ ಭಾಗವಾಗಿತ್ತು. ಭಾರತವನ್ನೂ ಸೇರಿ ದಕ್ಷಿಣ ಅಮೇರಿಕಾ, ಅಂಟಾರ್ಟಿಕಾ, ಮತ್ತು ಆಫ್ರಿಕಾ ಜೊತೆಯಾಗಿದ್ದ ಗೊಂಡ್ವಾನ ಎಂಬ ಭೂಪ್ರದೇಶದ ಭಾಗವಾಗಿತ್ತು. ನಮ್ಮ ಭಾರತ ಮತ್ತು ಆಸ್ಟ್ರೇಲಿಯಾ ಒಂದಾನೊಂದು ಕಾಲದಲ್ಲಿ ಒಂದೇ ಭೂಖಂಡದ ಭಾಗವಾಗಿದ್ದವು ಎಂಬುದು ಒಂದು ಅನೂಹ್ಯ ಸಂಬಂಧ ಬೆಸೆದು ಕೊಂಡಂತೆ ಅನಿಸಿತು. ಸುಮಾರು 130 ದಶಲಕ್ಷ ವರ್ಷಗಳ ಹಿಂದೆ ಗೊಂಡ್ವಾನದ ಅಂಚಿನಲ್ಲಿದ್ದ ಆಸ್ಟ್ರೇಲಿಯಾ ಅಂಟಾರ್ಟಿಕಾದಿಂದ ಬೇರೆಯಾಗಿ ಪ್ರತ್ಯೇಕ ಭೂಖಂಡವಾಯಿತು. ಆದಿಯಿಂದಲೂ ಅಂಚಿನಲ್ಲೇ ಇದ್ದ ಆಸ್ಟೇಲಿಯಾದಲ್ಲಿ ಆದ ಭೂ ಪಲ್ಲಟಗಳಿಂದ ಹಾಗೂ ಲಕ್ಷಾಂತರ ವರ್ಷಗಳಿಂದ ದ್ವೀಪ ಖಂಡವಾಗಿರುವುದೇ ಆಸ್ಟ್ರೇಲಿಯಾದಲ್ಲಿ ಕಂಡುಬರುವ ವಿಶಿಷ್ಟ ವನ್ಯ ಜೀವಸಂಕುಲಕ್ಕೆ ಕಾರಣ.

ಮಾನವನ ಇತಿಹಾಸದಲ್ಲೇ ಅತ್ಯಂತ ಪ್ರಾಚೀನವಾದ "ಅಬಾರಿಜಿನಲ್ಸ್" (Aboriginals) ಎಂಬ ಜನಾಂಗ ಆಸ್ಟ್ರೇಲಿಯಾದ ಮೂಲ ನಿವಾಸಿಗಳು. ಮೂಲ ನಿವಾಸಿಗಳನ್ನು "ಫಸ್ಟ್ ಪೀಪಲ್ ಆಫ್ ಆಸ್ಟ್ರೇಲಿಯಾ" ಎಂದೂ ಕರೆಯುತ್ತಾರೆ. ಆಸ್ಟ್ರೇಲಿಯಾಕ್ಕೆ ಸುಮಾರು 65000 ವರ್ಷಗಳ ಹಿಂದೆ ಅಬಾರಿಜಿನಲ್ಸ್ ವಲಸೆ ಬಂದರು ಎಂದು ನಂಬಲಾಗಿದೆ. ಈ ಜನರು ದಕ್ಷಿಣ-ಪೂರ್ವ ಏಷ್ಯಾದಿಂದ ದೋಣಿಗಳಲ್ಲಿ ಬಂದು ಆಸ್ಟ್ರೇಲಿಯಾ ಖಂಡದಾದಂತ್ಯ ಹರಡಿ, ವಿವಿಧ ಪರಿಸರಗಳಿಗೆ ಹೊಂದಿಕೊಂಡರು. ಅಬಾರಿಜಿನಲ್ಸ್ ತಮ್ಮದೇ ಆದ ಪ್ರಕೃತಿಯೊಂದಿಗೆ ಸಮನ್ವಯಗೊಂಡ ಅನೋನ್ಯವಾದ ಸಂಸ್ಕೃತಿಯನ್ನು ಪಾಲಿಸಿದರು. ಆಧ್ಯಾತ್ಮಿಕ ನಂಬಿಕೆಗಳು, ಕಲೆ, ಸಂಗೀತ ಮತ್ತು ಜಾನಪದ ಕಥೆಗಳ ಸಮ್ಮಿಳಿತವಾದ ಅವರ ಸಂಸ್ಕೃತಿ ಭೂಮಿಯೊಂದಿಗೆ ನಿಕಟವಾದ ಸಂಬಂಧವನ್ನು ಹೊಂದಿತ್ತು. ಅದನ್ನು ಅವರು "ಡ್ರೀಮ್‌ಟೈಮ್" ಎಂದು ಕರೆಯುತ್ತಾರೆ.

ಸಾವಿರಾರು ವರ್ಷಗಳ ಕಾಲ ಅಬಾರಿಜಿನಲ್ಸ್ ಅಲೆಮಾರಿ ಬೇಟೆಗಾರರಾಗಿ ಜೀವನ ಸಾಗಿಸುತ್ತಿದ್ದರು. ವಿವಿಧ ಭಾಷೆ ಮತ್ತು ಆಚಾರಗಳನ್ನು ಹೊಂದಿರುವ ಬೇರೆ ಪಂಗಡಗಳಾಗಿ ಹಂಚಿ ಹೋಗಿದ್ದ ಅಬಾರಿಜಿನಲ್ಸ್ ಬೂಮ್ ರಾಂಗ್ ಮುಂತಾದ ಆಯುಧಗಳನ್ನು ಆವಿಷ್ಕರಿಸಿದ್ದರು. "ಡ್ರೀಮ್ ಟೈಮ್" ಎಂಬ ಅವರ ಪುರಾಣ ಕಥೆಗಳಲ್ಲಿ ಈ ಭೂಮಿಯ ಸೃಷ್ಟಿಯ ಬಗ್ಗೆ ಇರುವ ಮುಖ್ಯ ನಂಬಿಕೆ ಎಂದರೆ ಭೂಮಿಯ ಗರ್ಭದಿಂದ ಒಂದು ದೈತ್ಯ ಸರ್ಪ ಹೊರಬಿದ್ದು

ಅದು ಸಂಚರಿಸಿದ ಜಾಗದಲ್ಲೆಲ್ಲಾ ನದಿ, ಬೆಟ್ಟ, ಕಣಿವೆ ಉಂಟಾದವು. ಇತರ ಮೂಲಪುರುಷರು ಮಳೆ, ಸೂರ್ಯ ಮತ್ತು ಮನುಷ್ಯರನ್ನು ಸೃಷ್ಟಿಸಿದರು ಎಂಬುದು ಅಬಾರಿಜಿನಲ್ಸ್ ನಂಬಿಕೆ. ಈ ಪುರುಷರು ಭೂಮಿಯಿಂದ ಉದ್ಭವಿಸಿದ ಸ್ಥಳಗಳೆಲ್ಲಾ ಅಬಾರಿಜಿನಲ್ಸ್ ಜನರಿಗೆ ಪವಿತ್ರವಾಗಿದ್ದು, ಅಲ್ಲೆಲ್ಲಾ ಅವರು ತಮ್ಮ ಆಚರಣೆಗಳನ್ನು ಇಂದಿಗೂ ಮಾಡುತ್ತಾರೆ. ಪ್ರತಿ ಅಬಾರಿಜಿನಲ್ಸ್ ಮನುಷ್ಯನಿಗೂ ಎರಡು ಆತ್ಮಗಳಿವೆ-ಒಂದು ನಶ್ವರವಾದುದು ಇನ್ನೊಂದು ತಮ್ಮ ಮೂಲ ಪೂರ್ವಜರೊಂದಿಗೆ ಸಂಬಂಧ ಹೊಂದಿರುವ ಅಮರ ಆತ್ಮ. ಈ ಎರಡನೇ ಆತ್ಮದ ಕಲ್ಪನೆ ನಮ್ಮ ಅದ್ವೈತ ತತ್ವಕ್ಕೆ ಎಷ್ಟು ಹತ್ತಿರವಾಗಿದೆ ಎಂದು ಆಶ್ಚರ್ಯವಾಯಿತು. ನಮ್ಮಲ್ಲಿ ಮನೆದೇವರಂತೆ ಪ್ರತಿ ಅಬಾರಿಜಿನಲ್ಸ್ ಕುಟುಂಬಕ್ಕೂ ಒಂದು ಶಕ್ತಿ ಕಾವಲಿದೆ. ತಮ್ಮ ಪೂರ್ವಜರ ಭೂಮಿಯನ್ನು ಕಾಪಾಡುವ ಜವಾಬ್ದಾರಿಯನ್ನು ಅಬಾರಿಜಿನಲ್ಸ್ ಜನಾಂಗ ತಲೆಮಾರುಗಳಿಂದ ಮಾಡುತ್ತಾ ಬಂದಿದೆ.

ಮಾನವಶಾಸ್ತ್ರಜ್ಞರ ಪ್ರಕಾರ ಮನುಷ್ಯ ಆಸ್ಟ್ರೇಲಿಯಾದಲ್ಲಿ ವಿಕಾಸವಾಗಲಿಲ್ಲ. ಆಸ್ಟ್ರೇಲಿಯಾದ ಮೂಲ ನಿವಾಸಿಗಳು ಏಷ್ಯಾ ಖಂಡದಿಂದ ಇಲ್ಲಿಗೆ ವಲಸೆ ಬಂದವರೆಂದು ನಂಬಲಾಗಿದೆ. ಇಂಡೋನೇಷ್ಯಾ ದ್ವೀಪಗಳಿಗೆ ಆಸ್ಟ್ರೇಲಿಯಾ ಹತ್ತಿರವಿದ್ದರೂ, ಆಸ್ಟ್ರೇಲಿಯಾದ ಮೂಲ ನಿವಾಸಿಗಳು ಅನ್ಯರ ಸಂಪರ್ಕಿಸದೆ ತಮ್ಮ ಪಾಡಿಗೆ ತಾವು ಸುಮಾರು 60 ಸಾವಿರ ವರ್ಷದಿಂದ ಇಲ್ಲಿ ನೆಲೆಸಿದ್ದರು. ವಸಾಹತುಗಾರರು ಬರುವವರೆಗೂ ಆಸ್ಟ್ರೇಲಿಯಾದ ಮೂಲ ನಿವಾಸಿಗಳು ಪ್ರಾಣಿಗಳ ಬೇಟೆಯನ್ನೇ ಮುಖ್ಯವಾಗಿ ತಮ್ಮ ಆಹಾರದ ಮೂಲವಾಗಿ ಅವಲಂಬಿಸಿದ್ದರು.

ಆಸ್ಟ್ರೇಲಿಯಾದ ಮೂಲನಿವಾಸಿಗಳು 500ಕ್ಕೂ ಹೆಚ್ಚಿನ ವಿಭಿನ್ನ ರಾಷ್ಟ್ರಗಳನ್ನಾಗಿ ಆಸ್ಟ್ರೇಲಿಯಾದಾದ್ಯಂತ ಹರಡಿದ್ದರು. ಉದಾಹರಣೆಗೆ ಈಗಿನ ಮೆಲ್ಬರ್ನ್ ಪ್ರದೇಶದಲ್ಲಿ "ಕುಲಿನ್ ರಾಷ್ಟ್ರ" ಎಂಬ ಪಂಗಡ ಇದ್ದರು. ಮೆಲ್ಬರ್ನ್ ನಗರದ ಮುಖ್ಯ ಸ್ಥಳಗಳಲ್ಲಿ ಕುಲಿನ್ ನೇಶನ್ ಜನರನ್ನು ಸ್ಮರಿಸುವ ಅವರಿಗೆ ಕೃತಜ್ಞತೆ ಸೂಚಿಸುವ ಫಲಕಗಳನ್ನು ನಾವು ನಮ್ಮ ಮೆಲ್ಬರ್ನ್ ಪ್ರವಾಸದುದ್ದಕ್ಕೂ ಗಮನಿಸಿದೆವು. ಇಂತಹ ಪ್ರತಿಯೊಂದೂ ಅಬಾರಿಜಿನಲ್ಸ್ ರಾಷ್ಟ್ರವೂ ತನ್ನದೇ ಆದ ಭಾಷೆ, ಸಂಸ್ಕೃತಿ ಮತ್ತು ಸಾಂಪ್ರದಾಯ, ನಂಬಿಕೆಗಳನ್ನು ಹೊಂದಿದ್ದವು. ಈ ರಾಷ್ಟ್ರಗಳು ಅರೆ-ಅಲೆಮಾರಿ ಜೀವನವನ್ನು ನಡೆಸುತ್ತಿದ್ದವು, ಆಹಾರ ಸಂಗ್ರಹ, ಬೇಟೆ ಮತ್ತು ಮೀನುಗಾರಿಕೆಯ ಮೇಲೆ ಮುಖ್ಯವಾಗಿ ಅಬಾರಿಜಿನಲ್ಸ್ ಅವಲಂಬಿತವಾಗಿದ್ದರು.

ಅಬಾರಿಜಿನಲ್ಸ್ ಮೂಲನಿವಾಸಿಗಳು ತಮ್ಮ ಜೀವನಕ್ಕೆ, ಬೇಟೆಗೆ ಅನಕೂಲವಾದ ಅನೇಕ ಉಪಕರಣಗಳನ್ನು ಆವಿಷ್ಕರಿಸಿದ್ದರು; ಗಾಳಿ

1857ರ ಅಬಾರಿಜಿನಲ್ಸ್ ಜನಾಂಗದ ದೈನಂದಿನ ಚಿತ್ರ

ವಾದ್ಯ ಡಿಡ್ಜೆರಿಡೂ, ಎಸೆದರೆ ಹಿಂದಿರುಗುವ ಬೂಮರಾಂಗ್, ಈಟಿಯ ವೇಗ ಹೆಚ್ಚಿಸುವ ವೂಮೆರಾ, ಈಲ್‌ಗಳನ್ನು ಬೆಳೆಸುವ ಮತ್ತು ಕೊಯ್ಲು ಮಾಡಲು ಈಲ್ ಫಾರ್ಮ್–ಇವೆಲ್ಲವೂ ಮೂಲನಿವಾಸಿಗಳು ಆಸ್ಟ್ರೇಲಿಯಾದ ಪರಿಸರದಲ್ಲಿ ಬಾಳಿ, ಬದುಕಿ, ಅಭಿವೃದ್ಧಿ ಹೊಂದಲು ಬಳಸಿದ ಸಾಧನಗಳಾಗಿದ್ದವು. ಇವರ ಸಾಧನಗಳನ್ನು, ಬೂಮರಾಂಗ್ ಮುಂತಾದ ಆಯುಧಗಳನ್ನು ಮೆಲ್ಬರ್ನ್ ಇಮಿಗ್ರೇಷನ್ ಮ್ಯೂಸಿಯಂನಲ್ಲಿ ನಾನು ಗಮನಿಸಿದೆ.

ಅಬಾರಿಜಿನಲ್ಸ್ ಅವರ ಸಾಹಸ ಜೀವನ ಶೈಲಿಯನ್ನು ಗಮನಿಸಿದಾಗ ಕೆ.ಎಸ್.ನರಸಿಂಹಸ್ವಾಮಿಯವರ ಮಾತು ಪೂರ್ಣವಾಗಿ ಈ ಮೂಲನಿವಾಸಿಗಳಿಗೆ ಒಪ್ಪುತ್ತದೆ ಎಂದು ನನಗನ್ನಿಸಿತು–

ಇಲ್ಲಿದ್ದರಂತೆ ಕಲ್ಲಲ್ಲಿ ರುಜುವಿಟ್ಟವರು
ಕಾಡುಕೋಣನ ಬೇಟೆಯಾಡಿದವರು,
ಬೆಳೆದುಗುರಿನಿಂದ ಹಾವಿನ ಹುತ್ತ ಬಗೆದವರು
ಎತ್ತರದ ಹದ್ದುಗಳ ಕೆಡಹಿದವರು

ಮುಚ್ಚುಮರೆಯಿಲ್ಲದೆ ಬಾಳಿದ ಪೂರ್ಣ ಜೀವಿಗಳು;
ಕೆಚ್ಚೆದೆಯ ತೇಜಸ್ವಿ ಕಲೆಗಾರರು
ಬಿದ್ದ ಮಳೆ ಬೀಸುಗಾಳಿಗೆ ಮೈಯ ತೆರೆದವರು,
ಉಪಶಾಂತರಾದಿವಂದ್ಯರು, ಸಹಜರು

ನಮ್ಮಲ್ಲಿ ಅಶ್ವಥ ಮರದ ಪ್ರದಕ್ಷಣೆ, ಬನ್ನಿ ಮರದ ಆರಾಧನೆ, ತುಳಸಿ ಪೂಜೆಯಂತಹ ಆಚರಣೆಗಳನ್ನು ನೆನಪಿಸುವ ಪ್ರಕೃತಿಯ ಆರಾಧನೆಯನ್ನು ಅಬಾರಿಜಿನಲ್ಸ್ ನಡೆಸಿದ್ದರು. ಪ್ರಕೃತಿಯೊಂದಿಗೆ ಸಾಮರಸ್ಯದಿಂದ ಬದುಕುವುದು ಅಬಾರಿಜಿನಲ್ಸ್ ಸಂಸ್ಕೃತಿಯ ಭಾಗವಾಗಿತ್ತು. ಮೆಲ್ಬರ್ನ್‌ನ್ನಿನ ಯಾರ ನದಿಯ ದಂಡೆ, ಉಲುರು ಎಂಬ ಬಂಡೆ ಈ ಎಲ್ಲಾ ಪ್ರಾಕೃತಿಕ ವಸ್ತುಗಳೂ ಅವರಿಗೆ ಪವಿತ್ರವಾಗಿದ್ದವು.

ಅರಿವನ್ನೇ ಗುರುವಾಗಿಸಿಕೊಂಡವರು

ಅಬಾರಿಜಿನಲ್ಸ್ ಜನಾಂಗದ ಬದುಕಲ್ಲಿ ಪ್ರಕೃತಿಯ ಜೊತೆಗೆ ಸಮನ್ವಯದ ಜೊತೆಗೆ ಅವರದೇ ಆದ ಹಲವಾರು ಮುಖ್ಯ ಜೀವನ ಸಿದ್ಧಾಂತಗಳಿದ್ದವು– "ನಿನ್ನೆಯಿಂದ ಕಲಿತು, ಇಂದು ಬದುಕಿ, ನಾಳೆಯ ಬಗ್ಗೆ ಭರವಸೆ ಇರಲಿ" ಎಂಬುದು ಮೂಲ ನಿವಾಸಿಗಳಿಗೆ ಭರವಸೆಯಿಂದ ಬದುಕು ಸಾಗಿಸಲು, ನಾಳೆಗಳ ಬಗ್ಗೆ ಕನಸು ಕಾಣಲು ಪ್ರೇರೇಪಿಸುವ ತತ್ವವಾಗಿತ್ತು.

"ಎಲ್ಲರಿಗೂ ಗೌರವ ಕೊಡು, ಯಾರಿಗೂ ಹಾನಿ ಮಾಡದಿರು" ಎಂಬುದು ನಮ್ಮ ಮಹಾತ್ಮನ ಅಹಿಂಸೆಯ ತತ್ವವನ್ನು ನೆನಪಿಸುವ ಮಾತು. "ನೀನು ಸಾಧಿಸಬಹುದೆಂಬ ನಂಬಿಕೆಯಿರಲಿ ಮತ್ತು ಕನಸುಗಳನ್ನು ಕಾಪಿಟ್ಟುಕೋ' ಪುನಃ ಮೂಲ ನಿವಾಸಿಗಳ ಕನಸನ್ನು ಕಾಣುವುದರ ಮಹತ್ವವನ್ನು ಬಣ್ಣಿಸುವ ಮಾತು. "ಎಲ್ಲಾ ಜ್ಞಾನ ನಿನ್ನೊಳಗೇ ಇದೆ–ಅದನ್ನು ನಿನ್ನ ಜೀವನಕ್ಕೆ ಜಾಣ್ಮೆಯಿಂದ ಬಳಸು" ಈ ಮಾತಂತೂ ನಮ್ಮ 12ನೇ ಶತಮಾನದ ಶರಣರ "ಅರಿವೇ ಗುರು" ಮಾತಿನ ವಿಸ್ತೃತ ರೂಪದಂತೆ ಇದೆ. ಒಟ್ಟಿನಲ್ಲಿ ಮೂಲನಿವಾಸಿಗಳು ತಮ್ಮ ಜೀವನದ ಪ್ರೀತಿಯನ್ನು, ಪ್ರಕೃತಿಯ ಮೇಲಿನ ಪ್ರೇಮವನ್ನು ಹಾಗೂ ಎಲ್ಲರೊಂದಿಗೆ ಸಹಬಾಳ್ವೆ ನಡೆಸುವುದನ್ನು ಕಲಿತು ಆಚರಿಸುತ್ತಿದ್ದರು.

ಬಂದೂಕು ಹಿಡಿದವನದೇ ಭೂಮಿ–ವಸಾಹತುಶಾಹಿಯ ಆರಂಭ

ಪಾಶ್ಚಿಮಾತ್ಯರು ತಮ್ಮ ಸಾಮ್ರಾಜ್ಯ ವಿಸ್ತರಣೆಗಾಗಿ, ಚಿನ್ನ ಮತ್ತಿತರ ಅಮೂಲ್ಯ ಲೋಹಗಳ ಹುಡುಗಾಟಕ್ಕಾಗಿ, ಧರ್ಮ ಪ್ರಚಾರಕ್ಕಾಗಿ, ತಮ್ಮಲ್ಲಿದ್ದ ವೈಜ್ಞಾನಿಕ ಉಪಕರಣಗಳ ಬಲದಿಂದ ಹೊಸ ನೆಲವನ್ನು ಹುಡುಕುತ್ತಾ ಹೊರಟರು. ಈ ಪ್ರಯತ್ನದಲ್ಲಿ ಆಸ್ಟ್ರೇಲಿಯ ಮೊದಲು ಕಣ್ಣಿಗೆ ಬಿದ್ದದ್ದು 16ನೇ ಶತಮಾನದ

ಈಟಿ ಬೂಮ್ರಾಂಗ್‌ಗಳಿಂದ ಬೇಟೆಯಾಡುತ್ತಿದ್ದ ಅಬಾರಿಜಿನಲ್ಸ್

ಡಚ್ಚರಿಗೆ. ಅನಂತರ 17ನೇ ಶತಮಾನದ ಇಂಗ್ಲೆಂಡಿನ ಕ್ಯಾಪ್ಟನ್ ಜೇಮ್ಸ್ ಕುಕ್ ಆಸ್ಟ್ರೇಲಿಯಾದ ಪೂರ್ವ ಕರಾವಳಿಗೆ ಕಾಲಿಟ್ಟು ಬ್ರಿಟಿಷರ ನ್ಯೂ ಸೌತ್ ವೇಲ್ಸ್‌ನಲ್ಲಿ ಮೊದಲ ವಸಾಹತಿಗೆ ನಾಂದಿ ಹಾಡಿದನು. 19ನೇ ಶತಮಾನದ ಮಧ್ಯಭಾಗದಲ್ಲಿ ಚಿನ್ನದ ಗಣಿಗಾರಿಕೆ ಯುರೋಪಿಯರನ್ನು ಸೂಜಿಗಲ್ಲಿನಂತೆ ಆಸ್ಟ್ರೇಲಿಯಾದೆಡೆಗೆ ಸೆಳೆಯಿತು; ಅಂದಿನಿಂದ ವಸಾಹತುಗಾರರ ಸಂಖ್ಯೆ ಮತ್ತು ದೇಶದ ಆರ್ಥಿಕತೆ ಬೆಳೆಯುತ್ತಲೇ ಹೋಯಿತು. ಆರಂಭದಲ್ಲಿ ಬ್ರಿಟಿಷರು ಅಪರಾಧಿಗಳನ್ನು ಆಸ್ಟ್ರೇಲಿಯಾಕ್ಕೆ ಕಳುಹಿಸುತ್ತಿದ್ದರು. ಭಾರತದಲ್ಲಿ ಖೈದಿಗಳನ್ನು ಅಂಡಮಾನಿನ ದ್ವೀಪಕ್ಕೆ ಕಳುಹಿಸಿದಂತೆ.

18ನೇ ಶತಮಾನದಲ್ಲಿ ಬಡತನದ ಕಾರಣದಿಂದಾಗಿ ಜನರು ಆಹಾರಕ್ಕಾಗಿಯೋ ಅಥವಾ ಬಟ್ಟೆಗಾಗಿಯೋ ಮಾಡಿದ ಸಣ್ಣ ಪುಟ್ಟ ಕಳ್ಳತನಕ್ಕೂ ಕ್ಷುಲ್ಲಕ ಕಾರಣಕ್ಕೋ ಜನರನ್ನು ನಿರ್ದಾಕ್ಷಿಣ್ಯವಾಗಿ ಜೈಲಿಗಟ್ಟಲಾಗುತಿತ್ತು. ಇದರಿಂದಾಗಿ ಇಂಗ್ಲೆಂಡಿನ ಜೈಲುಗಳಲ್ಲಿ ಖೈದಿಗಳಿಗೆ ಜಾಗವಿಲ್ಲದಾಗಿ ಅವರಿಗೆ ಕ್ಷಯರೋಗ ಮುಂತಾದ ಸಾಂಕ್ರಾಮಿಕ ರೋಗ ಹರಡಲು ಶುರುವಾಗಿತ್ತು. ಇಂತಹ ಸಮಯದಲ್ಲಿ ಕ್ಯಾಪ್ಟನ್ ಕುಕ್ ಅನ್ವೇಷಿಸಿದ ಆಸ್ಟ್ರೇಲಿಯಾದ ಬಾಟನಿ ಬೇ ಈ ಎಲ್ಲಾ ಖೈದಿಗಳನ್ನು ಇರಿಸಲು ತಕ್ಕುದಾದ ಜಾಗವೆಂದು ರಾಜನಿಗೆ ತೋರಿತು. ಈ ರೀತಿ ಖೈದಿಗಳ ಮೊದಲ ತಂಡದಲ್ಲಿ ಸುಮಾರು 700 ಜನ ಖೈದಿಗಳಿದ್ದರು. (ಮೊದಲ ಮಹಿಳಾ ಖೈದಿ ಹೇವರ್ಡ್ ಮೇಲೆ ತುಂಡು ಬಟ್ಟೆ ಕದ್ದ ಆರೋಪವಿದ್ದರೆ ಎರಡನೇ ಮಹಿಳಾ ಖೈದಿ ಬೆಕ್ಫೋರ್ಡ್

ಕೇವಲ 4 ಶಿಲ್ಲಿಂಗ್ಗಳ ಚೀಸ್ ಕದ್ದು ಜೈಲು ಸೇರಿದ್ದಳು). ಈ ಖೈದಿಗಳಿಗಾಗಿ ನಿರ್ಮಿಸಲಾದ ಗುಡಿಸಲುಗಳು ಅಬಾರಿಜಿನಲ್ಸ್ ಜೊತೆಗಿನ ಸಂಘರ್ಷಕ್ಕೆ ನಾಂದಿ ಹಾಡಿತು. ಈಟಿ ಮತ್ತು ತುಪಾಕಿಗಳ ಸದ್ದಿನಲ್ಲಿ ಹಲವಾರು ವಸಾಹತುಗಾರರು ಗಾಯಗೊಂಡರು, ಸಾಕಷ್ಟು ಮಂದಿ ಅಬಾರಿಜಿನಲ್ಸ್ ಸತ್ತರು. ಇದರಿಂದಾಗಿ ಅಬಾರಿಜಿನಲ್ಸ್ ಒಳ ನಾಡುಗಳಿಗೆ ಗುಳೆ ಹೊರಟರು. ಸಾವಿರಾರು ಅಬಾರಿಜಿನಲ್ಸ್ ಪ್ರತಿಕಾಯಗಳಿಲ್ಲದ ಖಾಯಿಲೆಯಿಂದಾಗಿ ಮೃತಪಟ್ಟರೆ, ಕೆಲವರನ್ನು ಹಿಡಿದು ದೂರದ ತಸ್ಮಾನಿಯಾ ದ್ವೀಪಕ್ಕೆ ಗಡೀಪಾರು ಮಾಡಲಾಯಿತು. ಈ ಎಲ್ಲಾ ಕಾರಣದಿಂದಾಗಿ ಅಬಾರಿಜಿನಲ್ಸ್ ಜನಸಂಖ್ಯೆ ಭಾರಿ ಪ್ರಮಾಣದಲ್ಲಿ ಇಳಿಮುಖವಾಯಿತು.

ನಂತರದ ದಿನಗಳಲ್ಲಿ ಆಸ್ಟ್ರೇಲಿಯಾಗೆ ಗಡೀಪಾರಾದ ಖೈದಿಗಳೇ ಕೃಷಿ, ಕಟ್ಟಡ ನಿರ್ಮಾಣ ಮುಂತಾದ ಕಾರ್ಯಗಳಲ್ಲಿ ತೊಡಗಿ ವಿಂಡ್ಸರ್, ರಿಚ್ಮಂಡ್, ಪಿಟ್ಟ್ ಟೌನ್, ಪರಮಟ್ಟ ಮುಂತಾದ ಪಟ್ಟಣಗಳನ್ನು ಕಟ್ಟಿದರು.

ಮೂಲ ನಿವಾಸಿಗಳ ಹಾಡು ಪಾಡು

ಯುರೋಪಿಯನ್ನರ ವಸಾಹತಿನಿಂದಾಗಿ ಅಬಾರಿಜಿನಲ್ಸ್ ಮೂಲನಿವಾಸಿಗಳ ಮೇಲಿನ ಪರಿಣಾಮ ಭೀಕರವಾಗಿತ್ತು. ಪಾಶ್ಚಿಮಾತ್ಯ ವಸಾಹತುಗಾರರು ಆಗಮಿಸಿದಾಗ, ಅವರು ಮೂಲನಿವಾಸಿಗಳ ಭೂಮಿಯನ್ನು ಬಲವಂತವಾಗಿ ವಶಪಡಿಸಿಕೊಂಡು ಕೃಷಿ, ಗಣಿಗಾರಿಕೆ ಮತ್ತು ಪಶುಸಂಗ್ರಹಣಕ್ಕೆ ಬಳಸಿದರು. ಇದು ಮೂಲನಿವಾಸಿಗಳ ಆಹಾರ ಮೂಲಗಳ ಮೇಲೆ ಪರಿಣಾಮ ಬೀರಿತು. ಹಲವಾರು ಸಂದರ್ಭಗಳಲ್ಲಿ, ಮೂಲನಿವಾಸಿಗಳನ್ನು ಅವರ ಭೂಮಿಯಿಂದ ಬಲವಂತವಾಗಿ ಹೊರಹಾಕಲಾಯಿತು, ಮೀಸಲು ಪ್ರದೇಶಗಳಿಗೆ ಅಥವಾ ಸರ್ಕಾರ ನಿಯಂತ್ರಿತ ಮಿಷನ್‌ಗಳಿಗೆ ಸ್ಥಳಾಂತರಿಸಲಾಯಿತು ಹಿಂಸೆ, ಹತ್ಯಾಕಾಂಡ, ಖಾಯಿಲೆ, ಭೂಮಿಯನ್ನು ವಶಪಡಿಸಿಕೊಳ್ಳುವುದು, ಸಂಸ್ಕೃತಿಯ ನಾಶ ಎಲ್ಲವನ್ನೂ ಮೂಲನಿವಾಸಿಗಳು ಅನುಭವಿಸಬೇಕಾಯಿತು. ಒಂದು ಶತಮಾನದುದ್ದಕ್ಕೂ ಅಬಾರಿಜಿನಲ್ಸ್ ಜನಾಂಗದ ಮಕ್ಕಳನ್ನು ಅವರ ತಂದೆ-ತಾಯಿ ಹಾಗೂ ಅವರ ಸಮುದಾಯದಿಂದ ಜನಾಂಗೀಯ ಬೇಧ ನೀತಿಯನ್ನುಪಯೋಗಿಸಿ ಬೇರ್ಪಡಿಸಿ ಅವರನ್ನು ಬೇರೆಡೆ ಬೆಳೆಸಿದರು. ಈ ಇಡೀ ತಲೆಮಾರನ್ನು "ಸ್ಟೋಲನ್ ಜನರೇಶನ್" ಎಂದು ಕರೆಯಲಾಗಿದೆ. ಅಬಾರಿಜಿನಲ್ಸ್ ಜನರು ತಮ್ಮ ಮಕ್ಕಳನ್ನು ತಮ್ಮಿಂದ ಕಸಿದುಕೊಳ್ಳಲು ಬರುವ ಬಿಳಿಯರನ್ನು "ಗಬ್ಬಾಮ್ಯಾನ್" ಎಂದು ಕರೆಯುತ್ತಿದ್ದರು.

ಈ ರೀತಿ ತಮ್ಮ ದನಿಯನ್ನು ದಮನಿಸಿದ, ತಮ್ಮ ಭೂಮಿಯಿಂದ ತಮ್ಮನ್ನು ಬೇರ್ಪಡಿಸಿದ, ತಮ್ಮ ಮಕ್ಕಳನ್ನು ತಮ್ಮಿಂದ ದೂರ ಮಾಡಿದ ವಸಾಹತುಗಾರರ ಬಗ್ಗೆ ಆಸ್ಟ್ರೇಲಿಯನ್ ಕವಿ ಒಮರ್ ಮುಸ ಹೃದಯಂಗಮವಾಗಿ ಬಣ್ಣಿಸಿದ್ದಾನೆ-

ಎಂದೂ ಹೇಳದ ಕಥೆಗಳ,
ಎಂದೂ ಹಾಡದ ಹಾಡುಗಳ
ಎಂದೂ ಕುಣಿಯದ ಕುಣಿತಗಳ
ಎಂದೂ ಬಳಿಯದ ಬಣ್ಣಗಳ
ಎಂದೂ ಆಡದ ಭಾಷೆಗಳ
ಕುರಿತು ನನ್ನ ಹೃದಯ ಮರುಗುತ್ತದೆ

18ನೇ ಶತಮಾನದ ಗ್ವಿಯಾಗಲ್ ಮೂಲನಿವಾಸಿ ವೀರರು ವಸಾಹುತುಗಾರರ ಎದುರಿಸುತ್ತಿರುವ ರೇಖಾಚಿತ್ರ (ಕೃಪೆ: ನ್ಯಾಷನಲ್ ಲೈಬ್ರರಿ ಆಫ್ ಆಸ್ಟ್ರೇಲಿಯ)

1901ರಲ್ಲಿ ಆಸ್ಟ್ರೇಲಿಯಾದ ಆರು ವಸಾಹತುಗಳು ಒಂದಾಗಿ ಆಸ್ಟ್ರೇಲಿಯನ್ ಕಾಮನ್‌ವೆಲ್ತ್ ರೂಪಿಸಿದವು. ಈ ಹೊಸ ದೇಶವು ಹೆಚ್ಚು ಸ್ವಾತಂತ್ರ್ಯದಿಂದ ಕೂಡಿದ್ದರೂ, ಮೂಲನಿವಾಸಿಗಳ ಸ್ಥಿತಿಗತಿಯಲ್ಲಿ ಗಣನೀಯ ಸುಧಾರಣೆಗಳಾಗಲಿಲ್ಲ.

ಸಿಡಿಮದ್ದು ಮತ್ತು ಸಿಡುಬು–ಪ್ರತಿರೋಧದಿಂದ ರೋಧನೆವರೆಗೆ

ಬ್ರಿಟಿಷರು ಭಾರತವನ್ನು ವಸಾಹತು ಮಾಡಿಕೊಂಡ ಕರಾಳ ಪುಟಗಳ ನೆನಪು ತರುವಂತಿರುವ ಆಸ್ಟ್ರೇಲಿಯಾದ ಇತಿಹಾಸ ಮೆಲ್ಬರ್ನ್ ಇಮಿಗ್ರೇಷನ್ ಮ್ಯೂಸಿಯಂನಲ್ಲಿ ಕಾಣಬಹುದು. 1770ರಲ್ಲಿ ಯುರೋಪಿಯನ್ ಜನರಿಗೂ ಫಸ್ಟ್ ನೇಶನ್ (ಆಸ್ಟ್ರೇಲಿಯಾದ ಮೂಲ ನಿವಾಸಿಗಳಾದ ಅಬಾರಿಜಿನಲ್ಸ್) ಜನರಿಗೂ ಮೊದಲ ಸಂಪರ್ಕವಾಯಿತು. ಬಾಟನಿ ಬೇಗೆ ಮೊದಲು ತಲುಪಿದ ಇಂಗ್ಲೆಂಡಿನ ಜೇಮ್ಸ್ ಕುಕ್ ತನ್ನೆಡೆಗೆ ಬಂದ ಫಸ್ಟ್ ನೇಶನ್ ಜನರ ಈಟಿಗಳನ್ನೂ ಧಿಕ್ಕರಿಸಿ "ಈ ದೇಶ ಪ್ರಕೃತಿಯ ಒಂದು ಅವತಾರ, ಯಾವುದೇ ಮನುಷ್ಯನೂ ಅದರ ಅಧಿಕಾರ ಹೊಂದಿಲ್ಲ" ಎಂದು ಫಸ್ಟ್ ನೇಶನ್ ಜನರ ಸಾರ್ವಭೌಮತೆಯನ್ನು ತಿರಸ್ಕರಿಸಿ ಬಾಟನಿ ಬೇ ಇಂದ ಶುರುವಾಗಿ ಇಡೀ ಆಸ್ಟ್ರೇಲಿಯ ಖಂಡಕ್ಕೆ ವಸಾಹತುಗಾರರ ಒಡೆತನ ಸ್ಥಾಪಿಸಿದ. ಬ್ರಿಟಿಷ್ ಕಾನೂನಿನ "ಟೆರಾ ನುಲ್ಲಿಯಸ್" ಸಿದ್ಧಾಂತವು ಆಸ್ಟ್ರೇಲಿಯಾವನ್ನು "ಭೂಮಿಗೆ ಯಾರೂ ಒಡೆಯರಲ್ಲ" ಎಂದು ಪರಿಗಣಿಸಿತು ಹಾಗೂ ತನ್ಮೂಲಕ ಮೂಲ ನಿವಾಸಿಗಳಿಂದ ಭೂಮಿಯನ್ನು ವಶಪಡಿಸಿಕೊಳ್ಳಲು ಸೈದ್ಧಾಂತಿಕ ತಳಹದಿ ಹಾಕಿಕೊಟ್ಟಿತು. 1788ರಲ್ಲಿ ಕಪ್ತಾನ ಆರ್ಥರ್ ಫಿಲಿಪ್ 1300 ಅಪರಾಧಿಗಳನ್ನು ಜೊತೆಗೆ ಇಂಗ್ಲೆಂಡ್–ಸಂಜಾತ ಹಡಗಿನ ಸಿಬ್ಬಂದಿಯನ್ನು ಬಾಟನಿ ಬೇಗೆ ಕರೆತಂದ. ಅಲ್ಲಿಂದ ಶುರುವಾದ ವಸಾಹತು ಫಸ್ಟ್ ನೇಶನ್ ಜನರನ್ನು ಅವರದ್ದೇ ಭೂಮಿಯಿಂದ ಅನಾಥರನ್ನಾಗಿಸುತ್ತಾ ಹೋಯಿತು.

1789ರಲ್ಲಿ ಸಿಡ್ನಿಗೆ ತಲುಪಿದ ಮೊದಲ ಹಡಗಿನಿಂದ ಬಂದ ಸಿಡುಬು ಆಸ್ಟ್ರೇಲಿಯಾದ ಮೂಲ ನಿವಾಸಿಗಳಾದ ಫಸ್ಟ್ ನೇಶನ್ ಜನರಿಗೆ ಹರಡಿತು. ಸಿಡುಬಿಗೆ ಯಾವುದೇ ಪ್ರತಿಕಾಯಗಳಿಲ್ಲದ ಫಸ್ಟ್ ನೇಶನ್ ಜನ ಸಿಡುಬಿನಿಂದ ಸಾಯತೊಡಗಿದರು. ಒಂದು ಅಂದಾಜಿನ ಪ್ರಕಾರ ಸುಮಾರು 70ರಷ್ಟು ಫಸ್ಟ್ ನೇಶನ್ ಜನರು ಸಿಡುಬಿನಿಂದ ನಶಿಸಿದರು. 1797ರಲ್ಲಿ ಪೆಮುಲ್ವುಯ್ ಎಂಬ ಫಸ್ಟ್ ನೇಶನ್ ಕ್ರಾಂತಿಕಾರಿ ಸುಮಾರು ಸಾವಿರ ಯೋಧರೊಂದಿಗೆ ಈಟಿಗಳ ಮೂಲಕ ಇಂಗ್ಲಿಷ್ ವಸಾಹತುಗಾರರ ಮೇಲೆ ಧಾಳಿ ಮಾಡಿದ. ಇಂಗ್ಲಿಷರ ಗುಂಡಿಗೆ ಐದು ಯೋಧರು ಬಲಿಯಾದರೆ ಈ ಪ್ರತಿರೋಧದ

ನಾಯಕ ಫೆಮುಲ್ವುಯನನ್ನು ಕೂಡ ಮೂರು ವರ್ಷಗಳ ತರುವಾಯ ಕೊಲ್ಲಲಾಯಿತು.

19ನೇ ಶತಮಾನದ ಆದಿಯಲ್ಲಿ ಹಿಂಸೆ ಮತ್ತು ಸಾಂಕ್ರಾಮಿಕದಿಂದ 60,000 ದಷ್ಟಿದ್ದ ಫಸ್ಟ್ ನೇಶನ್ ಜನರು 2000ಕ್ಕೆ ಕ್ಷೀಣಿಸಿದ್ದರು. ನಂತರದ ಕಾಲದಲ್ಲಿ ಮೂಲ ನಿವಾಸಿಗಳ ಸಾರ್ವಭೌಮತ್ವವನ್ನೂ ಅವರ ಭೂಮಿಯ ಹಕ್ಕನ್ನೂ ನಿರ್ದಾಕ್ಷಿಣ್ಯವಾಗಿ ಕಿತ್ತು ಕೊಳ್ಳಲಾಯಿತು. ಮೂಲ ನಿವಾಸಿಗಳನ್ನು 'ನಾಗರೀಕ'ಗೊಳಿಸಲು ಅವರನ್ನು ಮೀಸಲು ಪ್ರದೇಶಗಳಗೆ ಸೀಮಿತಗೊಳಿಸಲಾಯಿತು. ಮೂಲ ನಿವಾಸಿಗಳು ಕೇವಲ ಭೂಮಿಯಷ್ಟೇ ಕಳೆದುಕೊಳ್ಳಲಿಲ್ಲ ಮೀಸಲು ಪ್ರದೇಶಗಳಲ್ಲಿ ಅವರು ತಮ್ಮ ಭಾಷೆಯನ್ನು ಮಾತನಾಡುವುದಾಗಲಿ, ತಮ್ಮ ಸಂಸ್ಕೃತಿಯನ್ನು ಆಚರಿಸುವುದಾಗಲಿ ಮಾಡುವಂತಿರಲಿಲ್ಲ. ಒಂದು ಕಲ್ಲಲ್ಲಿ ಗುಂಪು ಹಕ್ಕಿ ಹೊಡೆದ ವಸಾಹತುಗಾರರು ಆ ಮೀಸಲು ಪ್ರದೇಶಗಳನ್ನು ಕ್ರೈಸ್ತ ಮಿಷನರಿಗಳಿಗೆ ನೋಡಿಕೊಳ್ಳಲು ಅನುವು ಮಾಡಿ ಕ್ರೈಸ್ತ ಧರ್ಮದ ವಿಸ್ತರಣೆಯನ್ನೂ ಮಾಡಿದರು. 1869ರಲ್ಲಿ ಜಾರಿಯಾದ 'ಅಬಾರಿಜಿನಲ್ಸ್ ಪ್ರೊಟೆಕ್ಷನ್ ಆಕ್ಟ್' ಎಂಬ ಕಾಯಿದೆ ತನ್ನ ಹೆಸರಿನಲ್ಲಿನ ರಕ್ಷಣೆಗೆ ಸಂಪೂರ್ಣ ವಿರುದ್ಧವಾಗಿ ಮೂಲ ನಿವಾಸಿಗಳ ಬದುಕಿನ ಮೇಲೆ ಸಂಪೂರ್ಣ ನಿಯಂತ್ರಣವನ್ನು ಬೋರ್ಡಿಗೆ ಕೊಟ್ಟಿತು. ಆ ಕಾಯಿದೆಯ ಮೂಲಕ ಬೋರ್ಡು ಅಬಾರಿಜಿನಲ್ಸ್ ಜನರ ವಸತಿ, ಸಾಮಾಜಿಕ ಜೀವನ, ಮದುವೆ ಇವೆಲ್ಲವನ್ನೂ ಕಟ್ಟುನಿಟ್ಟಾಗಿ ನಿರ್ಬಂಧಿಸಿತು. ಈ ರೀತಿ ಅಬಾರಿಜಿನಲ್ಸ್ ದುರಂತ ಅಡಿಟಿಪ್ಪಣಿಯಾಗಿ ಮಾತ್ರ ವಸಾಹತುಗಾರರು ಬರೆದ ಆಸ್ಟ್ರೇಲಿಯಾದ ಇತಿಹಾಸದಲ್ಲಿ ದಾಖಲಾದರು. 1914ರಲ್ಲಿ ಮೊದಲ ಮಹಾಯುದ್ಧ ಶುರುವಾಗುವವರೆಗೂ ಯುರೋಪಿಯನ್ ಜನರ ವಲಸೆ ಮುಂದುವರಿಯಿತು.

ಇಷ್ಟೆಲ್ಲಾ ಅನ್ಯಾಯವಾಗಿರುವಾಗ ಇನ್ನಾದರೂ ಅಬಾರಿಜಿನಲ್ಸ್ ಅವರಿಗೆ ನ್ಯಾಯ ಕೊಡುವ ಸಮಯ ಬಂದಿದೆ ಎಂದು ಇತ್ತೀಚೆಗೆ ಅನೇಕ ಪ್ರಗತಿಪರ ಆಸ್ಟ್ರೇಲಿಯನ್ನರು ತಮ್ಮ ದನಿ ಎತ್ತಿದ್ದಾರೆ. ಕನ್ನಡದ ಬಂಡಾಯ ಕವಿತೆಯಂತ ಸಾಲುಗಳಿರುವ "ಮಿಡ್‌ನೈಟ್ ಆಯಿಲ್" ಎಂಬ ಹಾಡಿನಲ್ಲಿ ಈ ಸಾಲುಗಳು ಮೂಲನಿವಾಸಿಗಳಿಗಾದ ಅನ್ಯಾಯ ಬಗ್ಗೆ ಹಾಗೂ ಅವರಿಗೆ ನ್ಯಾಯ ದೊರಕಿಸಬೇಕಾದ ಅವಶ್ಯಕತೆಯ ಬಗ್ಗೆ ದನಿಯೆತ್ತುತ್ತದೆ–

ನಿಜವನ್ನು ನಿಜವೆಂದು ಗುರುತಿಸೋ ಸಮಯ
ಅವರ ಪಾಲಿನ ಬಾಡಿಗೆಯನ್ನು ನ್ಯಾಯವನ್ನೂ
ಬಂದಿದೆ ಕೊಡುವ ಸಮಯ
ಅವರದ್ದನ್ನು ಅವರಿಗೆ ಕೊಡೋಣ

ನಮ್ಮ ಕಾಲಡಿಯ ನೆಲ ಕಸಿದುಕೊಂಡಿರುವಾಗ
ನಾವು ಖುಷಿಯಿಂದ ಕುಣಿಯುವುದು ಹೇಗೆ?
ನಮ್ಮ ಮನೆಗೆ ಬೆಂಕಿ ಬಿದ್ದಿರುವಾಗ
ನಾವು ನೆಮ್ಮದಿಯಲ್ಲಿ ಮಲಗುವುದು ಹೇಗೆ?

ಎಂದು ತಮ್ಮ ಹಾಡಿನಲ್ಲಿ ಆಸ್ಟ್ರೇಲಿಯನ್ ಹಾಡುಗಾರರಾದ ಪೀಟರ್ ಗರ್ರೆಟ್ಟ್, ಜಿಮ್ ಮೋಜಿನಿ ಮತ್ತು ರಾಬ್ ಹಿರ್ಸ್ಟ್ ಹಾಡಿದ್ದಾರೆ. ಆಸ್ಟ್ರೇಲಿಯಾ ಸ್ಥಾಪನೆಯಾದ ದಿನವನ್ನು 'ಆಸ್ಟ್ರೇಲಿಯಾ ಡೇ' ಎಂದು ಯುರೋಪಿಯನ್ ಮೂಲದ ಆಸ್ಟ್ರೇಲಿಯನ್ನರು ಆಚರಿಸುವಾಗ, ಮೂಲ ನಿವಾಸಿಗಳು ಅದೇ ದಿನವನ್ನು ತಮ್ಮ ನಾಡಿನ ಮೇಲೆ ದಮನಕಾರಿ ರೀತಿ ನೀತಿಗಳನ್ನು ಹೇರಿದ ಕಾರಣಕ್ಕೆ ಸಂತಾಪ ದಿನವನ್ನಾಗಿ ಆಚರಿಸಿ ತಮ್ಮ ಪ್ರತಿಭಟನೆ ದಾಖಲಿಸುತ್ತಾರೆ.

ಈಟಿ ವಿರುದ್ಧ ಬಂದೂಕಿನ ಯುದ್ಧ–19ನೇ ಶತಮಾನದಲ್ಲಿ
ಒಂದು ತೊರೆಯ ಹತ್ತಿರ ಬ್ರಿಟಿಷ್ ಮತ್ತು ಅಬಾರಿಜಿನಲ್ಸ್ ನಡುವಿನ ಕದನ
(ಚಿತ್ರ ಕೃಪೆ: ಚಾರ್ಲ್ಸ್ ಮುಂಡಿ, ರಿಚರ್ಡ್ ಬೆಂಟಿಲಿ)

ದಶಕಗಳಿಂದ ಹಿಂಸೆಯ ನಡುವೆಯೂ ಆಸ್ಟ್ರೇಲಿಯಾದ ಮೂಲನಿವಾಸಿಗಳು ತಮ್ಮ ಉತ್ಕೃಷ್ಟ ಕಲೆ, ನೃತ್ಯ ಮತ್ತು ಸಂಗೀತವನ್ನು ಜೀವಂತವಾಗಿರಿಸಿದ್ದಾರೆ. ಅವರ ಚಿತ್ರಕಲೆಗಳು ಡ್ರೀಮ್‌ಟೈಮ್ ಕಥೆಗಳನ್ನೂ, ಉತ್ಸವಗಳು ಪೂರ್ವಿಕ ಹಿನ್ನೆಲೆಗಳನ್ನೂ, ಹಾಡುಗಳನ್ನೂ ಸಹಸ್ರಮಾನಗಳಷ್ಟು ಹಳೆಯ ಜ್ಞಾನವನ್ನು ಚಿರಂತವಾದ ಸಾಗರದ ಅಲೆಗಳಂತೆ ಜೀವಂತವಾಗಿರಿಸಿದ್ದಾರೆ. ವಸಾಹತುಶಾಹಿಯಿಂದ ಭಾಷೆಗಳ ನಷ್ಟ ಅಪಾರವಾಗಿದ್ದರೂ, ಅನೇಕ

ಸಮುದಾಯಗಳು ತಮ್ಮ ಭಾಷೆಗಳನ್ನು ಪುನರುಜ್ಜೀವನಗೊಳಿಸಲು ಶ್ರಮಿಸುತ್ತಿವೆ. ಭಾಷಾ ಶಾಲೆಗಳು ತೆರೆಯುತ್ತಿವೆ, ಹಿರಿಯರು ತಮ್ಮ ಜ್ಞಾನವನ್ನು ಯುವಕರಿಗೆ ರವಾನಿಸುತ್ತಿದ್ದಾರೆ. ಆಸ್ಟ್ರೇಲಿಯಾದ ಮೂಲನಿವಾಸಿಗಳು ತಮ್ಮ ಸಾಂಪ್ರದಾಯಿಕ ಜ್ಞಾನವನ್ನು ಭೂಮಿ ಬಳಕೆ, ಔಷಧೀಯ ಸಸ್ಯಗಳು ಮತ್ತು ದೈನಂದಿನ ಜೀವನದ ಕೌಶಲ್ಯಗಳ ಬಗ್ಗೆ ಯುವಕರಿಗೆ ಹೇಳಿಕೊಡುತ್ತಿದ್ದಾರೆ. ಇದರಿಂದಾಗಿ ಪರಂಪರೆಯ ಜ್ಞಾನ ಮುಂದಿನ ಪೀಳಿಗೆಗಳಿಗೆ ತಮ್ಮ ಪೂರ್ವಿಕರ ಸಂಪ್ರದಾಯಗಳನ್ನು ಜೀವಂತವಾಗಿ ಇರಿಸಲು ಪ್ರಯತ್ನಿಸುತ್ತಿದ್ದಾರೆ.

ಫೋಟೋಗಳಲ್ಲಿ ಅಬಾರಿಜಿನಲ್ಸ್ ಜನ ಮೈಯೆಲ್ಲಾ ಬೂದಿ ಬಳಿದ ನಮ್ಮ ಕಡೆಯ ಸಿದ್ದರು, ಸಾಧುಗಳು, ಭೈರಾಗಿಗಳ ರೀತಿ ಕಾಣುತ್ತಾರೆ. ನಾನು ಮಾತನಾಡಿಸಿದ ಎಲ್ಲ ಆಸ್ಟ್ರೇಲಿಯನ್ನರಲ್ಲೂ ಮೂಲ ನಿವಾಸಿಗಳ ಬಗ್ಗೆ ಮುಖಗಳಲ್ಲಿ ತೋರಿಸದ ಅಸಹನೆಯಿತ್ತು. ನಮ್ಮ ಆಸ್ಟ್ರೇಲಿಯನ್ ಬಸ್ ಡ್ರೈವರ್ ಹೇಳಿದ ಪ್ರಕಾರ ಮೆಲ್ಬರ್ನ್ ನಗರದ ಆಡಳಿತದಲ್ಲಿ ಮೂಲನಿವಾಸಿಗಳಿಗೆ ಪ್ರಾತಿನಿಧ್ಯ ಕೊಡಬೇಕೆಂಬ ಮಸೂದೆಗೆ ಬಹಳಷ್ಟು ಮಂದಿ ಮೆಲ್ಬೋರ್ನಿಗರು ವಿರೋಧ ವ್ಯಕ್ತಪಡಿಸಿದ್ದ ಕಾರಣ ಆ ಮಸೂದೆ ಜಾರಿಯಾಗಲಿಲ್ಲ. ಅವನು ಹೇಳಿದ ಪ್ರಕಾರ ಅರಣ್ಯ ಇಲಾಖೆಯಲ್ಲಿ ಅಬಾರಿಜಿನಲ್ಸ್ ಜನರಿಗೆ ನೌಕರಿ ಕೊಡುವ ಯೋಚನೆ ಇದೆ. ಆದರೆ ಈಗಿನ ಆಸ್ಟ್ರೇಲಿಯನ್ನರಿಗೆ ಮೂಲ ನಿವಾಸಿಗಳ ಯೋಚನಾ ಕ್ರಮ ಸರಿ ಬರುವುದಿಲ್ಲ. ಉದಾಹರಣೆಗೆ ಆಸ್ಟ್ರೇಲಿಯಾದ ಕಾಡುಗಳಲ್ಲಿ ಪದೇ ಪದೇ ಉಂಟಾಗುವ ಕಾಡ್ಗಿಚ್ಚಿಗೆ ಈಗಿನ ಆಸ್ಟ್ರೇಲಿಯನ್ನರು ಬೆಂಕಿ ಆರಿಸುವ ಯೋಚನೆ ಮಾಡಿದರೆ, ಅಬಾರಿಜಿನಲ್ಸ್ ನಿಗದಿತ ಸಮಯದಲ್ಲಿ ತಾವೇ ಕಾಡಿಗೆ ಬೆಂಕಿ ಹಚ್ಚಿ ಆ ಮೂಲಕ ಮುಂದಾಗುವ ಕಾಡ್ಗಿಚ್ಚಿನ ಹಾನಿಯನ್ನು ತಡೆಯುವ ಸಲಹೆಯನ್ನು ಈಗಿನವರು ಒಪ್ಪಲು ಸಿದ್ಧವಿಲ್ಲ.

ನಾವು ಮೆಲ್ಬರ್ನ್ ಮೃಗಾಲಯ, ವೆರ್ರಿಬೀ ಮೃಗಾಲಯ, ಸಿಡ್ನಿ ಹಾರ್ಬರ್, ಮುಂತಾದ ಸ್ಥಳಗಳಿಗೆ ಹೋದಾಗ ಪ್ರಮುಖ ಸ್ವಾಗತ ಫಲಕಗಳಲ್ಲಿ "ನಾವು ಈ ಭೂಮಿಯ ಸಾಂಪ್ರದಾಯಿಕ ಒಡೆಯರಾದ ಅಬಾರಿಜಿನಲ್ಸ್ ಜನರನ್ನು ಗೌರವಿಸುತ್ತೇವೆ. ಅವರ ಗತಿಸಿದ, ವರ್ತಮಾನದ ಮತ್ತು ಮುಂಬರುವ ಜನರಿಗೆ ನಮ್ಮ ಗೌರವ ಸಲ್ಲಿಸುತ್ತೇವೆ" ಎಂದು ಮೂಲನಿವಾಸಿಗಳ ಮೂಗಿಗೆ ತುಪ್ಪ ಸವರುವ ಶಿಲಾಫಲಕಗಳನ್ನು ಕಾಣಬಹುದು. ಆದರೆ ಗೌರವ ಸ್ವೀಕರಿಸಬೇಕಾದ ಮೂಲ ನಿವಾಸಿಗಳು ಎಲ್ಲೂ ಕಾಣುವುದಿಲ್ಲ. ಎಲ್ಲೆಡೆಯೂ ಕಂಡುಬರುವುದು ಯೂರೋಪಿಯನ್ನರು ಮತ್ತು ನಮ್ಮ ನಿಮ್ಮಂತ ಪ್ರವಾಸಿಗರು. ನನಗಾಗ ಗೋಪಾಲಕೃಷ್ಣ ಅಡಿಗರ "ಕ್ರೌಂಚವಧದುದ್ವೇಗದಳಲ ಬತ್ತಲೆ ಸುತ್ತ ರಾಮಾಯಣ ಶ್ಲೋಕ ರೇಷ್ಮೆತೊಗಲು" ಸಾಲು ನೆನಪಾಯಿತು.

ಈ ಸಾಲಿಗೆ ಆರೋಪಿಸಬಹುದಾದ ಒಂದು ಅರ್ಧ-ಕ್ರೌಂಚ ಪಕ್ಷಿಯ ಹತ್ಯೆಯ ದುಃಖವನ್ನು ಭರಿಸದೆ ವಾಲ್ಮೀಕಿ ಬರೆದಿದ್ದು ರಾಮಾಯಣದ ಶ್ಲೋಕ. ಅದೇ ರೀತಿ ಅಬಾರಿಜಿನಲ್ಸ್ ಜನಾಂಗದ ಕಣ್ಮರೆ ಮತ್ತು ಅವರ ಮೇಲೆ ಆದ ಅನ್ಯಾಯ ಮರೆಸಲೆಂದೇ ಇರುವುದೇ ಈ ಹುಸಿ ಕೃತಜ್ಞತೆಯ ಸ್ಮರಣಿಕೆಯ ಶಿಲೆಗಳು?

ಜಡದಲ್ಲೂ ಚೈತನ್ಯ ಕಾಣುವ ಆಸ್ಟ್ರೇಲಿಯಾದ ಮೂಲನಿವಾಸಿಗಳ ಡ್ರೀಮ್‌ಟೈಮ್: ಕಥೆ, ಸಮಯ, ಸೃಷ್ಟಿಯ ಸಮ್ಮಿಳನ

ನಮ್ಮಲ್ಲಿ ಶಿಲೆಯಲ್ಲಿ ಮರದಲ್ಲಿ ಜಡ ವಸ್ತುಗಳಲ್ಲೂ ಚೈತನ್ಯವಿದೆ, ದೇವರಿದ್ದಾನೆ ಎಂಬ ನಂಬಿಕೆಯಿದ್ದಂತೆ ಆಸ್ಟ್ರೇಲಿಯಾದ ಮೂಲನಿವಾಸಿಗಳಲ್ಲೂ ಈ ನಂಬಿಕೆಗಳನ್ನೊಳಗೊಂಡ ಡ್ರೀಮ್‌ಟೈಮ್ ಆಸ್ಟ್ರೇಲಿಯಾದ ಮೂಲನಿವಾಸಿಗಳ ನಂಬಿಕೆ ಹಾಗೂ ಪರಂಪರೆಯ ಮೂಲ. 'ಕಲ್ಲಲಿ, ಮಣ್ಣಲಿ, ಹುಲ್ಲಲಿ, ಹುಡಿಯಲಿ ನೀರಿನ ಹನಿಯಲಿ, ಬೆಂಕಿಯ ಕಿಡಿಯಲಿ ನನ್ನಲಿ ಎಲ್ಲಿಯೂ ಚೈತನ್ಯ' ಎಂಬ ಕುವೆಂಪುರವರ ಕವನದ ಸಾಲಿನಂತೆ ಎಲ್ಲದರಲ್ಲೂ ಮೂಲನಿವಾಸಿಗಳು ಚೈತನ್ಯ ಕಾಣುತ್ತಾರೆ.

ಆಸ್ಟ್ರೇಲಿಯಾದ ಆದಿವಾಸಿಗಳಿಗೆ ಡ್ರೀಮ್‌ಟೈಮ್ ಅಂದರೆ ಕೇವಲ ನಿದ್ದೆಯ ಸಮಯವಲ್ಲ, ಅದು ಜಗತ್ತಿನ ಸೃಷ್ಟಿಯ ಕಥೆ, ಕಾನೂನು, ಜೀವನದ ರೀತಿ. ಇದು ಅವರ ಆಧ್ಯಾತ್ಮಿಕ ನಂಬಿಕೆಗಳ ಕೇಂದ್ರ, ಇತಿಹಾಸ, ಸಂಸ್ಕೃತಿಯನ್ನು ಒಳಗೊಂಡಿದೆ. ಡ್ರೀಮ್‌ಟೈಮ್ ಅನ್ನು "ಸ್ವಪ್ನದ ಕಾಲ" ಎಂದು ಅನುವಾದಿಸಬಹುದಾದರೂ, ಅದು ಕೇವಲ ಕನಸಿನ ಸ್ಥಿತಿಯಲ್ಲ. ಅದು ಸೃಷ್ಟಿಯ ಕಾಲ, ಈ ಬ್ರಹ್ಮಾಂಡವನ್ನು ರೂಪಿಸಿದ ಪೂರ್ವಜರ ಆತ್ಮಗಳು ಇನ್ನೂ ಚಲಿಸುವ ಸಮಯ. ಇದು ಕಳೆದ, ಈಗಿನ, ಭವಿಷ್ಯದ ಕಾಲಮಾನಗಳನ್ನು ಒಳಗೊಂಡಿದೆ. ಇದನ್ನು ನಮ್ಮ ಪುರಾಣದ ಕಥೆಗಳಿಗೆ ಹೋಲಿಸಬಹುದು. ಡ್ರೀಮ್‌ಟೈಮ್‌ನಲ್ಲಿ, ಪೂರ್ವಜರ ಆತ್ಮಗಳು (Ancestral Beings) ಭೂಮಿಯನ್ನು, ಸಸ್ಯಗಳನ್ನು, ಪ್ರಾಣಿಗಳನ್ನು ಸೃಷ್ಟಿಸಿದರು. ಪರ್ವತಗಳು ಅವರ ಕಾಲುಗಳು, ನದಿಗಳು ಅವರ ರಕ್ತನಾಳಗಳು, ನಕ್ಷತ್ರಗಳು ಅವರ ಕಣ್ಣುಗಳು ಎಂದು ಆಸ್ಟ್ರೇಲಿಯಾದ ಮೂಲನಿವಾಸಿಗಳ ನಂಬಿಕೆಯಾಗಿದೆ. ಈ ಕಥೆಗಳು ಡ್ರೀಮ್‌ಟೈಮ್ ಹಾಡುಗಳು, ಕಲೆ, ಆಚರಣೆಗಳ ಮೂಲಕ ಪೀಳಿಗೆಯಿಂದ ಪೀಳಿಗೆಗೆ ರವಾನೆಯಾಗುತ್ತವೆ. ಡ್ರೀಮ್‌ಟೈಮ್ ಕೇವಲ ಕಥೆಗಳಲ್ಲ, ಜೀವನದ ನಿಯಮಗಳನ್ನೂ ಹೇಳುತ್ತದೆ. ಇದು ಸಮಾಜಿಕ ಕ್ರಮ, ಜನಸಂಖ್ಯೆಯ

ನಿಯಂತ್ರಣ, ಪರಿಸರ ಸಂರಕ್ಷಣೆಯ ನಿಯಮಗಳನ್ನು ಒಳಗೊಂಡಿದೆ. ಈ ನಿಯಮಗಳನ್ನು ಮೀರಿದರೆ ಪೂರ್ವಜರ ಆತ್ಮಗಳು ಕೋಪಗೊಳ್ಳುತ್ತವೆ ಎಂದು ನಂಬಲಾಗಿದೆ.

ದೇವರು ರುಜು ಮಾಡಿದ ಭೂಮಿಗೀತ

ಪ್ರತಿಯೊಂದು ಬಂಡೆ, ಮರ, ನದಿಗೂ ಒಂದು ಡ್ರೀಮ್‌ಟೈಮ್ ಕಥೆ ಇದೆ. ಈ ಸ್ಥಳ ಕಥೆಗಳು ಭೂಮಿಯೊಂದಿಗೆ ಆಳವಾದ ಸಂಬಂಧವನ್ನು ಕಲಿಸುತ್ತವೆ, ಪರಿಸರವನ್ನು ಗೌರವಿಸುವಂತೆ ಮಾಡುತ್ತವೆ. ಡ್ರೀಮ್‌ಟೈಮ್ ಆದಿವಾಸಿಗಳಿಗೆ ತಮ್ಮ ಪೂರ್ವಜರೊಂದಿಗೆ ಸಂಪರ್ಕಿಸುವ ಮಾರ್ಗವಾಗಿದೆ. ಆಚರಣೆಗಳ ಮೂಲಕ, ಟ್ರಾನ್ಸ್‌ಗೆ ಹೋಗಿ ಪೂರ್ವಜರ ಆತ್ಮಗಳೊಂದಿಗೆ ಸಂವಹನ ನಡೆಸುತ್ತಾರೆ.

ಡ್ರೀಮ್‌ಟೈಮ್ ಕೇವಲ ನಂಬಿಕೆ ಅಲ್ಲ, ಇದು ಆಸ್ಟ್ರೇಲಿಯಾದ ಆದಿವಾಸಿಗಳ ಜೀವನದ ಎಲ್ಲಾ ಅಂಶಗಳನ್ನು ಒಳಗೊಂಡಿದೆ. ಇದು ಅವರ ಇತಿಹಾಸ, ಸಂಸ್ಕೃತಿ, ನಂಬಿಕೆಗಳನ್ನು ಬಿಂಬಿಸುತ್ತದೆ. ಈ ಅದ್ಭುತ ಪರಿಕಲ್ಪನೆಯನ್ನು ಅರ್ಥಮಾಡಿಕೊಳ್ಳುವುದು ಆಸ್ಟ್ರೇಲಿಯಾದ ಆದಿವಾಸಿಗಳ ಪರಂಪರೆಯನ್ನು ಅರ್ಥ ಮಾಡಿಕೊಳ್ಳಲು ಸಹಾಯ ಮಾಡುತ್ತದೆ. ಡ್ರೀಮ್‌ಟೈಮ್ ಅವರಿಗೆ ಪ್ರಕೃತಿಯೊಂದಿಗೆ ಏಕತೆಯನ್ನು ಕಲಿಸುತ್ತದೆ. ಪ್ರತಿಯೊಂದು ಕಲ್ಲಿನಲ್ಲೂ, ಪ್ರತಿಯೊಂದು ಪ್ರಾಣಿಯಲ್ಲೂ ಪೂರ್ವಜರ ಆತ್ಮಗಳು ವಾಸಿಸುತ್ತವೆ ಎಂಬ ನಂಬಿಕೆ ಅವರನ್ನು ಪರಿಸರವನ್ನು ಗೌರವಿಸುವಂತೆ ಮಾಡುತ್ತದೆ. ಅವರು ಭೂಮಿಯನ್ನು ತಮ್ಮ ತಾಯಿ ಎಂದು ಪರಿಗಣಿಸುತ್ತಾರೆ, ಅದನ್ನು ಹಾನಿ ಮಾಡುವುದಿಲ್ಲ. ಡ್ರೀಮ್‌ಟೈಮ್ ಅವರಿಗೆ ಜೀವನದ ಅರ್ಥವನ್ನು ಕಲಿಸುತ್ತದೆ. ಇದು ಕರ್ತವ್ಯ, ಸಮುದಾಯದ ಒಗ್ಗಟ್ಟು, ಪೂರ್ವಜರನ್ನು ಗೌರವಿಸುವುದರ ಬಗ್ಗೆ ಹೇಳುತ್ತದೆ. ಈ ನೈತಿಕತೆಗಳು ಅವರ ಸಮಾಜವನ್ನು ಗಟ್ಟಿಮುಟ್ಟಾಗಿಸಿವೆ.

ಡ್ರೀಮ್‌ಟೈಮ್ ಅರ್ಥಮಾಡಿಕೊಳ್ಳುವುದು ಆದಿವಾಸಿಗಳ ಸಂಸ್ಕೃತಿಯನ್ನು ಗೌರವಿಸುವಂತೆ ಮಾಡುತ್ತದೆ, ಅವರ ಭೂಮಿಯೊಂದಿಗಿನ ಸಂಬಂಧವನ್ನು ಅರ್ಥಮಾಡಿಕೊಳ್ಳಲು ಸಹಾಯ ಮಾಡುತ್ತದೆ. ಡ್ರೀಮ್‌ಟೈಮ್‌ನ ಬಗ್ಗೆ ಕಲಿಯುವುದು ನಮ್ಮನ್ನು ಪ್ರಕೃತಿಯೊಂದಿಗೆ ಹೆಚ್ಚು ಸಂಪರ್ಕದಲ್ಲಿರಿಸಲು, ನಮ್ಮ ಜೀವನದ ಅರ್ಥವನ್ನು ಆಳವಾಗಿ ಯೋಚಿಸಲು ಪ್ರೇರೇಪಿಸುತ್ತದೆ. ಡ್ರೀಮ್‌ಟೈಮ್ ಆಸ್ಟ್ರೇಲಿಯಾದ ಆದಿವಾಸಿಗಳ ಅಮೂಲ್ಯವಾದ ಆಸ್ತಿ. ಇದು ಕೇವಲ ನಂಬಿಕೆಗಳ ಗುಂಪು ಅಲ್ಲ, ಅದು ಅವರ ಜೀವನದ ದಾರಿ, ಅವರ ಆತ್ಮ. ಈ ಅದ್ಭುತ ಪರಿಕಲ್ಪನೆಯನ್ನು ಅರ್ಥಮಾಡಿಕೊಳ್ಳುವುದು, ಆಸ್ಟ್ರೇಲಿಯಾದ ಸಂಸ್ಕೃತಿಯ ಸಮಗ್ರ ಚಿತ್ರವನ್ನು ಪಡೆಯಲು ನಮಗೆ ಸಹಾಯ ಮಾಡುತ್ತದೆ.

ಭಾಷೆ ಎಂಬೋದು ಉಸಿರಾಡೋ ಜೀವಿ ಕಣಾ

ಬ್ರಿಟಿಷ್ ವಸಾಹತುಶಾಹಿ ಆಸ್ಟ್ರೇಲಿಯಾದ ಮೂಲ ನಿವಾಸಿ ಜನರ ಭಾಷೆಗಳನ್ನು ನಿರುಪಯೋಗಿ ಎಂದು ಪರಿಗಣಿಸಿ ಅವರ ಮೇಲೆ ಇಂಗ್ಲಿಷ್ ಭಾಷೆಯನ್ನು ಹೇರಲಾಯಿತು. ಮಕ್ಕಳನ್ನು ಆಂಗ್ಲೋ–ಆಸ್ಟ್ರೇಲಿಯನ್ ಶಾಲೆಗಳಿಗೆ ಕಳುಹಿಸಲಾಯಿತು, ಅಲ್ಲಿ ಅವರ ಸ್ವಂತ ಭಾಷೆಗಳನ್ನು ಮಾತನಾಡುವುದನ್ನು ನಿರ್ಬಂಧಿಸಲಾಯಿತು. (ಶಾಲೆಯಲ್ಲಿ ಕನ್ನಡ ಮಾತಾಡಿದ್ದಕ್ಕೆ ಬೆಂಗಳೂರಿನ ಒಂದು ಶಾಲೆ ದಂಡ ವಿಧಿಸಿದ ವಿಷಯ ನೆನಪಿಗೆ ಬರುತ್ತಿದೆ.) ಅಷ್ಟೇ ಅಲ್ಲದೆ, ವಸಾಹತುಶಾಹಿ ಆಸ್ಟ್ರೇಲಿಯಾದ ಮೂಲ ನಿವಾಸಿ ಸಂಸ್ಕೃತಿಯ ಮೇಲೆ ದಾಳಿ ಮಾಡಿತು. ಇದು ಭಾಷೆಯ ಪತನಕ್ಕೆ ಕಾರಣವಾಯಿತು, ಭಾಷೆ ಸಂಸ್ಕೃತಿಯ ಅವಿಭಾಜ್ಯ ಅಂಗವಾಗಿರುವುದರಿಂದ, ಕಥೆಗಳು, ಹಾಡುಗಳು ಮತ್ತು ಸಂಪ್ರದಾಯಗಳು ಮುಂದಿನ ಪೀಳಿಗೆಗೆ ರವಾನಿಸಲ್ಪಡದಿದ್ದರೆ, ಭಾಷೆ ಸಾಯುತ್ತದೆ.

ವಸಾಹತುಶಾಹಿ ಆಡಳಿತ ಆಸ್ಟ್ರೇಲಿಯಾದ ಮೂಲ ನಿವಾಸಿ ಸಮುದಾಯಗಳನ್ನು ವಿಭಜಿಸಿತು. ಇದು ವಿವಿಧ ಭಾಷೆಗಳನ್ನು ಮಾತನಾಡುವ ಜನರನ್ನು ಬೇರ್ಪಡಿಸಿ ಅವರ ನಡುವೆ ಸಂವಹನ ಕ್ಷೀಣಿಸಿ ಭಾಷೆಗಳು ತಾನೇ ತಾನಾಗಿ ದುರ್ಬಲಗೊಂಡು ಎಷ್ಟೋ ಭಾಷೆಗಳು ಕಣ್ಮರೆಯಾದವು.

ತಮ್ಮ ಭೂಮಿಯೊಂದಿಗೆ ಆಳವಾದ ಸಂಬಂಧ ಹೊಂದಿದ್ದ ಮೂಲನಿವಾಸಿಗಳಿಂದ ಭೂಮಿಯನ್ನು ಕಸಿದುಕೊಂಡಿದ್ದೂ ಅವರ ಭಾಷೆಗಳ ಮೇಲೆ ಪರಿಣಾಮ ಬೀರಿತು. ಹೊಸ ಪೀಳಿಗೆಯ ಮೂಲನಿವಾಸಿಗಳು ನಿರ್ದಿಷ್ಟ ಸಸ್ಯಗಳ, ಪ್ರಾಣಿಗಳ, ಜಾಗಗಳ ತಮ್ಮ ಮಾತೃ ಭಾಷೆಯಲ್ಲಿ ಗುರುತಿಸುವುದನ್ನು ನಿಲ್ಲಿಸಿದರು. ಭಾಷೆಗಳು ಸಂಸ್ಕೃತಿಯ ಭಾಗವಾಗಿರುವುದರಿಂದ, ಇವೆಲ್ಲದರ ಪರಿಣಾಮವಾಗಿ ಭಾಷೆಯ ಮೇಲಾಗುವ ದಬ್ಬಾಳಿಕೆ ಸಾಂಸ್ಕೃತಿಕ ಪತನಕ್ಕೆ ಕಾರಣವಾಗುತ್ತದೆ. ಕಥೆಗಳು, ಹಾಡುಗಳು, ಜ್ಞಾನ ಮತ್ತು ಸಂಪ್ರದಾಯಗಳು ಕಳೆದುಹೋಗುತ್ತವೆ. ಭಾಷೆಗಳು ಜನರ ಸಹಜ ಅಸ್ಮಿತೆ. ಅವರ ಭಾಷೆಗಳನ್ನು ಕಳೆದುಕೊಂಡಾಗ, ಜನರು ತಮ್ಮ ಗುರುತನ್ನು ಕಳೆದುಕೊಳ್ಳುತ್ತಾರೆ.

ಅಬಾರಿಜಿನಲ್ಸ್ ಜನಾಂಗ ತಮ್ಮ ಭಾಷೆಯನ್ನು ಉಳಿಸಿಕೊಳ್ಳಬೇಕೆಂಬ ಕಾಳಜಿಯ ಧ್ವನಿಯಲ್ಲಿ "ಭಾಷೆ ರೆಕ್ಕೆ–ಪುಕ್ಕ ಕೂಡಿರುವ ಒಂದು ಪ್ರಾಣವಿರುವ ಜೀವಿ. ಅದು ಗಾಳಿಯೊಂದಿಗೆ ಉಸಿರಾಡಿ, ಸಮಯದ ಅಲೆಗಳಲ್ಲಿ ಈಜಾಡುತ್ತದೆ" ಎಂದು ಸ್ಟೋಲನ್ ಜನರೇಶನ್ (ತಮ್ಮ ಪಾಲಕರಿಂದ ಬೇರ್ಪಟ್ಟ ಅಬಾರಿಜಿನಲ್ಸ್ ಮಕ್ಕಳ ತಲೆಮಾರು) ಸೇರಿದ ಆಸ್ಟ್ರೇಲಿಯನ್ ಕವಯತ್ರಿ ಅಲಿ ಕಾಬ್ಬಿ ಹಿಲ್ ಹೇಳಿದ್ದಾಳೆ. ತಲೆಮಾರಿನಿಂದ ತಲೆಮಾರಿಗೆ ವಿವೇಕವನ್ನು ದಾಟಿಸುವ, ವರ್ತಮಾನದ ತಲ್ಲಣಗಳಿಗೆ ದನಿಯಾಗುವ, ಮನುಷ್ಯನಿಗೆ ಜೀವ

ತುಂಬುವ ಭಾಷೆ ಎಂಬುದು ನಿಜವಾಗಿಯೂ ಒಂದು ಜೀವಿ ಎಂಬ ಕಾಣ್ಕೆ ಅಲಿ ಕಾಬ್ಬಿ ಹಿಲ್ ಸಾಲುಗಳಲ್ಲಿ ಗಮನಾರ್ಹವಾಗಿದೆ. ಈ ಮಾತುಗಳು ಕೇವಲ ಅಬಾರಿಜಿನಲ್ಸ್ ತಮ್ಮ ಭಾಷೆಯನ್ನು ಉಳಿಸಿಕೊಳ್ಳಲು ಕೊಟ್ಟ ಕರೆಯಷ್ಟೇ ಅಲ್ಲ; ಇದು ಜಗತ್ತಿನ ಅಳಿವಿನಂಚಿನಲ್ಲಿರುವ, ಇಂಗ್ಲಿಷ್ ಮುಂತಾದ ಭಾಷೆಗಳಿಂದ ದಮನಿತವಾಗುತ್ತಿರುವ ಎಲ್ಲಾ ಭಾಷೆಗಳಿಗೆ ಅನ್ವಯಿಸುತ್ತದೆ ಎಂಬುದು ನನ್ನ ಅಭಿಮತ.

ಈಗಿನ ಅಬಾರಿಜಿನಲ್ಸ್

ಅಬಾರಿಜಿನಲ್ಸ್ ಈಗಿನ ಜನಸಂಖ್ಯೆ ಸುಮಾರು 9 ಲಕ್ಷದಷ್ಟಿದೆ. 250 ಹೆಚ್ಚು ಶ್ರೀಮಂತ ಭಾಷೆಗಳನ್ನು ಹೊಂದಿದ್ದ ಅಬಾರಿಜಿನಲ್ಸ್ ಭಾಷೆಗಳು ಬಹುತೇಕ ಕಣ್ಮರೆಯಾಗುವ ಅಂಚಿನಲ್ಲಿದೆ. ಅಬಾರಿಜಿನಲ್ಸ್ ಹೊಸ ಪೀಳಿಗೆಯ ತಲೆಮಾರು ಇಂಗ್ಲಿಷ್ ಕಲಿತು ಮಹಾ ನಗರಗಳ ಸೇರಿದರೆ, ಬಹಳಷ್ಟು ಅಬಾರಿಜಿನಲ್ಸ್ ಉತ್ತರದ ಪ್ರದೇಶಗಳಲ್ಲಿ ತಮ್ಮದೇ ಭೂಮಿಯಲ್ಲಿ ಕೂಲಿಕಾರರಾಗಿದ್ದಾರೆ. ಅವರಲ್ಲಿ ಕೆಲವರು ಉಲುರು, ಮೊಸ್‌ಮ್ಯಾನ್ ಜೋರ್ಜ್ ಮುಂತಾದ ಐತಿಹಾಸಿಕ ಸ್ಥಳಗಳಲ್ಲಿ ಪ್ರವಾಸಿಗರಿಗೆ ತಮ್ಮ ಜನಾಂಗದ ರೀತಿ ರಿವಾಜು, ಪುರಾಣದ ಕಥೆ ಹೇಳುತ್ತಾ ಸ್ಥಳವನ್ನು ತೋರಿಸುವ ಪ್ರವಾಸಿ ಮಾರ್ಗದರ್ಶಿಗಳಾಗಿ ಕೆಲಸ ಮಾಡುತ್ತಿದ್ದಾರೆ. ಕೆಲವು ಮಂದಿ ಇನ್ನೂ ತಮ್ಮ ನೆಲ ಉಳಿಸಿಕೊಂಡು ಬೇಟೆಯಾಡಿ ಆಹಾರ ಸಂಗ್ರಹಿಸಿ ಜೀವನ ಸಾಗಿಸುತ್ತಿದ್ದಾರೆ. ಮಹಾನಗರದಲ್ಲಿದ್ದರೂ ಅಬಾರಿಜಿನಲ್ಸ್ ಜನರ ಸ್ಥಿತಿ ಗತಿ ಹೇಳುವಷ್ಟೇನೂ ಸುಧಾರಿಸಿಲ್ಲ; ಮಾದಕ ವ್ಯಸನ, ಬಡತನ, ಅರೋಗ್ಯ ಸಮಸ್ಯೆ ಅವರನ್ನು ಭಾದಿಸುತ್ತಿದೆ.

ಬ್ರಿಟಿಷರು ಇನ್ನೂ ಇದ್ದಿದ್ದರೆ..

ಆಸ್ಟ್ರೇಲಿಯಾದ ವೈಭವೋಪಿತ ನಗರಗಳನ್ನು ಮತ್ತು ಆಧುನಿಕ ಹಾಗೂ ಮುಂದುವರಿದ ಜೀವನಶೈಲಿಯನ್ನು ನೋಡಿದಾಗ ಮನದ ಮೂಲೆಯಲ್ಲಿ ಈ ಪ್ರಶ್ನೆ ಕಾಡದಿರದು–ಬ್ರಿಟಿಷರು ಇನ್ನೂ ನಮ್ಮ ದೇಶದಲ್ಲಿ ಇದ್ದಿದ್ದರೆ ನಮ್ಮ ದೇಶವೂ ಇಷ್ಟರಲ್ಲಾಗಲೇ ಮುಂದುವರಿದ ದೇಶಗಳ ಸಾಲಿಗೆ ಸೇರುತ್ತಿತ್ತೇ? ಪೂರ್ಣ ಉತ್ತರ ಸಂಕೀರ್ಣವಾದರೂ, ಸುಲಭ ಉತ್ತರ ಇಲ್ಲವೆಂದೇ ಆಗುತ್ತದೆ ಎಂಬುದು ನನ್ನ ಅನಿಸಿಕೆ.

ಇತಿಹಾಸದಲ್ಲಿ ವಸಾಹತು ಯಾವುದೇ ಮೂಲನಿವಾಸಿಗೂ ಕೂಡ ಸುಖಾಂತವಾಗಿರುವ ದಾಖಲೆ ಇಲ್ಲ. ಅದು ಆಸ್ಟ್ರೇಲಿಯಾ ಇರಬಹುದು ಅಥವಾ ದಕ್ಷಿಣ ಆಫ್ರಿಕಾ ಇರಬಹುದು ಅಥವಾ ಉತ್ತರ ಅಮೆರಿಕವೇ ಇರಬಹುದು; ಈ

ಎಲ್ಲಾ ಸಂದರ್ಭಗಳಲ್ಲೂ ಮೂಲ ನಿವಾಸಿಗಳು ತಮ್ಮದೇ ನೆಲೆಯಲ್ಲಿ ಎರಡನೇ ದರ್ಜೆಯ ನಾಗರಿಕರಾಗಿ ಅಥವಾ ಪೂರ್ಣವಾಗಿ ನಶಿಸಿ ಹೋಗಬೇಕಾಯಿತು. ಮನುಷ್ಯರ ವಿಷಯ ಹಾಗಿರಲಿ ಪ್ರಾಣಿ ಪಕ್ಷಿಗಳಲ್ಲೂ ಕೂಡ ಇದೇ ಪರಿಸ್ಥಿತಿ ನಿರ್ಮಾಣವಾಗಿದೆ. ಆಕ್ರಮಣಕಾರಿಯಾದ ಡಿಂಗೊ ನಾಯಿಯಂತಹ ಅನ್ಯ ಪ್ರಾಣಿ ಆಸ್ಟ್ರೇಲಿಯಾಗೆ ಬಂದಾಗ ತೀವ್ರ ಆಕ್ರಮಣಕಾರಿಯಾಗಿದ್ದೂ ಕಡಿಮೆ ದೃಷ್ಟಿ ಇದ್ದ ತಾಸ್ಮಾನಿಯಾ ಡೆವಿಲ್ ಎಂಬ ಮೂಲ ಪ್ರಾಣಿಗಳು ನಿರ್ನಾಮವಾಯಿತು.

ಮೇಲಾಗಿ ಮುಂದುವರಿದ ಎಲ್ಲ ದೇಶಗಳಲ್ಲೂ (ಆಸ್ಟ್ರೇಲಿಯಾ, ನ್ಯೂಝಿಲಾಂಡ್, ಉತ್ತರ ಅಮೇರಿಕಾ, ಇತ್ಯಾದಿ) ವಸಾಹತು ಮಾಡಿದವರೇ ಬಹು ಸಂಖ್ಯಾತರಾಗಿ ದೇಶದ ಪ್ರಥಮ ದರ್ಜೆಯ ಪ್ರಜೆಗಳಿದ್ದಾರೆ. ಮೂಲ ನಿವಾಸಿಗಳೆಲ್ಲಾ ಮೂಲೆ ಸೇರಿದ್ದಾರೆ. ಹೀಗಿರುವಾಗ ಭಾರತದ ಮೂಲ ನಿವಾಸಿಗಳಿಗೆ ಯಾವ ಸ್ಥಾನ ಸಿಗುತಿತ್ತು?

ಆಸ್ಟ್ರೇಲಿಯಾದ ಮನಮೋಹಕ ಸಮುದ್ರ ದಂಡೆಗಳು

ಮೋಡಗಳಿಂದಿಳಿದ ಮಹಾನಗರಗಳು

ಆಸ್ಟ್ರೇಲಿಯಾದ ಮೂಲ ನಿವಾಸಿಗಳಾದ ಅಬಾರಿಜಿನಲ್ಸ್ ಅಲ್ಲಿ ನೆಲೆಸಿ ಸುಮಾರು 65,000 ವರ್ಷಗಳಾಗಿದೆ. ಹಾಗಾಗಿ ಆಸ್ಟ್ರೇಲಿಯಾದ ಮೂಲ ನಿವಾಸಿಗಳ ಸಂಸ್ಕೃತಿ ಮನುಷ್ಯನ ಇತಿಹಾಸದಲ್ಲಿ ಇರುವ ಅತ್ಯಂತ ಪುರಾತನ ಸಂಸ್ಕೃತಿಗಳಲ್ಲಿ ಒಂದು. ಈಗಿನ ಆಧುನಿಕ ಆಸ್ಟ್ರೇಲಿಯಾ ಜಗತ್ತಿನ ಮುಂದುವರಿದ ದೇಶಗಳಲ್ಲಿ ಒಂದಾಗಿದೆ. ಜಗತ್ತಿನ ಹದಿನಾಲ್ಕನೆಯ ದೊಡ್ಡ ಆರ್ಥಿಕತೆ ಹೊಂದಿರುವ ಆಸ್ಟ್ರೇಲಿಯಾ, ಜಗತ್ತಿನ ಅತ್ಯಂತ ಹೆಚ್ಚು ತಲಾ ಆದಾಯ ಹೊಂದಿರುವ ದೇಶಗಳಲ್ಲಿ ಎರಡನೇ ಸ್ಥಾನದಲ್ಲಿರುವ ಬಹು ಶ್ರೀಮಂತ ದೇಶ. ಪ್ರಾಚೀನ ನಾಗರೀಕತೆಯನ್ನು ಆಧುನಿಕಗೊಳಿಸಿರುವ ಉಜ್ವಲ ಉದಾಹರಣೆ ಆಸ್ಟ್ರೇಲಿಯಾದ್ದು

ಗಣಿಗಾರಿಕೆಯಿಂದ ಆಧುನಿಕ ತಂತ್ರಜ್ಞಾನದವರೆಗೆ ಆಸ್ಟ್ರೇಲಿಯಾದ ಸಧೃಡ ಆರ್ಥಿಕತೆ

ಜಗತ್ತಿನ ವಿರಳ ಹಾಗೂ ಅಮೂಲ್ಯ ಲೋಹಗಳಾದ ಚಿನ್ನ, ಬೆಳ್ಳಿ, ವಜ್ರ, ಯುರೇನಿಯಂ, ತಾಮ್ರ, ಮ್ಯಾಂಗನೀಸ್, ಸೀಸ, ಮಾಣಿಕ್ಯಗಳ ಗಣಿಗಾರಿಕೆಯಲ್ಲಿ ಮುಂಚೂಣಿಯಲ್ಲಿದೆ. ಕಬ್ಬಿಣದ ಅದುರಿನ ತಯಾರಿಕೆಯಲ್ಲಿ ಮತ್ತು ಓಪಲ್ ಲೋಹದ ತಯಾರಿಕೆಯಲ್ಲಿ ಆಸ್ಟ್ರೇಲಿಯಾ ಜಗತ್ತಿನ ಮೊದಲ ಸ್ಥಾನದಲ್ಲಿದೆ. ಹಾಗಾಗಿ ಗಣಿಗಾರಿಕೆ ಆಸ್ಟ್ರೇಲಿಯಾದ ಆರ್ಥಿಕತೆಯ ಮುಖ್ಯ ಬೆನ್ನೆಲುಬು. ಬ್ಲೂ ಮೌಂಟನ್ನಿನಲ್ಲಿ ಕಲ್ಲಿದ್ದಲು ಗಣಿಗಳನ್ನು ಈಗಲೂ ಕಾಣಬಹುದು. ಗಣಿಯಲ್ಲಿ ಗಣಿ ಕಾರ್ಮಿಕರು ಒಂದು ಶಿಳ್ಳೆಯ ಮೂಲಕ ಹೊರಗಡೆ ಇದ್ದ ತಮ್ಮ ಕುದುರೆಯನ್ನು ಕರೆಯುತ್ತಿದ್ದರಂತೆ. ಗಣಿ ಸುರಂಗದ ಕಗ್ಗತ್ತಲೆಯಲ್ಲೂ ಕುದುರೆಗಳು ಗಣಿ ಕಾರ್ಮಿಕರನ್ನು ಸುರಕ್ಷಿತವಾಗಿ ಹೊರ ತರುತ್ತಿದ್ದುದಾಗಿ ನಮ್ಮ ಪ್ರವಾಸ ಮಾರ್ಗದರ್ಶಿ ವಿವರಿಸಿದ. ಮುಚ್ಚಿದ ಗಣಿಗಳ ಹೊರಗಡೆ ಕುದುರೆಗಳು ಈಗ ಪ್ರತಿಮೆಗಳಾಗಿ ನಿಂತಿವೆ.

ಇದರೊಂದಿಗೆ ಕೃಷಿ, ಶಿಕ್ಷಣ, ಸೇವಾ ಕ್ಷೇತ್ರ, ಪ್ರವಾಸೋದ್ಯಮ, ಉತ್ಪಾದನೆ ವಲಯ, ಅರೋಗ್ಯ, ಹಣಕಾಸು ವ್ಯವಹಾರ ಮುಂತಾದ ಕ್ಷೇತ್ರಗಳು ಜನರಿಗೆ ಕೆಲಸವನ್ನೂ, ದೇಶಕ್ಕೆ ಆದಾಯವನ್ನೂ ತಂದು ಕೊಟ್ಟಿವೆ. ಸಹಜವಾಗಿ ಎಲ್ಲಾ ಕ್ಷೇತ್ರಗಳ ಆದಾಯ ಸರ್ಕಾರಕ್ಕೆ ತಲುಪಿ ಅದರಿಂದಾಗಿ ಮಹಾ ನಗರಗಳ ಅಭಿವೃದ್ಧಿಯಾಗುತ್ತದೆ. ಆಸ್ಟ್ರೇಲಿಯಾದ ಮಹಾ ನಗರದಲ್ಲಿ ಪ್ರಮುಖವಾದವು ಸಿಡ್ನಿ, ಮೆಲ್ಬರ್ನ್, ಬ್ರಿಸ್ಬನ್, ಪರ್ತ್, ಅಡಿಲೇಡ್, ಹೋಬಾರ್ಟ್, ಡಾರ್ವಿನ್. ಪ್ರವಾಸಿಗರ ಮುಖ್ಯ ಆಕರ್ಷಣೆಗಳಲ್ಲಿ ಈ ಮಹಾ ನಗರಗಳು ಸೇರಿವೆ.

ಆಸ್ಟ್ರೇಲಿಯಾದ ಮಹಾನಗರಗಳನ್ನು ನೋಡಿದಾಗ ತತ್ ಕ್ಷಣ ಉಂಟುವಾಗುವ ಭಾವನೆಂದರೆ ಅದು ಆಶ್ಚರ್ಯ ಬರಿತ ವಿಸ್ಮಯದ್ದು. ಭಾರತದ ಮೂಲಭೂತ ಸೌಕರ್ಯದಿಂದ ಸೀದಾ ಆಸ್ಟ್ರೇಲಿಯಾದ ಸಿಡ್ನಿಯಂತಹ ಮಹಾನಗರಕ್ಕೆ ಬಂದಿಳಿದಾಗ ಒಮ್ಮೆಗೆ ಒಂದು ರೀತಿಯ ಸಾಂಸ್ಕೃತಿಕ ಶಾಕ್ ಆಗುತ್ತದೆ. ಅದಕ್ಕೆ ಮುಖ್ಯ ಕಾರಣ ಆ ಮಹಾನಗರಗಳಲ್ಲಿ ಎದ್ದು ಕಾಣುವಂತಹ ಅಚ್ಚುಕಟ್ಟುತನ. ಪ್ರತಿ ವಿನ್ಯಾಸವನ್ನು ಕೂಡ ಯೋಚಿಸಿ, ಅಳಿದು ತೂಗಿ, ಜನಸ್ನೇಹಿಯಾಗಿ ಮಾಡುವ ರೀತಿ ಅನನ್ಯವಾದುದು. ಉದಾಹರಣೆಯಾಗಿ ಸಿಡ್ನಿ ನಗರದ ಯಾವುದೇ ಒಂದು ರಸ್ತೆಯನ್ನು ತೆಗೆದುಕೊಂಡರೂ, ಆ ರಸ್ತೆಯಲ್ಲಿರುವ ಶಿಸ್ತುಬದ್ಧವಾದ ಲೇನ್ ವ್ಯವಸ್ಥೆ, ಕಾರಿನ ಲೇನಿನ ಜೊತೆಗೆ ಸೈಕಲ್ಲು ಲೇನ್, ಪ್ರತಿ ಲೇನಿಗೂ ಇರುವ ಪ್ರತ್ಯೇಕ ಟ್ರಾಫಿಕ್ ಸಿಗ್ನಲ್ಲು, ಸೈಕಲ್ಲಿನ ಲೇನಿನಲ್ಲಿ ಸಂಚರಿಸುವವರ ಸುರಕ್ಷತೆಗಾಗಿ ಆ ಲೇನಿಗೂ ಕಾರಿನ ಲೇನಿಗೂ ಮಧ್ಯ ಕಾಂಕ್ರೀಟಿನ ಡಿವೈಡರ್ ಇರುವುದು ಆಸ್ಟ್ರೇಲಿಯಾದ ಮೂಲಭೂತ ಸೌಕರ್ಯದ ಬಗ್ಗೆ ಇರುವ ಶ್ರದ್ಧೆಯನ್ನು ತೋರುತ್ತದೆ.

ನಮ್ಮ ರಾಜಕಾರಣಿಗಳು ದಶಕಗಳಿಂದ ಭರವಸೆ ನೀಡುತ್ತಿರುವ ರಸ್ತೆಗಳನ್ನು ಪ್ರತ್ಯಕ್ಷವಾಗಿ ಅಲ್ಲಿ ನೋಡಬಹುದು. ಮೂಲಸೌಕರ್ಯಗಳು, ಅದರಲ್ಲೂ ರಸ್ತೆಗಳ ನಿರ್ಮಾಣದಲ್ಲಿ ಆಸ್ಟ್ರೇಲಿಯಾದವರ ಶ್ರದ್ಧೆ ಎದ್ದು ಕಾಣುತ್ತಿತ್ತು. ನಗರದ ರಸ್ತೆಗಳಲ್ಲಿ ಪಾದಚಾರಿಗಳಿಗೆ ಓಡಾಡಲು ವಿಶಾಲವಾದ ಪಾದಚಾರಿ ಮಾರ್ಗ, ಅವರು ರಸ್ತೆ ದಾಟಲು ಪಾದಾಚಾರಿಗಳು ಬಳಸಬಹುದಾದ ಟ್ರಾಫಿಕ್ ನಿಲ್ಲಿಸುವ ಬಟನ್ ಮತ್ತು ಬಹು ಮುಖ್ಯವಾಗಿ ವಾಹನಸವಾರರ ಶಿಸ್ತು ಮತ್ತು ಕಾಳಜಿ. ಯಾವುದೇ ಪಾದಚಾರಿ ಅಕಸ್ಮಾತಾಗಿ ರಸ್ತೆ ದಾಟಿದರೂ ಎಲ್ಲ ವಾಹನಗಳು ತಾಳ್ಮೆಯಿಂದ ನಿಂತು ಆ ಪಾದಚಾರಿ ರಸ್ತೆ ದಾಟಲು ಅನುವು ಮಾಡಿಕೊಡುತ್ತವೆ. ಅಸಹನೆಯಿಂದ ಕೂಡಿದ ಕರ್ಕಶ ಹಾರ್ನಿನ ಶಬ್ದ ಒಮ್ಮೆಯೂ ನನಗೆ ಆಸ್ಟ್ರೇಲಿಯಾದಲ್ಲಿ ಕೇಳಲಿಲ್ಲ. ವಾಹನ ಸವಾರರು ಅಷ್ಟೇ, ರಸ್ತೆಯ ನಿಯಮಗಳನ್ನು ಯಥಾವತ್ತಾಗಿ ಶಿಸ್ತಿನಿಂದ ಪಾಲಿಸುತ್ತಾರೆ (ರಸ್ತೆ ನಿಯಮ ಮೀರುವವರಿಗೆ ವಿಧಿಸುವ ದುಬಾರಿ ದಂಡವೂ ಇದಕ್ಕೆ ಒಂದು ಕಾರಣ ಎಂದು ಸಿಡ್ನಿಯ ಟ್ಯಾಕ್ಸಿ ಡ್ರೈವರ್ ನನಗೆ ನಂತರ ತಿಳಿಸಿದ).

ಕೆಸಲುಲ್ ಸಿಡ್ನಿ ಮಹಾನಗರ

ಆಸ್ಟ್ರೇಲಿಯ ಎಂದ ಕ್ಷಣ ನಮ್ಮ ಕಣ್ಮುಂದೆ ನಿಲ್ಲುವುದು ಸಿಡ್ನಿ ಹಾರ್ಬರಿನ ಝಗ ಮುಗಿಸುವ ಹೊಸ ವರ್ಷದ ದೀಪಗಳು. ಈ ರೀತಿ ಆಸ್ಟ್ರೇಲಿಯವನ್ನೇ ಜನ ಮಾನಸದಲ್ಲಿ ಪ್ರತಿನಿಧಿಸುವ ಸಿಡ್ನಿ ಮಹಾನಗರ ಆಸ್ಟ್ರೇಲಿಯಾ ಪ್ರವಾಸದಲ್ಲಿ

ನೋಡಲೇಬೇಕಾದ ಪ್ರೇಕ್ಷಣೀಯ ಜಾಗ. ಸಿಡ್ನಿಯಲ್ಲಿ ನೋಡಬೇಕಾದ ಅನೇಕ ಪ್ರೇಕ್ಷಣೀಯ ಸ್ಥಳಗಳಿವೆ. ನಮಗೆ ಸಿಕ್ಕ ಕಾಲಾವಕಾಶದಲ್ಲಿ ನಾವು ಮುಖ್ಯವಾದ ಪ್ರೇಕ್ಷಣೀಯ ಸ್ಥಳಗಳಾದ ಸಿಡ್ನಿ ಒಪೇರಾ ಹೌಸ್, ಸಿಡ್ನಿ ಹಾರ್ಬರ್, ರಾಯಲ್ ಬಟಾನಿಕಲ್ ಗಾರ್ಡನ್, ಬಾಂಡಿ ಬೀಚ್, ಟರಂಗೋ ಮೃಗಾಲಯ ಮುಂತಾದ ಕೆಲವು ಸ್ಥಳಗಳನ್ನು ಪಟ್ಟಿ ಮಾಡಿಕೊಂಡೆವು.

ಅಬಾರಿಜಿನಲ್ಸ್ ಭಾಷೆಯಲ್ಲಿ "ಕೆಸಲುಲ್" ಎಂದರೆ "ನಿನ್ನ ಪ್ರೀತಿಸುವೆ" ಎಂದರ್ಥ. ಸಿಡ್ನಿ ಮಹಾನಗರವನ್ನು ಪ್ರವಾಸಿಗರೆಲ್ಲವೂ ತಪ್ಪದೆ ಪ್ರೀತಿಸುತ್ತಾರೆ.

ನ್ಯೂ ಸೌತ್ ವೇಲ್ಸಿನ ರಾಜಧಾನಿಯಾದ ಸುಮಾರು 50 ಲಕ್ಷದಷ್ಟು ಜನಸಂಖ್ಯೆ ಹೊಂದಿರುವ ಸಿಡ್ನಿ ಮಹಾನಗರ ಜನಸಂಖ್ಯೆಯಲ್ಲಿ ಆಸ್ಟ್ರೇಲಿಯಾದ ಅತ್ಯಂತ ದೊಡ್ಡ ನಗರ. ಆಸ್ಟ್ರೇಲಿಯದ ಆಗ್ನೇಯ ತೀರದಲ್ಲಿ, ಪೆಸಿಫಿಕ್ ಮಹಾಸಾಗರದ ತಳಿರಲ್ಲಿ ಮಿನುಗುತ್ತಿರುವ ನಗರ ಸಿಡ್ನಿ. ಕಂಗಾರೂಗಳ ನೆಲೆ, ಸರ್ಫಿಂಗ್‌ಪ್ಯಾರಡೈಸ್, ಕಲಾ ಮತ್ತು ಸಂಸ್ಕೃತಿಯ ತವರು ಎಂದೆಲ್ಲಾ ಕರೆಯಲ್ಪಡುವ ಸಿಡ್ನಿ ಪ್ರವಾಸಿಗರಿಗೆ ಅವಿಸ್ಮರಣೀಯ ಅನುಭವ ನೀಡುತ್ತದೆ.

ಸಿಡ್ನಿ ನಗರಕ್ಕೆ ಬಂದಿಳಿದಾಗ ಆಕಾಶವೇ ತೂತು ಬಿದ್ದಂತೆ ಜೋರು ಮಳೆ. ಹಿಂದಿನ ವಾರ ಸಿಡ್ನಿಯಲ್ಲಿ ಸುಡು ಬಿಸಿಲಿದ್ದು ತಾಪಮಾನ 40 ಡಿಗ್ರಿ ವರೆಗೂ ತಲುಪಿತ್ತು ಎಂದು ಏರ್ಪೋರ್ಟಿನಿಂದ ನಮ್ಮನ್ನು ಕರೆದೊಯ್ಯುತ್ತಿದ್ದ ಡ್ರೈವರ್ ತಿಳಿಸಿ, ಮುಂದಿನ ದಿನಗಳಲ್ಲಿ ಮಳೆ ಮುಂದುವರೆಯುತ್ತದೆ ಎಂಬ ಕಳವಳಕಾರಿ ಹವಾಮಾನ ವರದಿಯನ್ನೂ ನೀಡಿದ. ಬಿಸಿಲಿನ ಪ್ರವಾಸ ಎದುರು ನೋಡುತ್ತಿದ್ದ ನಮಗೆ ಮುಂದಿನ ದಿನಗಳ ಬಗ್ಗೆ ಆತಂಕವಾಯಿತು. ಅಷ್ಟು ಜೋರು ಮಳೆಯಲ್ಲೂ ಯಾವ ರಸ್ತೆಯಲ್ಲೂ ನಮ್ಮಲ್ಲಿ ನೀರು ನಿಲ್ಲುವ ಹಾಗೆ ರಸ್ತೆಯಲ್ಲಿ ನೀರು ನಿಂತಿದ್ದು ಕಾಣಲಿಲ್ಲ.

ಎಲ್ಲಾ ಮಹಾನಗರಗಳಲ್ಲಿರುವಂತೆ ಗಗನಚುಂಬಿ ಕಟ್ಟಡಗಳು, ಅತ್ಯಂತ ಸುಸಜ್ಜಿತ ಸಾರ್ವಜನಿಕ ಸಾರಿಗೆ ವ್ಯವಸ್ಥೆ, ಜನ-ಸ್ನೇಹಿ ಪಾದಚಾರಿ ಮಾರ್ಗಗಳು ಕಂಡು ಬರುತ್ತದೆ. ಬಸ್ಸು, ಮೆಟ್ರೋದೊಂದಿಗೆ ನಗರದಲ್ಲಿ ಸಂಚರಿಸಲು ಅತ್ಯಂತ ವ್ಯವಸ್ಥಿತ ಟ್ರಾಮ್ ವ್ಯವಸ್ಥೆ ಕೂಡ ಸಿಡ್ನಿಯಲ್ಲಿದೆ. ಇಷ್ಟೇ ಅಲ್ಲದೆ, ಸಿಡ್ನಿಗೇ ವಿಶಿಷ್ಟವಾದ ಸಿಡ್ನಿಗೆ ಹೊಂದಿಕೊಂಡಿರುವ ಪರಮಾಟ್ಟ ನದಿಯಲ್ಲಿ ಸಂಚರಿಸುವ "ಸಿಡ್ನಿ ಫೆರ್ರಿ" ಕೂಡ ಇಲ್ಲಿ ಲಭ್ಯ. ನಾವು ಬ್ಲೂ ಮೌಂಟನ್ ಪ್ರವಾಸದಿಂದ ಹಿಂದುರಿಗಿದಾಗ ಮೆಆಡೋಬ್ಯಾಂಕಿನಿಂದ, ಸಿಡ್ನಿ ಡೌನ್ ಟೌನ್ ಹತ್ತಿರವಿರುವ ಸರ್ಕ್ಯುಲರ್ ಕ್ವೆಗೆ ಫೆರ್ರಿಯಲ್ಲೇ ತಲುಪಿದೆವು.

ಸಿಡ್ನಿ ಹಾರ್ಬರ್‌ನ ಮಧ್ಯದಲ್ಲಿ ರಾರಾಜಿಸುವ ದೊಡ್ಡ ಕಪ್ಪೆಚಿಪ್ಪಿನಂತಹ ಒಪೆರಾ ಹೌಸ್ ಮತ್ತು ವಿಶ್ವಪ್ರಸಿದ್ಧ ಹಾರ್ಬರ್ ಬ್ರಿಡ್ಜ್ ನೋಡದೇ ಸಿಡ್ನಿ ಪ್ರವಾಸ ಪೂರ್ಣವಾಗುವುದಿಲ್ಲ. ಪ್ರವಾಸಿಗರಿಗೆ ಕನಸಿನ ಲೋಕ ಸೃಷ್ಟಿಸುವ ಈ

ಸ್ಥಳಗಳು ರಾತ್ರಿಯಲ್ಲಿ ಬೆಳಗುವಾಗ ನಗರವೇ ಒಂದು ಬೆಳಕಿನ ಉತ್ಸವವಾಗಿ ಪರಿವರ್ತನಗೊಳ್ಳುತ್ತದೆ. ದೋಣಿ ವಿಹಾರವೊಂದನ್ನು ಕೈಗೊಂಡು ಹತ್ತಿರದಿಂದ ನೋಡುವ ಅನುಭವ ಅದ್ವಿತೀಯ ವಿಶ್ವದ ಪ್ರಸಿದ್ಧ ಬೀಚ್‌ಗಳಲ್ಲಿ ಒಂದಾದ ಬಾಂಡಿ ಬೀಚ್ ಆಸ್ಟ್ರೇಲಿಯಾದ ಅತ್ಯಂತ ಪ್ರಸಿದ್ಧ ಸಮುದ್ರ ದಂಡೆಗಳಲ್ಲಿ ಒಂದು. ಬಾಂಡಿ ಬೀಚ್ ನಿತ್ಯ ಪ್ರವಾಸಿಗರಿಂದ ತುಂಬಿರುತ್ತದೆ. ತೇಲಿ ಬರುವ ಅಲೆಗಳ ಮೇಲೆ ಸರ್ಫಿಂಗ್, ಸೂರ್ಯನಿಗೆ ಮೈಯೊಡ್ಡಿ ಮಲಗುವುದು, ಮಕ್ಕಳು ಕಪ್ಪೆ ಗೂಡನ್ನು ಕಟ್ಟುವುದು, ಸಮುದ್ರದಲ್ಲಿ ಆಡುವುದು ಅಥವಾ ಸುಮ್ಮನೆ ದಡದಲ್ಲಿರುವ ಕಲ್ಲಿನ ಮೇಲೆ ಕೂತು ಸಮುದ್ರವನ್ನು ದಿಟ್ಟಿಸುವುದು–ಈ ಎಲ್ಲವೂ ಬಾಂಡಿ ಬೀಚಿನ ಬೇರೆ ಬೇರೆ ಅನುಭವದ ತುಣುಕುಗಳು. ಅಲೆಯಾಡುವ ನೀಲಿ ನೀರು, ಚಿನ್ನದ ಬಣ್ಣದ ಮರಳು, ಜೀವಂತ ವಾತಾವರಣದಿಂದ ಎಲ್ಲರನ್ನೂ ಸೆಳೆಯುತ್ತದೆ. ಬೀಚ್‌ನಲ್ಲಿ ಸುತ್ತಾಡುತ್ತಾ ಸ್ಥಳೀಯ ಕಲಾವಿದರ ಕಲಾಕೃತಿಗಳನ್ನು, ಸಂಗೀತವನ್ನು ಆನಂದಿಸಬಹುದು. ಸಂಜೆಯ ಸೂರ್ಯಾಸ್ತವನ್ನು ಬೀಚ್‌ನಿಂದ ವೀಕ್ಷಿಸುವುದು ಕಣ್ಣಿಗೆ ಹಬ್ಬ. ಇತಿಹಾಸದ ಒಂದು ಪಯಣಕ್ಕೆ ಕರೆದೊಯ್ಯುತ್ತದೆ ಸಿಡ್ನಿಯ ಹಳೆಯ ಭಾಗವಾದ ದಿ ರಾಕ್ಸ್. ಮ್ಯೂಸಿಯಂಗಳು, ಕಲಾ ಗ್ಯಾಲರಿಗಳು, ಪಬ್‌ಗಳು, ರೆಸ್ಟೋರೆಂಟ್‌ಗಳಿಂದ ತುಂಬಿರುವ ಈ ಪ್ರದೇಶದಲ್ಲಿ ರಸ್ತೆಗಳ ಮೇಲೆ ತಿರುಗಾಡುತ್ತಾ, 19 ನೇ ಶತಮಾನದ ಕಟ್ಟಡಗಳನ್ನು ವೀಕ್ಷಿಸುತ್ತಾ ಇತಿಹಾಸದಲ್ಲಿ ಮುಳುಗಿ ಹೋಗಬಹುದು.

ಪ್ರಾಣಿ ಪ್ರಿಯರಿಗೆ ಟರಂಗ ಮೃಗಾಲಯದಲ್ಲಿ ಸಿಗುವ ಅನುಭವ ಅವಿಸ್ಮರಣೀಯ. ಆಸ್ಟ್ರೇಲಿಯನ್ ಪ್ರಾಣಿಗಳಾದ ಕಾಂಗರೂ, ಕೋಆಲಾ, ವೊಂಬ್ಯಟ್‌ಗಳನ್ನು ಹತ್ತಿರದಿಂದ ನೋಡಿ ನನ್ನ ಮಗನಿಗಾದ ಆನಂದ ಅಷ್ಟಿಷ್ಟಲ್ಲ. ಕೋಆಲಾ ಎಕ್ಸ್‌ಪೀರಿಯೆನ್ಸ್‌ನಲ್ಲಿ ಕೋಆಲಾಗಳನ್ನು ಹತ್ತಿರದಿಂದ ನೋಡುವ ಅವಕಾಶ, ಡಿಂಗೊ ನಾಯಿಗಳ ಜೊತೆ ಒಡನಾಡುವ ಅವಕಾಶ ಅವನಿಗೆ ತುಂಬಾ ಖುಷಿ ತಂದಿಟ್ಟ ಕ್ಷಣಗಳು. ಪ್ರಪಂಚದ ಅತ್ಯಂತ ಸುಂದರವಾದ ತೋಟಗಳಲ್ಲಿ ಒಂದಾದ ಸಿಡ್ನಿ ಬೊಟಾನಿಕ್ ಗಾರ್ಡನ್ಸ್‌ನಲ್ಲಿ ಸಸ್ಯ, ಪುಷ್ಪಗಳ ಸೌಂದರ್ಯವನ್ನು ಸವಿಯುತ್ತಾ ವಿಶ್ವದಾದ್ಯಂತ ಇರುವ ವಿವಿಧ ತಳಿಗಳ ಸಂಗ್ರಹ ಇಲ್ಲಿ ಕಣ್ಣಿಗೆ ಹಬ್ಬ. ನೋಡುತ್ತಾ ದಿನಗಳನ್ನೇ ಕಳೆಯಬಹುದು. ಅಷ್ಟು ಬಗೆಯ ಸಸ್ಯ, ಮರ ಹಾಗೂ ಮನತಣಿಸುವ ಸರೋವರಗಳಿವೆ.

ವಿದೇಶಿಗರು ಅತಿಯಾಗಿ ಸಿಡ್ನಿಯ ರಿಯಲ್ ಎಸ್ಟೇಟ್‌ನಲ್ಲಿ ಹೂಡಿಕೆ ಮಾಡುತ್ತಿರುವುದರಿಂದ ಸಿಡ್ನಿ ಮಹಾ ನಗರದ ಜಾಗದ ಬೆಲೆ ಹಾಗೂ ಮನೆಗಳ ಬೆಲೆ ವಿಪರೀತ ಹೆಚ್ಚಾಗಿ ಸ್ಥಳೀಯರಿಗೆ ಕೊಳ್ಳಲು ಸಾಧ್ಯವೇ ಆಗದಂತ ಪರಿಸ್ಥಿತಿ ನಿರ್ಮಾಣವಾಗಿದೆ ಎಂದು ನಮ್ಮ ಬಸ್ಸಿನ ಚಾಲಕ ತನ್ನ ಅಳಲು ತೋಡಿಕೊಂಡ. ಇಂತಹುದೇ ಯಥಾವತ್ ಸ್ಥಿತಿ ನಮ್ಮ ಬೆಂಗಳೂರಲ್ಲೂ ಆಗಿದೆ

ಎಂದು ಅವನಿಗೆ ತಿಳಿಸಿದೆ. ಅದರಿಂದ ಅವನಿಗೇನೂ ಸಮಾಧಾನ ಆದಂತೆ ಕಾಣಲಿಲ್ಲ. ಇಬ್ಬರ ಜಗಳ ಮೂರನೆಯವನಿಗೆ ಲಾಭವೆಂಬ ಮಾತಿನಂತೆ ಸಿಡ್ನಿ ಮತ್ತು ಮೆಲ್ಬರ್ನ್ ನಡುವೆ ರಾಜಧಾನಿಯ ಜಗಳದಲ್ಲಿ ಕ್ಯಾನ್ಬೆರ್ರಾ ಆಸ್ಟ್ರೇಲಿಯಾದ ರಾಜಧಾನಿಯಾಯಿತು.

ಈ ಪ್ರವಾಸದ ಅವಧಿಯಲ್ಲಿ ಆಸ್ಟ್ರೇಲಿಯಾದ ಒಂದು ಡಾಲರಿನ ಬೆಲೆ ಭಾರತದ 50 ರೂಪಾಯಿಗೂ ಹೆಚ್ಚಿತ್ತು. ಹೀಗಾಗಿ ಬೇಡ ಬೇಡವೆಂದರೂ ಆಸ್ಟ್ರೇಲಿಯಾದಲ್ಲಿ ಮಾಡುವ ಪ್ರತಿ ಖರ್ಚನ್ನು ಮನಸ್ಸು ತಾನೇ ತಾನಾಗಿ ರೂಪಾಯಿಗಳಿಗೆ ಪರಿವರ್ತಿಸಿ ಕೊಂಡ ವಸ್ತು ಎಷ್ಟು ದುಬಾರಿ ಎಂದು ಒತ್ತಿ ಒತ್ತಿ ಹೇಳುತ್ತಿತ್ತು. ಮೂರು ಡಾಲರಿನ ಒಂದು ಐಸ್ ಕ್ರೀಮ್ ಸುಮಾರು 150 ರೂಪಾಯಿ ಎಂದು ಲೆಕ್ಕ ಹಾಕಿಕೊಂಡಾಗ ಎಷ್ಟೋ ಬಾರಿ ಆ ಐಸ್ ಕ್ರೀಮಿನ ಸವಿಯು ಅರ್ಧದಷ್ಟು ಕಡಿಮೆಯಾಗುತ್ತಿತ್ತು.

ಸಿಡ್ನಿಯ ಪಿಟ್ ಸ್ಟ್ರೀಟ್ ಮಾಲಿನಲ್ಲಿರುವ ಜಗತ್ತಿನ ಅತ್ಯಂತ ದೊಡ್ಡ ಲೆಗೋ ಸ್ಟೋರ್ (ಸಣ್ಣ ಸಣ್ಣ ತುಣುಕಿನ ಬ್ಲಾಕ್‌ಗಳಿಂದ ದೊಡ್ಡ ಆಕೃತಿಗಳನ್ನು ಕಟ್ಟುವ ಆಟಿಕೆ ಅಂಗಡಿ) ಇದುದ್ದರಿಂದ, ನನ್ನ ಮಗ ಅದರಲ್ಲಿ ತನಗೆ ಒಂದು ಲೆಗೋ ಆಟಿಕೆ ಬೇಕೆಂದು ಹಠ ಹಿಡಿದು 'ಗ್ರಿಮ್ ಕೀಪರ್ ದಿ ಕೇಜ್ ಮಾನ್ಸ್ಟರ್' ಎಂಬ ವಿಕ್ಷಿಪ್ತ ಆಕೃತಿಯ ಆಟಿಕೆಯನ್ನು ಕೊಂಡ. ಇಂತಹ ಚಿತ್ರ ವಿಚಿತ್ರ ಆಟಿಕೆಗಳಲ್ಲೇ ಮಕ್ಕಳಿಗೆ ಜಾಸ್ತಿ ಒಲವು ಯಾಕೆ ಎಂದುಕೊಂಡೆ.

ಪಿಟ್ ಸ್ಟ್ರೀಟಿನ ದಾರಿಯಲ್ಲಿ ಒಬ್ಬ ಸಂಗೀತಗಾರ ತನ್ನದೇ ಎಲೆಕ್ಟ್ರಿಕ್ ಗಿಟಾರ್ ಹಿಡಿದುಕೊಂಡು ಜ್ಯಾಜ್, ರಾಕ್ ಮುಂತಾದ ಹಾಡುಗಳನ್ನು ಕೇಳುಗರ ಎದೆಗೆ ತಲುಪಿಸುತ್ತಿದ್ದ. ಅವನ ಸುತ್ತಲೂ ದೊಡ್ಡ ಗುಂಪೇ ನೆರೆದಿತ್ತು. ಪ್ರತಿ ಹಾಡಿನ ನಂತರವೂ ಪ್ರೇಕ್ಷಕರ ಚಪ್ಪಾಳೆ ಮತ್ತು ಅವನ ಜೋಳಿಗೆಗೆ ಡಾಲರುಗಳು ಬೀಳುತ್ತಿದ್ದವು.

ವಮಿಂಜೆಕ ಮೆಲ್ಬರ್ನ್

ಮೆಲ್ಬರ್ನ್ ಆಸ್ಟ್ರೇಲಿಯಾದ ಎರಡನೇ ಅತಿದೊಡ್ಡ ನಗರ ಮತ್ತು ವಿಕ್ಟೋರಿಯಾ ರಾಜ್ಯದ ರಾಜಧಾನಿಯಾಗಿದೆ. ಇದು ಆಗ್ನೇಯ ಆಸ್ಟ್ರೇಲಿಯಾದಲ್ಲಿ, ಪೋರ್ಟ್ ಫಿಲಿಪ್ ಕೊಲ್ಲಿಯ ತೀರದಲ್ಲಿದೆ. ಮೆಲ್ಬರ್ನ್ ವಿಶ್ವದ ಅತ್ಯಂತ ವಾಸಯೋಗ್ಯ ನಗರಗಳಲ್ಲಿ ಒಂದಾಗಿರುವ ಇದು ಸಂಸ್ಕೃತಿ, ಕಲೆ, ಕ್ರೀಡೆ ಎಲ್ಲದರ ಸಮ್ಮಿಳಿತವಾಗಿದೆ. 1850ರ ಚಿನ್ನದ ಬೇಟೆಗೆ(ಗೋಲ್ಡ್ ರಶ್)ನಿಂದಾಗಿ ಹೆಚ್ಚಾದ ವಲಸಿಗರು ನೆಲೆಗೊಳ್ಳಲು ಆಯ್ದುಕೊಂಡ ಸ್ಥಳ ಮೆಲ್ಬರ್ನ್. ಈ ಕಾರಣದಿಂದಾಗಿ ಮೆಲ್ಬರ್ನ್‌ನಲ್ಲಿ ವೈಭವೋಪಿತ ಸಾರ್ವಜನಿಕ

ಮತ್ತು ಸರ್ಕಾರೀ ಕಟ್ಟಡಗಳ ಕಾಣಬಹುದು. ನೆಲಕ್ಕೆ ಹೆಚ್ಚಿದ ಬೇಡಿಕೆಯಿಂದಾಗಿ ಇಲ್ಲಿನ ರಿಯಲ್ ಎಸ್ಟೇಟ್ ಮಾರುಕಟ್ಟೆಯೂ ಗಗನಕ್ಕೇರಿತು. ಹಾಗಾಗಿಯೇ 1880ರಲ್ಲಿ "ಮಾರ್ವಲೆಸ್ ಮೆಲ್ಬರ್ನ್" ಎಂಬ ವಿಶೇಷಣ ಮೆಲ್ಬರ್ನ್‌ಗೆ ತಳಕು ಹಾಕಿಕೊಂಡಿತು. ವಿಕ್ಟೋರಿಯಾ ಕಾಲದ ವಾಸ್ತು ಶಿಲ್ಪವನ್ನು ಟೌನ್ ಹಾಲ್, ಕ್ಯಾಥೆಡ್ರೆಲ್ ಮುಂತಾದ ಕಟ್ಟಡಗಳಲ್ಲಿ ಕಾಣಬಹುದು. "ವಮಿಂಜೆಕ" ಎಂದರೆ ಮೆಲ್ಬರ್ನ್ ಮೂಲನಿವಾಸಿ ಕುಲಿನ್ ದೇಶದ ಉರುಂಜೇರಿ ಜನರ ಭಾಷೆಯಲ್ಲಿ "ನಮಸ್ಕಾರ" ಎಂದು.

ಅತ್ಯಂತ ಸುಸಜ್ಜಿತ ರಸ್ತೆ ರೈಲು (ಟ್ರಾಮ್) ವ್ಯವಸ್ಥೆ ತುಂಬಾ ಮುಂಚೆನಿಂದಲೂ ಇರುವ ಮಹಾನಗರ ಮೆಲ್ಬರ್ನ್. ನಾನು ಮೊದಲು ಟ್ರಾಮ್ ನೋಡಿದ್ದು ಭಾರತದ ಕೊಲ್ಕತ್ತಾ ನಗರದಲ್ಲಿ; ಅವುಗಳ ಆಧುನಿಕ ಅವತಾರದಂತೆ ಮೆಲ್ಬರ್ನ್ ಟ್ರಾಮ್ ವ್ಯವಸ್ಥೆ ಕಾಣುತಿತ್ತು. ನಮ್ಮ ಹೋಟೆಲ್ ಮೆಲ್ಬರ್ನ್ ಡೌನ್ಟೌನ್(ನಗರದ ಕೇಂದ್ರ ಸ್ಥಳ, ಮುಖ್ಯ ವಾಣಿಜ್ಯ ಪ್ರದೇಶ)ನಲ್ಲೇ ಇದ್ದುದರಿಂದ ನಮ್ಮ ಹೋಟೆಲಿನ ಕಿಟಕಿಯಿಂದ ಟ್ರಾಮ್ ಓಡಾಡುವುದು ಕಾಣುತಿತ್ತು. ಕೆಲವೊಂದು ಬಾರಿ ರಾತ್ರಿಯ ನೀರವತೆಯಲ್ಲೂ ಟ್ರಾಮ್ ಓಡಾಡುವ ಸದ್ದನ್ನು ನಾವು ನಮ್ಮ ರೂಮಿನಿಂದ ಕೇಳಬಹುದಿತ್ತು. ಎಲ್ಲಾ ಮಹಾನಗರಗಳಂತೆ ಮೆಲ್ಬರ್ನ್ ಕೂಡ ನಿದ್ದೆ ಮಾಡಿದ್ದು ನಾನು ಕಾಣಲಿಲ್ಲ. ನಾವು ಒಮ್ಮೊಮ್ಮೆ ಎಲ್ಲಾ ಸ್ಥಳಗಳ ವೀಕ್ಷಣೆ ಮಾಡಿ ಹೋಟೆಲಿಗೆ ಹಿಂದಿರುಗುವುದು ಮಧ್ಯರಾತ್ರಿಯಾಗುತ್ತಿತ್ತು. ರಾತ್ರಿ ಹನ್ನೆಡರಲ್ಲೂ ಮೆಲ್ಬರ್ನ್ ಡೌನ್ಟೌನ್‌ನಲ್ಲಿ ಜನರ ಚುರುಕು ಓಡಾಟ ಜೋರಾಗಿಯೇ ಇರುತ್ತಿತ್ತು. ಟ್ರಾಮ್ ನಿಲ್ದಾಣಗಳಲ್ಲಿ ಬಹಳಷ್ಟು ಮಂದಿ ರಾತ್ರಿ 1 ಗಂಟೆಯಲ್ಲೂ ಕಾಯುತ್ತಿದುದನ್ನು ನೋಡಿದಾಗ. ನನಗೆ ಜಿಎಸ್ಎಸ್‌ರವರ 'ಮುಂಬೈ ಜಾತಕ' ಕವಿತೆಯ ಸಾಲುಗಳು ನೆನಪಾದವು–**'ಕಂಡದ್ದು: ಬೆಳಗಿನಿಂದ ಸಂಜೆಯತನಕ ಲಕ್ಷ ಚಕ್ರದ ಉರುಳು । ಈ ಲಕ್ಷದಾರಿಗಳ ಚದುರಂಗದಾಟದಲಿ.. ಏಳುವುದು, ಬಟ್ಟೆಯಲಿ । ಮೈ ತುರುಕಿ ಓಡುವುದು; ರೈಲನೋ ಬಸ್ಸನೋ । ಹಿಡಿಯುವುದು, ಸಾಯಂಕಾಲ ಸೋತು ಸುಸ್ತಾಗಿ । ರೆಪ್ಪೆಯ ಮೇಲೆ ಹತ್ತು ಮಣ ಆಯಾಸವನ್ನು ಹೊತ್ತು । ಸಾವಿರ ಗಾಲಿಯುಜ್ಜುವ ಕನಸು ಬಂಡಿಯ ಕೆಳಗೆ । ಹಾಸುಗಂಬಿಯ ಹಾಗೆ ತತ್ತರಿಸುತ್ತ ಮಲಗುವುದು.'** ನಾನು ಕೇವಲ ಪ್ರವಾಸಿಯಾಗಿ ಮೆಲ್ಬರ್ನ್ ಕಂಡದ್ದರಿಂದ ಟ್ರಾಮ್ ವಿಸ್ಮಯದ, ಸೋಜಿಗದ ವಿಷಯವಾಗಿ ಕಂಡಿತು..ಅದೇ ಅಲ್ಲಿ ದಿನ ನಿತ್ಯ ನೌಕರಿ ಮಾಡುವವರಿಗೆ ಟ್ರಾಮ್ ತಮ್ಮ ದಿನ ನಿತ್ಯದ ಜಂಜಾಟದಲ್ಲಿ ಕಳೆದೇ ಹೋಗಿರಬಹುದು. ಮೆಲ್ಬರ್ನ್‌ನಲ್ಲಿ ನಾವು ಭೇಟಿ ನೀಡಿದ ಪ್ರಮುಖ ಆಕರ್ಷಣೆಗಳೆಂದರೆ ರಾಯಲ್ ಬೊಟಾನಿಕ್ ಗಾರ್ಡನ್ಸ್, ಮೆಲ್ಬರ್ನ್ ಕ್ರಿಕೆಟ್ ಗ್ರೌಂಡ್ (ಎಂಸಿಜಿ), ಫಿಲಿಪ್ ದ್ವೀಪ, ಯಾರ ಕಣಿವೆ ಮತ್ತು ಗ್ರೇಟ್ ಓಷನ್ ರೋಡ್

ರಾಯಲ್ ಬೊಟಾನಿಕ್ ಗಾರ್ಡನ್ಸ್

ವಿಶ್ವಪ್ರಸಿದ್ಧ ಸಸ್ಯಶಾಸ್ತ್ರೀಯ ಉದ್ಯಾನವಾಗಿದ್ದು, ಅಲ್ಲಿ ವಿವಿಧ ಸಸ್ಯಗಳು ಮತ್ತು ಹೂವುಗಳನ್ನು ನೋಡಬಹುದು. ನಮ್ಮ ಬೆಂಗಳೂರಿನ ಲಾಲ್ ಬಾಗಿನ ಸಸ್ಯ ಕಾಶಿಯಂತೆ ಕಾಣುವ ರಾಯಲ್ ಬಟಾನಿಕಲ್ ಗಾರ್ಡನ್ಸ್ ಪ್ರವೇಶಿಸಿದಾಗ ಅಲ್ಲಿ ಕಂಡದ್ದು "ಹರ್ಬೇರಿಯಂ" ಎಂಬ ಸಸ್ಯಗಳ ಸಂಗ್ರಹಾಲಯ. ಸುಮಾರು ಒಂದುವರೆ ದಶಲಕ್ಷಕ್ಕೂ ಹೆಚ್ಚಿನ ಸಸ್ಯ ಮಾದರಿಗಳನ್ನು ಒಣಗಿಸಿ ಜೋಪಾನವಾಗಿ ಶೇಖರಿಸಿದ್ದಾರೆ. ಮೂಲಭೂತ ಸೌಕರ್ಯಗಳನ್ನು ಕಟ್ಟುವ ಹಾಗೂ ಕಾಪಾಡುವ ಶ್ರದ್ದೆಯಂತೆ ಈ ಸಸ್ಯಗಳನ್ನು ಒಣಗಿಸಿ, ಅಂಟಿಸಿ, ಶೀತಗಾರದಲ್ಲಿ ಇಟ್ಟು, ಅದನ್ನು ಶಾಸ್ತ್ರೀಯವಾಗಿ ವರ್ಗೀಕರಿಸಿ ಈ ಹರ್ಬೇರಿಯಂನಲ್ಲಿ ಜೋಪಾನ ಮಾಡಿರುವ ಅವರ ಶಿಸ್ತು ಮತ್ತು ಕಾಳಜಿ ಅಭಿನಂದನಾರ್ಹ. ಹಾಗಾಗಿ ಇದು ದಕ್ಷಿಣ ಗೋಳಾರ್ಧದಲ್ಲಿ ಅತ್ಯಂತ ದೊಡ್ಡ ಸಸ್ಯ ಸಂಗ್ರಹಾಲಯ ಎಂಬ ಖ್ಯಾತಿ ಪಡೆದಿದೆ.

ಸುಮಾರು 8500 ಸಸ್ಯಗಳ ತವರಾಗಿರುವ ರಾಯಲ್ ಬಟಾನಿಕಲ್ ಗಾರ್ಡನಲ್ಲಿ ನಡೆದಾಡುವುದೇ ಒಂದು ಅವಿಸ್ಮರಣೆಯ ಅನುಭವ. ಚಿಕ್ಕ ಮಕ್ಕಳಿಂದ ಹಿಡಿದು ವೀಲುಚೇರಿನಲ್ಲಿ ಬರುವ ವೃದ್ಧರಿಗೂ ಅನುಕೂಲವಾಗುವಂತೆ ಅನೇಕ ಜಾಗಗಳು ಸ್ಥಳಗಳು ಇಲ್ಲಿವೆ. ಸಂಜೆ ಆಕಾಶದಲ್ಲಿ ಉದ್ಯಾನದಲ್ಲಿದ್ದ ಚಿಕ್ಕ ಕೊಳಗಳಲ್ಲಿ ಬೆಳ್ಳಿ ಚುಕ್ಕಿಗಳ ಹೊಳೆಸುತ್ತಿದ್ದ ಸೂರ್ಯ ಕಿರಣ, ಕೊಳದಲ್ಲಾಡುತ್ತಿದ್ದ ಬಾತುಗಳು, ಅಲ್ಲಲ್ಲಿ ಈ ಹೆಪ್ಪುಗಟ್ಟಿದ ಸಂಜೆಯಲ್ಲಿ ಅಂಗಾತ ಮಲಗಿ ಪುಸ್ತಕ ಓದುತ್ತಿದ್ದ ಅಕ್ಷರ ಪ್ರೇಮಿಗಳು, ನನ್ನ ಮಗನಂತೂ ಕನಸಿನ ಲೋಕದಂತೆ ಕಾಣುವ ಈ ಉದ್ಯಾನದಲ್ಲಿ ಫೋಟೋ ತೆಗೆಯಲು ದಂಬಾಲು ಬಿದ್ದ. ಆ ಇಡೀ ಸಂಜೆ ಮೆಲ್ಬರ್ನ್ ನಗರವೇ ಹಸಿರು ಹೊದ್ದು ನಮ್ಮೆದುರು ಮೈ ದಾಳಿತ್ತು. ಮೆಲ್ಬರ್ನ್ ನಮ್ಮ ಲಾಲ್ ಬಾಗ್ ತರಹದ್ದೇ ಬೊಟಾನಿಕಲ್ ಗಾರ್ಡಿನ ಹತ್ತಿರ ಹೂವಿನ ಗಡಿಯಾರ ಹೊಂದಿದೆ. ಬೆಂಗಳೂರಿನ ಟೌನ್ ಹಾಲಿನ ರೀತಿಯಂತೆ ಕಾಣುವ ಟೌನ್ ಹಾಲ್ ಕೂಡ ಇದೆ.

ಮೆಲ್ಬರ್ನ್ ಕ್ರಿಕೆಟ್ ಗ್ರೌಂಡ್ (ಎಂಸಿಜಿ)

ಆಸ್ಟ್ರೇಲಿಯಾದ ಅತಿದೊಡ್ಡ ಕ್ರೀಡಾಂಗಣವು ಕ್ರಿಕೆಟ್ಟಿನ ರಾಜಧಾನಿಯೆಂದೇ ಪ್ರಸಿದ್ಧ. ಮೆಲ್ಬರ್ನ್ ನಗರದ ಹೃದಯಭಾಗದಲ್ಲಿರುವ ಮೆಲ್ಬರ್ನ್ ಕ್ರಿಕೆಟ್ ಗ್ರೌಂಡ್ ಆಸ್ಟ್ರೇಲಿಯಾದ ಕ್ರೀಡಾ ಸಂಸ್ಕೃತಿಯಲ್ಲಿ ವಿಶೇಷ ಸ್ಥಾನವನ್ನು ಹೊಂದಿದೆ. ರಾಯಲ್ ಬೊಟಾನಿಕಲ್ ಗಾರ್ಡನ್ನಿಂದ ನಾವು

ನಡೆದೇ ಮೆಲ್ಬರ್ನ್ ಕ್ರಿಕೆಟ್ ಗ್ರೌಂಡ್ ತಲುಪಿದೆವು. ಯಾರ ಪಾರ್ಕಿಗೆ ಹೊಂದಿಕೊಂಡಂತೆ ಇರುವ ಮೆಲ್ಬರ್ನ್ ಕ್ರಿಕೆಟ್ ಗ್ರೌಂಡ್, ಭಾರತದ ನರೇಂದ್ರ ಮೋದಿ ಸ್ಟೇಡಿಯಂ ನಂತರದ ವಿಶ್ವದ ಅತಿ ದೊಡ್ಡ ಕ್ರಿಕೆಟ್ ಕ್ರೀಡಾಂಗಣ. 1853ರಲ್ಲಿ ನಿರ್ಮಿಸಲಾದ ಈ ಕ್ರೀಡಾಂಗಣದಲ್ಲಿ ಒಂದು ಲಕ್ಷಕ್ಕೂ ಹೆಚ್ಚು ಪ್ರೇಕ್ಷಕರು ಪಂದ್ಯ ವೀಕ್ಷಿಸಬಹುದು. ಐದು ಕ್ರಿಕೆಟ್ ವಿಶ್ವಕಪ್ ಫೈನಲ್‌ಗಳನ್ನು (1985, 1996, 2003, 2010, 2015) ಆಯೋಜಿಸಿದ ಹೆಗ್ಗಳಿಕೆ ಈ ಕ್ರೀಡಾಂಗಣದ್ದು. ಈ ಮೈದಾನದ ಹೊರಗಡೆ ಇರುವ ಸರ್ ಡಾನ್ ಬ್ರಾಡ್ಮನ್ ಪ್ರತಿಕೃತಿಯೊಂದಿಗೆ ಫೋಟೋ ತಗೆಸಿಕೊಂಡಿದ್ದು ಒಂದು ವಿಶೇಷ ಅನುಭವ.

ಫಿಲಿಪ್ ದ್ವೀಪ

ನ್ಯೂ ಸೌತ್ ವೇಲ್ಸಿನ ಪ್ರಥಮ ಗೌರ್ನರ್ ಆದ ಆರ್ಥರ್ ಫಿಲಿಪ್ ಹೆಸರಿನ ಫಿಲಿಪ್ ದ್ವೀಪವು ಮೆಲ್ಬರ್ನ್‌ನಿಂದ ಸುಮಾರು 90 ಕಿ.ಮೀ. ದೂರದಲ್ಲಿರುವ, ಪೋರ್ಟ್ ಫಿಲಿಪ್‌ನಲ್ಲಿರುವ ಚಿಕ್ಕದಾದ ದ್ವೀಪವಾಗಿದೆ. ಈ ದ್ವೀಪವು ಅದರ ಪೆಂಗ್ವಿನ್ ಮೆರವಣಿಗೆ(ಪೆರೇಡ್)ಗೆ ಪ್ರಸಿದ್ಧವಾಗಿದೆ, ಇದು ಪ್ರತೀ ರಾತ್ರಿ ಸೂರ್ಯಾಸ್ತದ ನಂತರ ನಡೆಯುತ್ತದೆ. ನಾವು ಮೆಲ್ಬರ್ನ್ ಇಂದ

ಬೊಟಾನಿಕಲ್ ಗಾರ್ಡೆನ್ನಿನ ಸ್ಪಟಿಕ ಶುಭ್ರ ಸರೋವರ

ಲಾಲ್ ಬಾಗಿನ ಹೂ ಗಡಿಯಾರ ಹೋಲುವ ಮೆಲ್ಬರ್ನ್ ಫ್ಲೋರಲ್ ಕ್ಲಾಕ್

ಒಂದು ದಿನದ ಪ್ರವಾಸಕ್ಕೆ ಅನುಕೂಲವಾಗುವ ಪ್ರವಾಸಿ ಬಸ್ಸಿನಲ್ಲಿ ಫಿಲಿಪ್ ದ್ವೀಪದ ಪ್ರವಾಸ ಮಾಡಿದೆವು. ನಾವು ಕಂಡಂತೆ ಆಸ್ಟ್ರೇಲಿಯಾದ ಬಹಳಷ್ಟು ಪ್ರವಾಸಿಗರು ಜಪಾನ್, ಚೀನಾ ಮುಂತಾದ ಏಷ್ಯಾ ದೇಶಗಳಿಂದ ಬಂದಿದ್ದರು. ಕೆಲವು ಅಮೆರಿಕಾದ ಪ್ರವಾಸಿಗರೂ ನಮ್ಮ ಬಸ್ಸಿನಲ್ಲಿ ಇದ್ದರು.

ಈ ಪೆಂಗ್ವಿನ್ ಮೆರವಣಿಗೆ ಶುರುವಾಗುವುದು ಸೂರ್ಯಾಸ್ತದ ನಂತರವೇ. ಅಲ್ಲಿನ ಸಿಬ್ಬಂದಿ ದಿನಾಲು ಪೆಂಗ್ವಿನ್ನುಗಳು ದಕ್ಷಿಣ ಮಹಾಸಾಗರದಿಂದ ಈ ತಿರುಗುವ ಸಮಯ ಮತ್ತು ಅವುಗಳ ಸಂಖ್ಯೆಯನ್ನು ಚಾಚೂ ತಪ್ಪದೇ ನಮೂದಿಸುತ್ತಾರೆ. ನಾವು ಭೇಟಿ ಕೊಟ್ಟ ದಿನ ಪೆಂಗ್ವಿನ್ನುಗಳು ಮಹಾಸಾಗರದಿಂದ ಬರುವುದು ರಾತ್ರಿ 8:45ಕ್ಕೆ ಎಂದು ಅಲ್ಲಿನ ಸಿಬ್ಬಂದಿ ಮಹೂರ್ತ ನಿಗದಿ ಪಡಿಸಿದ್ದರು. ಅವರ ಲೆಕ್ಕಾಚಾರ ಕರಾರುವಾಕ್ಕಾಗಿಸುವಂತೆ ಪೆಂಗ್ವಿನ್ನುಗಳು ಬಂದಿದ್ದು ಸುಮಾರು ಎಂಟು ನಲವತ್ತೇಳುಕ್ಕೆ. ಪೆಂಗ್ವಿನ್ ಪರೇಡ್‌ನಲ್ಲಿ, ನಾವು ಹಲವಾರು ಸಣ್ಣ ಪೆಂಗ್ವಿನ್‌ಗಳು ದಕ್ಷಿಣ ಮಹಾಸಾಗರದಿಂದ ದಿನಾಲೂ ಬಂದು ತಮ್ಮ ಗೂಡುಗಳಿಗೆ ಹಿಂದಿರುಗುವುದನ್ನು ನೋಡಬಹುದು. ಕಪ್ಪು ಮತ್ತು ಬಿಳಿ ಬಣ್ಣದ ರೆಕ್ಕೆಗಳನ್ನು ಹೊಂದಿರುವ ಸಣ್ಣ ಪೆಂಗ್ವಿನ್‌ಗಳು ಸುಮಾರು 33 ಸೆಂ.ಮೀ ಎತ್ತರ ಮತ್ತು 1 ಕೆಜಿಗಿಂತ ಕಡಿಮೆ ತೂಕ ಹೊಂದಿರುತ್ತವೆ.

ಪೆಂಗ್ವಿನ್‌ಗಳು ಸಮುದ್ರದಲ್ಲಿ ಆಹಾರವನ್ನು ಹುಡುಕಲು ಹೋಗುವವರೆಗೆ ತಮ್ಮ ಮರಿಗಳನ್ನು ಗೂಡಿನಲ್ಲಿ ಬಿಟ್ಟು ಹೋಗುತ್ತವೆ.

ಸಂಜೆ ವೇಳೆಗೆ, ಪೆಂಗ್ವಿನ್‌ಗಳು ಹಿಂತಿರುಗಿ ತಮ್ಮ ಮರಿಗಳಿಗೆ ಆಹಾರವನ್ನು ನೀಡುತ್ತವೆ. ರಾತ್ರಿಯ ಹೊತ್ತು ತುಂಬಾ ಚುರುಕಾದ ದೃಷ್ಟಿ ಹೊಂದಿರುವ ಪೆಂಗ್ವಿನ್‌ಗಳು ತಮ್ಮ ಗೂಡುಗಳನ್ನು ಕಂಡುಕೊಳ್ಳಲು ತಮ್ಮ ಕಣ್ಣುಗಳನ್ನು ಬಳಸುತ್ತವೆ, ಆದ್ದರಿಂದ ಪೆಂಗ್ವಿನ್ ಪರೇಡ್‌ನ ಸಮಯದಲ್ಲಿ ಯಾವುದೇ ಬೆಳಕು ಇರುವುದಿಲ್ಲ.

ಪೆಂಗ್ವಿನ್ ಪರೇಡ್ ಒಂದು ಅನನ್ಯ ಮತ್ತು ಅವಿಸ್ಮರಣೀಯ ಅನುಭವವಾಗಿದೆ. ಹಾಗಾಗಿಯೇ ಇದರ ವಿಸ್ತೃತ ಅನುಭವವನ್ನು ಇನ್ನೊಂದು ಅಧ್ಯಾಯದಲ್ಲಿ ವಿವರಿಸಿದ್ದೇನೆ.

ಯಾರ ಕಣಿವೆ

ಯಾರ ವ್ಯಾಲಿ ಮೆಲ್ಬರ್ನ್‌ನಿಂದ ಸುಮಾರು 80 ಕಿ.ಮೀ. ದೂರದಲ್ಲಿರುವ ಆಸ್ಟ್ರೇಲಿಯಾದ ವೈನ್ ಪ್ರದೇಶವಾಗಿದೆ. ಇದು ಯಾರಾ ನದಿಯ ಸುಂದರವಾದ ಕಣಿವೆಯಲ್ಲಿ ಇರುವ ಜಾಗ. ನಾವು ಯಾರ ನದಿಯಲ್ಲಿ ಕಯಾಕಿಂಗ್ ಹಾಗೂ ಬಿಸಿ ಬಲೂನಿನ ಪ್ರವಾಸ ಕೈಗೊಂಡೆವು. ಆ ಅನುಭವದ ವಿವರಗಳನ್ನು ಇನ್ನೊಂದು ಅಧ್ಯಾಯದಲ್ಲಿ ಪ್ರಸ್ತುತ ಪಡಿಸಿದ್ದೇನೆ.

ಗ್ರೇಟ್ ಓಷನ್ ರೋಡ್

ಇದು ವಿಶ್ವಪ್ರಸಿದ್ಧರಮಣೀಯ ಸ್ಥಳವಾಗಿದೆ, ಅಲ್ಲಿ 12 ಆಪೋಸ್ಟಲ್ಸ್ ಎಂದು ಕರೆಯಲ್ಪಡುವ ಶಿಲಾ ರಚನೆಗಳನ್ನು ನೋಡಬಹುದು. ಗ್ರೇಟ್ ಓಷನ್ ರಸ್ತೆಯು ಆಸ್ಟ್ರೇಲಿಯಾದ ಅತ್ಯಂತ ಪ್ರಸಿದ್ಧ ರಸ್ತೆಗಳಲ್ಲಿ ಒಂದಾಗಿದೆ. 243 ಕಿ.ಮೀ. ಉದ್ದದ ಈ ರಸ್ತೆಯು ವಿಶ್ವದ ಅತ್ಯಂತ ಸುಂದರವಾದ ಕರಾವಳಿ ರಸ್ತೆಗಳಲ್ಲಿ ಒಂದಾಗಿದೆ. ಈ ರಸ್ತೆಯಲ್ಲಿ ನಾವು ವಿಶ್ವ ವಿಖ್ಯಾತ ಸುಣ್ಣದ ಕಲ್ಲಿನ ಪೇರಿಕೆಯಿಂದಾದ 12 ಆಪೋಸ್ಟಲ್ಲುಗಳ ಅನುಭವವನ್ನು ಸವಿಸ್ತಾರವಾಗಿ ಇನ್ನೊಂದು ಅಧ್ಯಾಯದಲ್ಲಿ ದಾಖಲಿಸಿದ್ದೇನೆ.

ಬಲಕ್ಕೆ ತಿರುಗಲು ಎಡದಲ್ಲಿ ಚಲಿಸಿ–ಹುಕ್ ಟರ್ನ್

ಮೆಲ್ಬರ್ನ್ ಟ್ಯಾಕ್ಸಿಗಳಲ್ಲಿ ಅಡ್ಡಾಡುವಾಗ ನಗರದ ಮುಖ್ಯ ವ್ಯಾಪಾರ ಕೇಂದ್ರ ಪ್ರದೇಶ(ಸೆಂಟ್ರಲ್ ಬಿಸಿನೆಸ್ ಡಿಸ್ಟ್ರಿಕ್ಟ್)ಗಳಲ್ಲಿ "ಹುಕ್ ಟರ್ನ್" ಎಂಬ ವಿಚಿತ್ರವಾದ ಆದರೆ ಚಾಲಕರು ಪಾಲಿಸಲೇಬೇಕಾದ ನಿಯಮವಿದೆ. ಮೆಲ್ಬರ್ನ್ ರಸ್ತೆಗಳಲ್ಲಿ ಓಡಾಡುವ ರಸ್ತೆ ರೈಲು (ಟ್ರಾಮ್) ಹೆಚ್ಚಿರುವುದರಿಂದ ರಸ್ತೆ ರೈಲಿಗೆ ಬಲಕ್ಕೆ ತಿರುಗುವ ಕಾರುಗಳು ಅಡ್ಡಿಯಾಗದಿರಲೆಂದು ಹುಕ್

ಟರ್ನ್ ವ್ಯವಸ್ಥೆ ಮಾಡಲಾಗಿದೆ. ಆದರೆ ಇದು ಹೊಸಬನಾದ ನನಗೆ ತುಂಬಾ ಅಯೋಮಯವಾಗಿ ಕಂಡಿತು. ಅಲ್ಲದೆ ಚಾಲಕರು ಹುಕ್ ಟರ್ನ್ ಮಾಡುವಾಗ ಎದುರಿಗೆ ಕೆಂಪು ದೀಪ (ಬಲಕ್ಕೆ ತಿರುಗುವ ರಸ್ತೆಗೆ ಹಸಿರು ದೀಪ) ಕಂಡಾಗ ಚಲಿಸಬೇಕು. ಎಡದಿಂದ ಬಲಕ್ಕೆ, ಕೆಂಪು ದೀಪದಲ್ಲಿ ನಿಲ್ಲುವ ಬದಲಾಗಿ ಚಲಿಸುವುದು ಇವೆಲ್ಲ ಹೊಸಬರಿಗೆ ಇಡೀ ಟ್ರಾಫಿಕ್ ವ್ಯವಸ್ಥೆ ತಲೆ ಕೆಳಗು ನಿಂತಂತೆ ಅನಿಸಬಹುದು. ಎಷ್ಟೇ ಸೋಜಿಗವಾಗಿ ಕಂಡರೂ ಮೆಲ್ಬರ್ನ್‌ನಲ್ಲಿ ಇದನ್ನು ಪಾಲಿಸಲೇಬೇಕು. ಭಾರತೀಯ ಮೂಲದ ಒಬ್ಬ ಟ್ಯಾಕ್ಸಿ ಚಾಲಕ ಇದನ್ನು ಪಾಲಿಸದೇ ಇದ್ದುದಕ್ಕೆ ತನಗೆ ಭಾರಿ ದಂಡ ವಿಧಿಸಿದರೆಂದು ಅಳಲು ತೋಡಿಕೊಂಡ.

ಬಿಸಿಲು ಬೆಳಕಿನ ಬ್ರಿಸ್ಬೇನ್

ಬ್ರಿಸ್ಬೇನ್, ಆಸ್ಟ್ರೇಲಿಯಾದ ಕ್ವೀನ್ಸ್‌ಲ್ಯಾಂಡ್ ರಾಜ್ಯದ ರಾಜಧಾನಿ ನಗರ. "ಸುಂದರ ಹವಾಮಾನದ ನಗರ" ಅಂತ ಕರೆಯಲ್ಪಡುವ ಬ್ರಿಸ್ಬೇನಿನಲ್ಲಿ ವರ್ಷಪೂರ್ತಿ ಬಿಸಿಲು, ಬ್ರಿಸ್ಬೇನ್ ನದಿಯ ತೀರದಲ್ಲಿ ಸುತ್ತಾಡುವುದು, ಪಾರ್ಕುಗಳಲ್ಲಿ ಮಲಗಿ ಸೂರ್ಯನ ಕಿರಣಗಳನ್ನು ಹೀರಿಕೊಳ್ಳುವುದು ಇಲ್ಲಿನ ನೆಚ್ಚಿನ ಚಟುವಟಿಕೆ. ಸರ್ಫಿಂಗ್‌ಪ್ರಿಯರಿಗೆ ಬ್ರಿಸ್ಬೇನ್ ಸ್ವರ್ಗವೇ ಸರಿ. ಗೋಲ್ಡ್‌ಕೋಸ್ಟ್‌ನಂತಹ ಪ್ರಸಿದ್ಧ ಸರ್ಫಿಂಗ್ ತಾಣಗಳು ಹತ್ತಿರದಲ್ಲಿದ್ದು, ಅಲೆಗಳ ಮೇಲೆ ಜಾರುವ ರೋಮಾಂಚನವನ್ನು ಅನುಭವಿಸಬಹುದು.

ಬ್ರಿಸ್ಬೇನ್ ನದಿ ನಗರದ ಮಧ್ಯದಲ್ಲೇ ಹರಿದುಹೋಗುತ್ತದೆ. ನದಿಯ ದಂಡೆಯ ಮೇಲೆ ಸುತ್ತಾಡುವುದು, ರಿವರ್ ಕ್ರೂಸ್‌ನಲ್ಲಿ ಊಟ ಮಾಡುವುದು, ದೋಣಿಗಳಲ್ಲಿ ಸವಾರಿ ಮಾಡಿದ್ದು ಒಂದು ಅದ್ಭುತ ಅನುಭವ.

ಬ್ರಿಸ್ಬೇನ್‌ನಲ್ಲಿ ಸುಂದರ ಉದ್ಯಾನವನಗಳಿವೆ. ಮೌಂಟ್ ಕೂಟ್-ಥಾ ಬೊಟಾನಿಕಲ್ ಗಾರ್ಡನ್‌ನಲ್ಲಿ ವಿವಿಧ ಸಸ್ಯಗಳನ್ನು ನೋಡಬಹುದು, ಸಿಟಿ ಬೊಟಾನಿಕಲ್ ಗಾರ್ಡನ್‌ನಲ್ಲಿ ಪಿಕ್‌ನಿಕ್‌ಗೆ ಹೆಸರುವಾಸಿಯಾಗಿದೆ. ಲೋನ್ ಪೈನ್ ಕೋಆಲಾ ಅಭಯಾರಣ್ಯಯಲ್ಲಿ ಕೋಆಲಾಗಳು ಕಾಣ ಸಿಗುವುದು. ಬ್ರಿಸ್ಬೇನ್‌ನ ಹೊರವಲಯದಲ್ಲಿ ಸುಂದರ ಪರ್ವತಗಳು, ಕಾಡುಗಳು, ರಾಷ್ಟ್ರೀಯ ಉದ್ಯಾನವನಗಳಿವೆ. ಡೇನಂಟ್ರೆ ಗೆಲಾಕ್ಸಿ ರಾಷ್ಟ್ರೀಯ ಉದ್ಯಾನವನದಲ್ಲಿ ಮಳೆಕಾಡು ಟ್ರೆಕ್ಕಿಂಗ್ ಮಾಡಿ, ಸ್ಪ್ರಿಂಗ್‌ಬ್ರೂಕ್ ನ್ಯಾಷನಲ್ ಪಾರ್ಕ್‌ನಲ್ಲಿ ಅನೇಕ ಜಲಪಾತಗಳನ್ನು ವೀಕ್ಷಿಸಿದೆವು. ಬ್ರಿಸ್ಬೇನ್ ನದಿಯಲ್ಲಿ ನಾವು ಗೋ ಬೋಟ್‌ನಲ್ಲಿ ಪಿಕ್ನಿಕ್ ಹೋಗುತ್ತಾ ನಗರದ ಗಗನಚುಂಬಿ ಕಟ್ಟಡಗಳು, ಸ್ಟೋರಿ ಬ್ರಿಜ್ ಮುಂತಾದ ಸ್ಥಳಗಳ ವಿಹಂಗಮ ಅನುಭವ ಪಡೆದೆವು.

ಪರ್ತ್ ಗಗನಚುಂಬಿಗಳ ದೃಶ್ಯ

ಬ್ರಿಸ್ಬೇನ್ ವರ್ಷಪೂರ್ತಿ ಹಬ್ಬಗಳು, ಉತ್ಸವಗಳಿಗೆ ಹೆಸರುವಾಸಿ. ಫ್ಲವರ್ ಫೆಸ್ಟಿವಲ್‌ನಲ್ಲಿ ಬಣ್ಣಬಣ್ಣದ ಹೂವಿನ ಅಲಂಕಾರಗಳನ್ನ, ರಿವರ್‌ಫಿರೇ ಉತ್ಸವದಲ್ಲಿ ನದಿಯ ದಂಡೆಯ ಮೇಲೆ ಸಂಗೀತ, ಕಲಾ ಕಾರ್ಯಕ್ರಮಗಳನ್ನ ಆನಂದಿಸಬಹುದು. ಬ್ರಿಸ್ಬೇನ್‌ಶಾಪಿಂಗ್‌ಪ್ರಿಯರಿಗೆ ಸ್ವರ್ಗವೇ ಸರಿ. ರೋಂಡೆ ಕ್ವೇ, ಕ್ವೀನ್ ಸ್ಟ್ರೀಟ್ ಮಾಲ್‌ನಂತಹ ವಾಣಿಜ್ಯ ಪ್ರದೇಶಗಳಲ್ಲಿ ಬ್ರಾಂಡೆಡ್ ಅಂಗಡಿಗಳು, ಸ್ಥಳೀಯ ಕರಕುಶಲ ವಸ್ತುಗಳ ಅಂಗಡಿಗಳು ಇವೆ. ಫ್ರೇಸರ್ ಸ್ಟ್ರೀಟ್,

ಪ್ಯಾಡಿಂಗ್ಟನ್ ಅರ್ಕೇಡ್‌ಗಳಲ್ಲಿ ವಿಂಟೇಜ್ ವಸ್ತುಗಳನ್ನು ಹುಡುಕಬಹುದು. ಬ್ರಿಸ್ಬೇನ್ ಕ್ರೀಡಾಪ್ರಿಯರಿಗೆ ಹೆಸರುವಾಸಿ. ಕ್ರಿಕೆಟ್, ರಗ್ಬಿ, ಟೆನಿಸ್, ನೆಟ್‌ಬಾಲ್ ಇಲ್ಲಿನ ಜನಪ್ರಿಯ ಕ್ರೀಡೆಗಳು. ಗಬ್ಬಾ ಕ್ರಿಕೆಟ್ ಮೈದಾನದಲ್ಲಿ ಅನೇಕ ಕ್ರಿಕೆಟ್ ಪಂದ್ಯಗಳು ನಡೆದಿವೆ. ಬ್ರಿಸ್ಬೇನ್ ಪ್ರಕೃತಿ ಸೌಂದರ್ಯ, ಕಲಾ, ಸಂಸ್ಕೃತಿ, ರುಚಿಕರ ಆಹಾರ, ರಾತ್ರಿ ಜೀವನ, ಹಬ್ಬಗಳು, ಕ್ರೀಡೆ ಎಲ್ಲವನ್ನೂ ಒಳಗೊಂಡ ಸುಂದರ, ರೋಮಾಂಚಕ ನಗರ. ಇಲ್ಲಿ ಪ್ರತಿಯೊಬ್ಬರ ಆಸಕ್ತಿಗೆ ಪೂರಕವಾಗುವಂತದ್ದು ಏನಾದರೂ ಒಂದು ಇದ್ದೇ ಇದೆ.

ನದಿತೀರದ ಪರ್ತ್

ಆಸ್ಟ್ರೇಲಿಯಾದ ಪಶ್ಚಿಮ ಕರಾವಳಿಯ ರತ್ನವೆಂದರೆ ಪರ್ತ್. ಮಿನುಗುವ ಸ್ವಾನ ನದಿ, ಬಿಳಿ ಮರಳಿನ ಕಡಲತೀರಗಳು, ಸಾಹಸಮಯ ಹಿಂಟರ್‌ಲ್ಯಾಂಡ್ ಇರುವ ಪರ್ಥಿನಲ್ಲಿ ವರ್ಷಪೂರ್ತಿ ಬಿಸಿಲು. ಸ್ವಾನ ನದಿಯ ತೀರದಲ್ಲಿ ಸುತ್ತಾಡುವುದು, ಕಿಂಗ್ಸ್ ಪಾರ್ಕ್‌ನಲ್ಲಿ ಪಿಕ್‌ನಿಕ್ ಮಾಡುವುದು, ಕಾಟ್ಟೇಸ್ಲೋಯೇ ಬೀಚಿನಲ್ಲಿ ಸೂರ್ಯಾಸ್ತ ವೀಕ್ಷಿಸುವುದು ಇವೆಲ್ಲವೂ ಪರ್ಥ್‌ಗೇ ವಿಶಿಷ್ಟವಾದ ಅನುಭವಗಳು. ಗಡಿ ಪಾರಾದ ಖೈದಿಗಳು ನಿರ್ಮಿಸಿದ ಸಾಧಾರಣ ಮನೆಗಳನ್ನು 19ನೇ ಶತಮಾನದಲ್ಲಿ ಚಿನ್ನದ ಗಣಿಗಾರಿಕೆಯಿಂದಾಗಿ ಉಂಟಾದ ಸಂಪತ್ತಿನಿಂದಾಗಿ ವೈಭವೋಪಿತವಾಗಿ ಮರು ನಿರ್ಮಿಸಲಾಗಿದೆ. ಹೀಗಾಗಿ ಹಳೆ ಪರ್ತ್ ಬಹು ಪಾಲು ಮರೆಯಾಗಿದೆ.

ಸ್ವಾನ ನದಿ ಪರ್ತ್ನ ಹೃದಯಭಾಗದಲ್ಲಿ ಹರಿದುಹೋಗುತ್ತದೆ. ನದಿಯ ದಂಡೆಯ ಮೇಲೆ ಸೈಕ್ಲಿಂಗ್ ಮಾಡುವುದು, ಫೆರ್ರಿಯಲ್ಲಿ ಸವಾರಿ ಮಾಡುವುದು, ಸ್ವಾನ ಬೆಲ್ಸ್‌ನಲ್ಲಿ ಗಿಣಿಗಳನ್ನು ನೋಡುವುದು ನದಿಯ ಅನುಭವ ಹೆಚ್ಚಿಸುತ್ತದೆ. ಪರ್ತ್ನ ಸುತ್ತ 120 ಕಿ.ಮೀ. ಕಡಲತೀರಗಳ ಹಾರವಿದೆ. ಕಾಟ್ಟೇಸ್ಲೋಯೇ

ಬೀಚಿನ ಮೃದು ಮರಳಿನಲ್ಲಿ ಮಲಗುವುದು, ಸ್ಕಾರಬರೋ ಬೀಚಿನ ಅಲೆಗಳಲ್ಲಿ ಸರ್ಫಿಂಗ್‌ಮಾಡುವುದು, ಹಿಲ್ಲರಿಸ್ ಬೋಟ್ ಹಾರ್ಬರ್‌ನಲ್ಲಿ ಡಾಲ್ಫಿನ್‌ಗಳನ್ನು ನೋಡುವುದು–ಇವೆಲ್ಲ ಕಡಲ ತೀರದ ಅನುಭವಗಳು. ಪರ್ತಿನಿಂದ ಕೆಲವೇ ಗಂಟೆಗಳ ದೂರದಲ್ಲಿ ಪಿನ್ನಾಕಲ್ಸ್ ಡೆಸರ್ಟ್‌ನ ವಿಚಿತ್ರ ಬಂಡೆಕಲ್ಲುಗಳು ಕಂಡು ಬರುತ್ತವೆ.

ಮಂಕಿ ಮಿಯಾ ಎಂಬಲ್ಲಿ ಡಾಲ್ಫಿನ್ನುಗಳೊಂದಿಗೆ ಈಜುವ ಅವಕಾಶವೂ ಪ್ರವಾಸಿಗರಿಗೆ ಉಂಟು. ಪಿನ್ನಾಕಲ್ಸ್ ಮರುಭೂಮಿಯಲ್ಲಿ ರಾತ್ರಿಯ ಆಕಾಶ ತನ್ನೆಲ್ಲಾ ಸೌಂದರ್ಯದೊಂದಿಗೆ ದರ್ಶನ ನೀಡುತ್ತದೆ. ಭೂಮಿಯ ಯಾವುದೇ ಬೆಳಕು ಮಲಿನಗೊಳಿಸದ ಆಕಾಶದಲ್ಲಿ ಕೋಟಿ ನಕ್ಷತ್ರಗಳ ಬೆಳಕಿನ ನರ್ತನ ನೋಡಬಹುದು. ಜೆಟ್ ಪ್ಯಾಕ್ ಅನುಭವ (ಮನುಷ್ಯರನ್ನು ಭೂಮಿಯಿಂದ ಕೊಂಚ ಮೇಲೆ ಕೊಂಡೊಯ್ಯಬಲ್ಲ ಪುಟ್ಟ ರಾಕೆಟ್ಟಿನಂತಹ ಸಾಧನ) ನೀಡುವ ವಿಶ್ವದ ಕೆಲವೇ ಜಾಗಗಳಲ್ಲಿ ಪರ್ತ್ ಕೂಡ ಒಂದು. ಸಿಂಪಿಗಳಿಂದ ನಾವೇ ಸ್ವತಃ ಮುತ್ತುಗಳನ್ನು ಸಂಗ್ರಹಿಸುವ ಅವಕಾಶವೂ ಇಲ್ಲಿದೆ.

ಐತಿಹಾಸಿಕ ಅಡಿಲೇಡ್

ಆಸ್ಟ್ರೇಲಿಯಾದ ದಕ್ಷಿಣ ಕರಾವಳಿಯ ಮುತ್ತು ಅಡಿಲೇಡ್. ಈ ನಗರವು ತನ್ನ ವೈನ್‌ಯಾರ್ಡ್‌ಗಳಿಗೆ, ಕ್ರಿಕೆಟ್‌ಉತ್ಸಾಹಕ್ಕೆ, ಐತಿಹಾಸಿಕ ಚರ್ಚುಗಳಿಗೆ ಹೆಸರುವಾಸಿ. ಅಡಿಲೇಡ್ ಓವಲ್ ಮೈದಾನವು ಕ್ರಿಕೆಟ್‌ಪ್ರಿಯರಿಗೆ ಪವಿತ್ರ ಸ್ಥಳ.

ಅಡಿಲೇಡ್ 19ನೇ ಶತಮಾನದ ವಸಾಹತುಶಾಹಿ ವಾಸ್ತುಶಿಲ್ಪಕ್ಕೆ ಹೆಸರುವಾಸಿ. ಸಂತ ಪೀಟರ್ಸ್ ಕ್ಯಾಥೆಡ್ರೆಲ್, ಪಾರ್ಲಿಮೆಂಟ್ ಹೌಸುಗಳಂತಹ ಐತಿಹಾಸಿಕ ಕಟ್ಟಡಗಳು ನಗರದ ಇತಿಹಾಸವನ್ನು ಕಣ್ಣಿಗೆ ಕಟ್ಟುತ್ತವೆ. ಅಡಿಲೇಡ್‌ನಲ್ಲಿ ಹಲವಾರು ಸುಂದರ ಉದ್ಯಾನವನಗಳಿವೆ. ಅಡಿಲೇಡ್ ಬೊಟಾನಿಕ್ ಗಾರ್ಡನ್ ಮೌಂಟ್ ಲಾಫ್ಟಿ ಬೊಟಾನಿಕ್ ಗಾರ್ಡನಿಂದ ನಗರದ ಸುಂದರ ನೋಟ ಹಾಗೂ ಅಡಿಲೇಡ್ ಪಾರ್ಕ್‌ಲ್ಯಾಂಡ್ಸ್‌ನಲ್ಲಿ ಸುತ್ತಾಡಿದ್ದು ಮರೆಯಲಾರದ ಅನುಭವ. ಅಡಿಲೇಡಿನ ಓವಲ್ ಕ್ರಿಕೆಟ್ ಮೈದಾನದ ಚಾವಣಿ ಹತ್ತಿ ಸುತ್ತಲಿನ ಮನಸೂರೆಗೊಳ್ಳುವ ನೋಟದ ಅವಕಾಶವೂ ಪ್ರವಾಸಿಗರಿಗೆ ಇದೆ. ಬರೋಸ್ಸ ಕಣಿವೆಯಲ್ಲಿ ಪ್ರವಾಸಿಗರು ತಾವೇ ಸ್ವತಃ ವೈನ್ ತಯಾರಿಸಿಕೊಳ್ಳಬಹುದು. ನಗರದ ಪೂರ್ವದಲ್ಲಿರುವ ಅಡಿಲೇಡಿನ ಬೆಟ್ಟಗಳನ್ನು ಹತ್ತಿ ಅಲ್ಲಿ ಲಾಫ್ಟಿ ಬೊಟಾನಿಕ್ ಗಾರ್ಡನ್ಸ್ ದೃಶ್ಯ ಒಂದು ಬೇರೆಯದೇ ಲೋಕವನ್ನು ತೆರೆದಿಡುತ್ತದೆ.

ಎಲ್ಲಾ ಮಹಾನಗರಗಳಲ್ಲೂ ಚೈನಾ ಟೌನ್

ಮೆಲ್ಬರ್ನ್, ಸಿಡ್ನಿ, ಅಡಿಲೇಡ್, ಪರ್ತ್ ಮುಂತಾದ ಎಲ್ಲಾ ಮಹಾನಗರಗಳಲ್ಲೂ ನಾವು ಒಂದು ಚೈನಾ ಟೌನ್ ಕಾಣಬಹುದು. ಚಿನ್ನದ ಹುಡುಕಾಟಕ್ಕೆಂದು ಬಂದ ಚೀನಿಯರು, ನಿರ್ಮಾಣಕ್ಕೆಂದು ಬಂದವರು, 80ರ ದಶಕದಲ್ಲಿ ಭೌಗೋಳಿಕವಾಗಿ ಹತ್ತಿರವಿರುವ ಚೀನಾದಿಂದ ವಲಸೆ ಬಂದವರು–ಈ ಎಲ್ಲರೂ ಸೇರಿ ಚೈನಾ ಟೌನ್ ಕಟ್ಟಿದ್ದಾರೆ. ಈ ಚೈನಾ ಟೌನುಗಳಲ್ಲಿ ಚೀನಿಯರ ಸಾಂಸ್ಕೃತಿಕ ಚಟುವಟಿಕೆಗಳು, ಹಬ್ಬಗಳು, ತಿಂಡಿ–ತಿನಿಸುಗಳು ಕಾಣಸಿಗುತ್ತವೆ.

19ನೇ ಶತಮಾನದಲ್ಲಿ ಚಿನ್ನ ಹುಡುಕಲಿಕ್ಕೆಂದು ಬಂದವರು ಮೆಲ್ಬರ್ನ್ ನಂತ ನಗರಗಳಲ್ಲಿ ನೆಲೆ ನಿಂತು ಈಗ ಅನೇಕ ತಲೆಮಾರುಗಳೇ ಸಂದಿವೆ. ಇಂತಹ ಚೀನಾ ಟೌನ್‌ಗಳಲ್ಲಿ ಚೀನಾ ದೇಶದ ಕಲೆ, ಸಾಂಸ್ಕೃತಿಕ ಉತ್ಸವ, ಪ್ರದರ್ಶನ,

ಚೀನೀ ದಿನಸಿ, ತಿಂಡಿ ತಿನಸು, ಚೀನೀ ಪೀಠೋಪಕರಣಗಳು ಇವೆಲ್ಲವೂ ಕಾಣ ಸಿಗುತ್ತವೆ. ಚೀನಾ ಟೌನ್ ಮ್ಯೂಸಿಯಂಗಳಲ್ಲಿ ಚೀನಿಯರ ವಲಸೆ ಕಥೆ, ಅವರ ಕಷ್ಟ ಸಹಿಷ್ಣುತೆ ಬಿಂಬಿಸುವ ಅನೇಕ ಪ್ರದರ್ಶನಗಳನ್ನು ಕಾಣಬಹುದು.

ಆಗರ್ಭ ಶ್ರೀಮಂತ ಡೌನ್ ಟೌನ್ ಗರ್ಭದಲ್ಲೊಬ್ಬ ಭಿಕ್ಷುಕ

ಮೆಲ್ಬರ್ನ್ ಮತ್ತು ಸಿಡ್ನಿಯ ರಮ್ಯ ನಗರಗಳ ಕೆಳಗಿನ ಭಾಗದಲ್ಲಿ, ಹೊಳೆಯುವ ಕಟ್ಟಡಗಳ ನೆರಳಿನಲ್ಲಿ, ಈ ಮಹಾನಗರದ ಹೃದಯದಂತ ಡೌನ್ ಟೌನಿನ ವಿಶಾಲ ಫುಟ್ಪುಪಾತಿನಲ್ಲಿ ಒಂದು ಬೆಡ್ಡು ಶೀಟು ತರಹದ್ದು ನೆಲಕ್ಕೆ ಹಾಸಿಕೊಂಡು, ಭಿಕ್ಷೆ ಕೋರುವ ಒಂದು ರಟ್ಟಿನ ಬೋರ್ಡನ್ನು ಇರಿಸಿ, ಕೆಲವೊಮ್ಮೆ ಸಿಗರೇಟು ಸೇದುತ್ತ, ಇನ್ನೊಮ್ಮೆ ಯಾರೋ ಕೊಟ್ಟ ಬಾಟಲಿಯಿಂದ ಕುಡಿಯುತ್ತಾ ಇರುವ ಭಿಕ್ಷುಕರು ಕಾಣಸಿಗುತ್ತಾರೆ. ಅತ್ಯಂತ ವೈಭವೋಪಿತ ಪಿಟ್ಟ್ ಸ್ಟ್ರೀಟ್ ಮಾಲುಗಳ ಮುಂದೆ, ಫ್ಯಾಷನ್ ಅಂಗಡಿಗಳ ಪಕ್ಕದಲ್ಲಿ ಯಾವುದೇ ಸಂಕೋಚವಿಲ್ಲದೆ ತಮ್ಮ ಚಾಪೆ ಹಾಸಿರುತ್ತಾರೆ. ದೀಪದ ಕೆಳಗೆಯೇ ಕತ್ತಲೆ ಎನ್ನುವಂತೆ ಶ್ರೀಮಂತರ ದುಬಾರಿ ಶೂಗಳ ತೋರುವ ಅಂಗಡಿಯ ಕೆಳಗೆಯೇ ತಮ್ಮ ರಕ್ತ ಕೀವು ಸೋರುವ ಪಾದವನ್ನು ಚಾಚಿರುತ್ತಾರೆ. ನಮ್ಮಲ್ಲಿನ ಚಿಂದಿ ಆಯುವ ಕೆಲ ನಿರ್ಗತಿಕರಂತೆ ತಮ್ಮಷ್ಟಕ್ಕೆ ತಾವೇ ಕೆಲವು ಬಾರಿ ಮಾತನಾಡುತ್ತಾರೆ. ಇವರನ್ನು ದಾಟಿ

ಕೆಲವೊಮ್ಮೆ ದೊಡ್ಡ ರೆಸ್ಟೋರೆಂಟಿನಲ್ಲಿ ಊಟ ಮಾಡುವಾಗ **"ನನ್ನೊಳಗೆ ಕೊರಕೊಂಡು ಅಡಗುತ್ತವೆ ಅಡಗಿ । ಉಣ್ಣುವಾಗ, ಅಪ್ಪುವಾಗ, ಪಡುವಾಗ, ಮಗುವನ್ನೆತ್ತಿ ಮುದ್ದಿಡುವಾಗ । ನರಳುತ್ತಾ ಕೈಯೊಡ್ಡುತ್ತವೆ"** ಎಂಬ ಅನಂತಮೂರ್ತಿಯವರ ಸಾಲುಗಳ ಅನುಭವಿಸಬೇಕಾಯಿತು. ಅವರ ದೈನೇಸಿ ಸ್ಥಿತಿಯನ್ನು ನೋಡಿದ ಮೇಲೆ ಸುಖಿಸುವ ವಿರಮಿಸುವ ಎಲ್ಲ ಕ್ಷಣಗಳಲ್ಲಿ ಅವರು ಇಣುಕುತ್ತಾರೆ. ಒಂದು ಪಾಪ ಪ್ರಜ್ಞೆ ಉಳಿಸುತ್ತಾರೆ. ಅವರಿಗೆ ಖಾಯಂ ಆದಾಯವಿಲ್ಲ, ಸೂಕ್ತ ವಸತಿ ಇಲ್ಲ, ಆರೋಗ್ಯ ರಕ್ಷಣೆಯೂ ಸೀಮಿತವಾಗಿದೆ. ಪ್ರತಿ ದಿನವೂ ಆಹಾರಕ್ಕಾಗಿ, ಸುರಕ್ಷಿತ ತಾಣಕ್ಕಾಗಿ ಹೋರಾಡಬೇಕಾಗುತ್ತದೆ. ಅವರಲ್ಲಿ ಕೆಲವರು ಮಾನಸಿಕ ಅಸ್ವಸ್ಥರು. ಬಡತನ, ನಿರುದ್ಯೋಗ, ಕುಟುಂಬದ ಸಮಸ್ಯೆಗಳು, ಮಾನಸಿಕ ಕಾಯಿಲೆಗಳು, ವ್ಯಸನಗಳು–ಇವೆಲ್ಲವೂ ಬೀದಿಗೆ ಬರಲು ಕಾರಣವಾಗಬಹುದು. ಬಹುಶಃ ಇವರ ಕಣ್ಣ ಬೆಳಕಿನ ಹಿಂದೆ ನಾವು ನೋಡದ ಆಸ್ಟ್ರೇಲಿಯಾ ಇರಬಹುದು.

ಇನ್ನಿತರ ನಗರದ ಸುದ್ದಿ

ಸಿಗರೇಟು ಸೇದುವವರು ಹೆಚ್ಚು ನಗರದ ಡೌನ್ ಟೌನಿನಲ್ಲಿ ಕಂಡರು; ಅದಕ್ಕಿಂತ ಹೆಚ್ಚಾಗಿ ವೇಪಿಂಗ್ ಎಂಬ ದುರಭ್ಯಾಸ ಕೂಡ ನಗರವಾಸಿಗಳಲ್ಲಿ ಹೆಚ್ಚಾಗಿದೆ. ಶಾಪಿಂಗ್‌ನಲ್ಲಿ ನನಗೆ ಅಷ್ಟೇನೂ ಆಸಕ್ತಿಯಿಲ್ಲದಿದುದರಿಂದ ಕೆಲವು ಮುಖ್ಯ ಸ್ಮರಣಿಕೆ ಬಿಟ್ಟರೆ ಹೆಚ್ಚೇನೂ ಕೊಳ್ಳಲಿಲ್ಲ. ನನ್ನ ಅದೃಷ್ಟಕ್ಕೆ ನನ್ನ ಮಡದಿಯೂ ದುಬಾರಿ ಶಾಪಿಂಗ್ ಗಾಗಿ ಒತ್ತಾಯಿಸಲಿಲ್ಲ. ಆದರೆ ನಾವು ಮುಖ್ಯ ಶಾಪಿಂಗ್ ಸ್ಥಳಗಳಾದ ಸಿಡ್ನಿಯ ಪಿಟ್ಟ್ ಸ್ಟ್ರೀಟ್ ಮಾಲ್ ಇತ್ಯಾದಿ ಸ್ಥಳಗಳಲ್ಲಿ ಅಡ್ಡಾಡಿ ಬೆರಗನ್ನು ಕೂಡಿಟ್ಟುಕೊಂಡೆ.

ಬೇರೆಯಾದಷ್ಟೂ ಒಂದೇ

ನಾನು ಕೆಲವು ಸಾಮಾನ್ಯ ಅಂಶಗಳನ್ನು ಈ ಮುಂದುವರಿದ ಮಹಾ ನಗರಗಳಲ್ಲಿ ಗಮನಿಸಿದ್ದೇನೆ–ಬಹುತೇಕ ಎಲ್ಲವೂ ಸಮುದ್ರ ತೀರಗಳಲ್ಲಿವೆ (ಮುಂಬೈ, ನ್ಯೂ ಯಾರ್ಕ್, ಸಿಡ್ನಿ, ಸ್ಯಾನ್ ಫ್ರಾನ್ಸಿಸ್ಕೊ ಮುಂತಾದವು), ಬಹಳಷ್ಟು ನಗರಗಳಲ್ಲಿ ಒಂದು ಹೆಗ್ಗುರುತಿನ ಸೇತುವೆ ಇದೆ (ಲಂಡನ್ ಬ್ರಿಜ್, ಸಿಡ್ನಿಯ ಹಾರ್ಬರ್ ಬ್ರಿಜ್, ಸ್ಯಾನ್ ಫ್ರಾನ್ಸಿಸ್ಕೊದ ಗೋಲ್ಡನ್ ಗೇಟ್ ಬ್ರಿಜ್ ಮುಂತಾದವು), ಬಹು ಎತ್ತರದ ಟವರ್ (ಸಿಡ್ನಿ ಟವರ್, ಸಿಯಾಟಲ್ ಸ್ಪೇಸ್ ನೀಡಲ್ ಮುಂತಾದವು) ಮತ್ತು ಈಚೀಚೆಗೆ ಇಡೀ ನಗರವ ಕಾಣಿಸುವ

ದೈತ್ಯ ಗಿರಿಗಿಟ್ಲೆ (ಲಂಡನ್ ಐ, ಸಿಂಗಪೋರ್ ಫ್ಲೈಯರ್ ಮುಂತಾದವು). ಅದೇ ರೀತಿ ಬಹುತೇಕ ಮಹಾನಗರದಲ್ಲಿ ಕಂಡುಬರುವ ಮೃಗಾಲಯ, ಮತ್ಸಾಲಯ, ಥೀಮ್ ಪಾರ್ಕ್, ಸಮುದ್ರ ತೀರ ಇವೆಲ್ಲಾ ನಗರಕ್ಕೆ ಒಂದು ಸಮವಸ್ತ್ರವನ್ನು ಹೆಣೆಯುತ್ತವೆ. ಈ ಎಲ್ಲಾ ನಗರಗಳೂ ಬೇರೆಯೆಂದು ತೋರಿದರೂ ಒಂದು ಮಹಾ ನಗರವನ್ನು ಸರಿಯಾಗಿ ವೀಕ್ಷಿಸಿದರೆ ಎಲ್ಲವನ್ನೂ ನೋಡಿದಂತೆ ಎಂದು ನನಗನಿಸಿತು. ಇವು ಬೇರೆಯಾದಷ್ಟೂ ಒಂದೇ ಆಗುತ್ತಾ ಹೋಗುತ್ತಿವೆ.

ಸಂಜೆ ರಂಗಿಗೆ ಝಗಮಗಿಸುವ ಮೆಲ್ಬರ್ನ್ ಸ್ಕೈ ಲೈನ್

ಇದು ನಿಚ್ಚಂ ಪೊಸತು–ಸೂರ್ಯ ಮುದ್ದಿಸಿದ
ಖಂಡ ದ್ವೀಪದ ಸಮುದ್ರ ದಂಡೆಗಳು

ಸಾಗರ ಹಾಸಿರುವ ನವರಸಗಳ ಹೆದ್ದಾರಿ- ಗ್ರೇಟ್ ಓಷನ್ ರೋಡ್

ಆಸ್ಟ್ರೇಲಿಯಾದಲ್ಲಿ ಬಹಳಷ್ಟು ಸ್ಥಳಗಳ, ಸ್ಮಾರಕಗಳ ಹೆಸರು "ಗ್ರೇಟ್" (ಶ್ರೇಷ್ಠ) ಎಂದೇ ಆರಂಭವಾಗುತ್ತದೆ. ಗ್ರೇಟ್ ಓಷನ್ ರೋಡ್, ಗ್ರೇಟ್ ಬ್ಯಾರಿಯರ್ ರೀಫ್, ಗ್ರೇಟ್ ಸ್ಯಾಂಡಿ ನ್ಯಾಷನಲ್ ಪಾರ್ಕ್, ಗ್ರೇಟ್ ವಿಕ್ಟೋರಿಯಾ ಡೆಸರ್ಟ್, ಗ್ರೇಟ್ ವೆಸ್ಟೆರ್ನ್ ಹೈವೇ ಇತ್ಯಾದಿ ಎಲ್ಲ ಗ್ರೇಟೇ! ವಿಶೇಷಣವಾಗಿ ಬಳಸ್ಪಡುವ "ಗ್ರೇಟ್" ಇಲ್ಲಿ ನಾಮ ಪದದೊಂದಿಗೆ ಬೆಸೆದುಕೊಂಡಿದೆ. ಒಂದು ಹೆಸರಿಗೆ ಗ್ರೇಟ್ ಎಂದು ಸೇರಿಸಿದಾಕ್ಷಣ ಅದು ನಿಜವಾಗಿಯೂ ಗ್ರೇಟ್ ಆಗಿಬಿಡುತ್ತದೆಯೇ? ಅಷ್ಟಕ್ಕೂ ಗ್ರೇಟ್ ಎಂದು ಒಂದು ಜಾಗಕ್ಕೆ ಕರೆಯಬೇಕಾದವರು ಆ ಜಾಗ ಕಟ್ಟಿಸಿದವರೋ ಅಥವಾ ಆ ಜಾಗ ಮೆಚ್ಚಿಕೊಂಡವರೋ? ಗ್ರೇಟ್ ಎಂಬ ಪದ ಕೇಳಿದಾಗಲೆಲ್ಲಾ ಈ ಜಿಜ್ಞಾಸೆ ನನಗೆ ಮೂಡುತ್ತದೆ. ಅದೇ ರೀತಿ ಅನೇಕ ಸ್ಥಳಗಳಿಗೆ "ರಾಯಲ್" (ರಾಜ ಮನೆತನದ, ಉದಾತ್ತ, ಭವ್ಯ, ಸುಪ್ರಸಿದ್ಧ, ಪ್ರತಿಷ್ಠಿತ ಎಂಬ ಅರ್ಥ ಹೊಂದಿರುವ) ಎಂದು ಶುರುವಾಗುತ್ತದೆ; ಉದಾಹರಣೆಗೆ ರಾಯಲ್ ಬೊಟಾನಿಕಲ್ ಗಾರ್ಡನ್, ರಾಯಲ್ ನ್ಯಾಷನಲ್ ಪಾರ್ಕ್, ರಾಯಲ್ ಜಾರ್ಜ್, ರಾಯಲ್ ಅಡಿಲೇಡ್ ಹಾಸ್ಪಿಟಲ್, ರಾಯಲ್ ಪರ್ತ್ ಹಾಸ್ಪಿಟಲ್, ರಾಯಲ್ ಎಕ್ಸಿಬಿಷನ್ ಬಿಲ್ಡಿಂಗ್, ರಾಯಲ್ ಆಸ್ಟ್ರೇಲಿಯನ್ ಏರ್ ಫೋರ್ಸ್, ರಾಯಲ್ ನ್ಯಾಷನಲ್ ಪಾರ್ಕ್ ವಿಲೇಜ್ ಇತ್ಯಾದಿ. ಒಟ್ಟಿನಲ್ಲಿ ಆಸ್ಟ್ರೇಲಿಯನ್ನರಿಗೆ ಗ್ರೇಟ್ ಮತ್ತು ರಾಯಲ್ ಪದಗಳ ವ್ಯಾಮೋಹ ಜಾಸ್ತಿ. ಅಥವಾ ತಮ್ಮ ಜಾಗಗಳ ಮೇಲೆ ಹೆಚ್ಚಿನ ಅಭಿಮಾನದಿಂದ ಈ ರೀತಿ ಹೆಸರಿಡುತ್ತಾರೋ ಏನೋ ಗೊತ್ತಿಲ್ಲ. ನಾವೂ ಕೂಡ ನಮ್ಮ ಹೆಮ್ಮೆಯ ಸ್ಥಳಗಳಾದ ವಿಧಾನಸೌಧ, ಲಾಲ್ ಬಾಗ್, ನಂದಿ ಬೆಟ್ಟ ಮುಂತಾದವುಗಳಿಗೆ ಭವ್ಯ, ಅಪ್ರತಿಮ, ಜಗತ್ಪ್ರಸಿದ್ಧ, ಅನುಪಮ ಮುಂತಾದ ವಿಶೇಷಣಗಳನ್ನು ಸೇರಿಸಿದರೆ ಹೇಗೆ ಎಂದು ಯೋಚಿಸಿದೆ.

"ಗ್ರೇಟ್ ಓಷನ್ ರೋಡ್"ನಲ್ಲಿ ಪಯಣಿಸಿದ ಮೇಲೆ ಅನಿಸಿದ್ದು-ಈ ಅನುಭವಕ್ಕೆ "ಗ್ರೇಟ್" ಎಂಬ ವಿಶೇಷಣ ಸಾರ್ಥಕ. 640 ಕಿ.ಮೀ. ಉದ್ದದ "ಗ್ರೇಟ್ ಓಷನ್ ರೋಡ್" ಪಯಣವನ್ನು ಬಣ್ಣಿಸುವುದೆಂದರೆ ಅದು ಸಾಗರದ ಚಿತ್ರಕಲೆ ಬರೆದಂತೆಯೇ. ಒಂದೆಡೆ ಗುಂಗು ಹಿಡಿಸುವ ಪೆಸಿಫಿಕ್ ಸಾಗರ ಮತ್ತು ಕಡಲ ತೀರಗಳು, ಇನ್ನೊಂದು ಕಡೆಗೆ ಆಸ್ಟ್ರೇಲಿಯಾದ ಸಂಸ್ಕೃತಿ ಪರಿಚಯ ಮಾಡಿಸುವ ವಾತಾವರಣ ಕಣ್ಣು ತುಂಬಿ ನಿಲ್ಲುತ್ತವೆ. ಕಿವಿಗಳಿಗೆ ಕಡಲತೀರಗಳ ಅಲೆಗಳ ಸಂಗೀತ, ಉಸಿರಿನಲ್ಲಿ ಸಮುದ್ರದ ಉಪ್ಪಿನ ಘಮ

ಹಬ್ಬುತ್ತದೆ. "ಗ್ರೇಟ್ ಓಷನ್ ರೋಡ್" ರಸ್ತೆಯು ಕಾಡು, ಕಡಲತೀರಗಳು ಮತ್ತು ಕರಾವಳಿ ಹಳ್ಳಿಗಳ ಮೂಲಕ ಸಾಗುತ್ತದೆ. ಪ್ರತಿ ತಿರುವಿನಲ್ಲೂ ಹೊಸ ಅಚ್ಚರಿ ಇಣುಕುತ್ತದೆ; ಬೆಳಕಿನ ಮರಳಿನ ಮೇಲೆ ನಗುವಂತೆ ಹೊಳೆಯುವ ಸರ್ಫರ್‌ಗಳು, ಗುಹೆಗಳಿಂದ ಬೀಳುವ ನೀರ ಜಲಪಾತಗಳು, ಗಾಳಿಯಲ್ಲಿ ಹಾರಾಡುವ ಗುಬ್ಬಚ್ಚಿಗಳು-ಪ್ರತಿ ಕ್ಷಣವೂ ಒಂದು ಛಾಯಾಚಿತ್ರದ ತುಣುಕಾಗುತ್ತದೆ.

ದಾರಿಯುದ್ದಕ್ಕೂ ನಮ್ಮ ಬಸ್ಸಿನ ಡ್ರೈವರ್ ಜೇಮ್ಸ್ ಮೆಲ್ಬರ್ನ್ ನಗರದ ಚರಿತ್ರೆಯನ್ನು, ಮೆಲ್ಬರ್ನ್ ಮತ್ತು ಸಿಡ್ನಿ ನಗರಗಳ ಮಧ್ಯೆ ಇರುವ ಅಣ್ಣ ತಮ್ಮಂದಿರ ತುಂಟ ಜಗಳದ ರೀತಿ ಇರುವ ಜಗಳವನ್ನೂ ಹೇಳುತ್ತಾ ಹೋದ. ಇದರ ಮಧ್ಯೆ ತನ್ನ ಕತೆಯನ್ನೂ ಸೇರಿಸಿದ. ಜೇಮ್ಸ್ ಬಸ್ಸಿನ ಡ್ರೈವರ್ ಆಗುವುದಕ್ಕಿಂತ ಮುಂಚೆ ಮೆಲ್ಬರ್ನ್‌ನಲ್ಲಿ ಪ್ರಸಿದ್ಧ ಬಾಣಸಿಗನಾಗಿದ್ದನಂತೆ. ಕೆಲಸ ಕಳೆದುಕೊಂಡಾಗ ಅವನ ಮಾಜಿ ಪತ್ನಿ "ನೀನು ಮಾತಿನಲ್ಲಿ ನಿಸ್ಸೀಮ, ಪ್ರವಾಸಿಗರ ಬಸ್ಸಿನ ಡ್ರೈವರ್ ಕೆಲಸಕ್ಕೆ ಲಾಯಕ್ಕಾಗಿದ್ದೀಯ" ಎಂದು ಅವಳೇ ಶಿಫಾರಸ್ಸು ಮಾಡಿ ಈ ಕೆಲಸ ಕೊಡಿಸಿದಳಂತೆ. 50ರ ಆಸು ಪಾಸು ಇರುವ ಜೇಮ್ಸ್ ತನ್ನ ಪ್ರೇಯಸಿಯನ್ನು ಮುಂದಿನ ವರ್ಷ ಮದುವೆಯಾಗಲು ದುಡ್ಡು ಕೂಡಿಡುತ್ತಿದ್ದಾನೆ. ನಮ್ಮಲ್ಲಿ 50 ಎಂಬುದು ನಿವೃತ್ತಿಯಾಗಿ ಪೆನ್ಷನ್ ಹಣ ಎಣಿಸುವ ಸಮಯ; ಅಲ್ಲಿ ಹೊಸ ಜೀವನ ಶುರು ಮಾಡುವ ನವ ಯುವಕನ ಉತ್ಸಾಹ ಇನ್ನೂ ಜೇಮ್ಸ್‌ನಲ್ಲಿ ಕಾಣುತ್ತಿದೆ. "ಐ ವಿಲ್ ವರ್ಕ್ ಟಿಲ್ ಐ ಡ್ರಾಪ್" (ನಾನು ಶಕ್ತಿ ಇರುವವರೆಗೂ ಕೆಲಸ ಮಾಡುತ್ತೇನೆ) ಎಂದು ಪದೇ ಪದೇ ಹೇಳುತ್ತಿದ್ದ ಅವನ ಮಾತು ನನ್ನಲ್ಲಿ ಏನನ್ನೂ ಕೂಡಿಡದೆ ಅಂದಿನ ದಿನಕ್ಕೆ ಆಗುವಷ್ಟು ಕಾಯಕ ಮಾಡಿ ಸಂಪಾದಿಸುವ ನಮ್ಮ ಶರಣರ ಮನಸ್ಥಿತಿಯನ್ನು ಜ್ಞಾಪಿಸಿತು. ಜೇಮ್ಸ್ ಸರ್ಕಾರದಿಂದ ಸವಲತ್ತು ಪಡೆಯುವವನಂತೆ ಕಾಣಲಿಲ್ಲ.

ಪ್ರಯಾಣ ಶುರುವಾದ ಎರಡು ಗಂಟೆಗೆ ಜೇಮ್ಸ್ ಸ್ವತಃ ಆಸ್ಟ್ರೇಲಿಯಾದ ಟೀ ಮತ್ತು ಬಿಸ್ಕತ್ತು ಕೊಟ್ಟು ನಮ್ಮೆಲ್ಲರ ಉಪಚರಿಸಿದ. ಅಪೊಲೊ ಬೇ ಎಂಬ ಜಾಗದಲ್ಲಿ ಊಟಕ್ಕೆ ನಿಲ್ಲಿಸಿ ಅಲ್ಲಿನ ಹೋಟೆಲುಗಳ ಸ್ವಾರಸ್ಯ ವಿವರಿಸಿದ. ದಾರಿಯುದ್ದಕ್ಕೂ ಎಲ್ಲೆಲ್ಲಿ ಕೋಆಲಾ ಕಾಣುತ್ತದೋ ಅಲ್ಲೆಲ್ಲಾ ನಮ್ಮನ್ನು ನಿಲ್ಲಿಸಿ ಮಕ್ಕಳಿಗೆ ತೋರುವಂತೆ ಕೋಆಲಾ ತೋರಿಸಿದ. ಮೊದ ಮೊದಲು ವಾಚಾಳಿಯಂತೆ ಕಂಡರೂ ಬರ ಬರುತ್ತಾ ಹೊಳೆ ದಾಟಿಸುವ ನಾವಿಕನಂತೆ ದಾರಿಯುದ್ದಕ್ಕೂ ಕಂಡದ್ದು ಕಾಣದ್ದು ಎಲ್ಲವನ್ನೂ ಕಾಣುವಂತೆ ಮಾಡಿದ.

ದಾರಿಯಲ್ಲಿ ಕಾಣ ಸಿಕ್ಕ ಪೋರ್ಟ್ ಕ್ಯಾಂಪಬೆಲ್ಲಿನಿಂದ ಸುಮಾರು 9 ಕಿ.ಮೀ.ರಲ್ಲಿರುವ ಗ್ರೋಟೋ ಎಂಬ ವಿಶಿಷ್ಟ ಕಲ್ಲಿನ ರಚನೆಯನ್ನು ಮಾಡಿದ್ದು

ಸಾಗರದ ಅಲೆಗಳೆಂಬ ಶಿಲ್ಪಿ. ಸಾವಿರಾರು ವರ್ಷಗಳಿಂದ ಅಲೆಗಳೆಂಬ ಉಳಿಯಿಂದ ನಿಧ-ನಿಧಾನವಾಗಿ ಕೆತ್ತಿ ನಾವಿಂದು ಕಾಣುವ ಬಾಗಿಲು ಮಾಡಿದೆ. ನೋಡುವವರ ಕಣ್ಣಿಗೆ ಗುಹೆ, ಸೇತುವೆ ಹಾಗೆ ಕಾಣುವ ಗ್ರೋಟೋ ನನಗೆ ಸಮುದ್ರಕ್ಕೊಂದು ಬಾಗಿಲಿನ ಹಾಗೆ ಕಂಡಿತು.

ಗ್ರೇಟ್ ಓಷನ್ ರೋಡಿನ ಮುಖ್ಯ ಆಕರ್ಷಣೆ 12 ಅಪೋಸ್ಟಲ್ಸ್. ಎಲ್ಲಾ ಪ್ರವಾಸಿಗರು ತಮ್ಮ ಹಿನ್ನೆಲೆಯಲ್ಲಿ ಈ 12 ಅಪೋಸ್ಟಲ್ಸ್ ರಚನೆಗಳನ್ನು ಕಾಣಬೇಕೆಂದು ಬಯಸುತ್ತಾರೆ. ಆ ಅನುಭವವನ್ನು ಇನ್ನೊಂದು ಅಧ್ಯಾಯದಲ್ಲಿ ಪ್ರತ್ಯೇಕವಾಗಿ ವಿವರಿಸಲಾಗಿದೆ.

ಸಂಜೆಯಾಗುತ್ತಿದ್ದಂತೆ ಸೂರ್ಯ ಆಕಾಶಕ್ಕೆ ಕೆಂಪು, ಕಿತ್ತಳೆ, ನೇರಳೆ ಬಣ್ಣಗಳ ಓಕಳಿ ಮಾಡುತ್ತಾ ಸಮುದ್ರದಲ್ಲಿ ಮುಳುಗುತ್ತಾನೆ. ಸಮುದ್ರದ ಅಲೆಗಳೂ ಈ ಓಕಳಿಯ ಪ್ರತಿಬಿಂಬಿಸುತ್ತಾ, ಇಡೀ ಪ್ರಪಂಚವೇ ಒಂದು ಬೃಹತ್ ತೈಲ ಚಿತ್ರವಾಗುತ್ತದೆ. ಈ ಸುಂದರ ಕ್ಷಣಗಳನ್ನು ಹಿಡಿಯುವ ಯಾವ ಸಾಧನವೂ ನಮ್ಮಲ್ಲಿ ಇಲ್ಲ ಎಂಬುದು ಆ ಕ್ಷಣದಷ್ಟೇ ಸತ್ಯ. ವಾಚಾಳಿಯಾಗಿದ್ದ ನಮ್ಮ ಡ್ರೈವರ್ ಜೇಮ್ಸ್ ನಮ್ಮ ಅನೇಕ ಫೋಟೋಗಳ ಹಿಂದೆ ನಿಂತು ನಮ್ಮನ್ನು ಚಿತ್ರದೊಳಗೆ ಕೊಡಿಸಿದ. ಅವನನ್ನೂ ಚಿತ್ರದೊಳಗೆ ಕರೆದಾಗ ತನ್ನ ಎಂದಿನ ತುಂಟತನದಲ್ಲಿ ನನ್ನ ಮಡದಿಯ ತಲೆಯ ಮೇಲೊಂದು ಕೊಂಬು ಮಾಡುವಂತೆ ಪೋಸು ಕೊಟ್ಟ.

ಈ ದಾರಿಯುದ್ದಕ್ಕೂ ಅನೇಕ ಸುಪ್ರಸಿದ್ಧ ಜಾಗಗಳೂ, ಚಟುವಟಿಕೆಗಳೂ ಕಡಲ ತೀರದಂತೆ ಸಾಲುಗಟ್ಟಿವೆ. ಲಾಯರ್ಡ್ ಲೈಟ್‌ಹೌಸ್ ಹತ್ತಿ ಸಮುದ್ರವ ಕಣ್ತುಂಬಿಕೊಳ್ಳಬಹುದು. ಈ ಲೈಟ್‌ಹೌಸಿನ ತುದಿಯಲ್ಲಿ ನಾವು 12 ಅಪೋಸ್ಟಲ್ಸಿನ ವಿಹಂಗಮ ನೋಟ ಪಡೆದುಕೊಂಡೆವು. ಲೊಹ್ ಅರ್ನಾವ್ಸ್ ನ ಮೇಲೆ ಸರ್ಫಿಂಗ್ ಮಾಡುವವರ, ಸಮುದ್ರ ತೀರದಲ್ಲಿ ಚೆಂಡಾಟ ಆಡುವವರ

ಲೋಚ್ ಆರ್ಡ್ ಗಾರ್ಜ್ ಹಡುಗಿನ ದುರಂತದ ಸ್ಥಳ

ಕಾಣಬಹುದು.ಪೋರ್ಟ್ ಕ್ಯಾಂಪ್‌ಬೆಲ್ ನ್ಯಾಷನಲ್ ಪಾರ್ಕಿನಲ್ಲಿ ಕಾಡಿನ ಮೌನ, ಜಲಪಾತಗಳ ರಭಸವನ್ನು, ಪಕ್ಷಿಗಳ ಹಾಡಲ್ಲಿ ಮೀಯಬಹುದು. ಹಾಗಾಗಿಯೇ ಇದು ಪಿಕ್ನಿಕ್ಕಿಗಾಗಿ ಹೇಳಿ ಮಾಡಿಸಿದ ತಾಣ.

ಟವರ್ ಹಿಲ್ ವನ್ಯಜೀವಿಧಾಮದಲ್ಲಿ ಕಾಂಗರೂ, ವಾಲಾಬಿಗಳು, ಕೋಆಲಾಗಳು, ಮತ್ತು ಇನ್ನೂ ಅನೇಕ ಸುಂದರ ಪ್ರಾಣಿಗಳನ್ನು ಹತ್ತಿರದಿಂದ ನೋಡಿದೆವು.ಲೊರೆನ್ಸ್ ಕಲ್ಲುಗಳ ಚಿತ್ರ ವಿಚಿತ್ರ ಆಕಾರಗಳಲ್ಲಿ ನಿಸರ್ಗವೆಂಬ ಕಲಾವಿದನ ಕೈಚಳಕ ಕಂಡು ಬೆರಗಾದೆವು. ಬೆಳ್ಳಿ ಮರಳು, ಪಾರದರ್ಶಕ ನೀರು, ಮತ್ತು ಶಾಂತ ಅಲೆಗಳಿಂದ ಕೂಡಿದ ಫೇರ್‌ಹೆವನ್ ಬೀಚಿನಲ್ಲಿ ಅಲೆಗಳ ಮೇಲೆ ಸರ್ಫಿಂಗ್ ಸವಾರಿ ಮಾಡುವವರ ನೋಡಿದೆವು.

ಗ್ರೇಟ್ ಓಷನ್ ರೋಡಿನ ಪಯಣ ಅನೇಕ ಸಾಹಸ ಕ್ರೀಡೆಗಳಿಗೂ ಆಮಂತ್ರಣ ನೀಡುತ್ತದೆ. ಸ್ಕೂಬಾ ಡೈವಿಂಗ್, ಕಯಾಕಿಂಗ್, ಸರ್ಫಿಂಗ್ ಮುಂತಾದ ಜಲಕ್ರೀಡೆಗಳೊಂದಿಗೆ ಮರದಿಂದ ಮರಕ್ಕೆ ಜಾರುವ ಜಿಪ್‌ಲೈನ್ ಅಡ್ವೆಂಚರ್, ದೋಣಿಯಲ್ಲಿ ರಹಸ್ಯ ಗುಹೆಗಳಿಗೆ ಭೇಟಿ ನೀಡಿ ಒಳಗಡೆ ಬೆಳಕಿನ ಮತ್ತು ನೀರಿನ ಆಟವನ್ನು ಸವಿಯಬಹುದು. ಇಷ್ಟೇ ಅಲ್ಲದೆ 12 ಅಪೋಸ್ಟಲ್ಸ್ ನ ಹೆಲಿಕ್ಯಾಪ್ಟರ್ ಮೂಲಕವೂ ನೋಡಬಹುದು. ಲೊರೆನ್ಸ್ ರಾಕುಗಳ ಹತ್ತಿರ ಟೆಂಟ್ ಹಾಕಿಕೊಂಡು ಕನಸಿನಂತ ನಕ್ಷತ್ರಗಳ ನೋಡುತ್ತಲೇ ಇರಬಹುದು, ಬಿರುಗಾಳಿಯ ಮೂಲಕ ಸಮುದ್ರದ ಗುಟ್ಟು ಕಥೆಗಳನ್ನು ಕೇಳುತ್ತಲೇ ಇರಬಹುದು, ಚಂದ್ರನ ಮತ್ತು ಸಮುದ್ರದ ಪ್ರೀತಿಯ ವೀಕ್ಷಿಸಬಹುದು. ವರ್ಷಪೂರ್ತಿ ಗ್ರೇಟ್ ಓಷನ್ ರಸ್ತೆಯಲ್ಲಿ ವಿವಿಧ ಉತ್ಸವಗಳು ನಡೆಯುತ್ತವೆ. ಸರ್ಫಿಂಗ್ ಸ್ಪರ್ಧೆಗಳು, ಆಹಾರ ಮೇಳಗಳು, ಕಲಾ ಪ್ರದರ್ಶನಗಳು, ಮತ್ತು ಸಂಗೀತ ಕಚೇರಿಗಳಲ್ಲಿ ಪಾಲ್ಗೊಂಡು ಸ್ಥಳೀಯ ಸಂಸ್ಕೃತಿಯನ್ನು ಅನುಭವಿಸಬಹುದು. ನಮ್ಮ ಒಂದು ದಿನದ ಪ್ರವಾಸದಲ್ಲಿ ಕೆಲವು ಸಾಹಸಗಳನ್ನು ಅನಿವಾರ್ಯವಾಗಿ ಕೈ ಬಿಡಬೇಕಾಯಿತು.

ಗ್ರೇಟ್ ಓಷನ್ ರೋಡ್ ಪಯಣದಲ್ಲಿ ಕೇವಲ ವಿಸ್ಮಯ, ರೋಮಾಂಚನ, ಸಾಹಸ, ಉಲ್ಲಾಸ ತುಂಬಿದ ಭಾವನೆಗಳಷ್ಟೇ ಇರುವುದಿಲ್ಲ, ಕೆಲವು ಸ್ಮಾರಕಗಳು ಇತಿಹಾಸದ ಘೋರ ದುರಂತಗಳನ್ನು ನೆನಪಿಸುತ್ತದೆ; ತನ್ಮೂಲಕ ದುಃಖ ಹಾಗೂ ಸಂತಾಪದ ಅಲೆಗಳ ಮೂಡಿಸುತ್ತದೆ. ಗ್ರೇಟ್ ಓಷನ್ ರೋಡ್‌ನಲ್ಲಿ "ಶಿಪ್ ರೆಕ್" (ಹಡಗು ದುರಂತದ) ಕೆಲವು ಸ್ಮಾರಕಗಳಿವೆ. 1878ರಲ್ಲಿ, ಗಾಳಿ ಬಿರುಗಾಳಿ ಮತ್ತು ದಟ್ಟ ಮಂಜಿನಲ್ಲಿ ಸಿಕ್ಕಿಬಿದ್ದ ಲೋಚ್ ಅರ್ಡ್ಗೋರ್ವೇರ್ ಹಡಗಿನ 52 ಜನ ಬಲಿಯಾದದ್ದು, 1908ರಲ್ಲಿ ಜೆನ್ನಿ ಎಲ್ಲಿಸನ್ ಹಡಗಿನ ದುರಂತ ಇವೆಲ್ಲವನ್ನೂ ನೆನಪಿಸುತ್ತದೆ.

ಗ್ರೇಟ್ ಓಷನ್ ರೋಡಿನ ಪಯಣ ನವರಸಗಳ ಸಮ್ಮಿಳಿತವಾದ ಒಂದು ಜೀವಾನಾನುಭವ. ವಿದಾಯ ಹೇಳುವ ಸಮಯದಲ್ಲಿ ಸೂರ್ಯಾಸ್ತದ ಸಮಯದಲ್ಲಿ ಕಡಲತೀರದಲ್ಲಿ ಕಾಲು ತೋಯಿಸುವ ನಡಿಗೆ ಮತ್ತು ನಮ್ಮೊಂದಿಗೆ ನಡೆದ ಸೂರ್ಯ ಮತ್ತು ಆ ಕ್ಷಣಗಳನ್ನು ಹಿಡಿದ ಈ ಪದಗಳು– ಇವು ಮಾತ್ರ ನಮ್ಮದಾದವು.

ಸೂರ್ಯನ ಒಲವಿನಲ್ಲಿ ಪ್ರಕೃತಿಯ ವರ್ಣಚಿತ್ರ

ಆಸ್ಟ್ರೇಲಿಯಾದ ಕಡಲತೀರಗಳು ಬಗ್ಗೆ ಬರೆಯ ಹೊರಟರೆ ಅದೇ ಒಂದು ಪ್ರತ್ಯೇಕ ಪುಸ್ತಕವಾಗುತ್ತದೆ; ದ್ವೀಪ ಖಂಡವಾಗಿರುವ ಆಸ್ಟ್ರೇಲಿಯಾದ ತುಂಬಾ ಕನಸು ಹೊದ್ದು ಮಲಗಿರುವ ಕಡಲ ತೀರಗಳಿವೆ. ಕ್ರಿಕೆಟ್, ಫುಟ್ಬಾಲ್, ಸರ್ಫಿಂಗ್, ಟ್ರೆಕಿಂಗ್ ರೀತಿಯ ಹೊರಾಂಗಣ ಚುಟುವಟಿಕೆಗಳ ಇಷ್ಟ ಪಡುವ ಆಸ್ಟ್ರೇಲಿಯನ್ನರಿಗೆ ಕಡಲ ತೀರಗಳ ಭೇಟಿ ಅವರ ಪ್ರವಾಸದ, ರಜಾ ದಿನದ ಅವಿಭಾಜ್ಯ ಅಂಗ. ಎಲ್ಲಾ ಕಡಲತೀರಗಳೂ ಅತ್ಯಂತ ಶುಭ್ರವಾಗಿದ್ದು ಕಸ, ಗಲೀಜು ಹುಡುಕಿ ನೋಡಿದರೂ ಸಿಗುವುದಿಲ್ಲ. ಸ್ವಚ್ಛತೆಯ ಬಗ್ಗೆ ಆಸ್ಟ್ರೇಲಿಯನ್ನರಿಗೆ ಇರುವ ಕಾಳಜಿ ಹಾಗೂ ಕಡಲ ತೆರಗಳ ಬಗ್ಗೆ ಅವರಿಗಿರುವ ಹೆಮ್ಮೆ ಅವರ ಕಡಲತೀರದಂತೆ ಸ್ಪಟಿಕ ಶುಭ್ರವಾಗಿವೆ.

ಸಿಡ್ನಿ ಮಹಾನಗರವೊಂದರಲ್ಲೇ ಸುಮಾರು 100ಕ್ಕೂ ಹೆಚ್ಚು ಕಡಲತೀರಗಳಿವೆ. ನಮ್ಮ ಪರಿಮಿತ ಕಾಲಾವಕಾಶದಲ್ಲಿ ನಾವು ನೋಡಲು ಆದದ್ದು ಕೇವಲ ಕೆಲವೇ ಕಡಲತೀರಗಳನ್ನು. ಎಲ್ಲಾ ಕಡಲು ತೀರದಲ್ಲೂ ಅದೇ ನೀರು, ಅದೇ ತೀರ ಎನ್ನುವಂತಿಲ್ಲ. ಕಡಲನ್ನು ಎಷ್ಟು ಕಡೆಗಳಲ್ಲಿ ನೋಡಿದರೂ ಅದು ಬೇರೆಯಾಗಿಯೇ ಕಾಣುತ್ತದೆ. ಮುತ್ತಿಕ್ಕುವ ಅಲೆಗಳು, ಸುತ್ತಲಿನ ಬೆಟ್ಟ, ವಾತಾವರಣ, ಮರಳು, ಮರಳಲ್ಲಿ ಆಡುವ ಮಕ್ಕಳು, ಕಾಲು ನೆನಸುವವರು ಇವೆಲ್ಲವೂ ಸೇರಿ ಒಂದು ಕಡಲಾಗುತ್ತದೆ. ಅದೇ ಕಡಲನ್ನು ಇನ್ನೊಂದು ಕ್ಷಣ ಬಿಟ್ಟು ನೋಡಿದರೂ ಯಾವುದೂ ಒಂದು ಬೇರೆ ಅಲೆ ಬಂದು ಕಡಲೇ ಬೇರೆಯಾಗಿರುತ್ತದೆ.

ಸವೆದಷ್ಟೂ ತೀರದ ಸಮುದ್ರ ತೀರ–ಬಾಂಡಿ ಬೀಚ್

ನಾವು ಮುಖ್ಯವಾಗಿ ನೋಡಿದ್ದು ಸಿಡ್ನಿ ನಗರದ ಬಾಂಡಿ ಬೀಚ್. ಆಸ್ಟ್ರೇಲಿಯಾದ ಕಡಲ ತೀರಗಳಲ್ಲಿಯೇ ಇದು ಅತ್ಯಂತ ಜನಪ್ರಿಯ. ಈಜಲು ಉತ್ಸಾಹದಿಂದ ಹೊರಟಿದ್ದ ನನ್ನ ಮಗನಿಗೆ ಆ ಕಡಲ ತಣ್ಣಗಿನ

ನೀರು ಸ್ಪರ್ಷಿಸಿದೊಡನೆ ಅವನ ಉತ್ಸಹ ಇಳಿದು ಹೋಯಿತು. ನಮಗಂತೂ ಬಾಂಡಿ ಕಡಲತೀರದ ನೀರು ಆಡಲು ಅಥವಾ ಈಜಲು ಅಸಾಧ್ಯವಾಗಿತ್ತು. ಅದೇ ವೇಳೆ ನನಗೆ ಗೋಕರ್ಣದ ಕಡಲ ತೀರಗಳು ನೆನಪಿಗೆ ಬಂದವು. ಮಧ್ಯಾಹ್ನದ ಹೊತ್ತಿಗೆ ಹಂಡೆ ನೀರಿನಂತೆ ಕಾದ ಅರೇಬಿಯನ್ ಸಾಗರ ನನಗೆ ಈಜಲು ಹೇಳಿ ಮಾಡಿಸಿದ ಜಾಗವಾಗಿತ್ತು. ಗಂಟೆಗಟ್ಟಲೆ ಆ ನೀರಲ್ಲಿ ಕಳೆದಿದ್ದೆದೆ. ಬಾಂಡಿ ಕಡಲತೀರದ ತಣ್ಣನೆಯ ನೀರಲ್ಲೂ ಆಸ್ಟ್ರೇಲಿಯನ್ನರು ಮುಳುಗಿ, ಆಟವಾಡಿ, ಸರ್ಫಿಂಗ್ ಮಾಡಿ ಆನಂದಿಸುತ್ತಿದ್ದರು. ನನ್ನ ಮಗ ಮತ್ತು ನಾನು ಬಾಂಡಿ ಕಡಲತೀರದ ಮೇಲೆ ಕೂತು ನಮ್ಮದೇ ಒಂದು ಕಡಲು ಮಾಡಿದೆವು. ಆ ಮರಳಲ್ಲಿ ಅಗೆದಾಗ ಎರಡು ಮೂರು ಸೆಂಟಿಮೀಟರ್ ಆಳದಲ್ಲಿಯೇ ನೀರು ಸಿಕ್ಕಿತು; ಅದರ ಸುತ್ತ ಕಟ್ಟೆ ಕಟ್ಟಿ, ಕಪ್ಪೆ ಗೂಡು ಮಾಡಿ ಅದರಲ್ಲಿ ಕಾಲನ್ನು ಜೋಪಾನವಾಗಿಟ್ಟೆವು. ಸುತ್ತಲೂ ಇದ್ದ ಅನೇಕ ಕಲ್ಲು ಬಂಡೆಗಳ ಮೇಲೆ ಕೂತು ಗಂಟೆಗಟ್ಟಲೆ ಸಮುದ್ರದ ಅಲೆಗಳು ಹೇಳುವ ಕಥೆಗಳ ಕೇಳಿದೆವು.

ಬಾಂಡಿ ಎಂದರೆ ಅಬಾರಿಜಿನಲ್ಸ್ ಭಾಷೆಯಲ್ಲಿ “ಬಂಡೆಗಳ ಮೇಲೆ ಒಡೆಯುವ ನೀರು“. ಪೂರ್ತಿ ಒಂದು ಕಿ.ಮೀ. ಉದ್ದದ ಬಾಂಡಿ ಕಡಲ ತೀರದಲ್ಲಿ ಬಂಡೆಗಿಂತ ಚಿನ್ನದ ಬಣ್ಣದ ಮರಳೇ ಹೆಚ್ಚಿರುವಾಗ ಬಂಡೆಗಳ ಮೇಲೆ ಒಡೆಯುವ ನೀರು ಎಂಬ ಹೆಸರು ಸೋಜುಗ ಹುಟ್ಟಿಸಿತು.

ಬಾಂಡಿ ಬೀಚಿನ ಸುತ್ತಲಿನ ಕಪ್ಪು ಕಲ್ಲುಗಳ ಮೇಲೆ ಬಾರ್ನಾಕಲ್ ಎಂಬ ಏಡಿ ಜಾತಿಯ ಪ್ರಾಣಿಗಳು ಗಟ್ಟಿಯಾಗಿ ಅಂಟಿಕೊಂಡಿದ್ದವು. ನೋಡಲು ಗಿಡದ ಮೊಗ್ಗಿನೊಳಗೆ ಹುದುಗಿರುವ ಕವಡೆಯ ರೀತಿ ಕಾಣುವ ಪ್ರಾಣಿಗಳು ಎಷ್ಟು ಬಿಗಿಯಾಗಿ ಕಲ್ಲಿಗೆ ಅಂಟಿಕೊಂಡಿದ್ದವೆಂದರೆ ನನ್ನ ಮಗ ಅವನ್ನು ಕೇಳಲು ಎಷ್ಟು ಪ್ರಯತ್ನಿಸಿದರೂ ಅವು ಜಗ್ಗಲಿಲ್ಲ. ಕಲ್ಲಿನ ಮೇಲೊಂದು ಕಲ್ಲಾಗಿ ಅವು ಬದಲಾಗಿದ್ದವು.

ಚಿತ್ರ ಹಿಡಿದಿಡಲಾಗದ ಸುಂದರ ಸ್ವರ್ಗ-ಬೈರನ್ ಬೇ ಬೀಚ್

ಬೈರನ್ ಬೇ ಬೀಚ್, ಆಸ್ಟ್ರೇಲಿಯಾದ ನ್ಯೂ ಸೌತ್ ವೇಲ್ಸ್ ರಾಜ್ಯದಲ್ಲಿರುವ ಒಂದು ಹಿಪ್ಪಿ ಸ್ವರ್ಗ. ಬಿಳಿ ಮರಳಿನ ಮೇಲೆ ಮಲಗಿ, ಸೂರ್ಯನ ಕಿರಣಗಳನ್ನು ಹೀರಿಕೊಳ್ಳುವುದು ಬೈರನ್ ಬೇ ಬೀಚ್‌ನ ಮುಖ್ಯ ಆಕರ್ಷಣೆ. ಸಂಜೆಯ ಸಮಯದಲ್ಲಿ ಸೂರ್ಯಾಸ್ತವನ್ನು ವೀಕ್ಷಿಸುವುದು ಅವಿಸ್ಮರಣೀಯ ಅನುಭವ. ಬೀಚ್‌ನಲ್ಲಿ ಯೋಗ ತರಗತಿಗಳು, ಧ್ಯಾನ, ಸಂಗೀತ ಕಾರ್ಯಕ್ರಮಗಳನ್ನು ಕಂಡೆವು. ಸ್ಥಳೀಯ ಮಾರುಕಟ್ಟೆಗಳಲ್ಲಿ ಕಲಾಕೃತಿಗಳು,

ಬಟ್ಟೆಗಳು, ಆಭರಣಗಳನ್ನು ಖರೀದಿಸಬಹುದು. ಬೈರನ್ ಬೇ ಸರ್ಫಿಂಗ್‌ಗೂ ಹೆಸರುವಾಸಿಯಾಗಿದೆ. ಅನೇಕ ಸರ್ಫಿಂಗ್ ಶಾಲೆಗಳು ಇಲ್ಲಿವೆ.

ಸಂಗೀತದ ಅಲೆಗಳ ಮೇಲೆ ಸರ್ಫಿಂಗ್ ಮೆರವಣಿಗೆ– ಸರ್ಫರ್ಸ್ ಪ್ಯಾರಡೈಸ್ ಬೀಚ್

ಉತ್ತರ ನ್ಯೂ ಸೌತ್ ವೇಲ್ಸ್ ಮತ್ತು ಕ್ವೀನ್ಸ್‌ಲ್ಯಾಂಡ್ ನಡುವಿನ ಗಡಿಯ ಸಮೀಪವಿರುವ ಗೋಲ್ಡ್ ಕೋಸ್ಟ್‌ನಲ್ಲಿರುವ ಸರ್ಫರ್ಸ್ ಪ್ಯಾರಡೈಸ್ ತನ್ನ ವಿಶ್ವಪ್ರಸಿದ್ಧ ಸರ್ಫಿಂಗ್ ಮತ್ತು ಬೀಚ್ ಟೌನ್ ದೃಶ್ಯಕ್ಕಾಗಿ ಪ್ರಪಂಚದಾದ್ಯಂತದ ಜನರನ್ನು ಸೆಳೆಯುತ್ತದೆ. ಅದರ ಪರಿಪೂರ್ಣ ಪಚ್ಚೆ (ನೀಲಿ-ಹಸಿರು ಮಿಶ್ರಿತ ಬಣ್ಣ) ಅಲೆಗಳು, ಉಪ್ಪು ಮತ್ತು ಬೇಸಿಗೆಯ ವಾಸನೆ ಮತ್ತು ವರ್ಷಪೂರ್ತಿ ಆಹ್ಲಾದಕರ ವಾತಾವರಣದೊಂದಿಗೆ, ಸರ್ಫಿಂಗ್ ಮಾಡಲು ಹೇಳಿ ಮಾಡಿಸಿದ ಸ್ಥಳವಾಗಿದೆ. ಸೂರ್ಯಾಸ್ತಮಾನದ ನಂತರ, ಕ್ವೀನ್ಸ್‌ಲ್ಯಾಂಡ್‌ನ ಅತ್ಯಂತ ಜನಪ್ರಿಯ ಬೀಚ್ ಪಟ್ಟಣಗಳಲ್ಲಿ ಒಂದಾದ ಇದು ಪ್ರವಾಸಿಗರಿಗೆ ಶಾಪಿಂಗ್ ಮಾಡಲು ಅಚ್ಚು ಮೆಚ್ಚಿನ ತಾಣ. ಸರ್ಫರ್ ಪ್ಯಾರಡೈಸ್ ಫೆಸ್ಟಿವಲ್, ಗೋಲ್ಡ್ ಕೋಸ್ಟ್ ಮ್ಯಾರಥಾನ್ ಮುಂತಾದ ಸ್ಪರ್ಧೆಗಳು ವರ್ಷೋರ್ವಕ್ಕೊಮ್ಮೆ ನಡೆಯುತ್ತವೆ.

ಸ್ಫಟಿಕ ಸ್ವರ್ಗದ ತೀರ–ವೈಟ್‌ಹ್ಯಾವನ್ ಬೀಚ್

ವಿಟ್‌ಸಂಡೇ ಐಲೆಂಡ್ಸ್‌ನಲ್ಲಿರುವ ವೈಟ್‌ಹ್ಯಾವನ್ ಹೆಸರು ಬೀಚಿಗೆ ಅನ್ವರ್ಥನಾಮ. ಸ್ಫಟಿಕ ಶುಭ್ರ ಮೃದು ಬಿಳಿ ಮರಳು ನಮ್ಮನ್ನು ಮಂತ್ರಮುಗ್ಧಗೊಳಿಸಿತು. ಸಣ್ಣ ಸಣ್ಣ ಮರಳಿನ ಕಣಗಳಲ್ಲಿ ನಡೆದಾಗ ಪಾದ ಕುಸಿಯುವ ಅನುಭವದ ಜೊತೆ, ಕಾಲನ್ನು ಉದ್ದೀಪನಗೊಳಿಸುವ ಅನುಭವ ನೀಡುತ್ತದೆ. ಇಲ್ಲಿನ ನೀರು ನೀಲಿ-ಹಸಿರು ಬಣ್ಣದಲ್ಲಿ ಕಂಗೊಳಿಸುತ್ತದೆ. ಇಲ್ಲಿ ಸ್ನಾರ್ಕೆಲಿಂಗ್ ಮತ್ತು ಡೈವಿಂಗ್ ಮಾಡುವುದು ಅದ್ಭುತ ಅನುಭವ. ಹವಳದ ದಂಡೆಗಳು, ಬಣ್ಣಬಣ್ಣದ ಮೀನುಗಳು ಕಡಲ ಜೀವಿಗಳ ವರ್ಣರಂಜಿತ ಪ್ರಪಂಚವನ್ನು ಸವಿದು ದೋಣಿಯಲ್ಲಿ ವಿಹರಿಸಿದೆವು.

ಕಡಲಿಗದ್ದಿದ ಕುಂಚ–ಬೆಲ್ ಬೀಚ್

ಬೆಲ್ ಬೀಚ್‌ನ ಅನುಭವವನ್ನು ಶುರುವಾಗುವುದು ಅದರ ಅಲೆಗಳ ಸಂಗೀತದಿಂದ. ಈ ಅಲೆಗಳ ಮೇಲೆ ಸರ್ಫರ್‌ಗಳು ಜಾರುವ ದೃಶ್ಯವನ್ನು

ದೂರದಿಂದಲೇ ಸವಿದೆವು. ಸರ್ಫಿಂಗ್ ಮಾಡುವವರ ಚಾಕಚಕ್ಯತೆ, ಸಮತೋಲನ, ಸಾಹಸ–ಮತ್ತು ಎಲ್ಲಕ್ಕಿಂತ ಮುಖ್ಯವಾಗಿ ಸಮುದ್ರದ ಅಲೆಗಳ ನಡುವೆ ತೇಲಿ ಬರುವ ಧೈರ್ಯ–ಇವೆಲ್ಲವೂ ಮನದಲ್ಲೇ ಮೆಚ್ಚಿ ಸ್ವತಃ ಸರ್ಫಿಂಗ್ ಮಾಡಲು ಧೈರ್ಯ ಸಾಲದೇ ನಿಂತೇ ನೋಡಿದೆ. ಬೆಲ್ ಬೀಚ್‌ನ ಮರಳು ಚಿನ್ನದಂತೆ ಹೊಳೆಯುತ್ತದೆ. ಅದರ ಮೇಲೆ ಕಾಲು ಇಡುವುದೇ ಖುಷಿ. ಬಂಡೆಗಳ ಮೇಲೆ ಕುಳಿತು, ಸೂರ್ಯಾಸ್ತವನ್ನು ವೀಕ್ಷಿಸುವುದು ಅವಿಸ್ಮರಣೀಯ ಅನುಭವ. ಸಂಜೆ ಆಕಾಶ ಕೆಂಪು, ಕಿತ್ತಳೆ, ನೇರಳೆ ಬಣ್ಣಗಳಿಂದ ತುಂಬಿ, ಒಂದು ಕಲಾತ್ಮಕ ಚಿತ್ರವನ್ನು ಸೃಷ್ಟಿಸುತ್ತದೆ. ಈ ಸಮಯದಲ್ಲಿ, ಮನಸ್ಸು ವರ್ಣಚಿತ್ರವನ್ನು ಕಾಪಿಟ್ಟು ಕೊಳ್ಳುತ್ತದೆ. ಬೆಲ್ ಬೀಚ್‌ನ ಸುತ್ತಲೂ ರಾಷ್ಟ್ರೀಯ ಉದ್ಯಾನವನಗಳಿದ್ದು, ಸ್ಥಳೀಯ ಸಸ್ಯ–ವನ್ಯಜೀವಿಗಳನ್ನು ನೋಡಬಹುದು. ಪೇಟೆಯಲ್ಲಿ ತಿರುಗಾಡಿ, ಸ್ಥಳೀಯ ಆಹಾರವನ್ನು ಸವಿಯಬಹುದು.

ಸ್ವರ್ಗವನ್ನೇ ಧರೆಗಿಳಿಸಿದ ವೈಢೂರ್ಯ ಬಣ್ಣದ ವೈಟ್ ಹೆವನ್ ಬೀಚ್

ಇದು ಬರಿ
ಬೆಳಗಲ್ಲೋ ಅಣ್ಣಾ

ಗಿರಿಯನ್ನು ನೀಲಿಯಾಗಿಸಿದ ನೀಲಗಿರಿ–ಆಕಾಶವನ್ನೇ ಹೊದ್ದಿರುವ ನೀಲಿ ಬೆಟ್ಟಗಳು

ಆಸ್ಟ್ರೇಲಿಯಾದ ನೀಲಿ ಪರ್ವತಗಳು (ಬ್ಲೂ ಮೌಂಟೈನ್ಸ್) ಸಿಡ್ನಿ ಮಹಾನಗರದಿಂದ ಪಶ್ಚಿಮಕ್ಕೆ ಸುಮಾರು 80 ಕಿ.ಮೀ. ದೂರದಲ್ಲಿರುವ ಕಣಿವೆಗಳ ಒಂದು ಶ್ರೇಣಿಯಾಗಿದೆ. ದೂರದಿಂದ ವೀಕ್ಷಿಸಿದಾಗ ಈ ಪರ್ವತಗಳು ಆಕಾಶವೇ ಧರೆಗಿಳಿದಂತೆ ನೀಲಿ ಬಣ್ಣದಿಂದ ಕಂಗೊಳಿಸುತ್ತವೆ; ಅಂತೆಯೇ ಇವಕ್ಕೆ ನೀಲಿ ಪರ್ವತಗಳು ಎಂಬ ಹೆಸರು. ಯುನೆಸ್ಕೋ ವಿಶ್ವ ಪರಂಪರೆಯ ತಾಣವಾಗಿರುವ ಈ ಪರ್ವತಗಳನ್ನು ನೋಡಲು ದಿನಕ್ಕೆ ಸಾವಿರಾರು ಪ್ರವಾಸಿಗರು ಬರುತ್ತಾರೆ. ಈ ಪರ್ವತಗಳ ತುಂಬಾ ಹಬ್ಬಿರುವ ನೀಲಗಿರಿ ಮರಗಳು ಹೊರಸೂಸುವ ನೀಲಗಿರಿ ಎಣ್ಣೆಯ ಸಣ್ಣ ಹನಿಗಳು ಬೆಳಕನ್ನು ಚದುರಿಸುವುದರಿಂದ ನೀಲಿ ಬಣ್ಣ ಗೋಚರಿಸುತ್ತದೆ (ಧೂಳಿನ ಕಣ ಸೂರ್ಯನ ಬೆಳಕನ್ನು ಚದುರಿಸುವುದರಿಂದ ಆಕಾಶವೂ ನೀಲಿ). ಕಣ್ಣು ಹಾಯಿಸಿದಷ್ಟೂ ಹಬ್ಬಿರುವ ನೀಲಗಿರಿ ಮರಗಳ ಸಾಗರದಲ್ಲಿ ದೂರದ ಪರ್ವತಗಳೆಲ್ಲಾ ನೀಲಿಯಾಗಿ ಕಂಗೊಳಿಸುತ್ತವೆ. ನೀಲಿ ಈ ರೀತಿ ತೀರದ ಸಮುದ್ರಕ್ಕೆ, ಹಬ್ಬಿದ ಆಕಾಶಕ್ಕೆ ಮತ್ತು ದೂರದ ಬೆಟ್ಟಗಳಿಗೆ ಬಣ್ಣವಾಗುತ್ತದೆ. ನಾವು ನಮ್ಮ ಊಟಿಯಲ್ಲೂ ನೀಲಗಿರಿ ಮರಗಳಿಂದ ನೀಲಿಯಾದ ಬೆಟ್ಟಗಳ ಕಾಣಬಹುದು.

ನಾವು ಸಿಡ್ನಿಯಿಂದ ಒಂದು ದಿವಸದ ಪ್ರವಾಸಕ್ಕೆ "ಆಜ್ ಟ್ರಯಲ್ಸ್" ಎಂಬ ಪ್ರವಾಸಿ ಸಂಸ್ಥೆಯ ಬಸ್ಸಿನಲ್ಲಿ ಪಯಣಿಸಿದೆವು. ಮೊದಲಿಗೆ ಸಿಡ್ನಿ ಮೃಗಾಲಯಕ್ಕೆ ಭೇಟಿ ನೀಡಿ ನಂತರ ಮಧ್ಯಾನ್ಹದ ಹೊತ್ತಿಗೆ ಬ್ಲೂ ಮೌಂಟೈನ್ಸ್ ತಲುಪಿದೆವು. ಬ್ಲೂ ಮೌಂಟೈನ್ಸ್ ಒಂದು ಅದ್ಭುತವಾದ ಮತ್ತು ವೈವಿಧ್ಯಮಯ ಭೂದೃಶ್ಯವನ್ನು ಹೊಂದಿವೆ. ಕಣಿವೆಗಳು, ಜಲಪಾತಗಳು, ಮಳೆಕಾಡುಗಳು, ಶಿಲಾ ರಚನೆಗಳು ಮತ್ತು ಸಣ್ಣ ಗ್ರಾಮಗಳನ್ನು ನಾವು ದಾರಿಯುದ್ದಕ್ಕೂ ಕಾಣಬಹುದು.

ನೀಲಿ ಪರ್ವತಗಳ ಪ್ರಾಚೀನ ಮರಳುಗಲ್ಲಿನಿಂದ ಕೂಡಿದ ಪ್ರಸ್ಥಭೂಮಿ ಹಾಗೂ ಕಣಿವೆಗಳು ಲಕ್ಷಾಂತರ ವರ್ಷಗಳ ಸವೆತದಿಂದ ಉಂಟಾಗಿರುವ ರಚನೆಗಳು. ಬೇರೆ ಲೋಕದಂತೆ ಅನಿಸುವ ಈ ಕಲ್ಲಿನ ರಚನೆಗಳೊಂದಿಗೆ ನೀಲಗಿರಿ ಮುಂತಾದ ವಿಶಿಷ್ಟ ಸಸ್ಯಗಳೂ, ಕೋಆಲಾ ಮತ್ತು ವಾಲಬಿಗಳು ನೀಲಿ ಪರ್ವತದಲ್ಲಿ ಕಾಣಸಿಗುತ್ತವೆ. ಈ ಪ್ರದೇಶದ ಸಾಂಪ್ರದಾಯಿಕ ನಿವಾಸಿಗಳಾದ ಗುಂಡುಂಗುರ್ರಾ ಜನರು ನೀಲಿ ಪರ್ವತಗಳೊಂದಿಗೆ ಆಳವಾದ

ಸಾಂಸ್ಕೃತಿಕ ಸಂಬಂಧವನ್ನು ಹೊಂದಿದ್ದಾರೆ. ಹಾಗಾಗಿಯೇ ಇಲ್ಲಿ ಮೂಲ ನಿವಾಸಿಗಳ ಶಿಲಾ ರಚನೆಗಳನ್ನು ಕಾಣಬಹುದು.

ಪಯಣದುದ್ದಕ್ಕೂ ನಾವು ದೃಷ್ಟಿ ಹಾಯಿಸಿದಷ್ಟೂ ಕಣ್ಣಿಗೆ ಬೀಳುವ ಸಾಗರದಂತೆ ಹಬ್ಬಿರುವ ನೀಲಗಿರಿ ಮರಗಳನ್ನು ಕಣ್ಣಿಗಿಳಿಸಿಕೊಂಡೆವು. ಆ ಬೇಸಿಗೆಯ ದಿನದಂದು ಬಿಸಿಲು ಜೋರಾಗಿಯೇ ಇತ್ತು. ನಮ್ಮ ಬಸ್ಸಿನ ಚಾಲಕ ನಾವು ಬ್ಲೂ ಮೌಂಟನ್ನಿನ ಮೇಲೆ ಮಾಡಬಹುದಾದ ಚಟುವಟಿಕೆಗಳಿಗೆ ನಮ್ಮನ್ನು ಮಾನಸಿಕವಾಗಿ ಸಿದ್ಧಗೊಳಿಸಿದ. ನಮ್ಮ ಪಯಣದಲ್ಲಿ ಮೊದಲಿಗೆ ಕೇಬಲ್ ವೇ, ನಂತರ ಸ್ಕೈ ವೇ ಮತ್ತು ಕೊನೆಗೆ ಸಿನಿಕ್ ರೈಲ್ವೆ ಈ ಮೂರು ಚಟುವಟಿಕೆಗಳ ಟಿಕೆಟ್ ನಮ್ಮ ಬಸ್ಸಿನ ಚಾಲಕ ಅದಾಗಲೇ ಖರೀದಿಸಿ ನಮಗೆ ಅದರ ಬಗ್ಗೆ ಕೂಲಂಕುಷ ವಿವರಣೆ ಕೊಟ್ಟ.

ನೀಲಿ ಪರ್ವತಗಳಲ್ಲಿ ಪ್ರವಾಸಿಗರ ಮನ ತಣಿಸಲು ಅನೇಕ ಚಟುವಟಿಕೆಗಳಿವೆ. ನೀಲಿ ಪರ್ವತದಲ್ಲಿ ಹೈಕಿಂಗ್ ಅತ್ಯಂತ ಜನಪ್ರಿಯ. ನಮ್ಮ ಬಸ್ಸು ದಾರಿ ಮಧ್ಯ ಅನೇಕ ವ್ಯೂ ಪಾಯಿಂಟ್ಸ್(ವೀಕ್ಷಣಾ ಸ್ಥಳಗಳು)ನಲ್ಲಿ ನಿಲ್ಲಿಸಿದಾಗ, ನಾವು ಹೈಕಿಂಗ್ ಮೂಲಕ ವೀಕ್ಷಣಾ ಸ್ಥಳಕ್ಕೆ ತಲುಪಿದ್ದೇವೆ. ಇಷ್ಟೇ ಅಲ್ಲದೆ ನೀಲಿ ಪರ್ವತಗಳಲ್ಲಿ ಹೈಕಿಂಗ್ ಮಾಡಲು ನೂರಾರು ಕಿ.ಮೀ. ಉದ್ದದ ಟ್ರೇಲ್‌ಗಳಿವೆ. ಅತ್ಯಂತ ಜನಪ್ರಿಯ ಟ್ರೇಲ್‌ಗಳಲ್ಲಿ ಒಂದಾದ ಗ್ರೇಟ್ ವೆಸ್ಟರ್ನ್ ವಾಲ್ಕ್, 100 ಕಿ.ಮೀ. ಉದ್ದದ ಟ್ರೇಲ್ ಆಗಿದ್ದು, ಲಿಥ್‌ಗೋಗೆ 100 ಕಿ.ಮೀ. ದೂರದಲ್ಲಿರುವ ನೆಪಿಯನ್‌ನಿಂದ ಕ್ಯಾಂಪ್‌ಬೆಲ್‌ವೆಲ್‌ವರೆಗೆ ಹೋಗುತ್ತದೆ.

ನೀಲಿ ಪರ್ವತಗಳಲ್ಲಿ ವೆಂಟ್‌ವರ್ತ್ ಫಾಲ್ಸ್, ಇಕೊ ಪ್ಯಾಸ್ ಜಲಪಾತ ಮತ್ತು ಗೋವೆಟ್ಸ್ ಲೀಪ್ ಮುಂತಾದ ಜಲಪಾತಗಳಿವೆ. ಜೊತೆಗೆ ರಮಣೀಯ ರೈಲು ಪ್ರವಾಸ ನೀಲಿ ಪರ್ವತದ ಮುಖ್ಯ ಆಕರ್ಷಣೆ. 100 ವರ್ಷಗಳಿಗೂ ಹೆಚ್ಚು ಹಳೆಯದಾದ ಬ್ಲೂ ಮೌಂಟೇನ್ಸ್ ಸೀನಿಕ್ ರೈಲ್ವೆ ನಮ್ಮ ಕೊಂಕಣ ರೈಲ್ವೆಯ ರಮಣೀಯ ನಿಸರ್ಗ ಮಾರ್ಗ ಜ್ಞಾಪಕ ತರಿಸುವಂತೆ ಲಿಥ್‌ಗೋದಿಂದ ಕ್ಯಾಂಪ್‌ಬೆಲ್‌ವೆಲ್‌ವರೆಗೆ ಚಲಿಸುತ್ತದೆ. ರೈಲು ಪ್ರವಾಸವು ನೀಲಿ ಪರ್ವತಗಳ ಅತ್ಯಂತ ಸುಂದರವಾದ ಭಾಗಗಳನ್ನು ನೋಡಲು ಉತ್ತಮ ಮಾರ್ಗವಾಗಿದೆ. ನೀಲಿ ಪರ್ವತಗಳಲ್ಲಿ ಜೆನ್ನೋಲನ್ ಗುಹೆಗಳು ಮತ್ತು ಲಿಥ್‌ಗೋ ಗುಹೆಗಳು ಮುಂತಾದ ಹಲವಾರು ಗುಹೆಗಳಿವೆ. ನಾವು ಕೇಬಲ್ ವೇನಲ್ಲಿ ಬೆಟ್ಟದ ಮೇಲಿಳಿದಾಗ ಮುಂಚೆ ಅಲ್ಲಿ ಕಲ್ಲಿದ್ದಲು ಗಣಿಗಾರಿಕೆಗಾಗಿ ಮಾಡಿದ್ದ ಅನೇಕ ಸುರಂಗಗಳನ್ನು ವೀಕ್ಷಿಸಿದೆವು.

ನೀಲಿ ಪರ್ವತಗಳು ವರ್ಷದ ಯಾವುದೇ ಸಮಯದಲ್ಲಿ ಭೇಟಿ ನೀಡಲು ಉತ್ತಮ ಸ್ಥಳವಾಗಿದೆ. ವೀಕ್ಷಣಾ ಸ್ಥಳಗಳಿಂದ ದೂರದ ಬೆಟ್ಟಗಳ ನೋಡುವಾಗ ನೀಲಗಿರಿ ಮರಗಳ ದೊಡ್ಡ ಸಮುದ್ರವೇ ನಮ್ಮ ಕಣ್ಮುಂದೆ ನಿಲ್ಲುತ್ತದೆ.

ಶಂಕ್ರಣ್ಣನ ನಂದಿ ಬೆಟ್ಟದ ರೋಪ್ ವೇ ಕನಸೂ ಬ್ಲೂ ಮೌಂಟನ್ ಸ್ಕೈ ವೇ ಕೇಬಲ್ ಕಾರೂ

ಕನ್ನಡದ ಧ್ರುವತಾರೆ ಶ್ರೀ ಶಂಕರ್ ನಾಗ್ ಅವರು ಕಂಡ ಕನಸುಗಳಲ್ಲಿ ಬೆಂಗಳೂರಿನ ಹತ್ತಿರದ ನಂದಿ ಬೆಟ್ಟಕ್ಕೆ ರೋಪ್ ವೇ ಹಾಕುವುದು ಕೂಡ ಒಂದು. ದಶಕಗಳೇ ಕಳೆದರೂ ಅವರ ಕನಸನ್ನು ನನಸು ಮಾಡಲು ನಮಗೆ ಇಂದಿಗೂ ಸಾಧ್ಯವಾಗಿಲ್ಲ. ಕನಸುಗಾರನ ಕನಸುಗಳೆಲ್ಲ ನನಸಾದರೆ ಹೇಗಿರುತ್ತದೆ ಎಂಬುದಕ್ಕೆ ಬ್ಲೂ ಮೌಂಟನ್‌ನ್ನಿನ ಕೇಬಲ್ ಕಾರ್ ಒಂದು ಉಜ್ವಲ ಉದಾಹರಣೆ.

ಬ್ಲೂ ಮೌಂಟನಿನಲ್ಲಿ ನಾವು ಕೇಬಲ್ ವೇ, ಸ್ಕೈ ವೇ ಮತ್ತು ಸಿನಿಕ್ ರೈಲ್ವೆ ಇವುಗಳ ರೋಚಕ ಅನುಭವವನ್ನು ಪಡೆದೆವು. ಪ್ರವಾಸಿಗರ ವೀಕ್ಷಣೆಯ ಅನುಭವ ಹೆಚ್ಚಿಸಲು ಮೈಯೆಲ್ಲಾ ಪಾರದರ್ಶಕ ಗಾಜಿನ ಕೇಬಲ್ ವೇಗೆ ಗಾಜಿನ ತಳವಿದ್ದು ಹೋಗುವಾಗ ನಮ್ಮ ಕಾಲಡಿಯ ಪ್ರಪಾತ ರಣ ಭೀಕರವಾಗಿ ಕಂಡಿತು. ಕ್ಯಾಂಪ್‌ಬೆಲ್‌ವೆಲ್‌ನಿಂದ ಎಕೊ ಪ್ಯಾಸ್‌ಗೆ ಹೋಗುವ ಕೇಬಲ್ ವೇ ಸುಮಾರು 500 ಮೀಟರಿನಷ್ಟು ಕಣಿವೆಯ ಆಳಕ್ಕೆ ಇಳಿದ ನಂತರ ಮೇಲೇರಿ ಶಿಖರದ ತುದಿ ತಲುಪುತ್ತದೆ. ಎತ್ತರದ ಸ್ಥಳಗಳಲ್ಲಿ ಭಯಪಡುವ ನಾನು ಮತ್ತು ನನ್ನ ಮಗ ಇಬ್ಬರೂ ಇಡೀ ಕೇಬಲ್ ವೆ ಪ್ರಯಾಣದುದ್ದಕ್ಕೂ ನಮ್ಮ ಮುಂದಿರುವ ಉಕ್ಕಿನ ಸರಳುಗಳನ್ನು ಅಲ್ಲಾಡದೆ ಹಿಡಿದು ಕೊಂಡಿದ್ದೆವು. ಇದೊಂದು ರೀತಿ ದೆವ್ವದ ಸಿನಿಮಾಗಳನ್ನು ನೋಡುವಾಗ ಸಿಗುವ ಭಯ ಮಿಶ್ರಿತ ರೋಮಾಂಚನದ ರೀತಿ–ಒಂದೆಡೆ ಪ್ರಪಾತದ ಭಯ ಇನ್ನೊಂದೆಡೆ ಇಡೀ ಪ್ರಕೃತಿ ನಮ್ಮನ್ನು ಸುತ್ತುವರಿದಿರೋ ರೋಮಾಂಚನ.

ಕೇಬಲ್ ವೇ ಲಿಥ್‌ಗೋ ಪ್ರಯಾಣ ಸುಂದರವಾದ ಕಣಿವೆಗಳು, ಜಲಪಾತಗಳು ಮತ್ತು ರಾಕಿ ರಚನೆಗಳ ಪ್ರಕೃತಿಯ ಮನಮೋಹಕ ದೃಶ್ಯಗಳ ಅನುಭವ ನೀಡುತ್ತದೆ. ಲಿಥ್‌ಗೋ ನಗರದಿಂದ ಕ್ಯಾಂಪ್‌ಬೆಲ್‌ವೆಲ್‌ವರೆಗೆ 2.7 ಕಿ.ಮೀ. ಉದ್ದದ ಈ ಕೇಬಲ್ ವೇ ಪ್ರವಾಸವು ನೀಲಿ ಪರ್ವತಗಳ ಅತ್ಯಂತ ಜನಪ್ರಿಯ ಪ್ರವಾಸಿ ಆಕರ್ಷಣೆಯಾಗಿದೆ. 30 ನಿಮಿಷದ ಪ್ರವಾಸದ ಸಮಯದಲ್ಲಿ, ಜಮೈಕಾ ಪಾಸ್, ವೆಂಟ್‌ವರ್ತ್‌ಫಾಲ್ಸ್ ಮತ್ತು ಗೋವೆಟ್ಸ್ ಲೀಪ್ ಜಲಪಾತಗಳಂತಹ ನೀಲಿ ಪರ್ವತಗಳ ಕೆಲವು ಅತ್ಯಂತ ಪ್ರಸಿದ್ಧ ಹೆಗ್ಗುರುತುಗಳನ್ನು ನೋಡಬಹುದು.

ನಂತರದ ಸ್ಕೈ ವೇ ಪಯಣದಲ್ಲಿ ನಾವು "ಮೂರು ಸಹೋದರಿಯರು" ಎಂದು ಹೆಸರು ಪಡೆದ ಬಂಡೆಗಳನ್ನು ಹತ್ತಿರದಿಂದ ವೀಕ್ಷಿಸಿದೆವು. ಸ್ಕೈ ವೇನಲ್ಲಿ ಪಯಣಿಸುವಾಗ ತ್ರಿಶಂಕು ಸ್ವರ್ಗದ ಅನುಭವ ಪಡೆಯಬಹುದು.

ಗಾಜಿನ ಬಂಡಿಯಲ್ಲಿ ಸುತ್ತಲೂ ನಮ್ಮನ್ನು ಆವರಿಸಿರುವ ಮೇಲಿನ ಆಕಾಶ, ಅಕ್ಕ ಪಕ್ಕದ ಬೆಟ್ಟ, ಕಾಡು, ಮತ್ತು ಕಾಲ ಕೆಳಗೆ ಭೀಕರವಾಗಿ ಕಾಣಿಸುವ ಪ್ರಪಾತ. ಇವೆಲ್ಲವುಗಳಲ್ಲಿ ಯಾವುದೊಂದನ್ನು ನೋಡಿದರೂ ಮಿಕ್ಕೆರಡನ್ನು ಬಿಡಬೇಕಾಗುತ್ತದೆ. ಈ ಸಂದಿಗ್ದದಲ್ಲೇ ಅಲ್ಲಿಂದಿಲ್ಲಿಗೆ ಕಣ್ಣು ಕೀಲಿಸುತ್ತ ನೋಡುತ್ತಿದ್ದಾಗಲೇ ಪಯಣದ ಕೊನೆ ಬಂದಿತ್ತು.

ಕೇಬಲ್ ವೇ ಮತ್ತು ಸ್ಕೈ ವೇ ಎರಡು ಬೆಟ್ಟಗಳ ನಡುವೆ ಪಯಣಿಸಿದರೆ ಕೊನೆಯ ಸಿನಿಕ್ ರೈಲ್ವೆ ಕಡಿದಾದ ಬಂಡೆಗಳ ಮೇಲೆ ಪಯಣಿಸುತ್ತದೆ. ಸಿನಿಕ್ ರೈಲ್ವೆ ಸುಮಾರು 52 ಡಿಗ್ರಿ ಕೋನದಲ್ಲಿ ಇಳಿಯುವುದರಿಂದ ಅದು ಜಗತ್ತಿನ ಅತ್ಯಂತ ಕಡಿದಾದ ಸಾರ್ವಜನಿಕ ರೈಲ್ವೆ ಎಂಬ ಖ್ಯಾತಿ ಪಡೆದಿದೆ. ಸಿನಿಕ್ ರೈಲ್ವೆ ಕಡಿದಾದ ಬಂಡೆಗಳ ನಡುವೆ ನಿರಾಯಾಸವಾಗಿ ಚಲಿಸುತ್ತದೆ. ಅಮ್ಯೂಸ್ಮೆಂಟ್ ಪಾರ್ಕಿನ ರೋಲರ್ ಕೋಸ್ಟರ್ ಪ್ರಯಾಣದ ನಿಜ ರೂಪವಾಗಿರುವ ಈ ಟ್ರಾಮ್ ಅತ್ಯಂತ ಇಕ್ಕಟ್ಟಾದ ಮಾರ್ಗದಲ್ಲಿ ಚಲಿಸುತ್ತದೆ. 19ನೇ ಶತಮಾನದಲ್ಲಿ ಕಟೊಂಬ ಗಣಿಗಾರಿಕೆಗೆಂದು ಉಪಯೋಗಿಸ್ಪಡುತ್ತಿದ್ದ ರೈಲನ್ನು ಈಗ ಪ್ರವಾಸಿಗರಿಗಾಗಿ ಬಳಸುತ್ತಿದ್ದಾರೆ. ರೋಮಾಂಚನ ಹೆಚ್ಚು ಮಾಡಲು ನಮ್ಮ ಆಸನವನ್ನು ಹಿಂದಕ್ಕೋ ಮುಂದಕ್ಕೋ ಮಾಡುವ ಸೌಕರ್ಯ ಇದ್ದರೂ ನಾವ್ಯಾರೂ ಅದನ್ನು ಬದಲಿಸುವ ಸಾಹಸಕ್ಕೆ ಕೈ ಹಾಕಲಿಲ್ಲ. ಮನರಂಜನಾ ಪಾರ್ಕಿನ ರೋಲರ್ ಕೋಸ್ಟರ್‌ನಷ್ಟು ಕಡಿದಾದ ಜಾಗದಲ್ಲಿ ಚಲಿಸಿದರೂ ಹತ್ತುವಾಗ ಮತ್ತು ಇಳಿಯುವಾಗ ಕಡಿಮೆ ವೇಗದಲ್ಲಿ ಚಲಿಸುವುದರಿಂದ ಯಾವುದೇ ಭಯವಾಗುವುದಿಲ್ಲ. ಸುತ್ತಲಿನ ಪ್ರಕೃತಿ, ಬಂಡೆಗಳನ್ನು ನೋಡುತ್ತಾ ಪಯಣ ಮುಗಿದದ್ದೇ ಗೊತ್ತಾಗುವುದಿಲ್ಲ.

ಕೇಬಲ್ ವೇನಲ್ಲಿ ಇಳಿದು ಬ್ಲೂ ಮೌಂಟನ್ನಿನ ಕಾಡುಗಳಲ್ಲಿ ನಡೆಯುವಾಗ ನಮ್ಮ ಮಾರ್ಗದರ್ಶಿ ಅಲ್ಲಿ ಮುಚ್ಚಿದ್ದ ಗಣಿ ಸುರಂಗಗಳನ್ನು ತೋರಿಸುತ್ತ ಗಣಿ ಕಾರ್ಮಿಕರ ಕಥೆ ವಿವರಿಸಿದ. 19ನೇ ಶತಮಾನದಲ್ಲಿ ಕಟೊಂಬದಲ್ಲಿ ಕಲ್ಲಿದ್ದಲು ಗಣಿಗಾರಿಕೆಯಲ್ಲಿ ಜೋರಾಗಿ ನಡೆಯುತ್ತಿದ್ದ ಕಾಲದಲ್ಲಿ ನೂರಾರು ಗಣಿ ಕಾರ್ಮಿಕರು ಕೆಲಸ ಮಾಡಿದ್ದರು. ಈಗ ಎಲ್ಲ ಗಣಿಗಳನ್ನೂ ಮುಚ್ಚಲಾಗಿ ಅವೀಗ ಪ್ರವಾಸಿಗರ ಆಕರ್ಷಿಸುವ ಪಾರಂಪರಿಕ ತಾಣಗಳಾಗಿವೆ. ಆ ಗಣಿಗಳ ಹೊರಗೆ ಈಗಲೂ ಗಣಿಗಾರಿಕೆಗೆ ಉಪಯೋಗಿಸುತ್ತಿದ್ದ ಹತಾರಗಳನ್ನು ನೋಡಿದೆವು. ಒಂದು ಕಾಲದಲ್ಲಿ ಆರ್ಥಿಕ ಅಭಿವೃದ್ಧಿಗೆ ಊರುಗೋಲಾಗಿದ್ದ ಗಣಿಗಾರಿಕೆಯಂತ ಉದ್ಯಮಗಳು ಈಗ ಪಳೆಯುಳಿಕೆಗಳಾಗಿ ಕೇವಲ ಸ್ಮಾರಕಗಳಾಗಿವೆ. ಅಂತೆಯೇ ನಾವು ಈಗ ತಲೆ ಮೇಲಿಟ್ಟು ಮೆರೆಸುವ ಉದ್ಯಮಗಳು ನನ್ನ ಮಗನ ಸಮಯಕ್ಕೆ ಕೇವಲ ಪಳೆಯುಳಿಕೆಗಳಾಗುವ ಸಾಧ್ಯತೆ ಈ ಗಣಿಗಳ ವೀಕ್ಷಣೆಯಲ್ಲಿ ಎದ್ದು ಕಂಡಿತು.

ಉದ್ಯಾನನಗರಿಯಿಂದ ಉದ್ಯಾನಗಳ ಹಳ್ಳಿ ಲೀರ ವಿಲೇಜ್ ವರೆಗೆ

ಬ್ಲೂ ಮೌಂಟೈನ್ಸ್ ದಾರಿಯಲ್ಲಿ ಲೀರ ವಿಲೇಜ್ (Leura Village) ಎಂಬ ಪಟ್ಟಣದ ಬಗ್ಗೆ ಇಲ್ಲಿ ಹೇಳಲೇಬೇಕು. ಹೆಸರಿನಲ್ಲಿ "ಹಳ್ಳಿ" ಇದ್ದರೂ ಇದು ಸೌಕರ್ಯದಲ್ಲಿ, ಸೌಂದರ್ಯದಲ್ಲಿ, ಅಚ್ಚುಕಟ್ಟುತನದಲ್ಲಿ ಯಾವುದೇ ಸುಸಜ್ಜಿತ ನಗರಕ್ಕೂ ಕಮ್ಮಿಯಿಲ್ಲ. ಲೀರ ವಿಲೇಜ್ ಷೋಕಾಸ್ ಬೊಂಬೆಯಂತ ಅತ್ಯಂತ ಸುಂದರ ಜಾಗ. ಅನೇಕ ಸುಪ್ರಸಿದ್ಧ ಉದ್ಯಾನಗಳಿರುವುದರಿಂದ ಲೀರ ವಿಲೇಜ್ ಅನ್ನು "ಉದ್ಯಾನಗಳ ಹಳ್ಳಿ" ಎಂದೂ ಕರೆಯುತ್ತಾರೆ. ಉದ್ಯಾನ ನಗರಿ ಬೆಂಗಳೂರಿನಿಂದ ಉದ್ಯಾನಗಳ ಹಳ್ಳಿ ಲೀರ ವಿಲೇಜ್ ನೋಡಿದ್ದು ಒಂದು ಚೇತೋಹಾರಿ ಅನುಭವ.

ಲಾಲ್ ಬಾಗ್‌ನಲ್ಲಿ ವರ್ಷಕ್ಕೆರಡು ಬಾರಿ ನಡೆಯುವ ಫಲ-ಪುಷ್ಪ ಪ್ರದರ್ಶನದಂತೆ ಲೀರ ವಿಲೇಜ್‌ನಲ್ಲಿ ವರ್ಷಕ್ಕೊಮ್ಮೆ ಲೀರ ಗಾರ್ಡನ್ ಫೆಸ್ಟಿವಲ್ ನಡೆದು ಅದರಿಂದ ಬಂದ ಹಣದಿಂದ ಉದ್ಯಾನಗಳ ಅಭಿವೃದ್ಧಿಗಾಗಿ ಬಳಸಲಾಗುತ್ತದೆ. ಲೀರ ವಿಲೇಜಿನ ಸೌಂದರ್ಯ ಹೆಚ್ಚಿಸಲು ರಸ್ತೆ ಮಧ್ಯದಲ್ಲಿ ಗುಲಾಬಿ ಬಣ್ಣದ ಚೆರ್ರಿ ಮರಗಳನ್ನು ಲೀರ ಗಾರ್ಡನ್ ಫೆಸ್ಟಿವಲ್‌ನಿಂದ ಬಂದ ಹಣ ಉಪಯೋಗಿಸಿ ನೆಡಲಾಗಿದೆ. ಲಾಲ್ ಬಾಗಿನ ಫಲ-ಪುಷ್ಪ ಪ್ರದರ್ಶನದಿಂದ ಬರುವ ಆದಾಯದಿಂದ ಬೆಂಗಳೂರಲ್ಲೂ ಗುಲ್ ಮೊಹರ್, ಚೆರ್ರಿ ಮುಂತಾದ ಗಿಡಗಳ ನೆಟ್ಟು ಮತ್ತೆ ಇಡೀ ಬೆಂಗಳೂರಿಗೆ ಬಣ್ಣ ಬಳಿಯುವ ಯೋಚನೆ ಮೂಡಿತು.

ಸುಮಾರು ನಾಲ್ಕು ಸಾವಿರ ಜನಸಂಖ್ಯೆ ಇರುವ ಲೀರ ವಿಲೇಜಿನಲ್ಲಿ ವಾರಕ್ಕೊಮ್ಮೆ ಆ ಊರಿನ ಸುಮಾರು 10 ಮಂದಿ ಸ್ವಯಂ ಸ್ಫೂರ್ತಿಯಿಂದ ಲೀರ ಮಾಲ್ ಸುತ್ತಲಿನ ಉದ್ಯಾನದ ನಿರ್ವಹಣೆ ಹೊತ್ತು ಶ್ರಮದಾನ ಮಾಡುತ್ತಾರೆ. ಲೀರ ವಿಲೇಜಿನ ಕ್ಯಾಂಡಿ ಅಂಗಡಿಯಲ್ಲಿ ನನ್ನ ಮಗನ ದಂಬಾಲಿಗೆ ಶರಣಾಗಿ ಇಂಗ್ಲಿಷ್ ಟಾಫಿ ಮತ್ತು ಕೆಲವು ಚಾಕಲೇಟ್‌ಗಳನ್ನು ಕೊಂಡೆವು. ವರ್ಷ ಪೂರ್ತಿ ರಸ್ತೆಯ ಇಕ್ಕೆಲಗಳಲ್ಲಿ ಬಣ್ಣ ಬಣ್ಣದ ಹೂಗಳಿಂದ ಕಂಗೊಳಿಸುವ ಲೀರ ವಿಲೇಜಿಗೆ 'ಪರ್ವತಗಳ ಮುಕುಟ ಮಣಿ' ಎಂಬ ಬಿರುದು ಸಾರ್ಥಕವಾಗಿದೆ. ಯುರೋಪಿಯನ್ ಉದ್ಯಾನವನಗಳಿಂದ, ರಸ್ತೆಯ ಎರಡೂ ಬದಿಗಳಲ್ಲಿ ಸಾಲು ಮರಗಳು ಸ್ವಾಗತ ಕೋರುವ ಲೀರ ವಿಲೇಜ್ ಕಲಾ ಗ್ಯಾಲರಿ, ಕಾಫಿ ಅಂಗಡಿ ಮತ್ತು ರೆಸ್ಟೋರೆಂಟ್‌ಗಳಿಗೆ ಪ್ರಸಿದ್ಧವಾಗಿದೆ. ಚೆರ್ರಿ ಮರಗಳಿಂದ ಸಿಂಗಾರಗೊಂಡ ಲೀರ ದಲ್ಲಿನ ಮನೆಗಳು ನಮ್ಮಲ್ಲಿನ ಫಾರ್ಮ್ ಹೌಸ್‌ಗಳಷ್ಟು ವಿಶಾಲವಾಗಿ ಪ್ರತಿಯೊಂದೂ ತಮ್ಮದೇ ಆದ ಪ್ರತ್ಯೇಕ ಅಂಗಳದ ಉದ್ಯಾನ ಹೊಂದಿದೆ.

ಅಹಲ್ಯೆಯಂತೆ ಶಾಪವಿಮೋಚನೆಗೆ ಕಾದಿರುವ 3 ಸಹೋದರಿಯರು

ನೀಲಿ ಪರ್ವತಗಳ ಪ್ರಮುಖ ಆಕರ್ಷಣೆ 3 ಸಹೋದರಿಯರು ಎಂದು ಕರೆಯಲ್ಪಡುವ, ಅದ್ಭುತವಾದ ಕಲ್ಲಿನ ರಚನೆಗಳು, ಅವು ಯುನೆಸ್ಕೋ ವಿಶ್ವ ಪರಂಪರೆಯ ತಾಣವೆಂದು ಗುರುತಿಸಲ್ಪಟ್ಟಿದೆ. ಮೀಹ್ನಿ, ವಿಮಲಾ ಮತ್ತು ಗುನ್ನೆದೂ ಎಂಬ ಈ ಮೂರು ಕಲ್ಲಿನ ರಚನೆಗಳು 900 ಮೀಟರ್‌ಗಿಂತ ಹೆಚ್ಚು ಎತ್ತರದಲ್ಲಿವೆ. ಲಿಥ್‌ಗೋ ನಗರದಿಂದ ಸುಮಾರು 7 ಕಿ.ಮೀ. ದೂರದಲ್ಲಿರುವ ಈ 3 ಸಹೋದರಿಯರು 49 ದಶ ಲಕ್ಷ ವರ್ಷಗಳ ಹಿಂದಿನ ಸತತ ಸವೆತದಿಂದ ರೂಪುಗೊಂಡಿದ್ದು, ಈ ಪ್ರದೇಶದ ಭೌಗೋಳಿಕ ಇತಿಹಾಸದ ಸಾಕ್ಷಿಯಾಗಿದೆ.

3 ಸಹೋದರಿಯರ ತಲುಪಲು ಈಜಿ ವೇ ಮುಂತಾದ ಹೈಕಿಂಗ್ ಜಾಡುಗಳಿವೆ ಹಾಗೂ ಸುತ್ತಲೂ ಹಲವಾರು ವೀಕ್ಷಣಾ ವೇದಿಕೆಗಳು ಇವೆ. ನಮ್ಮ ಫೋಟೋ ಸಮಯವೆಲ್ಲಾ ಕಳೆದದ್ದು ಎಕೊ ಪಾಯಿಂಟ್ ಎಂಬ ವೀಕ್ಷಣಾ ಸ್ಥಳದಲ್ಲಿ. ಇದಲ್ಲದೆ ಬ್ಲೂ ಮೌಂಟೇನ್ಸ್ ಸೆನಿಕ್ ರೈಲ್ವೇ 3 ಸಹೋದರಿಯರ ಹತ್ತಿರ ಹಾದುಹೋಗುತ್ತದೆ.

ಆಸ್ಟ್ರೇಲಿಯಾದ ಮೂಲ ನಿವಾಸಿಗಳಾದ ಅಬಾರಿಜಿನಲ್ಸ್ ಜನರಿಗೆ ಪವಿತ್ರ ಸ್ಥಳವಾದ 3 ಸಹೋದರಿಯರ ಬಗ್ಗೆ ಅವರ ಪರಂಪರೆಯಲ್ಲಿ ಅನೇಕ ಪುರಾಣ ಕಥೆಗಳಿವೆ. ಒಂದು ಜನಪ್ರಿಯ ಕಥೆಯ ಪ್ರಕಾರ ಕಟೊಂಬ ಪಂಗಡದ ಮೀಹ್ನಿ, ವಿಮಲಾ ಮತ್ತು ಗುನ್ನೆದೂ ತಮ್ಮ ನೆರೆಯ ನಫೆಯನ್ ಪಂಗಡದ ಮೂರು ಸಹೋದರರನ್ನು ಪ್ರೀತಿಸುತ್ತಾರೆ. ಈ ಪ್ರೀತಿಯ ವಿಷಯ ತಿಳಿದಾಗ ಎರಡೂ ಪಂಗಡಗಳ ನಡುವೆ ಭೀಕರ ಹೋರಾಟ ನಡೆಯುತ್ತದೆ (ಕನ್ನಡದ 'ಗೀತಾ' ಚಲನಚಿತ್ರದ ಹಾಡು 'ಕೇಳದೆ ನಿಮಗೀಗ ದೂರದಲ್ಲಿ ಯಾರೋ ಹಾಡು ಹೇಳಿದಂತೆ..' ಯಲ್ಲಿ ಇದೇ ರೀತಿಯ ಎರಡು ಊರಿನ ಮಧ್ಯೆ ಗಂಡು ಹೆಣ್ಣಿನ ಪ್ರೀತಿಯಿಂದಾಗಿ ಕದನವಾಗುವ ಸನ್ನಿವೇಶವಿದೆ). ಈ ಹೋರಾಟದಲ್ಲಿ ತನ್ನ ಮಕ್ಕಳನ್ನು ರಕ್ಷಿಸಲು ಕಟೊಂಬ ಪಂಗಡದ ಮುಖ್ಯಸ್ಥ ತನ್ನ ಶಕ್ತಿ ಉಪಯೋಗಿಸಿ ಮೀಹ್ನಿ, ವಿಮಲಾ ಮತ್ತು ಗುನ್ನೆದೂ ಅವರನ್ನು ಶಿಲೆಗಳನ್ನಾಗಿ ಮಾಡುತ್ತಾನೆ. ದುರದೃಷ್ಟವಶಾತ್, ಕದನದಲ್ಲಿ ಕಟೊಂಬ ಪಂಗಡದ ಮುಖ್ಯಸ್ಥ ಮರಣ ಹೊಂದಿದ ಪರಿಣಾಮ ಇಂದಿಗೂ ಆ ಮೂರು ಸಹೋದರಿಯರು ಮೀಹ್ನಿ, ವಿಮಲಾ ಮತ್ತು ಗುನ್ನೆದೂ ಶಿಲೆಗಳಾಗಿ ಉಳಿದಿದ್ದಾರೆ.

ಈ ಕಥೆಯನ್ನು ಕೇಳಿದಾಗ ನಮ್ಮ ಉತ್ತರ ಕನ್ನಡ ಜಿಲ್ಲೆಯ ಯಾಣದಲ್ಲಿರುವ ಭೈರವೇಶ್ವರ ಶಿಖರದ ಸುತ್ತ ಹಬ್ಬಿರುವ ಕಥೆ ಜ್ಞಾಪಕ

ಬಂತು. ಯಾಣದ ಕಥೆಯಲ್ಲಿ ಭಸ್ಮಾಸುರ ಮತ್ತು ಮೋಹಿನಿಯ ನೃತ್ಯ, ಕೊನೆಗೆ ತನ್ನ ತಲೆಯ ಮೇಲೆ ತಾನೇ ಕೈಯಿಟ್ಟು ಬೂದಿಯಾದ ಭಸ್ಮಾಸುರ ಮತ್ತು ಆ ಭೀಕರ ನೃತ್ಯದಿಂದಾಗಿ ಕಪ್ಪಾದ ಶಿಲೆಗಳಿವೆ. ಅದೇ ರೀತಿ ಗೌತಮ ಋಷಿಯ ಶಾಪದಿಂದಾಗಿ ಕಲ್ಲಾದ ಅಹಲ್ಯೆ ಕೂಡ ನೆನಪಾದರು. ತಮ್ಮದಲ್ಲದ ತಪ್ಪಿಗೆ ಅಹಲ್ಯೆಯ ರೀತಿ ಈ ಮೂರು ಸಹೋದರಿಯರು ಕಲ್ಲಾಗಿರುವುದನ್ನು ಕಂಡಾಗ ಈ ರೀತಿ ಪುರಾಣದ ಕಥೆಗಳಲ್ಲಿ ಕಲ್ಲಾಗುವವರು ಮತ್ತು ಶಿಕ್ಷೆ ಅನುಭವಿಸುವವರು ಮಹಿಳೆಯರು/ದುರ್ಬಲರೇ ಯಾಕಾಗಿರುತ್ತಾರೆ ಎಂಬ ಜಿಜ್ಞಾಸೆ ಮೂಡಿತು.

ಎಕೊ ಪಾಯಿಂಟ್‌ನಿಂದ 3 ಸಹೋದರಿಯರ ವೀಕ್ಷಿಸಿದಾಗ, ಸಹಸ್ರಾರು ವರ್ಷಗಳಿಂದ ಆ ಮೂರು ಸಹೋದರಿಯರು ಕಂಡಿರುವ ಘಟನೆಗಳು, ಮನುಷ್ಯನ ವಿಕಾಸ, ಬದಲಾದ ಹವಾಮಾನ ಇತ್ಯಾದಿಗಳ ಬಗ್ಗೆ ಕುತೂಹಲ ಮೂಡಿತು. ಆ ಮೂರು ಶಿಲೆಗಳಿಗೆ ಶಾಪ ವಿಮೋಚನೆಯಾದರೆ, ಅವರು ನಮ್ಮ ಬಗ್ಗೆ ಏನೆಲ್ಲ ಹೇಳಬಹುದು, ಪುರಾತನ ಕಾಲದಿಂದ ನಮ್ಮನ್ನು ಕಂಡಿರುವ ಅವರು ನಮ್ಮ ಬಗ್ಗೆ ಏನು ಅನಿಸಿಕೆ ವ್ಯಕ್ತಪಡಿಸಬಹುದು ಎಂದನಿಸಿತು. ನಾವು ಅವರನ್ನು ನೋಡಿದಂತೆಯೇ ಅವರು ನಮ್ಮನ್ನು ಸಹಸ್ರಾರು ಕಣ್ಣುಗಳಿಂದ ನೋಡುತ್ತಿರುತ್ತಾರೆ ಎಂದು ಕಲ್ಪಿಸಿದಾಗ ಒಂದು ಕ್ಷಣ ಭಯವಾಯಿತು.

3 ಸಹೋದರಿಯರ ಭೌಗೋಳಿಕ ರಚನೆಯು ಸಹ ಕುತೂಹಲಕಾರಿಯಾಗಿದೆ–ಗ್ರಾನೈಟ್ ರಚನೆಗಳ ಕಾರಣದಿಂದ ಬೆಳಗ್ಗಿನ ಹೊತ್ತು ಅವು ಹೆಚ್ಚಿನ ಶಾಖವನ್ನು ಹೀರಿಕೊಂಡು ರಾತ್ರಿಯಲ್ಲಿ ನಿಧಾನವಾಗಿ ಬಿಡುಗಡೆ ಮಾಡುತ್ತವೆ. ಸೂರ್ಯಾಸ್ತದ ವೇಳೆ 3 ಸಹೋದರಿಯರು ಜೀವಕ್ಕೆ ಬರುತ್ತವೆ ಎಂದು ಹೇಳಲಾಗುತ್ತದೆ. ಸೂರ್ಯನ ಕಿರಣಗಳು ಗುಡ್ಡೆಗಳ ಮೇಲೆ ಬೀಳುವಾಗ, ಅವು ಗುಲಾಬಿ, ಕಿತ್ತಳೆ ಮತ್ತು ತಿಳಿ ನೀಲಿಯ ಬಣ್ಣಗಳನ್ನು ಪಡೆದುಕೊಳ್ಳುತ್ತವೆ.. ಈ ಅದ್ಭುತ ಪ್ರಕೃತಿ ವಿದ್ಯಮಾನವನ್ನು ವೀಕ್ಷಿಸಲು ಅನೇಕರು ಸೂರ್ಯಾಸ್ತದ ಸಮಯದಲ್ಲಿ ಎಕೊ ಪಾಯಿಂಟ್‌ನಲ್ಲಿ ನೆರೆಯುತ್ತಾರೆ.

3 ಸಹೋದರಿಯರು ಸೌಂದರ್ಯದ ಜೊತೆಗೆ ನಿಗೂಢತೆಯನ್ನೂ ಮೇಳೈಸಿಕೊಂಡಿವೆ; ನಮ್ಮ ಪುರಾತನ ಐತಿಹ್ಯದ ಸುತ್ತ ಹಬ್ಬಿದಂತೆ ನಿಗೂಢ ದಂತಕತೆಗಳು ಹಬ್ಬಿವೆ. ಕೆಲವು ಜನರು ಗುಡ್ಡಗಳ ಒಳಗೆ ಗುಪ್ತ ಗುಹೆಗಳು ಮತ್ತು ಪ್ರಾಚೀನ ಅಬಾರಿಜಿನಲ್ಸ್ ಕಲಾಕೃತಿಗಳು ಇವೆ ಎಂದು ನಂಬುತ್ತಾರೆ.

ಅಂತೂ ಇತಿಹಾಸ, ದಂತಕತೆ, ವಿರಳ ಭೌಗೋಳಿಕತೆ ಮತ್ತು ಪ್ರವಾಸಿ ಸ್ಥಳ ಇವೆಲ್ಲರ ಸಮ್ಮಿಶ್ರಣವಾದ 3 ಸಹೋದರಿಯರಿಗೆ ಶಾಪ ವಿಮೋಚನೆ ಮಾಡುವ ರಾಮ ಯಾವಾಗ ಬರುತ್ತಾನೋ ನೋಡಬೇಕು.

ತಾರೆಗಳ ಧರೆಗಿಳಿಸಿದ ಹನ್ನೆರಡು ದೇವದೂತರು

ಕನ್ನಡ ಹಾಗೂ ಭಾರತದ ಅನೇಕ ಚಲನಚಿತ್ರಗಳ ಹಾಡುಗಳು ಚಿತ್ರಿತಗೊಂಡು ಆ ಮೂಲಕ ತಾರಾ ವರ್ಚಸ್ಸು ಗಳಿಸಿರುವ "12 ಅಪೋಸ್ಟಲ್ಸ್" ವಾಸ್ತವವಾಗಿ ಸುಣ್ಣ ಕಲ್ಲುಗಳ ಪೇರಣೆ ಯಿಂದಾದ ಒಂದು ಪ್ರಾಕೃತಿಕ ವಿಸ್ಮಯ.

ಪಾಶ್ಚಿಮಾತ್ಯ ದೇಶಗಳಲ್ಲಿ ತಮ್ಮ ದೇಶದ ಪ್ರಾಕೃತಿಕ ಹಾಗೂ ಮಾನವ ನಿರ್ಮಿತ ಸ್ಮಾರಕ, ಕಟ್ಟಡಗಳನ್ನು ಅತ್ಯಂತ ಅಭಿಮಾನದಿಂದ ಎಲ್ಲಡೆ ಪ್ರಚಾರ ಮಾಡಿ ಅದಕ್ಕೊಂದು ಪ್ರವಾಸಿಗರ ಮಾರುಕಟ್ಟೆಯನ್ನು ಸೃಷ್ಟಿಸುವುದು ಅವರಿಗೆ ಕರಗತವಾದ ಕಲೆ. ಪ್ರತಿ ಕಟ್ಟಡ, ಸ್ಮಾರಕ, ಸ್ಥಳಕ್ಕೂ "ಜಗತ್ತಿನ ಅತ್ಯಂತ ಎತ್ತರದ', 'ದಕ್ಷಿಣ ಭೂಗೋಳದ ಅತ್ಯಂತ ದೊಡ್ಡ', 'ಕ್ರಿಕೆಟ್ ಮೈದಾನಗಳಲ್ಲಿ ಎರಡನೇ ದೊಡ್ಡ' ಇತ್ಯಾದಿ ವಿಶೇಷಣಗಳನ್ನು ಪೋಣಿಸಿ ಆ ಸ್ಥಳಗಳ ಸುತ್ತ ಒಂದು ಕೃತಕ ಪ್ರಭಾವಳಿಯನ್ನು ಸೃಷ್ಟಿಸಿ ಆ ಮೂಲಕ ಪ್ರವಾಸಿಗರ ಪಟ್ಟಿಯಲ್ಲಿ ಮತ್ತು ನೋಡುಗರ ಮನಸ್ಸಿನಲ್ಲಿ ಆ ಸ್ಥಳಗಳು ಸ್ಥಾನ ಪಡೆಯುವಂತೆ ಮಾಡುತ್ತಾರೆ. ಉದಾಹರಣೆಗೆ "12 ಅಪೋಸ್ಟಲ್ಸ್'ಗಿಂತಲೂ ಪುರಾತನವಾದ, ವಿಸ್ಮಯವಾದ ನಮ್ಮ ಯಾಣ ಶಿಖರಗಳಿದ್ದರೂ ನಾವು ಅದನ್ನು ಹೊರ ದೇಶದ ಪ್ರವಾಸಿಗರನ್ನು ಚುಂಬಕ ಶಕ್ತಿಯಂತೆ ಸೆಳೆಯುವ ಕೆಲಸ ಮಾಡಿಲ್ಲ. ಜಗತ್ತಿನ ಅತ್ಯಂತ ದೊಡ್ಡ ಏಕಶಿಲಾ ರಚನೆ (ಗೊಮ್ಮಟನ ಪ್ರತಿಮೆ), ಜಗತ್ತಿನ ಅತ್ಯಂತ ಸುಂದರ ಕಲ್ಲಿನ ರಥ (ಹಂಪಿಯ ಕಲ್ಲಿನ ರಥ), ಯುನೆಸ್ಕೋ ಪಾರಂಪರಿಕ ತಾಣಗಳಾದ ಹಂಪೆ, ಪಟ್ಟದಕಲ್ಲು ಇವೆಲ್ಲವೂ ನಮ್ಮ ಹೆಮ್ಮೆಯ ತಾಣಗಳು. ಅವಕ್ಕೆ ಪ್ರವಾಸಿಗರ ಮನಸ್ಸಿನಲ್ಲಿ ಸಿಗಬೇಕಾದ ಸೂಕ್ತ ಸ್ಥಾನ ಇನ್ನೂ ಸಿಕ್ಕಿಲ್ಲ.

ಕ್ರಿಶ್ಚಿಯನ್ ಧರ್ಮದಲ್ಲಿ 12 ಅಪೋಸ್ಟಲ್ಸ್ ಏಸು ಕ್ರಿಸ್ತನ ಪವಿತ್ರ ಸಂದೇಶಗಳನ್ನು ಪ್ರಚಾರ ಮಾಡಿದ ಯೇಸು ದೂತರು. ಆ ಧರ್ಮಪಚಾರಕರಿಗೂ ಗ್ರೇಟ್ ಓಷನ್ ರೋಡಿನಲ್ಲಿ ಕಂಡುಬರುವ 12 ಅಪೋಸ್ಟಲ್ಸ್ ಗೂ ಏನೂ ಸಂಬಂಧವಿಲ್ಲ. ಈ ಹೆಸರಿಗೆ ಮುಂಚೆ ಈ ರಚನೆಗಳನ್ನು "ಸೊ ಅಂಡ್ ಪಿಕ್ಲೆಟ್ಸ್" (ಹಂದಿ ಮತ್ತು ಅದರ ಮರಿಗಳು) ಎಂದು ಕರೆಯಲಾಗುತ್ತಿತ್ತು. '12 ಅಪೋಸ್ಟಲ್ಸ್' ಎಂದು ಮರು ನಾಮಕರಣ ಮಾಡಿದ ಮೇಲೆ ಪ್ರವಾಸಿಗರ ಸಂಖ್ಯೆ ಹೆಚ್ಚಾಯಿತು. 12 ಅಪೋಸ್ಟಲ್ಸ್ ವಾಸ್ತವವಾಗಿ ಸುಣ್ಣದ ಕಲ್ಲಿನ ಪೇರಣೆಯಿಂದಾದ ರಚನೆ. ಪ್ರಕೃತಿಯು

ನಿಪುಣ ಶಿಲ್ಪಿಯಂತೆ ಕೊರೆದು ಮಾಡಿರುವ ಶಿಲ್ಪಗಳು ಈ 12 ಅಪೋಸ್ಟಲ್ಸ್. ಗ್ರೇಟ್ ಓಷನ್ ರೋಡಿನಲ್ಲಿ ಪೋರ್ಟ್ ಕ್ಯಾಂಪ್ ಬೆಲ್ ನ್ಯಾಷನಲ್ ಪಾರ್ಕ್ ಹತ್ತಿರ ಇವರು ಮಹಾ ಸಾಗರದ ಅಬ್ಬರಕ್ಕೆ ಲಕ್ಷಾಂತರ ವರ್ಷದಿಂದ

ಧೈರ್ಯದಿಂದ ಎದೆಯೊಡ್ಡಿ ನಿಂತ ಮಹಾ ಯೋಧರಂತೆ, ಒಂಟಿ ಕಾಲಲ್ಲಿ ತಪಸ್ಸು ಮಾಡುತ್ತಿರುವ ಋಷಿಗಳಂತೆ ಕಂಡು ಬರುತ್ತವೆ.

ಹೆಸರಲ್ಲಿ 12 ಎಂಬ ಸಂಖ್ಯೆ ಇದ್ದರೂ ಅಲ್ಲೀಗ ಕಂಡುಬರುವುದು ಕೇವಲ 8 ರಚನೆಗಳು ಮಾತ್ರ. ಲಕ್ಷಾಂತರ ವರ್ಷಗಳಿಂದ ದಕ್ಷಿಣ ಮಹಾಸಾಗರದ ಭಾರೀ ಅಲೆಗಳು ಎರೋಷನ್ ಎಂಬ ಪ್ರಕ್ರಿಯೆಯಲ್ಲಿ ಸುಣ್ಣದ ಕಲ್ಲುಗಳ ಕೊರೆದು, ಸವೆಯಿಸಿ, ಎತ್ತರದ ಬಂಡೆಗಳನ್ನು ಕಲ್ಲಿನ ಸ್ತಂಭಗಳಾಗಿ ಪರಿವರ್ತಿಸಿ, ಅವು ಸೇತುವೆಗಳಾಗಿ ಕೊನೆಗೆ ಈ 12 ಅಪೋಸ್ಟಲ್ಸ್ ನಿರ್ಮಾಣವಾದವು. ಒಮ್ಮೆ 12 ಬೃಹತ್ ಕಲ್ಲುಗಳು ಇದ್ದವು ಎಂದು ನಂಬಿಕೆ. ಆದರೆ ಸಮಯದ ಹರಿತ, ಗಾಳಿ, ಮಳೆಗಳ ದಾಳಿಯಿಂದ ಎಂಟು ಮಾತ್ರ ಉಳಿದಿವೆ. ಉಳಿದವು ಸವೆದು ಕಣ್ಣೀರು ಹಾಕಿ ಸಮುದ್ರದೊಳಗೆ ಕಣ್ಮರೆಯಾಗಿವೆ. ಈ ಪ್ರಕ್ರಿಯೆ ಇನ್ನೂ ನಿರಂತರವಾಗಿ ನಡೆಯುತ್ತಿದೆ, ನಿಧಾನವಾಗಿ ಕಲ್ಲುಗಳ ಆಕಾರವನ್ನು ಬದಲಾಯಿಸುತ್ತಾ.

ಹನ್ನೆರಡು ಅಪೋಸ್ಟಲ್ಸ್ ಶಿಲ್ಪವು ಒಂದು ಕಲಾವಿದನ ಕೈಚಳಕವಲ್ಲ, ನಿಸರ್ಗದ ಲಕ್ಷ ಕೋಟಿ ವರ್ಷಗಳ ಸೃಷ್ಟಿ. ಪ್ರಕೃತಿಯ ಶಕ್ತಿ, ಎರೋಷನ್, ಜೀವಿಗಳ ಜೀವನ, ಎಲ್ಲವೂ ಸೇರಿ ಹುಟ್ಟಿಕೊಂಡ ಈ ಅದ್ಭುತ ದೃಶ್ಯ ನಮಗೆ ಅಚ್ಚರಿ, ಭಯ, ಮತ್ತು ವಿಸ್ಮಯವನ್ನು ಒಟ್ಟಿಗೆ ನೀಡುತ್ತದೆ. 12 ಆಪೋಸ್ಟಲ್ಸ್ ಇಂದು ಪ್ರವಾಸಿಗರನ್ನು ಸೆಳೆಯುವ ಚುಂಬಕ ಶಿಲೆಗಳಾಗಿವೆ. 2005ರಲ್ಲಿ ಒಂದು ಸುಣ್ಣದ ಕಲ್ಲಿನ ಗುಡ್ಡ ಈ ಅಲೆಗಳ ಅಬ್ಬರಕ್ಕೆ ಸಂಪೂರ್ಣವಾಗಿ ಕುಸಿದು ಹೋಯಿತು. ಪ್ರತಿವರ್ಷ ಈ ದೈತ್ಯ ಸಾಗರದ ಅಲೆಗಳು ಎರಡು ಸೆಂಟಿಮೀಟರಿನಷ್ಟು ಈ ಶಿಲಾ ರಚನೆಗಳನ್ನು ಸವೆಸುತ್ತವೆ. ಹಾಗಾಗಿ ಈಗ ಇರುವ 8 ಗುಡ್ಡಗಳು ಕೂಡ ಕಾಲಾಂತರದಲ್ಲಿ ಮರೆಯಾಗಿ, ಸಾಗರವೆಂಬೋ ಶಿಲ್ಪಿ ಸಮುದ್ರಕ್ಕೆ ಚಾಚಿರುವ ಕಮರಿಗಳಿಂದ ಹೊಸ ಅಪೋಸ್ಟಲ್ಸ್ ಅನ್ನು ಸೃಷ್ಟಿ ಮಾಡುತ್ತದೆ.

ಬಿಳಿ ಮರಳಿನ ಮೇಲೆ ಕಂದು ಬಣ್ಣದ ತ್ರಿಕೋನ ರಚನೆಗಳು ಸೂರ್ಯನ ಕಿರಣಗಳಲ್ಲಿ ಹೊಳೆಯುತ್ತಾ, ಸೋಲಲೇ ಬೇಕಾದ ಯುದ್ಧದಲ್ಲೂ ಕೂಡ ನಿರ್ಭೀತಿಯಿಂದ ಎದೆಗುಂದದೆ ಕೊನೆವರೆಗೂ ಹೋರಾಡುವ ಕಲ್ಲ ಕಲಿಗಳು ಇವು. ಕಲ್ಲಿನ ಮೇಲೆ ಹಕ್ಕಿಗಳು ಗೂಡು ಕಟ್ಟಿ ವಾಸಿಸುತ್ತವೆ.

ಆಪೋಸ್ಟಲ್ಸ್ ಕೇವಲ ಭೌಗೋಳಿಕ ರಚನೆಯಲ್ಲ, ನಿಸರ್ಗದ ಅಪಾರ ಶಕ್ತಿಯ, ಕಾಲದ ನಿರಂತರತೆಯ, ನಿರಂತರ ಬದಲಾವಣೆಯ ರೂಪಕ. ಈ ಸಾಗರದ ಅಲೆಗಳು ಶಿಲಾ ರಚನೆಗಳನ್ನು ಕೊಂಚ ಕೊಂಚವೇ ಸವೆಸುವಂತೆ ಸಮಯದ ಪ್ರತಿ ಕ್ಷಣ ನಮ್ಮನ್ನೂ ಕೂಡ ಸವೆಸುತ್ತವೆ. ನಾವು ಮರೆಯಾದ ನಂತರ ಆ ಕಾಲವೇ ಇನ್ನೊಂದು ಜೀವಿಯನ್ನು ಕೂಡ ಸೃಷ್ಟಿ ಮಾಡುತ್ತದೆ.

ಹೀಗಾಗಿ ಈ 12 ಅಪೋಸ್ಟಲ್ಸ್ ಶಿಲಾ ಕನ್ನಡಿಯಾಗಿ ಅದರಲ್ಲಿ ನನ್ನದೇ ಪ್ರತಿಬಿಂಬ ನನಗೆ ಕಂಡಿತು.

ಯಾವ ಕೋನದಿಂದ ನೋಡಿದರೂ ನಮಗೆ ತೃಪ್ತಿಯಿಲ್ಲ..ಸುಮಾರು 50 ಫೋಟೋಗಳ ಕ್ಲಿಕ್ಕಿಸಿದರೂ ಸಾಕಾಗಲಿಲ್ಲ..ಒಟ್ಟಿನಲ್ಲಿ 12 ಆಪೋಸ್ಟಲ್ಸ್ ಬಗೆಹರಿಯದ ತೀರದ ದಾಹವಾಯಿತು. ಕೊನೆಗೆ ಫೋಟೋ ತೆಗೆಯುವುದ ನಿಲ್ಲಿಸಿ ಸುಮ್ಮನೆ ಅವುಗಳನ್ನು ನೋಡುತ್ತಾ ನಿಂತೆ. ಇಂಚಿಂಚಾಗಿ ಸಾಗರದ ಅಲೆಗಳು, ಅಳಿದುಳಿದ ಆಪೋಸ್ಟಲ್ಸ್, ಅದರ ಮೇಲೆ ಗೂಡು ಮಾಡಿದ ಹಕ್ಕಿ ಎಲ್ಲವೂ ಎದೆಗಿಳಿಯುತ್ತಾ ಹೋಯಿತು.

ಕಲ್ಲು ಕಾಪಿಟ್ಟ ಕಾಲ–ಉಲುರು ಎಂಬ ಆಧ್ಯಾತ್ಮಿಕ ಅನುಭೂತಿ

ಬಟಾ ಬಯಲಲ್ಲಿ ಮಹಾ ಕೆಂಪು ಬಂಡೆಯೊಂದು ಉದ್ಭವವಾದಂತೆ ಕಾಣುವ ಉಲುರು ಆಸ್ಟ್ರೇಲಿಯಾದ ಹೃದಯಭಾಗದಲ್ಲಿ, ಮರುಭೂಮಿಯ ಎದೆಯ ಮೇಲೆ, ಒಂದು ರಥದ ರೀತಿ ನಿಂತಿದೆ. ಉಲುರು ಅಥವಾ ಆಯರ್ಸ್ ರಾಕ್ ಕೇವಲ ಏಕಶಿಲಾ ಬಂಡೆ ಅಷ್ಟೇ ಅಲ್ಲ, ಆಸ್ಟ್ರೇಲಿಯಾದ ಆತ್ಮ, ಅನಾದಿ ಕಾಲದ ಕಥೆಗಳನ್ನು ಹೇಳುವ ಪವಿತ್ರ ಸ್ಥಳ. ನಮ್ಮ ಗೋಕರ್ಣದ ಹತ್ತಿರ ಯಾಣದ ಬಂಡೆಗಳ ರೀತಿ ಉಲುರು ಕೂಡ ಏಕಶಿಲಾ ರಚನೆ ಮತ್ತು ಆಧ್ಯಾತ್ಮಿಕ ಅನುಭೂತಿಯ ಪವಿತ್ರ ಜಾಗ. ಉಲುರು ಒಂದು 'ದ್ವೀಪ ಪರ್ವತ'- ಸುತ್ತುವರಿದಿರುವ ಸಮತಟ್ಟಾದ ಪ್ರದೇಶದಲ್ಲಿ ಏಕಾಂಗಿಯಾಗಿ ಎದ್ದು ನಿಂತಿರುವ ಪರ್ವತ. "ಈ ಭೂಮಿ ಅತ್ಯಂತ ಪುರಾತನ ಕಥೆಗಳಿಗಿಂತ ಪುರಾತನವಾದುದು. ಈ ಬಂಡೆಗಳಲ್ಲಿರುವ ನೆನಪನ್ನು ಬಣ್ಣಿಸಲು ಯಾವ ಪದಗಳೂ ಸಾಲದು"

ದೈವಿಕತೆ ಉದ್ದೀಪಿಸುವ ಉಲುರು ಬಂಡೆ

ಎಂದು ಆಸ್ಟ್ರೇಲಿಯಾದ ಕವಯತ್ರಿ ಡಿತ್ ರೈಟ್ ಹೇಳಿರುವುದು ಉಲುರು ಬಂಡೆಗೆ ಸರಿಯಾಗಿ ಒಪ್ಪುತ್ತದೆ.

ಮುಂಜಾನೆಯ ಮೊದಲ ಕಿರಣಗಳು ಉಲುರುವನ್ನು ಸ್ಪರ್ಶಿಸಿದಾಗ ಕೆಂಪು ಬಂಡೆ ಕ್ರಮೇಣ ಕಿತ್ತಳೆ, ಚಿನ್ನದ ಬಣ್ಣಗಳನ್ನು ಪಡೆದುಕೊಳ್ಳುತ್ತದೆ. ಮರುಭೂಮಿಯ ರುದ್ರ ಶಾಂತಿಯೊಂದಿಗೆ ಉಲುರು ಭಗವಂತನ ವಿವಿಧ ಅವತಾರಗಳಂತೆ ದಿನದುದ್ದಕ್ಕೂ ಬಣ್ಣ ಬದಲಿಸಿತ್ತಾ ಇರುತ್ತದೆ. ಅದರಲ್ಲೂ ಸೂರ್ಯೋದಯ ಮತ್ತು ಸೂರ್ಯಾಸ್ತ ಸಮಯದಲ್ಲಿ ಕೆಂಡದಂತೆ ನಿಗಿ ನಿಗಿ ಕೆಂಡದಂತೆ ಹೊಳೆಯುತ್ತದೆ. ನೀರಲ್ಲಿರುವ ಮಂಜುಗಡ್ಡೆಯಂತೆ ನಮ್ಮ ಕಾಣುವ ಉಲುರು ಕೇವಲ ಕಾಲು ಭಾಗದ ಬಂಡೆ ಮಾತ್ರ; ಅದರ ಮುಕ್ಕಾಲು ಪಾಲು ಭೂಮಿಯಲ್ಲಿ ಹುದುಗಿದೆ. ಅಸಲಿಗೆ ಇದರ ಪೂರ್ತಿ ಉದ್ದ 863 ಮೀಟರ್ ಆಗಿದ್ದು ಐಫಲ್ ಟವರಿನ ಎತ್ತರವನ್ನೂ ಮೀರುತ್ತದೆ. ಸುತ್ತಲೂ ಮರುಭೂಮಿಯಿದ್ದರೂ ವಿಸ್ಮಯವೆನ್ನುವಂತೆ ವರ್ಷಕ್ಕೆ 300 ಮೀ ಮೀ ಮಳೆ ಸುರಿಯುವ ಉಲುರುವಿನಲ್ಲಿ ಅನೇಕ ಸಸ್ಯಗಳೂ ಪ್ರಾಣಿಗಳೂ ನೆಲೆಸಿವೆ. ಈ ಎಲ್ಲ ವಿಶಿಷ್ಟತೆಗಳಿಂದಾಗಿ ಬಹುಶಃ ಉಲುರುವಿಗೆ ಮಾಂತ್ರಿಕ ವರ್ಚಸ್ಸು ಬಂದಿರಬಹುದು.

ಉಲುರು ಆಸ್ಟ್ರೇಲಿಯಾದ ಮೂಲ ನಿವಾಸಿಗಳಾದ ಅನಂಗು ಜನಾಂಗಕ್ಕೆ ಪವಿತ್ರ ಸ್ಥಳ. ಅವರ ಪುರಾಣಗಳ ಪ್ರಕಾರ, ಈ ಬಂಡೆ ಸೃಷ್ಟಿಕರ್ತೃ ದೇವತೆಗಳ ನೆಲೆ. ಬಂಡೆಯ ಮೇಲಿನ ಕುಳಿಗಳು, ಕಲಾಕೃತಿಗಳು ಅವರ ಪೂರ್ವಜರ ಕಥೆಗಳನ್ನು ಹೇಳುತ್ತವೆ. ಬಂಡೆಯ ತಳದಲ್ಲಿರುವ ಆಳವಿಲ್ಲದ ಗುಹೆಗಳು ಹಲವಾರು ಮೂಲನಿವಾಸಿ ಬುಡಕಟ್ಟುಗಳಿಗೆ ಪವಿತ್ರವಾದ ಜಾಗವಾಗಿದ್ದು, ಅವರ ಕೆತ್ತನೆಗಳು ಮತ್ತು ವರ್ಣಚಿತ್ರಗಳನ್ನು ಒಳಗೊಂಡಿವೆ. ದಕ್ಷಿಣ ಆಸ್ಟ್ರೇಲಿಯಾ, ಪಶ್ಚಿಮ ಆಸ್ಟ್ರೇಲಿಯಾ ಮತ್ತು ಉತ್ತರ ಪ್ರಾಂತ್ಯದ ದೊಡ್ಡ ಪಕ್ಕದ ಪ್ರದೇಶಗಳನ್ನು (ಉಲುರು ರಾಷ್ಟ್ರೀಯ ಉದ್ಯಾನವನ್ನು ಒಳಗೊಂಡು) ಮೂಲನಿವಾಸಿಗಳ ಮೀಸಲು ಎಂದು ಘೋಷಿಸಿದಾಗ ಸರ್ಕಾರದ ವಸಾಹತು ನೀತಿಯಿಂದಾಗಿ ಮೂಲನಿವಾಸಿಗಳು ಈ ಮೀಸಲು ಜಾಗಗಳಲ್ಲಿ ಬಲವಂತವಾಗಿ ವಾಸಿಸುವಂತಾಯಿತು.

ದೈವಿಕ ಶಕ್ತಿ ಪಡೆದಿರುವಂತೆ ತೋರುವ ಈ ಕೆಂಬಂಡೆಯ ಸುತ್ತ ಅನೇಕ ಪುರಾಣದ ವಿಕ್ಷಿಪ್ತ ಕಥೆಗಳು ಹಬ್ಬಿವೆ. ಮೂಲ ನಿವಾಸಿಗಳ ಪುರಾಣದ ಪ್ರಕಾರ, ಉಲುರು ಮೂರು ಕುಂಜಾರ ಮಹಿಳೆಯರ ನೆಲೆ. ಈ ಸಹೋದರಿಯರು ಆಟವಾಡುತ್ತಾ ಬಂಡೆಯ ಮೇಲೆ ನಿರ್ಮಿಸಿದ ರಚನೆಗಳೇ ಇಂದಿನ ಗುಹೆಗಳು ಎನ್ನಲಾಗುತ್ತದೆ. ಅವರ ನಗು, ಅಳು ಕಣಿವೆಯಲ್ಲಿ ಧ್ವನಿಯಾಗಿ ಪ್ರತಿಧ್ವನಿಸುತ್ತದೆ ಎಂದು ನಂಬಲಾಗಿದೆ. ಇನ್ನೊಂದು ಕಥೆಯ ಪ್ರಕಾರ, ಎರಡು ಪುರುಷ

ಸಹೋದರರು ತಮ್ಮ ತಂದೆಯನ್ನು ಕೊಂದು ಊಟ ಮಾಡಲು ಹೊರಟಾಗ, ಪವಿತ್ರ ಬಂಡೆ ಒಡೆದು ಅವರನ್ನು ರಕ್ತವಾಗಿ ಪರಿವರ್ತಿಸಿತು ಎನ್ನಲಾಗುತ್ತದೆ. ಇದು ಪಿತೃಹತ್ಯೆಯ ಪರಿಣಾಮವನ್ನು ಬಿಂಬಿಸುತ್ತದೆ. ಬಂಡೆಯ ಮೇಲಿರುವ ಕೆಂಪು ಗುರುತುಗಳನ್ನು ರಕ್ತ ಹಳ್ಳವೆಂದು ಕರೆಯಲಾಗುತ್ತದೆ. ಉಲುರುವಿನ ಕೆಲವು ಗುಹೆಗಳಲ್ಲಿ ವಾನಿಲ ದುಷ್ಟಾತ್ಮಗಳು ವಾಸಿಸುತ್ತವೆ ಎಂದು ನಂಬಲಾಗಿದೆ. ಈ ದುಷ್ಟಾತ್ಮಗಳು ಮನುಷ್ಯರನ್ನು ಹೆದರಿಸಿ, ಅವರ ಆತ್ಮಗಳನ್ನು ಕದಿಯುತ್ತವೆ ಎಂದು ಹೇಳಲಾಗುತ್ತದೆ. ಉಲುರುವಿನ ಕೆಳಗೆ ವಾಸಿಸುವ ಒಂದು ದೊಡ್ಡ ಸರ್ಪವು ಮಳೆಯನ್ನು ತರುತ್ತದೆ ಎಂದು ನಂಬಲಾಗಿದೆ. ಸ್ಥಳೀಯರು ವಿಶೇಷ ಆಚರಣೆಗಳ ಮೂಲಕ ಈ ಸರ್ಪವನ್ನು ಸಂತೋಷಪಡಿಸಿ ಮಳೆ ಬೇಡುತ್ತಾರೆ. ಉಲುರು ಪುನರ್ಜನ್ಮದ ಸ್ಥಳವೆಂದು ನಂಬಲಾಗಿದೆ. ಮೃತರ ಆತ್ಮಗಳು ಈ ಬಂಡೆಯಿಂದ ಹೊರಹೊಮ್ಮಿ, ಪ್ರಾಣಿಗಳ ರೂಪದಲ್ಲಿ ಪುನರ್ಜನ್ಮ ಪಡೆಯುತ್ತವೆ ಎಂದು ಹೇಳಲಾಗುತ್ತದೆ.

ಹೇಳಿದರೆ ಹಾಳಾಗುವುದೋ ಈ ಅನುಭವದ ಸವಿಯು

ಉಲುರುವನ್ನು ಸುತ್ತುವ 9 ಕಿ.ಮೀ. ಉದ್ದದ ಮರಳು ದಾರಿಯಲ್ಲಿ ನಡೆಯುವುದು ಒಂದು ರೀತಿಯ ಸಾಹಸ. ಮರುಭೂಮಿಯ ಬಿಸಿಲನ್ನು ಎದುರಿಸಿ, ಬಂಡೆಯ ಸೌಂದರ್ಯವನ್ನು ಸವಿಯುತ್ತಾ ನಡೆಯುವ ಅನುಭವ ಅವಿಸ್ಮರಣೀಯ. ಆಸ್ಟ್ರೇಲಿಯನ್ ಸರ್ಕಾರ ಈ ಬಂಡೆಯನ್ನು ಹತ್ತಲು ಅವಕಾಶ ಕಲ್ಪಿಸಿದೆಯಾದರೂ, ನಾವು ಸಾವನದುರ್ಗ ಬೆಟ್ಟವನ್ನು ಹತ್ತುವಂತೆ ಇಲ್ಲಿ ಹತ್ತುವುದು ಸಾಧ್ಯವಾದರೂ ಮೂಲ ನಿವಾಸಿಗಳಿಗೆ ಪವಿತ್ರವಾದ ಈ ಬಂಡೆಯನ್ನು ಹತ್ತುವುದು ಮೂಲ ನಿವಾಸಿಗಳ ಮನ ನೋಯಿಸುತ್ತಾದ್ದರಿಂದ ನಾವು ಈ ಬಂಡೆ ಹತ್ತುವ ಯೋಚನೆ ಮಾಡಲಿಲ್ಲ.

"ಶಕ್ತಿ ಸುತ್ತಲೂ ಕಾವಲಿಹುದು ಕಾಣ್ ಅಗ್ನಿ ಜಲರಾಶಿ।ಕೊಲ್ವ ಬತ್ತಳಿಕೆ ಬಿಲ್ಲು ಬಾಣವನು ಅಲ್ಲೇ ಬಿಟ್ಟು ಬಾ, ಬಿಂಕದುಕುತಿಯನು ಕೊಂಕು ಯುಕುತಿಯನು ಎಲ್ಲಾ ಬಿಟ್ಟು ಬಾ; ಮೈಯ ತೊಳೆದು ಬಾ, ಕೈಯ್ಯ ಮುಗಿದು ಬಾ, ಹಮ್ಮನುಳಿದು ಬಾ" ಎಂದು ಕುವೆಂಪುರವರ ನುಡಿಗಳನ್ನೇ ಅಬಾರಿಜಿನಲ್ಸ್ ತಮ್ಮ ಪವಿತ್ರ ಉಲುರು ಬಂಡೆಯ ಬಗ್ಗೆ ಪ್ರವಾಸಿಗರಿಗೆ ಹೇಳಿದಂತೆ ನನಗೆ ತೋರಿತು.

ಕಬ್ಬಿಣದ ಕಣಗಳು ಹೆಚ್ಚಿರುವ ಕಾರಣದಿಂದಾಗಿ ಮತ್ತು ಸೂರ್ಯನ ಚಲನೆಯಿಂದಾಗಿ ಉಲುರು ದಿನ ಪೂರ್ತಿ ಬಣ್ಣ ಬದಲಿಸುತ್ತದೆ. ಸಂಜೆಯಾಗುತ್ತಿದ್ದಂತೆ ಉಲುರು ಮತ್ತೆ ಬಣ್ಣ ಬದಲಾಯಿಸುತ್ತದೆ. ನೇರಳೆ, ನೀಲಿ, ಕಂದು ಬಣ್ಣಗಳ ಸಮ್ಮಿಳನದಿಂದ ಆಕಾಶ ಕಂಗೊಳಿಸುತ್ತದೆ.

ಬಂಡೆಯೂ ಕೆಂಪು ಬಣ್ಣ ಕಳೆದುಕೊಂಡು ನೇರಳೆ, ಕಂದು ಬಣ್ಣಗಳನ್ನು ಪಡೆದುಕೊಳ್ಳುತ್ತದೆ. ಈ ನೋಟವನ್ನು ನೋಡದೆ ಉಲುರು ಪ್ರವಾಸ ಪೂರ್ಣವಾಗುವುದಿಲ್ಲ.

ಉಲುರು ಮರುಭೂಮಿಯಲ್ಲಿದ್ದರೂ ಇಲ್ಲಿ ಮುಟಿಜುಲು ಎಂಬ ತಿಳಿ ನೀರಿನ ಪುಟ್ಟ ತಿಳಿ ನೀರಿನ ಪುಟ್ಟ ಸರೋವರವಿದೆ, ಕಿರು ಜಲಪಾತಗಳೂ ಆ ಕೆಂಬಂಡೆಯಲ್ಲಿವೆ ಎನ್ನುವುದು ನಂಬಲಸಾಧ್ಯವಾದರೂ ನಿಜ. ಬಹುಶಃ ಈ ರೀತಿಯ ಪ್ರಾಕೃತಿಕ ವಿಸ್ಮಯಗಳಿಂದಾಗಿ ಅನಂಗು ಮೂಲ ನಿವಾಸಿಗಳಿಗೆ ಇದು ದೈವಿಕ ಪ್ರೇರಣೆ ನೀಡುವ ಪವಿತ್ರ ಜಾಗವಾಗಿರಬಹುದು.

ವನಂಪಿ ಎಂಬ ನೀರ ಹಾವು ಉಲುರುವಿವಲ್ಲಿ ಇರುವ ಕಿರು ಸರೋವರಕ್ಕೆ ಕಾವಲು ಎಂಬ ನಂಬಿಕೆ ಇದೆ. ಇದೇನೇ ಆದರೂ ಈ ಸ್ಥಳ ನಿರ್ಮಲ ಇಲ್ಲಿನ ಮೌನದಲ್ಲಿ ನೀರಿನ ಕಿಲ ಕಿಲ ಮಾತನ್ನೂ, ಹಕ್ಕಿಗಳ ಹಾಡನ್ನೂ ಕೇಳಿಸುತ್ತದೆ. ಈ ಪವಿತ್ರ ಕಾಪಿ(ನೀರು)ಯಲ್ಲಿ ಈಜುವುದು ನಿಷಿದ್ಧ.

ಉಲುರುವನ್ನು ನೋಡಿದ ಅನಂತರವೂ ಅನುಭವ ಮುಗಿಯುವುದಿಲ್ಲ. ಬಂಡೆಯ ಸುತ್ತಲಿನ ಮರುಭೂಮಿಯಲ್ಲಿ ವಾಸಿಸುವ ಅನಂಗು ಜನರ ಜೀವನವನ್ನು ಅರ್ಥಮಾಡಿಕೊಳ್ಳಲು ಸವಾರಿ ಅಥವಾ ಕಲಾ ಪ್ರದರ್ಶನಗಳಲ್ಲಿ ಭಾಗವಹಿಸಬಹುದು.

ಕ್ಷೀರಪಥದ ಹಾದಿಯಲ್ಲಿ ನಮ್ಮದೇ ಒಂದು ಕಥೆಯಲ್ಲಿ

ರಾತ್ರಿಯೂ ಉಲುರುವಿನ ಮೋಡಿ ಕಡಿಮೆಯಾಗುವುದಿಲ್ಲ. ಸ್ಥಳೀಯರು ಆಯೋಜಿಸುವ ಡ್ರೀಮ್‌ಟೈಮ್ ವಾಕ್‌ನಲ್ಲಿ ಭಾಗವಹಿಸಿ. ನಕ್ಷತ್ರಗಳ ಕೆಳಗೆ ಕುಳಿತು, ಪೂರ್ವಜರ ಕಥೆಗಳನ್ನು ಕೇಳಿ, ಡಿಜೇರಿಡೂ ಸಂಗೀತದ ಧ್ವನಿಯಲ್ಲಿ ಮಿಂದಾಗ ಮರುಭೂಮಿಯ ಶಾಂತಿ, ನಕ್ಷತ್ರಗಳ ಹೊಳಪು, ಪುರಾಣ ಕಥೆಗಳು ಇವೆಲ್ಲವೂ ನಮ್ಮನ್ನು ಸಮ್ಮೋಹನಗೊಳಿಸುತ್ತವೆ.

ಮರುಭೂಮಿಯ ರಾತ್ರಿಯಲ್ಲಿ ನಕ್ಷತ್ರಗಳು ಹತ್ತಿರದಲ್ಲಿರುವಂತೆ ಭಾಸವಾಗುತ್ತವೆ. ಆಕಾಶದಲ್ಲಿ ಕ್ಷೀರಪಥದಲ್ಲಿ ಹರಡಿರುವ ನಕ್ಷತ್ರಗಳ ನೋಟ ನಮ್ಮನ್ನು ಯಕ್ಷ ಲೋಕಕ್ಕೆ ಕರೆದೊಯ್ಯುತ್ತದೆ. ಉಲುರು ಕೇವಲ ಪ್ರವಾಸಿ ತಾಣವಲ್ಲ, ಒಂದು ಅಕ್ಷರದಲ್ಲಿ ಹಿಡಿದಿಡಲಾಗದ ಅನುಭವ. ಪ್ರಕೃತಿಯ ಸೌಂದರ್ಯ, ಆದಿವಾಸಿಗಳ ಸಂಸ್ಕೃತಿ, ಇತಿಹಾಸದ ರಹಸ್ಯಗಳು ಇಲ್ಲಿ ಬೆಳೆದುಕೊಂಡಿವೆ. ಈ ಅನುಭವ ನಿಮ್ಮ ಮನಸ್ಸಿನಲ್ಲಿ ಶಾಶ್ವತವಾಗಿ ಉಳಿಯುತ್ತದೆ.

ಉಲುರು ಪ್ರವಾಸ ಕೇವಲ ದೃಶ್ಯಗಳ ಸಂಗ್ರಹವಲ್ಲ, ಒಂದು ಪರಿವರ್ತನೆಯ ಅನುಭವ. ಪ್ರಕೃತಿಯ ವೈಭವ, ಸ್ಥಳೀಯ ಸಂಸ್ಕೃತಿಯ ಸೊಬಗು, ಇತಿಹಾಸದ ಕುರುಹುಗಳು–ಇದು ಅಕ್ಷರಗಳಲ್ಲಿ ಹಿಡಿದಿಡಲಾಗದ ಅನುಭವ.

ಈ ಕೆಂಪು ಬಂಡೆಯ ಪವಿತ್ರ ಸ್ಥಳ ನಮ್ಮದೇ ಒಂದು ಜಾನಪದ ಕಥೆಯಲ್ಲಿ ಬಂದು ನಮಗೆ ಗೊತ್ತಿಲ್ಲದೇ ಸೇರಿ ಬಿಡುತ್ತದೆ. ಅಲ್ಲಿಂದ ಅದನ್ನು ಯಾರೂ ಅಲುಗಿಸಲಾಗದಂತೆ.

ಔಟ್ ಬ್ಯಾಕ್ ಎನ್ನುವ ಕೆಂಪು ಭೂಮಿ

ಆಸ್ಟ್ರೇಲಿಯಾದ "ಔಟ್ ಬ್ಯಾಕ್" ಎನ್ನುವುದು ವಿಸ್ತಾರವಾದ ಒಣ ಪ್ರದೇಶವಾಗಿದ್ದು ದೇಶದ ಒಟ್ಟು ವಿಸ್ತೀರ್ಣದ 70%ಕ್ಕಿಂತ ಹೆಚ್ಚು ಭಾಗವನ್ನು ಒಳಗೊಂಡಿದೆ. ನಾವು ನೋಡಿದ ಉಲುರು ಮುಂತಾದ ಪ್ರದೇಶಗಳೆಲ್ಲಾ ಬರುವುದು ಈ "ಔಟ್ ಬ್ಯಾಕ್" ಪ್ರದೇಶದಲ್ಲಿಯೇ. ಈ ಪ್ರದೇಶವು ಕಡಿಮೆ ಮಳೆ, ಬಿಸಿ ಬೇಸಿಗೆಗಳು ಮತ್ತು ತಣ್ಣನೆಯ ಚಳಿಗಾಲಗಳಿಗೆ ಹೆಸರುವಾಸಿಯಾಗಿದೆ. ಹೆಚ್ಚಾಗಿ ಮರುಭೂಮಿಯೇ ಕಾಣಸಿಗುವ ಇಲ್ಲಿಗೆ ಒಂಟೆಗಳನ್ನು 19ನೇ ಶತಮಾನದಲ್ಲಿ ಕರೆತರಲಾಯಿತು.

ಆಸ್ಟ್ರೇಲಿಯಾದ ಉತ್ತರದ ಪ್ರದೇಶಗಳು (ರೆಡ್ ಸೆಂಟರ್, ವಿಕ್ಟೋರಿಯಾ ರಿವರ್ ರೀಜನ್), ಪಶ್ಚಿಮ ಆಸ್ಟ್ರೇಲಿಯಾ (ಕಿಂಬರ್ಲಿ, ಪಿಲ್ಬರ) ಮತ್ತು ದಕ್ಷಿಣ ಆಸ್ಟ್ರೇಲಿಯಾ, ನ್ಯೂ ಸೌತ್ ವೇಲ್ಸ್, ಕ್ವೀನ್ಸ್‌ಲ್ಯಾಂಡಿನ ಕೆಲವು ಪ್ರದೇಶಗಳು ಔಟ್ ಬ್ಯಾಕ್ ಭಾಗದಲ್ಲಿ ಬರುತ್ತದೆ. ಆಲಿಸ್ ಸ್ಪ್ರಿಂಗ್ಸ್, ಬ್ರೋಕನ್ ಹಿಲ್, ಬ್ರೂಮ್ ಮುಂತಾದವು ಪ್ರಮುಖ ನಗರಗಳು–ಈ ಎಲ್ಲಾ ಪ್ರದೇಶಗಳಲ್ಲಿ ಜನ ವಸತಿ ವಿರಳವಾಗಿದ್ದು, ಬಹುತೇಕ ಪ್ರದೇಶಗಳಲ್ಲಿ ಮರುಭೂಮಿಯಂತೆ ಮಳೆ ಕಡಿಮೆಯಿದೆ. ಹಾಗಾಗಿ ಈ ಜಾಗಗಳನ್ನು ಸುತ್ತಲು ನಮ್ಮದೇ ಆದ ಒಂದು ಕಾರು ಇರಲೇಬೇಕು. ಔಟ್ ಬ್ಯಾಕಿನ ಅಧಿಕೃತ ಹೆಸರು "ಗ್ರೇಟ್ ವೆಸ್ಟೆರ್ನ್ ಪ್ಲಾಟೂ" ಇದನ್ನು ನಕ್ಷೆಯಲ್ಲಿ ಕೆಂಪು ಬಣ್ಣದಲ್ಲಿ ಗುರುತಿಸುತ್ತಾರೆ.

ಯುರೋಪಿಯನ್ ವಸಾಹತುಗಾರರು ಆಸ್ಟ್ರೇಲಿಯಾಗೆ ಬಂದಾಗ ಅವರು ಸಮೃದ್ಧ ಸಮುದ್ರ ತೀರ ಪ್ರದೇಶಗಳಾದ ಸಿಡ್ನಿ, ಮೆಲ್ಬರ್ನ್ ನಂತಹ ಜಾಗಗಳಿಗೆ ಪ್ರಾಮುಖ್ಯತೆ ಕೊಟ್ಟರು. ಹಾಗಾಗಿ ಔಟ್ ಬ್ಯಾಕ್ ಪ್ರದೇಶದಲ್ಲಿ ಯಾವುದೇ ಕೈಗಾರಿಕೆ ಹಾಗೂ ಮಾನವನ ಹಸ್ತಕ್ಷೇಪ ಇಲ್ಲವಾದ್ದರಿಂದ ನಿಸರ್ಗದ ಸಹಜ ಚೆಲುವನ್ನು ಸವಿಯಬಹುದು. ಅಮೂಲ್ಯ ಲೋಹಗಳಾದ ಓಪಲ್, ವಜ್ರ, ಚಿನ್ನ, ಕಬ್ಬಿಣ, ಅಲ್ಯೂಮಿನಿಯಂ, ಯುರೇನಿಯಂಗಳ ಗಣಿಗಾರಿಕೆ ಇಲ್ಲಿ ನಡೆಯುತ್ತದೆ.

ನಮಗಿದ್ದ ಕಾಲಾವಕಾಶದಲ್ಲಿ ಔಟ್ ಬ್ಯಾಕ್ ಪ್ರದೇಶದ ಉಲುರುವನ್ನು ಕಣ್ತುಂಬಿಕೊಂಡೆವು.

ಸೂರ್ಯನ ಸೌಂದರ್ಯ ಕನ್ನಡಿ–
ಒಪೇರಾ ಹೌಸ್

ಆಸ್ಟ್ರೇಲಿಯಾ ಎಂದಾಕ್ಷಣ ಜ್ಞಾಪಕ ಬರುವುದು ಸಿಡ್ನಿ ಒಪೇರಾ ಹೌಸ್ ಮತ್ತು ಹೊಸ ವರ್ಷದ ಸಿಡ್ನಿ ಹಾರ್ಬರಿನ ಬಾಣ ಬಿರುಸು. ಆಸ್ಟ್ರೇಲಿಯಾ ಪ್ರವಾಸದ ಮುಖಚಿತ್ರವಾದ ಸಿಡ್ನಿ ಒಪೇರಾ ಹೌಸ್ ಮಾನವನ ವಾಸ್ತು ಶಿಲ್ಪದ ಉತ್ತುಂಗ ಸಾಧನೆ. ಒಂದು ಕಡೆಯಿಂದ ನೋಡಿದರೆ ಒಂದರ ಮೇಲೊಂದು ಪೇರಿಸಿಟ್ಟ ಸಮುದ್ರದ ಚಿಪ್ಪುಗಳಂತೆ, ಇನ್ನೊಂದು ರೀತಿಯಲ್ಲಿ ನೋಡಿದರೆ ರೆಕ್ಕೆ ಬಿಚ್ಚಿ ಹಾರಲು ಕುಳಿತ ಹಕ್ಕಿಯಂತೆ, ಒಂದು ರೀತಿಯ ಬಿಳಿ ಹೂವ ದಳಗಳಂತೆ–ಈ ರೀತಿ ನೋಡುಗರ ಕಣ್ಣಲ್ಲಿ ಸಿಡ್ನಿ ಒಪೇರಾ ಹೌಸ್ ಬೆಳೆಯುತ್ತಾ ಹೋಗುತ್ತದೆ. ಸಿಡ್ನಿ ವಾಸ್ತುಶಿಲ್ಪದ ಅದ್ಭುತ, ಮಾನವನ ಸೃಜನಶೀಲತೆಯ ಶಿಖರ! ಪ್ರದರ್ಶನ ಕಲೆಗೆಂದೇ ಮೀಸಲಿರುವ ಸಿಡ್ನಿ ಒಪೇರಾ ಹೌಸ್ 20ನೇ ಶತಮಾನದ ವಾಸ್ತುಶಿಲ್ಪದ ಮೇರುಕೃತಿಯಾಗಿದೆ. ಇದರ ವಿನ್ಯಾಸವು ನವೀನ ಮತ್ತು ಕ್ರಿಯಾತ್ಮಕವಾಗಿದೆ, ಮತ್ತು ಇದು ವಿಶ್ವದ ಅತ್ಯಂತ ಭವ್ಯ ಕಟ್ಟಡಗಳಲ್ಲಿ ಒಂದಾಗಿದೆ. ಒಪೇರಾ ಹೌಸ್ ಆಸ್ಟ್ರೇಲಿಯಾದ ಸೃಜನಶೀಲತೆ ಮತ್ತು ಕಲೆಯ ಬದ್ಧತೆಯ ಸಂಕೇತವಾಗಿದೆ.

ಒಪೆರಾ ಹೌಸ್ ವಿನ್ಯಾಸಕಾರ ಜೆರ್ನ್ ಉಟ್ಸನ್‌ನ ಕಲ್ಪನೆ ಸಾಕಾರವಾಗಿರುವ ಅದ್ಭುತ. ಕಾಂಕ್ರೀಟ್‌ನಿಂದ ಚಿಪ್ಪುಗಳನ್ನು ನಿರ್ಮಿಸುವುದು, ದಿಬ್ಬಣಿಕೆಗಳನ್ನು ಒಂದಕ್ಕೊಂದು ಜೋಡಿಸುವುದು, ಧ್ವನಿ ವ್ಯವಸ್ಥೆಯನ್ನು ಅಚ್ಚುಕಟ್ಟಾಗಿ ಅಳವಡಿಸುವುದು–ಎಲ್ಲವೂ ಮಾನವನ ಸಾಧನೆಯ ಹಾಗೂ ಸೃಜನಶೀಲತೆಯ ಶಿಖರ ಸಾಧನೆ. ಹೀಗಾಗಿಯೇ ರಾಣಿ ಎಲಿಜಬೆತ್ 2 ಇದರ ಬಗ್ಗೆ ಈ ರೀತಿ ಹೇಳಿದ್ದಾರೆ–'ಮಾನವನ ಚೈತನ್ಯ ರಕ್ಕೆ ಪಡೆದುಕೊಂಡು ಈಜಿ ಕೇವಲ ಸಾಮಾನ್ಯವಾದುದನ್ನು ಮತ್ತು ಪ್ರಯೋಜನಕಾರಿಯಾದುದನ್ನು ಮೀರಿ ಮತ್ತೇನನ್ನೂ ಸೃಷ್ಟಿಸಬೇಕು'

ಒಪೇರಾ ಹೌಸಿನ ಪಕಳೆಗಳ ಅಥವಾ ಚಿಪ್ಪುಗಳ ವಿನ್ಯಾಸಕ್ಕೆ ಸ್ಫೂರ್ತಿ ಕಿತ್ತಳೆ ಹಣ್ಣಿನ ಸಿಪ್ಪೆಗಳಂತೆ. ಈ ಬೃಹತ್ ರಚನೆಯಲ್ಲಿ ಎಲ್ಲೂ ಲಂಬ ಕೋನಗಳಿಲ್ಲದೆ ಒಂದು ಜೀವಂತಿಕೆ ಇರುವ ಆಕರವಾಗಿ ಕಾಣುತ್ತದೆ. ವಾಸ್ತುಶಿಲ್ಪ, ಎಂಜಿನಿಯರಿಂಗ್ ಮತ್ತು ಸಾಂಸ್ಕೃತಿಕ ಪ್ರಾಮುಖ್ಯತೆಗಾಗಿ 2007ರಲ್ಲಿ ಒಪೇರಾ ಹೌಸ್ ಅನ್ನು ಯುನೆಸ್ಕೋ ವಿಶ್ವ ಪರಂಪರೆಯ ತಾಣವಾಗಿ ಗುರುತಿಸಿದೆ. ಇಲ್ಲಿ ಸಂಗೀತ ಕಚೇರಿಗಳು, ನಾಟಕಗಳು, ನೃತ್ಯ ಪ್ರದರ್ಶನಗಳು ಮತ್ತು ಮದುವೆಗಳೂ ನಡೆಯುವುದು ಉಂಟು. ಒಂದು ದಶ ಲಕ್ಷಕ್ಕೂ ಹೆಚ್ಚಿನ, ಪ್ರತ್ಯೇಕ ಆಕಾರವಿರುವ, ಸೂರ್ಯನ ಕಿರಣ ಪ್ರತಿಫಲಿಸಲು ವಿನ್ಯಾಸಗೊಳಿಸಲಾದ ಸೆರಾಮಿಕ್ ಟೈಲ್ಸ್‌ಗಳಿಂದ ಒಪೇರಾ ಹೌಸಿನ ಪಕಳೆಗಳ ನಿರ್ಮಿಸಲಾಗಿದೆ.

ನಾವು ಒಪೇರಾ ಹೌಸ್ ತಲುಪಿದಾಗ ಮಳೆ ಅದೇ ತಾನೇ ನಿಂತಿದ್ದ ಮಧ್ಯಾನ್ಹ. ಎಂದಿನಂತೆ ಪ್ರವಾಸಿಗರ ದೊಡ್ಡ ದಂಡೇ ಒಪೇರಾ ಹೌಸ್ ಮುಂದೆ ನೆರೆದಿತ್ತು. ಪ್ರತಿಯೊಬ್ಬರೂ ಒಪೇರಾ ಹೌಸಿನ ಪಕಳೆಗಳ ಕಣ್ಣಲ್ಲೇ ಆಸ್ವಾದಿಸುತ್ತಾ ತಮ್ಮ ಫೋಟೋ ಫ್ರೇಮಿನೊಳಗೆ ಅದನ್ನು ಹಿಡಿಯಲು ವಿಫಲ ಪ್ರಯತ್ನ ನಡೆಸಿದ್ದರು. ನಾವಲ್ಲಿದ್ದಾಗ ಒಂದು ಜೋಡಿ ಆಗ ತಾನೇ ತಮ್ಮ ಮದುವೆ ಒಪೇರಾ ಹೌಸಿನ ಮುಂದೆ ಮುಗಿಸಿ ತಮ್ಮ ಹಮ್ಮರ್ ಲಿಮೋಸಿನ್ ಐಷಾರಾಮಿ ಕಾರಿನಲ್ಲಿ ವಾಪಸ್ಸು ಹೊರಡಲು ಅಣಿಯಾಗುತ್ತಿದ್ದರು. ಒಪೇರಾ ಹೌಸ್‌ನಿಂದ ಒಂದು ಕಡೆ ಕಾಣುವ ಸಿಡ್ನಿ ಬೊಟಾನಿಕಲ್ ಗಾರ್ಡನ್, ಇನ್ನೊಂದು ಕಡೆ ಕಾಣುವ ಸಿಡ್ನಿ ಬಂದರಿನ ಸೇತುವೆ ಒಂದಕ್ಕೊಂದು ಸ್ಪರ್ಧೆ ನೀಡುವಂತೆ ಕಣ್ಣೋಟವನ್ನು ಸೆಳೆಯುತ್ತಿದ್ದವು. ಒಪೇರಾ ಹೌಸ್ ಟೂರಿಗೆ ಹೋಗುವ ಮುನ್ನ ನಾವು ಮೆಟ್ಟಿಲು ಹತ್ತಿ ಒಪೇರಾ ಹೌಸನ್ನು ಸುತ್ತಿ ಬಂದಿದ್ದಾಯ್ತು. ನಾವು ಭೇಟಿ ನೀಡಿದ ಸಮಯದಲ್ಲಿ ನೃತ್ಯ ಪ್ರದರ್ಶನ ಒಪೇರಾ ಹೌಸ್‌ನಲ್ಲಿ ನಡೆಯುತ್ತಿತ್ತು.ಸಿಡ್ನಿಯ ಒಡಲಿನಲ್ಲಿ, ಕಲೆಯ ಧ್ವನಿ ಅನುರಣಿಸುವ, ನಿತ್ಯ ಕಲೆಯ ಪ್ರದರ್ಶನವಿರುವ ತಾಣ. ಅಲ್ಲಿಗೆ ಹೋಗುವುದು, ಕೇವಲ ಪ್ರವಾಸವಲ್ಲ, ಕಲೆಯ ಜೀವಂತ ಅನುಭವ.

ಒಪೇರಾ ಹೌಸಿನ ಪಕಳೆಗಳ ಕೆಳಗೆ

ಸಿಡ್ನಿ ಬಂದರಿನ ಮೇಲೆ ಹಾರವೇ ಹಾಕಿದಂತೆ ನಿಂತಿರುವ ಒಪೆರಾ ಹೌಸ್ ಕಾಣುತ್ತದೆ. ಸಮುದ್ರದ ನೀಲಿ ಹಿನ್ನೆಲೆಯ ಮೇಲೆ, ಬಿಳಿ ಬಣ್ಣದ ಚಿಪ್ಪುಗಳಂತೆ ಹೊಳೆಯುತ್ತಿರುವ ಅದರ ರೂಪ ಕಣ್ಣು ತುಂಬಿಸುತ್ತದೆ. ಒಂದರ ಮೇಲೊಂದು ಇಟ್ಟ ಚಿಪ್ಪುಗಳು, ಬೆಳಕಿನಲ್ಲಿ ಬದಲಾಗುತ್ತಾ, ಒಂದು ಕಲಾಕೃತಿಯಂತೆ ಕಂಗೊಳಿಸುತ್ತವೆ. ಸಮುದ್ರದ ಎದುರು ನಿಂತು, ಆಕಾಶಕ್ಕೆ ಚುಂಬಿಸುವ ದಿಬ್ಬಣಿಕೆಗಳು ಒಂದು ಭವ್ಯ ನೋಟವನ್ನು ಉಂಟುಮಾಡುತ್ತವೆ. ಬೆಳಕು ಬದಲಾದಂತೆ, ಬಿಳಿಬಣ್ಣದ ದಿಬ್ಬಣಿಕೆಗಳು ಬೆಳ್ಳಗೆ, ನೀಲಿಗೆ, ಹಳದಿಗೆ ಬದಲಾಗಿ ಒಂದು ಬೆಳಕಿನ ನೃತ್ಯವನ್ನೇ ನಡೆಸುತ್ತವೆ. ಲೌಸ್ ಕಾನ್ ಎಂಬ ವಾಸ್ತು ಶಿಲ್ಪಿ ಒಪೇರಾ ಹೌಸಿನ ಭವ್ಯತೆಯನ್ನು ನೋಡಿ "ಇದರ ಮೇಲೆ ಬಿದ್ದು ಪ್ರತಿಫಲಿಸುವವರೆಗೂ ಸೂರ್ಯನಿಗೆ ತನ್ನ ಕಿರಣಗಳ ಸೌಂದರ್ಯ ತಿಳಿದಿರಲಿಲ್ಲ" ಎಂದು ಉದ್ಗರಿಸಿದ್ದಾನೆ.

ಒಪೆರಾ ಹೌಸ್‌ನ ನಿರ್ಮಾಣವೂ ಒಂದು ದೊಡ್ಡ ಕಥೆ. 1955ರಿಂದ 1973ರವರೆಗೆ, ಸುಮಾರು 16 ವರ್ಷಗಳ ಕಾಲ ನಿರ್ಮಾಣ ನಡೆಯಿತು. ಅನೇಕ ಎಂಜಿನಿಯರ್‌ಗಳು, ಕಟ್ಟಡಗಾರರು, ಕಲಾವಿದರು ಒಟ್ಟಾಗಿ ದುಡಿದು ಡ್ಯಾನಿಷ್ ವಾಸ್ತುಶಿಲ್ಪಿ ಜಾರ್ನ್ ಉಟರ್ಝೋನ್ ಕಂಡ ಕನಸನ್ನು ನನಸು ಮಾಡಿದರು. ನಿರ್ಮಾಣದ ಸಮಯದಲ್ಲಿ ಹಲವಾರು ಸವಾಲುಗಳನ್ನು ಎದುರಿಸಬೇಕಾಯಿತು. ದಿಬ್ಬಣಿಕೆಗಳ ವಿನ್ಯಾಸ, ಕಾಂಕ್ರೀಟ್ ರಚನೆ, ಧ್ವನಿ ವ್ಯವಸ್ಥೆ– ಎಲ್ಲವೂ ವಿಭಿನ್ನವಾಗಿದ್ದು, ಹೊಸದೊಂದು ತಂತ್ರಜ್ಞಾನ ಬಳಸಬೇಕಾಯಿತು. ಆದರೆ ಛಲ ಬಿಡದೆ, ಹಗಲಿರುಳು ದುಡಿದು ಈ ಅದ್ಭುತವನ್ನು ಸೃಷ್ಟಿಸಿದರು. ಇಂದು, ಒಪೆರಾ ಹೌಸ್ ಪ್ರಪಂಚದ ಪ್ರಸಿದ್ಧ ಕಟ್ಟಡಗಳಲ್ಲಿ ಒಂದು. ಅದು ಆಸ್ಟ್ರೇಲಿಯಾದ ಸಂಸ್ಕೃತಿಯ ಒಂದು ಗುರುತು.

ಸಂಗೀತ, ನೃತ್ಯ, ನಾಟಕ, ಒಪೆರಾ–ಒಪೆರಾ ಹೌಸ್ ಕಲೆಯ ಹಬ್ಬ. ಅಲ್ಲಿ ನಡೆಯುವ ಪ್ರದರ್ಶನಗಳನ್ನು ನೋಡಲು ಪ್ರಪಂಚದೆಲ್ಲೆಡೆಯಿಂದ ಜನರು ಬರುತ್ತಾರೆ. ಒಪೆರಾ ಹೌಸ್‌ನ ವಾಸ್ತುಶಿಲ್ಪದ ಅದ್ಭುತಗಳು ಕೇವಲ ಕಟ್ಟಡದೊಳಗೆ ಇಲ್ಲ. ಅದು ಮಾನವನ ಸೃಜನಶೀಲತೆಯ ಶಕ್ತಿಯ ಒಂದು ಸಾಕ್ಷಿ. ಕಲ್ಪನೆಯನ್ನು ಕಟ್ಟಡವಾಗಿ ಪರಿವರ್ತಿಸುವ ಛಲ, ಎಂಜಿನಿಯರಿಂಗ್ ಪರಾಕ್ರಮ, ಕಲಾವಿದರ ಚಾತುರ್ಯ ಎಲ್ಲವೂ ಒಟ್ಟಾಗಿ ಸೇರಿ ಸಿಡ್ನಿ ಒಪೆರಾ ಹೌಸ್‌ನ ಅದ್ಭುತವನ್ನು ಸೃಷ್ಟಿಸಿದೆ.

ಬಿಳಿಬಣ್ಣದ ದಿಬ್ಬಣಿಕಗಳು ಗುಂಪಿನಲ್ಲಿ ನಿಂತು ಚಿಪ್ಪುಗಳಂತೆ, ಶಂಕುಗಳಂತೆ ಹೊಳೆಯುತ್ತಿವೆ. ಒಂದೊಂದು ದಿಬ್ಬಣಿಕೆಯೂ ವಿಭಿನ್ನ ಗಾತ್ರದ, ವಿಭಿನ್ನ ಕೋನಾಕಾರದ್ದು. ಇವೆಲ್ಲ ದಿಬ್ಬಣಿಕೆಗಳನ್ನು ಪರಸ್ಪರ ಬಂಧಿಸಿರುವುದು, ಪ್ರಿಸ್ಟ್ರೆಸ್ ಎಂಬ ಕಾಂಕ್ರೀಟ್ ರಚನೆಗಳು. ಅವು ಗಟ್ಟಿಯ ಕಂಬಗಳಂತೆ

ನಿಂತು, ದಿಬ್ಬಣಿಕೆಗಳನ್ನು ಗಾಳಿಯ ಒತ್ತಡದಿಂದ ರಕ್ಷಿಸುತ್ತದೆ. ಒಳಗೆ ಹೋಗಿ ನೋಡಿದರೆ, ಜೇನುಗೂಡಿನ ರಚನೆಯಂತೆ ಕಾಣುವ ಈ ಪ್ರಿಸ್ಟ್ರೆಸ್ ರಚನೆ, ಒಂದಕ್ಕೊಂದು ಭದ್ರವಾಗಿ ಬೆಸೆದುಕೊಂಡು, ಒಪೆರಾ ಹೌಸ್‌ನ ಭದ್ರತೆಯನ್ನು ಕಾಪಾಡುತ್ತವೆ.

ದಿಲ್ಲಿಯ ಬಹಾಯಿ ಮಂದಿರದಲ್ಲೂ ಮತ್ತು ಇನ್ಫೋಸಿಸ್ ಎಲೆಕ್ಟ್ರಾನಿಕ್ ಸಿಟಿಯ ಆಫೀಸಿನ ಫುಡ್ ಕೋರ್ಟ್ ವಾಸ್ತು ಶಿಲ್ಪದಲ್ಲೂ ಇದೇ ವಿನ್ಯಾಸದ ರಚನೆಗಳನ್ನು ನಾನು ಗಮನಿಸಿದ್ದೇನೆ.

ನಾವು ಒಪೇರಾ ಹೌಸಿನ ಮೆಟ್ಟಲ ಮೇಲೆ, ಮುಂದು, ಸಿಡ್ನಿ ಬಂದರಿನ ಎದುರು ಫೋಟೋ ತೆಗೆದದ್ದೇ ತೆಗೆದದ್ದು. ಸಮಯದ ಅಭಾವದಿಂದ ಆಗ ನಡೆಯುತಿದ್ದ ಪ್ರದರ್ಶನವನ್ನು ನೋಡಲು ಆಗಲಿಲ್ಲ.

ಒಪೇರಾ ಹೌಸ್ ಟೂರ್ ಎಂಬ ಅಲ್ಲಾವುದ್ದೀನನ ಅದ್ಭುತ ದೀಪ

ಒಪೇರಾ ಹೌಸ್ ಟೂರಿನಲ್ಲಿ ಮಾರ್ಗದರ್ಶಿಯ ಮೂಲಕ ನಮಗೆ ಒಪೇರಾ ಹೌಸ್ ಒಳಾಂಗಣ, ಸುಸಜ್ಜಿತ ಸೌಕರ್ಯ, ಒಪೇರಾ ಹೌಸ್ ಚರಿತ್ರೆ ಇವೆಲ್ಲದರ ಪರಿಚಯವಾಗುತ್ತದೆ. ಒಪೆರಾ ಹೌಸ್‌ನ ಟೂರ್ ಕೇವಲ ಕಟ್ಟಡವನ್ನು ನೋಡುವುದಲ್ಲ, ಒಂದು ಅನುಭವವನ್ನು ಜೀವಿಸುವುದು. ಅದು ಕಲೆಯ ಮಹತ್ವ, ಯೋಜನೆಯ ಚಾತುರ್ಯ, ಮತ್ತು ಮಾನವನ ಸೃಜನಶೀಲತೆಯ ಒಂದು ಸಾಕ್ಷಿ. ಈ ಅನುಭವ ಜೀವನದ್ದುದ್ದಕ್ಕೂ ನಿಂತು ಬಿಡುತ್ತದೆ.

ಒಳಾಂಗಣದಲ್ಲಿ ನೆರಳು ಬೆಳಕಿನ ಆಟ, ಗೋಡೆಗಳ ಮೇಲೆ ಬೀಳುವ ಬೆಳಕು, ನೆರಳುಗಳ ಸಂಗೀತವನ್ನು ಸೃಷ್ಟಿಸುತ್ತದೆ. ಮರದ ಒಳಾಂಗಣ ಬೆಚ್ಚಗಿನ ಸ್ವಾಗತವನ್ನು ನೀಡುತ್ತದೆ. ಸಭಾಂಗಣಗಳ ವಿನ್ಯಾಸ ಅಚ್ಚರಿ ತರುತ್ತದೆ. ಪ್ರತಿಯೊಂದು ಸಭಾಂಗಣವೂ ಅನನ್ಯ, ಧ್ವನಿ ವ್ಯವಸ್ಥೆ ಅದ್ಭುತ. ಎಲ್ಲಿ ಕುಳಿತರೂ, ರಂಗಭೂಮಿಯ ಮೇಲಿನ ಶಬ್ದ, ಸಂಗೀತ ನಮ್ಮನ್ನು ಸಂಪೂರ್ಣವಾಗಿ ಆವರಿಸುತ್ತದೆ. ರಂಗಭೂಮಿಯ ಮೇಲೆ ನಡೆಯುವ ಪ್ರದರ್ಶನಗಳು, ಎಲ್ಲವೂ ಮನಸ್ಸನ್ನು ರೋಮಾಂಚನಗೊಳಿಸುತ್ತವೆ. ರಂಗಭೂಮಿಯ ಧ್ವನಿ ವ್ಯವಸ್ಥೆ, ಲೈಟ್‌ಗಳ ಆಟ, ಎಲ್ಲವೂ ಒಂದು ಕಲಾವಿದನ ಕನಸು.

ಒಪೇರಾ ಹೌಸ್ ಟೂರಿನಲ್ಲಿ ನಾವು ಹೊರಾಂಗಣದಷ್ಟೇ ಅದ್ಭುತವಾದ ಒಳಾಂಗಣ ರಚನೆಯನ್ನು ಕಂಡೆವು. ಮೆಟ್ಟಿಲುಗಳ ರಚನೆ, ವಿಶಾಲ ಹಜಾರ

ಇವೆಲ್ಲವೂ ನನಗೆ ಅಂತರಿಕ್ಷ ನೌಕೆಯೊಳಗೆ ಬಂದಂತೆ ಭಾಸವಾಯಿತು. ಒಪೇರಾ ಹೌಸಿನ ಚಿಪ್ಪಿನಂತೆ ಕಾಣುವ ದಿಬ್ಬಣಗಳಲ್ಲಿ ಒಂದು ದಶಲಕ್ಷಕ್ಕೂ ಹೆಚ್ಚಿನ ಸಿರಾಮಿಕ್ ಟೈಲ್ಸ್‌ಗಳನ್ನು ಜೋಡಿಸಲಾಗಿದೆ. ಸಂಭ್ರಮಾಚರಣೆಗಳಲ್ಲಿ ಈ ಚಿಪ್ಪುಗಳ ಮೇಲೆ ಮನ ಸೂರೆಗೊಳ್ಳುವ ಬೆಳಕಿನ ಪ್ರದರ್ಶನ ನಡೆಯುತ್ತದೆ. ಕಾನ್ಸರ್ಟ್ ಹಾಲ್, ಜೋನ್ಸ್ ಸದರ್ ಲ್ಯಾಂಡ್ ಥಿಯೇಟರ್ ಮತ್ತು ಬೆನ್ನೆಲಾಂಗ್ ರೆಸ್ಟೋರೆಂಟ್ ಎಂಬ ಮೂರು ಕಟ್ಟಡಗಳನ್ನು ಒಪೇರಾ ಹೌಸ್ ಒಳಗೊಂಡಿದೆ.

ಅತ್ಯಂತ ದೊಡ್ಡ ಕಟ್ಟಡವಾದ ಕಾನ್ಸರ್ಟ್ ಹಾಲಿನಲ್ಲಿ ಎರಡು ಸಾವಿರಕ್ಕೂ ಹೆಚ್ಚು ಜನರು ಪ್ರದರ್ಶನ ನೋಡಬಹುದು. ಜಗತ್ತಿನ ಅತ್ಯಂತ ದೊಡ್ಡದಾದ ಮೆಕ್ಯಾನಿಕಲ್ ಆರ್ಗನ್ ಈ ಸಭಾಂಗಣದ ಹಿಂಬಾಗದಲ್ಲಿದೆ, ಮುಖ್ಯ ವೇದಿಕೆಯ ಮೇಲೆ ಗುಲಾಬಿ ಬಣ್ಣದ ಅಕೌಸ್ಟಿಕ್ ರೆಫ್ಲೆಕ್ಟರ್ಗಳನ್ನು ಅಳವಡಿಸಲಾಗಿದೆ;ಇವು ಶಬ್ದವನ್ನು ಎಲ್ಲೆಡೆಯೂ ಸಮಾನವಾಗಿ ಗ್ರಹಿಸಲು ಸಹಾಯ ಮಾಡುತ್ತವೆ. ಒಂದೂವರೆ ಸಾವಿರಕ್ಕೂ ಹೆಚ್ಚಿನ ಜನರು ಕೂರಬಹುದಾದ ಜೋನ್ಸ್ ಸದರ್ ಲ್ಯಾಂಡ್ ಥಿಯೇಟರ್‌ನಲ್ಲಿ ಹೆಚ್ಚಿನ ನಾಟಕ, ಒಪೇರಾ, ಆರ್ಕೆಸ್ಟ್ರ ಮುಂತಾದ ಪ್ರದರ್ಶನಗಳು ನಡೆಯುತ್ತವೆ.

ಇದರೊಂದಿಗೆ ತಾಲೀಮು ಕೋಣೆಗಳೂ, ಮಕ್ಕಳಿಗೆ ಕ್ರಿಯೇಟಿವಿಟಿ ಸೆಂಟರ್ ಮುಂತಾದ ಅತ್ಯಾಧುನಿಕ ಸೌಕರ್ಯಗಳೂ ಇಲ್ಲಿವೆ.

ಇನ್ನು ಪ್ರದರ್ಶನ ನಡೆಯುವ ಸಭಾಂಗಣದ ಭವ್ಯತೆಯನ್ನಂತೂ ಶಬ್ದಗಳಲ್ಲಿ ಹಿಡಿದಿಡಲು ಅಸಾಧ್ಯ. ಅತ್ಯದ್ಭುತ ಬೆಳಕಿನ ವ್ಯವಸ್ಥೆ, ಸಣ್ಣ ಸೂಜಿಯ ಶಬ್ದವನ್ನೂ ಕೇಳಿಸುವ ಧ್ವನಿ ವರ್ಧಕ ವ್ಯವಸ್ಥೆ, ಯೋಜನಾಬದ್ಧ ಆಸನ ವ್ಯವಸ್ಥೆ ಮತ್ತು ಛಾವಣಿಯಲ್ಲಿ ಹೂ ದಳಗಳ ರಚನೆಯಿಂದ ಹೊಮ್ಮುವ ಬೆಳಕು ಇವೆಲ್ಲವೂ ನಾನು ಚಿಕ್ಕಂದಿನಲ್ಲಿ ಓದಿದ್ದ ಅಲ್ಲಾವುದ್ದೀನನ ಅದ್ಭುತ ದೀಪ ಸೃಷ್ಟಿಸಿದ ಜಗತ್ತಿನಂತೆ ಭಾಸವಾಯಿತು.

ವೀಲ್ ಚೇರಿನಲ್ಲಾದರೂ ಸರಿ ಮತ್ತೆ ಒಪೇರಾ ಹೌಸಿಗೆ ಬರುವ ಆಸೆ

ನನ್ನ ಪತ್ನಿಯಂತೂ ಇದರ ಸೌಂದರ್ಯಕ್ಕೆ ಮಾರು ಹೋಗಿ ನನ್ನ ಮಗನಿಗೆ "ಪುಟ್ಟಾ ನಾನು ಹಣ್ಣು ಹಣ್ಣು ಮುದುಕಿಯಾದ ಮೇಲೂ, ವೀಲ್ ಚೇರಿನಲ್ಲಾದರೂ ನೀನು ಕರೆದುಕೊಂಡು ಬರಬೇಕು" ಎಂದು ತಮಾಷೆಯ ಧ್ವನಿಯಲ್ಲಿ ವಿನಂತಿಸಿಕೊಂಡಳು. ನನ್ನ ಮಗ ಇದ್ದಕ್ಕಿದ್ದಂತೆ ತನ್ನತ್ತ ಬಂದ ಈ ಪ್ರಶ್ನೆಗೆ ಏನು ಉತ್ತರ ಕೊಡಬೇಕೆಂದು ತೋಚದೆ ತಲೆ ಕೆರೆಯುತ್ತಾ ನಿಂತ.

ಸಿಕ್ಕೇ ಬಿಟ್ಟಿತು ಕರ್ವಾಲೋ ಹುಡುಕುತ್ತಿದ್ದ
ಹಾರುವ ಓತಿ

ನನ್ನ ಮಗನ ಆಸೆಯಿಂದ ನಾವು ಆಸ್ಟ್ರೇಲಿಯಾದ ಪ್ರವಾಸದಲ್ಲಿ ಅನೇಕ ಮೃಗಾಲಯಗಳನ್ನು ನೋಡುವಂತಾಯಿತು. ಅವನೇ ಮುಂದಾಳತ್ವ ವಹಿಸಿ ಪ್ರತಿ ನಗರದಲ್ಲೂ ಇರುವ ಮೃಗಾಲಯ, ಮತ್ಸಾಲಯ, ಅವುಗಳ ಸಮಯ ಇತ್ಯಾದಿ ಪೂರ್ಣ ಯೋಜನೆಯನ್ನು ಮಾಡುತ್ತಿದ್ದ. ನಮ್ಮ ಕೆಲಸ ಕೇವಲ ಟಿಕೆಟ್ ಕೊಂಡು ಕೊಳ್ಳುವುದು. ಒಂದು ರೀತಿಯಲ್ಲಿ ಅವನೇ ನಮ್ಮನ್ನು ಈ ಎಲ್ಲಾ ಜಾಗಗಳಿಗೂ ಕರೆದು ಕೊಂಡು ಹೋದ ಎಂದರೆ ತಪ್ಪಾಗುವುದಿಲ್ಲ. ಈ ರೀತಿ ನಾವು ಮೆಲ್ಬರ್ನ್ ಮೃಗಾಲಯ, ಸಿಡ್ನಿ ಮೃಗಾಲಯ, ವೆರ್ರಿಬೀ ಓಪನ್ ರೇಂಜ್ ಮೃಗಾಲಯ, ಟೊರೋಂಗ ಮೃಗಾಲಯ ಇವೆಲ್ಲವನ್ನೂ ನೋಡುವಂತಾಯಿತು.

ಮುಖ್ಯವಾಗಿ ವಿದೇಶಿ ಪ್ರವಾಸಿಗರು ಭೇಟಿ ನೀಡುವ ಈ ಸ್ಥಳಗಳಲ್ಲಿ, ಚಿಕ್ಕ ಮಕ್ಕಳಿಗೆ ಅನುಕೂಲವಾಗಲೆಂದು ಪುಟ್ಟ ಕಂದಮ್ಮಗಳ ಕೂರಿಸಿಕೊಂಡು ಹೋಗುವ ಸ್ಟ್ರಾಲರುಗಳಿಗೆ ಎಲ್ಲ ಅನುಕೂಲಗಳನ್ನೂ ಮಾಡಿದ್ದರು.

ನಾವು ಮುಖ್ಯವಾಗಿ ನೋಡಲು ಹೊರಟಿದ್ದು ಕಾಂಗರೂ, ವಾಲ್ಲಬಿ, ಕೋಆಲಾ ಮುಂತಾದ ಆಸ್ಟ್ರೇಲಿಯಾಗೇ ವಿಶಿಷ್ಟವಾದ ಪ್ರಾಣಿ ಮತ್ತು ಪಕ್ಷಿಗಳನ್ನು. ಕೋಟ್ ಆಫ್ ಆರ್ಮ್ಸ್, ಆಸ್ಟ್ರೇಲಿಯಾದ ಕ್ರಿಕೆಟ್ ಟೀಮಿನ ಲಾಂಛನದಲ್ಲಿ ಮತ್ತು ಅನೇಕ ಆಸ್ಟ್ರೇಲಿಯಾದ ಅನೇಕ ಲಾಂಛನದಲ್ಲಿ ಆಸ್ಟ್ರೇಲಿಯಾದ ರಾಷ್ಟ್ರೀಯ ಪ್ರಾಣಿ ಕಾಂಗರೂ ಮತ್ತು ರಾಷ್ಟ್ರೀಯ ಪಕ್ಷಿ ಎಮುಗಳನ್ನು ಕಾಣಬಹುದು. ಈ ಎರಡೂ ಪ್ರಾಣಿಗಳು ಕೇವಲ ಮುಂದೆ ಮಾತ್ರ ಹೋಗುತ್ತವೆಯಾದ್ದರಿಂದ, ಆಸ್ಟ್ರೇಲಿಯಾ ದೇಶ ಕೂಡ ಮುಂದುವರಿಯುವ ಪ್ರತೀಕವಾಗಿದೆ.

ಮರಿಯ ಹೆತ್ತೂ ಹೊತ್ತೂ ಜಿಗಿಯುವ ಕಾಂಗರೂ

ಕಾಂಗರೂಗಳು ತಮ್ಮ ಉದ್ದನೆಯ ಕಾಲುಗಳು, ಸಣ್ಣ ಕೈಗಳು, ಬಲಿಷ್ಠ ಬಾಲ, ನಗುವಂಥ ಮುಖ ಎಲ್ಲವೂ ವಿಚಿತ್ರವಾದರೂ ಆಕರ್ಷಕವಾಗಿರುತ್ತವೆ. ಒಂದು ಕೋನದಲ್ಲಿ ಅವುಗಳ ಮುಖ ಕತ್ತೆಯ ಮುಖದ ರೀತಿ ನನಗೆ ಕಂಡಿತು. ವಿಶಾಲ ಹುಲ್ಲುಗಾವಲಿನಲ್ಲಿ ಕಾಂಗರೂಗಳು ಮತ್ತು ವಾಲಬಿಗಳು ಹುಲ್ಲು ಮೇಯುತ್ತಾ ಇರುವದನ್ನು ನಾನು ಕಂಡಿದ್ದೇನೆ. ಸ್ವಲ್ಪವೇ ದೂರ ಹೋಗಲು ಅವು ತಮ್ಮ ಹಿಂಗಾಲುಗಳೊಂದಿಗೆ ತಮ್ಮ ದಪ್ಪನೆ, ಬಲಿಷ್ಠ ಬಾಲದ ಸಹಾಯ ಪಡೆಯುತ್ತ ಹೋಗುವಾಗ ಮೂರು ಕಾಲಿನ ಪ್ರಾಣಿಯಂತೆ ಕಾಣುತ್ತದೆ. ಮೃಗಾಲಯದಲ್ಲಿ ಇವುಗಳಿಗೆ ಸಾಕಷ್ಟು ಆಹಾರ ಸಿಗುವುದರಿಂದ ಇವು ಆಲಸಿಯಾಗಿ ನೆರಳಲ್ಲಿ ವಿರಮಿಸುವುದು ಸಾಮಾನ್ಯ ನೋಟ. ಅಪರೂಪಕ್ಕೊಮ್ಮೆ ಅವು ನೆಗೆದು ಓಡುವುದನ್ನು ಕಂಡಾಗ ನನಗೆ ಕುಂಟೋಬಿಲ್ಲೆ ಆಟದಲ್ಲಿ ನಾನು

ಎರಡು ಮನೆ ನೆಗೆದದ್ದು ಜ್ಞಾಪಕವಾಯಿತು; ಒಂದು ನೆಗೆತಕ್ಕೆ ಅವು ಸುಮಾರು ಮೂರು ಮೀಟರಿನಷ್ಟು ದೂರ ನೆಗೆಯುತ್ತವೆ.

ಕಾಂಗರೂಗಳು "ಮಾಬ್" ಎಂಬ ಗುಂಪುಗಳಲ್ಲಿ ವಾಸಿಸುತ್ತವೆ. ಎಳೆಯ ಕಾಂಗರೂಗಳು ತಾಯಿ ಕಾಂಗರೂಗಳ ಉದರದಲ್ಲಿರುವ ಚೀಲದಲ್ಲಿ (pouch) ಬೆಳೆಯುತ್ತವೆ. ಅವು ದೊಡ್ಡವಾಗುವವರೆಗೂ ಈ ಚೀಲದಲ್ಲಿಯೇ ಇರುತ್ತವೆ. ಕೆಲವೊಮ್ಮೆ ಹಸಿರು ಹುಲ್ಲು ತಿನ್ನಲು ಹೊರ ಬಂದಾಗ ಬಹಳ ಮುದ್ದಾಗಿ ಕಾಣುತ್ತವೆ.

ಮೃಗಾಲಯದಲ್ಲಿ ಕಾಂಗರೂಗಳಿಗೆ ಹಾಕಲು ಜೋಳ ಮುಂತಾದ ಕಾಳುಗಳಿಂದ ಕೂಡಿದ ಆಹಾರವನ್ನು ಸಣ್ಣ ಪೊಟ್ಟಣದಲ್ಲಿ ಮಾರುತ್ತಾರೆ- ನನ್ನ ಮಗನು ಪ್ರತಿ ಮೃಗಾಲಯದಲ್ಲೂ ಕಾಂಗರೂಗಳಿಗೆ ಈ ಪೊಟ್ಟಣದ ಆಹಾರವನ್ನು ತಿನಿಸಿದ್ದೇ ತಿನಿಸಿದ್ದು.

ಏನೋ ಹೇಳುತ್ತಿರುವ ಕಾಂಗರೂ

ಮುದ್ದು ಟೆಡ್ಡಿ ಬೇರ್ ಗೊಂಬೆಯಂತೆ ಕಾಣುವ ಕೋಆಲಾ

ಕಾಂಗರೂವಿನಂತೆ ಕಾಣುವ ಮತ್ತೊಂದು ಪ್ರಾಣಿ ವಾಲಬಿ. ಇವು ಕಾಂಗರೂಗಳಿಂತ ಕೊಂಚ ಚಿಕ್ಕದಾಗಿದ್ದು, ಮೊದ ಮೊದಲು ನಾವು ಈ ಪ್ರಾಣಿಗಳನ್ನು ಮರಿ ಕಾಂಗರೂ ಎಂದು ತಪ್ಪಾಗಿ ಅಂದುಕೊಂಡಿದ್ದೆವು. ಎಷ್ಟು ಮುದ್ದಾಗಿ ಕಂಡರೂ ಕಾಂಗರೂವನ್ನಾಗಲಿ ಅಥವಾ ವಾಲಬಿಯನ್ನಾಗಲಿ ಆಸ್ಟ್ರೇಲಿಯಾದಲ್ಲಿ ಮನೆಯಲ್ಲಿ ಸಾಕುವಂತಿಲ್ಲ.

ಆಸ್ಟ್ರೇಲಿಯಾದ ವಿಶಾಲ ಹುಲ್ಲುಗಾವಲಿನಲ್ಲಿ ಕಾಂಗರೂಗಳು ಮತ್ತು ವಾಲಬಿಗಳು ಹುಲ್ಲು, ಗಿಡಗಳನ್ನು ಮೇಯುತ್ತಾ ಇರುವ ದೃಶ್ಯ ಸಾಮಾನ್ಯ. ಕಾಂಗರೂಗಳೊಂದಿಗೆ ಕಂದು ಬಣ್ಣದ ಮೊಲಗಳು ಕೂಡ ಹೇರಳವಾಗಿ ಆಸ್ಟ್ರೇಲಿಯಾದ ಹುಲ್ಲು ಗಾವಲಿನಲ್ಲಿ ಕಾಣಸಿಗುತ್ತವೆ. ಫಿಲಿಪ್ ದ್ವೀಪದ ಪ್ರವಾಸದಲ್ಲಿ ನಗರದಿಂದ ಹೊರಗೆ ಇದ್ದ ವಿಶಾಲ ಹುಲ್ಲುಗಾವಲಿನಲ್ಲಿ ಮತ್ತು ಯಾರ ನದಿಯ ಕಣಿವೆಗಳಲ್ಲಿ ಕಾಂಗರೂಗಳು ಮತ್ತು ವಾಲಬಿಗಳು ನಮ್ಮಲ್ಲಿ

ಹುಲ್ಲು ಮೇಯುವ ಹಸುಗಳಂತೆ ತಮ್ಮ ಪಾಡಿಗೆ ತಾವು ಹುಲ್ಲು ಮೇಯುತ್ತಾ ಇರುತ್ತವೆ.

ಚಿತ್ರಗಳಲ್ಲಿ ಕಾಂಗರೂಗಳು ತಮ್ಮ ಎರಡು ಬಲಿಷ್ಠ ಕಾಲುಗಳಿಂದ ಜಿಗಿಯುವ ರೋಚಕ ದೃಶ್ಯಗಳನ್ನು ನಾನು ನೋಡಿ, ಕಾಂಗರೂಗಳು ಯಾವಾಗಲೂ ಜಿಗಿಯುವುದು ಸಾಮಾನ್ಯ ಎಂದುಕೊಂಡಿದ್ದೆ. ಆದರೆ ಮೃಗಾಲಯಗಳಲ್ಲಿ ಮತ್ತು ಹುಲ್ಲುಗಾವಲಿನಲ್ಲಿ ಕಾಂಗರೂಗಳು ಸಣ್ಣ ದೂರ ಕ್ರಮಿಸಲು ತಮ್ಮ ದಪ್ಪನೆಯ ಬಲಿಷ್ಠ ಬಾಲದ ಸಹಾಯ ಪಡೆದದ್ದನ್ನು ನೋಡಿ ಅವುಗಳ ಜಿಗಿತ ನಿರೀಕ್ಷಿಸಿದ್ದ ನನಗೆ ಕೊಂಚ ನಿರಾಸೆಯಾಯಿತು. ಬಾಲವನ್ನು ನೆಲಕ್ಕೆ ಊರಿ ತಮ್ಮ ಎರಡು ಕಾಲುಗಳನ್ನು ಮಡಚಿ ಮುಂದಿಡುತ್ತವೆ. ಈ ಚಲನೆಯನ್ನು "ತೆವಳು–ನಡಿಗೆ" ಎಂದು ಕರೆಯಬಹುದು. ಜಿಗಿಯುವುದಕ್ಕೆ ಶಕ್ತಿ ವ್ಯಯವಾಗುವ ಕಾರಣದಿಂದಾಗಿ ಕೇವಲ ವಿಶೇಷ ಸಂದರ್ಭಗಳಲ್ಲಿ, ಕಡಿಮೆ ಸಮಯದಲ್ಲಿ ದೂರ ಕ್ರಮಿಸಲು ಮಾತ್ರ ಕಾಂಗರೂಗಳು ಜಿಗಿಯುತ್ತವೆ.

ತಮ್ಮ ಉದರ ಚೀಲದಲ್ಲಿ ಮರಿಗಳನ್ನು ಸಾಕುವುದು ಕೇವಲ ಕಾಂಗರೂಗಳಷ್ಟೇ ಅಲ್ಲ, ಆಸ್ಟ್ರೇಲಿಯಾದ ಅನೇಕ ಪ್ರಾಣಿಗಳಾದ ವಾಲಬಿ, ಕೋಆಲಾ, ವಾಮ್‌ಬ್ಯಾಟ್, ತಸ್ಮಾನಿಯಾನ್ ಡೆವಿಲ್, ಶುಗರ್ ಗ್ಲೈಡರ್ ಇವೆಲ್ಲವೂ ತಮ್ಮ ಮರಿಗೆ ಜನ್ಮ ಕೊಟ್ಟಾಗ ಆ ಮರಿಗಳು ಪೂರ್ಣವಾಗಿ ಬೆಳವಣಿಗೆ ಹೊಂದಿಲ್ಲದ ಕಾರಣ, ಮರಿಗಳು ಪೂರ್ತಿಯಾಗಿ ಬೆಳೆಯುವವರೆಗೂ ತಮ್ಮ ಉದರ ಚೀಲದಲ್ಲೇ ಬೆಳೆಸುತ್ತವೆ. ಆ ಮರಿಗಳಿಗೆ ಜೋಲಿ, ತೊಟ್ಟಿಲು ಎಲ್ಲವೂ ತನ್ನ ಅಮ್ಮನ ಮಡಿಲೇ.

ತಮ್ಮ ದೇಶದಲ್ಲಿರುವ ಕಾಂಗರೂ, ಡಿಂಗೊ, ಕೋಆಲಾ ಮುಂತಾದ ಅತಿ ವಿಶಿಷ್ಟ ಪ್ರಾಣಿಗಳನ್ನು ಪೂರ್ಣವಾಗಿ ಉಪಯೋಗಿಸಿಕೊಂಡಿರುವ ಆಸ್ಟ್ರೇಲಿಯ ಪ್ರವಾಸೋದ್ಯಮ, ಪ್ರತಿ ಮೃಗಾಲಯದಲ್ಲೂ ಈ ಪ್ರಾಣಿಗಳೊಂದಿಗೆ ಒಡನಾಡುವ ಅವಕಾಶವನ್ನು ಪ್ರವಾಸಿಗರಿಗೆ ಕಲ್ಪಿಸುತ್ತದೆ. ಕಾಂಗರೂಗಳಿಗೆ ಆಹಾರ ಕೊಡುವುದು, ಕೋಆಲಾ ಜೊತೆ ಫೋಟೋ ತೆಗೆಸಿಕೊಳ್ಳುವುದು, ಡಿಂಗೊ ನಾಯಿಗಳ ವಾಕಿಂಗ್ ಕರೆದೊಯ್ಯುವುದು ಇವೆಲ್ಲವೂ ಮೃಗಾಲಯಗಳಿಗೆ ಲಾಭ ತಂದು ಕೊಡುವುದಲ್ಲದೆ, ಪ್ರವಾಸಿಗರೂ ತಮ್ಮ ಖಾಸಗಿ ನೆನಪುಗಳಲ್ಲಿ ಆಸ್ಟ್ರೇಲಿಯಾದ ಪ್ರಾಣಿಗಳನ್ನು ದಾಖಲಿಸುವಂತೆ ಮಾಡುತ್ತದೆ.

ಸುಮ್ಮನಿರುವ ಸುಮ್ಮಾನದ ಮುದ್ದು ಕುಂಭಕರ್ಣ ಕೋಆಲಾ

ಕೋಆಲಾ ಸೀದಾ ಮಕ್ಕಳ ಮುದ್ದು ಕರಡಿಯ ಗೊಂಬೆ ಜೀವ ತಳೆದು ಬಂದಂತೆ ಕಾಣುವ, ಕಪ್ಪು ಕಣ್ಣುಗಳು, ಉದ್ದನೆ ಕಪ್ಪನೆ ಮೂಗು, ಉದ್ದವಾದ

ಕಿವಿಗಳು ಹೊಂದಿರುವ ಕಂದು ಬಣ್ಣದ ಸಾಧು ಪ್ರಾಣಿ. ನಾವು ನೋಡಿದ ಸುಮಾರು 30 ಸಂದರ್ಭಗಳಲ್ಲೂ ಒಮ್ಮೆ ಹೊರೆತು ಪಡಿಸಿ ಮಿಕ್ಕೆಲ್ಲ ಸಮಯ ಅದು ನಿದ್ದೆ ಮಾಡುತಿತ್ತು. ಸಿಡ್ನಿ ಮೃಗಾಲಯದ ಸಿಬ್ಬಂದಿ ಹೇಳಿದಂತೆ ಕೋಆಲಾ ದಿನಕ್ಕೆ 20 ಗಂಟೆ ನಿದ್ದೆ ಮಾಡುವ ಕುಂಭಕರ್ಣ. ನೀಲಗಿರಿ ಮರದ ಕೊಂಬೆಯ ಮೇಲೆ ಕುಳಿತು ನಿದ್ದೆ ಮಾಡುವ ಕೋಆಲಾಗಳನ್ನು ಗ್ರೇಟ್ ಓಷನ್ ರೋಡಿನ ಉದ್ದಕ್ಕೂ ಕಾಣಬಹುದು. ಅವು ನಿಧಾನವಾಗಿ ಮರದ ಕೊಂಬೆಗಳ ಮೇಲೆ ಏರುತ್ತಾ, ಯಾವುದೋ ಆಲೋಚನೆಯಲ್ಲಿ ಮುಳುಗಿರುವಂತೆ ಕಾಣುತ್ತವೆ. ಅವುಗಳ ಶಾಂತ, ನಿಧಾನಗತಿಯ ಚಲನೆ ನಮ್ಮನ್ನೂ ಒಂದು ಧ್ಯಾನದ ಸ್ಥಿತಿಗೆ ಕರೆದುಕೊಂಡು ಹೋಗುತ್ತದೆ.

ಕೇವಲ ಒಂದೇ ಬಾರಿ ಸಿಡ್ನಿ ಮೃಗಾಲಯದಲ್ಲಿ ನಾವು ಫೋಟೋ ತಗೆಸಿಕೊಳ್ಳಲು ಹೋದಾಗ ಮಾತ್ರ ಹೇಲಿ ಎಂಬ ಕೋಆಲಾದ ನಿದ್ರಾಭಂಗವಾಯಿತು. ಮೃಗಾಲಯದ ಸಿಬ್ಬಂದಿ ಫೋಟೋಗಾಗಿ ಪೋಸು ಕೊಡಲು ಅದಕ್ಕೆ ಎಳೆಯ ನೀಲಗಿರಿ ಎಲೆಗಳ ಮೂಲಕ ಅದನ್ನು ಪುಸಲಾಯಿಸಿದರು.

ಮೊದ ಮೊದಲು ನಾನು ಕೋಆಲಾವನ್ನು ನೀಲಗಿರಿ ಮರಗಳ ಮೇಲೆ ನೋಡಿದಾಗ ಅಲುಗಾಡದೆ ಮಲಗಿದ್ದ ಅದನ್ನು ಯಾರೋ ಟೆಡ್ಡಿ ಬೇರ್ ಗೊಂಬೆಯನ್ನು ಮರದ ಕೊಂಬೆಗಳ ಮೇಲೆ ಸಿಕ್ಕಿಸಿ ಹೋಗಿದ್ದಾರೆ ಎಂದುಕೊಂಡೆ. ಈ ಮರಗಳ ಎಲೆಗಳೇ ಅವುಗಳ ಆಹಾರದ ಮೂಲ. ಒಂದು ದಿನಕ್ಕೆ ಅವು ಸುಮಾರು 500 ಗ್ರಾಂ ಎಲೆಗಳನ್ನು ತಿನ್ನುತ್ತವೆ! ನೀಲಗಿರಿ ಎಲೆಗಳಲ್ಲಿರುವ ವಿಷಯುಕ್ತ ಅಂಶಗಳನ್ನೂ ಸಹ ಜೀರ್ಣಿಸಿಕೊಳ್ಳುವ ಅಸಾಧಾರಣ ಸಾಮರ್ಥ್ಯ ಅವುಗಳಿಗಿದೆ. ಅವು ಮರದ ಕೊಂಬೆಗಳ ಮೇಲೆ ಹಗಲಿರುಳು ಮಲಗಿ, ಗಿಡದಿಂದ ಗಿಡಕ್ಕೆ ನಿಧಾನವಾಗಿ ಹಾದುಹೋಗುತ್ತವೆ.

ಕೋಆಲಾಗಳು ಮರದ ಮೇಲೆ ಮಲಗಿರುವಾಗ ಮಳೆ ಬಂದಾಗಲೂ ಅವುಗಳ ದಪ್ಪನೆ ತುಪ್ಪಳ ರೈನುಕೋಟಿನಂತೆ ಕೋಆಲಾಗಳ ರಕ್ಷಣೆ ಮಾಡುತ್ತದೆ. ಕೋಆಲಾಗಳ ವಾಸನಾ ಶಕ್ತಿ ಎಷ್ಟು ನಿಖರವಾಗಿದೆಯೆಂದರೆ ನೀಲಗಿರಿ ಎಲೆಗಳ ವಾಸನೆಯಿಂದಲೇ ಆ ಎಲೆಯಲ್ಲಿನ ಪೋಷಕಾಂಶ, ಅವುಗಳಲ್ಲಿರುವ ನಂಜಿನ ಪ್ರಮಾಣ ಇವೆಲ್ಲವನ್ನೂ ಅವು ತಿಳಿದುಕೊಂಡು ಬಿಡುತ್ತವೆ. ತಮಾಷೆಯ ಸಂಗತಿಯೆಂದರೆ ದಿನದ 20 ಗಂಟೆ ನಿದ್ದೆ ಮಾಡಿದರೂ ಕೋಆಲಾಗಳು ಗೊರಕೆ ಹೊಡೆಯುವುದಿಲ್ಲ.

ಒಂದು ವಿಸ್ಮಯಕಾರಿ ಸಂಗತಿಯೆಂದರೆ "ಜೊಯಿ" ಎಂದು ಕರೆಯಲಾಗುವ ಕೋಆಲಾ ಮರಿಗಳು ತನ್ನ ತಾಯಿಯ ಮಲವನ್ನು ಹುಟ್ಟಿದ ಕೆಲ ದಿನಗಳವರೆಗೂ ತಿನ್ನುತ್ತದೆ. ಕೋಆಲಾ ಮರಿಗಳು ಹುಟ್ಟಿದಾಗ ಅವುಗಳ

ಸಿಡ್ನಿ ಮೃಗಾಲಯದಲ್ಲಿ ಚಪ್ಪರಿಸಿ ನೀಲಗಿರಿ ಎಲೆ ತಿನ್ನುತ್ತಿರುವ ಹೇಲಿ ಕೋಆಲಾ

ಜೀರ್ಣಾಂಗ ವ್ಯವಸ್ಥೆ ಇನ್ನೂ ಪೂರ್ಣವಾಗಿ ಬೆಳೆದಿರುವುದಿಲ್ಲ; ಹಾಗಾಗಿ ತಾಯಿ ತನ್ನ ಉದರದ ಚೀಲದಲ್ಲಿರುವ ತನ್ನ ಜೊಯಿಗೆ ಪೋಷಕಾಂಶ ಮತ್ತು ನೀಲಗಿರಿ ಎಲೆಗಳ ಜೀರ್ಣಿಸಿಕೊಳ್ಳಲು ಸಹಾಯ ಮಾಡುವ ಬ್ಯಾಕ್ಟೀರಿಯಾಗಳನ್ನೊಳಗೊಂಡ ವಿಶೇಷ ಕ್ರೀಮಿನಂತಹ "ಪಾಪ್" ಎಂದು ಕರೆಯಲಾಗುವ ವಿಶೇಷ ರೀತಿಯ ಮಲವನ್ನು ಉಣಿಸುತ್ತವೆ. ಇದು ಜೊಯಿಗಳ ಉಳಿವಿಗೆ ಮತ್ತು ಬೆಳವಣಿಗೆಗೆ ಅತ್ಯವಶ್ಯವಾಗಿ ಬೇಕಾಗುತ್ತದೆ.

ಬೇಕಾದಷ್ಟು ನೀಲಗಿರಿ ಮರಗಳಿದ್ದರೂ ಭಾರತದಲ್ಲಿ ಕೋಆಲಾಗಳು ಕಾಣಸಿಗುವುದಿಲ್ಲ. ಅದಕ್ಕೆ ಮುಖ್ಯ ಕಾರಣ ಕೋಆಲಾಗಳು ಭಾರತದಲ್ಲಿ ವಿರಳವಾಗಿರುವ ಕೇವಲ ನಿರ್ದಿಷ್ಟ ಜಾತಿಯ ನೀಲಗಿರಿ ಮರಗಳನ್ನು ತಮ್ಮ ಆಹಾರಕ್ಕೆ ಅವಲಂಬಿಸಿವೆ. ಅಲ್ಲದೆ ಭಾರತದಲ್ಲಿ ಬೇಟೆಗಾರ ಪ್ರಾಣಿಗಳಾದ ಚಿರತೆ, ಹುಲಿಗಳು ಮರವನ್ನು ಹತ್ತಿ ಕೂಡ ಬೇಟೆಯಾಡಬಲ್ಲವಾದ್ದರಿಂದ ಕೋಆಲಾಗಳು ಭಾರತದಲ್ಲಿ ಬದುಕುಳಿಯುವುದು ಕಷ್ಟ. ಸುಮ್ಮನಿರುವ ಸುಮ್ಮಾನದ ಜೀವಂತ ರೂಪಕವಾಗಿ ಕೋಆಲಾ ನನಗೆ ಕಂಡಿತು.

ಹಾರುವ ಹಲ್ಲಿ ಮುದ್ದು ಪೋಸಮ್

ನನ್ನ ನೆಚ್ಚಿನ ಕಾದಂಬರಿಯಾದ ತೇಜಸ್ವಿಯವರ "ಕರ್ವಾಲೋ" ಹತ್ತಾರು ಬಾರಿ ಓದಿದರೂ ಪ್ರತಿ ಓದಿಗೂ ಮಂದಣ್ಣ ಜೊತೆ ನಾನೇ ಶಿಕಾರಿಗೆ ಹೊರಟಂತೆ, ಕರ್ವಾಲೋ ಸಂಗಡ ಹಾರುವ ಓತಿ ಹುಡುಕುವ ಸಾಹಸಕ್ಕೆ

ಜೊತೆಯಾದ ಅನುಭವ ನೀಡಿದೆ. ಸಿಕ್ಕೇ ಬಿಟ್ಟಂತೆ ಕಂಡ "ಮೂರರ ಮುಂದೆ ಆರು ಸೊನ್ನೆ" ಯಷ್ಟು ವರ್ಷಗಳ ಹಳೆಯದಾದ ಹಾರುವ ಓತಿ ಕೊನೆಗೂ ತಪ್ಪಿಸಿಕೊಂಡಾಗ ನಾನು ಮತ್ತೆ ಮೊದಲಿಂದ "ಕರ್ವಾಲೋ" ಓದಲು ಶುರು ಹಚ್ಚುತ್ತೇನೆ.

ಈ ಬಾರಿ ಕೊನೆ ಪುಟದಲ್ಲಿ ಹಾರುವ ಓತಿ ತಪ್ಪಿಸಿಕೊಳ್ಳಲಿಲ್ಲ. ಆಸ್ಟ್ರೇಲಿಯಾದಲ್ಲಿ ಎರಡು ಜಾತಿಯ ಹಾರುವ ಓತಿಯ ರೀತಿ ಪ್ರಾಣಿಗಳಿವೆ. ಕರ್ವಾಲೋದ ಹಾರುವ ಓತಿಗೆ ಅತ್ಯಂತ ಹತ್ತಿರವಾದದ್ದು "ಫ್ಲೈಯಿಂಗ್ ಡ್ರ್ಯಾಗನ್ ಲಿಝರ್ಡ್" ಎಂಬ ಹಾರುವ ಹಲ್ಲಿ. ಮೊದಲಿಗೆ ಈ ಯಾವ ಪ್ರಾಣಿಗಳೂ ಹಕ್ಕಿಗಳಂತೆ ಹಾರುವುದಿಲ್ಲ; ಅವು ಮರದಿಂದ ಮರಕ್ಕೆ ಗ್ಲೈಡ್ ಮಾಡುತ್ತವೆ (ತೇಲುತ್ತವೆ). ಗ್ಲೈಡ್ ಮಾಡುವಾಗ ಅವು ತಮ್ಮ ಚರ್ಮವ ಅಗಲಿಸಿ ಹಾರಲು ಬೇಕಾದ ರೆಕ್ಕೆಯನ್ನಾಗಿ ಮಾಡಿಕೊಂಡು ಗಾಳಿಯಲ್ಲಿ ತೇಲುತ್ತವೆ. ನಿಜವಾಗಿ ಹಾರುವ ಹಕ್ಕಿಗಳಂತೆ ಅವು ಮೇಲಕ್ಕೆ ಹೋಗುವುದಾಗಲಿ, ಒಂದೆಡೆ ಗಾಳಿಯಲ್ಲಿ ರೆಕ್ಕೆ ಬಡಿಯುತ್ತ ನಿಲ್ಲುವುದಾಗಲಿ ಮಾಡಲು ಸಾಧ್ಯವಿಲ್ಲ.

"ಫ್ಲೈಯಿಂಗ್ ಡ್ರ್ಯಾಗನ್ ಲಿಝರ್ಡ್"ಗಳ ಕುತ್ತಿನ ಸುತ್ತ 'ಗ್ಲೈಡಿಂಗ್ ಮೆಂಬ್ರೇನ್' (Gliding Membrane) ಎಂಬ ಚರ್ಮದ ಪೊರೆ ಇದ್ದು, ಅದು ಹಾರುವಾಗ ಪ್ಯಾರಚೂಟ್‌ನಂತೆ ಕಾರ್ಯನಿರ್ವಹಿಸುತ್ತದೆ. ಮರದಿಂದ ಮರಕ್ಕೆ ಹಾರುವಾಗ, ಈ ಪೊರೆಯನ್ನು ಹಿಗ್ಗಿಸಿಕೊಂಡು ಅವು ಸುಮಾರು 20 ಮೀಟರ್ ದೂರದವರೆಗೆ ಗ್ಲೈಡ್ ಮಾಡಬಲ್ಲವು.

ಸುಮಾರು 20–30 ಸೆಂಟಿಮೀಟರ್ ಉದ್ದವಿರುವ ಈ ಹಲ್ಲಿಗಳು, ಹಸಿರು ಅಥವಾ ಕಂದು ಬಣ್ಣ ಹೊಂದಿರುತ್ತವೆ. ಈ ಪೊರೆ ಕೇವಲ ಹಾರಾಟಕ್ಕೆ ಮಾತ್ರವಲ್ಲ, ಗಂಡು ಹಲ್ಲಿಗಳು ಈ ಪೊರೆಯನ್ನು ಹಿಗ್ಗಿಸಿಕೊಂಡು, ಹೆಣ್ಣು ಹಲ್ಲಿಗಳನ್ನು ಆಕರ್ಷಿಸಲು ಪ್ರದರ್ಶನ ನೀಡುತ್ತವೆ. ಅದೊಂದು ರೀತಿಯ 'ನೃತ್ಯ'! ಈ ಪೊರೆ ಶತ್ರುಗಳಿಂದ ತಪ್ಪಿಸಿಕೊಳ್ಳಲು ಕೂಡಾ ಸಹಾಯ ಮಾಡುತ್ತದೆ. ಹಾರುವ ಡ್ರ್ಯಾಗನ್ ಹಲ್ಲಿಗಳು ಆಸ್ಟ್ರೇಲಿಯಾದ ಪೂರ್ವ ಕರಾವಳಿಯ ಕಾಡುಗಳಲ್ಲಿ ವಾಸಿಸುತ್ತವೆ. ಅವು ಹಗಲಿನ ವೇಳೆ ಮರದ ಎಲೆಗಳ ಮೇಲೆ ಇದ್ದು, ಕೀಟಗಳನ್ನು ತಿನ್ನುತ್ತವೆ. ರಾತ್ರಿಯಲ್ಲಿ ಹೆಚ್ಚು ಚಟುವಟಿಕೆಯಿಂದ ಇರುತ್ತವೆ, ಮರದಿಂದ ಮರಕ್ಕೆ ಜಾರುತ್ತಾ ಆಹಾರ ಹುಡುಕುತ್ತವೆ. ಬೇಟೆಗಾರರಿಂದ ತನ್ನನ್ನು ರಕ್ಷಿಸಿಕೊಳ್ಳಲು, ಅಥವಾ ಆಹಾರ, ಸಂಗತಿ ಹುಡುಕಲು ದೂರ ಕ್ರಮಿಸಲು ಈ ಹಾರುವ ಹಲ್ಲಿಗಳು ತಮ್ಮ ರೆಕ್ಕೆಯನ್ನು ಬಳಸಿಕೊಳ್ಳುತ್ತವೆ. ಮರದಿಂದ ಹಾರಿದಾಗ ಅವು ತಮ್ಮ ಉದ್ದನೆ ಬಾಲವನ್ನು ಮೇಲೆ ಕೆಳಗೆ ಆಡಿಸಿ ನಂತರ ತಮ್ಮ ಚರ್ಮದ ರೆಕ್ಕೆ ತೆರೆದು

ಗಾಳಿಯಲ್ಲಿ ತೇಲುತ್ತವೆ. ನಮ್ಮ ಛತ್ರಿಯ ಮಡಚಲು ಹಾಗೂ ತೆರೆಯಲು ಸಹಾಯ ಮಾಡುವ ಸೈಕಲ್ಲಿನ ಸ್ಪೋಕ್ಸಿನಂತೆ ತಮ್ಮ ಪಕ್ಕೆಲುಬುಗಳನ್ನು ರೆಕ್ಕೆಗಳನ್ನು ತೆರೆಯಲು ಹಾಗೂ ಮಡಚಲು ಬಳಸುತ್ತವೆ.

ಅಪಾಯ ಬಂದಾಗ ರೆಕ್ಕೆ ಅಗಲಿಸಿ ಹಾರುವುದೊಂದೇ ಅಲ್ಲ ಈ ಹಾರುವ ಹಲ್ಲಿಯ ರಕ್ಷಣಾ ಕ್ರಮ; ಈ ಹಾರುವ ಹಲ್ಲಿಗೆ ಇನ್ನೊಂದು ಸೀಕ್ರೆಟ್ ವೆಪನ್ ಕೂಡ ಉಂಟು–ಅದೇ ಕೊತಲ್ಲಿಯೇ ಮಾಯವಾಗುವುದು! ಕಂದು ಬಣ್ಣದ ಈ ಹಲ್ಲಿ ಮರದ ತೊಗಟೆಯ ಮೇಲೆ ಕೂತರೆ ಥೇಟ್ ಇನ್ನೊಂದು ಮರದ ತೊಗಟೆಯೇ ಆಗಿಬಿಡುವುದು. ಕಣ್ಣನ್ನು ಎಷ್ಟೇ ಕೀಲಿಸಿ ನೋಡಿದರೂ ಅಲ್ಲೊಂದು ಪ್ರಾಣಿ ಇದೆ ಎಂಬುದೇ ತಿಳಿಯುವುದಿಲ್ಲ. ಹಾಗಾಗಿಯೇ ಕಾರ್ವೋಲೋ ದಲ್ಲಿ ನಿರೂಪಕನಿಗೆ ಮಾತ್ರ ಕಂಡ ಆ ಓತಿ ಬೇರೆ ಯಾರ ಕಣ್ಣಿಗೂ ಕಾಣುತ್ತಿರಲಿಲ್ಲ.

ಆಸ್ಟ್ರೇಲಿಯಾದಲ್ಲಿ "ಗ್ಲೈಡಿಂಗ್ ಪೋಸಮ್" ಎಂಬ ಪ್ರಾಣಿಗಳೂ ಮರದಿಂದ ಮರಕ್ಕೆ ತೇಲುತ್ತವೆ. ಪೋಸಮ್ ನಮ್ಮ ಇಲಿಯಂತೆ ಕಾಣುವ ಆಸ್ಟ್ರೇಲಿಯಾಕ್ಕೆ ವಿಶಿಷ್ಟವಾದ ಸಸ್ತನಿ. ಅವುಗಳ ದೇಹದ ಉದ್ದಕ್ಕೂ ಹಿಂದಿನ ಕಾಲಿನಿಂದ ಮುಂದಿನ ಕಾಲಿನವರೆಗೆ ಇರುವ ಚರ್ಮದ ಪೊರೆಯು ಅವು ಹಾರುವಾಗ (ವಾಸ್ತವಾಗಿ ಗ್ಲೈಡ್ ಮಾಡುವಾಗ) ಪ್ಯಾರಚೂಟ್‌ನಂತೆ ಕಾರ್ಯನಿರ್ವಹಿಸುತ್ತದೆ. ಮರದಿಂದ ಮರಕ್ಕೆ ಹಾರುವಾಗ, ಈ ಪೊರೆಯನ್ನು ಹಿಗ್ಗಿಸಿಕೊಂಡು ಅವು ಗಾಳಿಯಲ್ಲಿ ಸುಂದರವಾಗಿ ಜಾರುತ್ತವೆ. ಸುಮಾರು 50 ಮೀಟರ್ ದೂರದವರೆಗೆ ಗ್ಲೈಡ್ ಮಾಡುತ್ತವೆ! ಕರ್ವಾಲೋದ ಹಾರುವ ಓತಿ ಇರುವೆಗಳನ್ನು ತಿಂದರೆ ಪೋಸಮ್ ಮುಖ್ಯವಾಗಿ ಸಿಹಿ ಹೆಚ್ಚಾಗಿರುವ ಜೇನು, ಜೇಡ, ನೀಲಗಿರಿಯ ಎಲೆ ಮುಂತಾದವನ್ನು ತಿನ್ನುತ್ತವೆ. ಹಾಗಾಗಿ ಇವಕ್ಕೆ "ಶುಗರ್ ಗ್ಲೈಡರ್" ಎಂಬ ಹೆಸರೂ ಉಂಟು. ಇವು ಸಾಮಾನ್ಯವಾಗಿ 10–30 ಸೆಂಟಿಮೀಟರ್ ಉದ್ದವಿದ್ದು ಮೃದು ಕಂದು ಅಥವಾ ಬೂದು ಬಣ್ಣ ಇರುವುದರಿಂದ ಮರದ ಹಿನ್ನಲೆಯಲ್ಲಿ ಇವು ಬೇಟೆಗಾರ ಪ್ರಾಣಿಗಳಿಂದ ಮರೆಯಾಗುತ್ತವೆ. ಇವು ಮುದ್ದಾಗಿ ಕಾಣುವುದರಿಂದ ಕೆಲ ಆಸ್ಟ್ರೇಲಿಯನ್ನರು ಇವನ್ನು ಮನೆಯಲ್ಲಿ ಸಾಕುತ್ತಾರೆ.

ಇಂಗ್ಲಿಷಿನ ಸಾಹಸ ಸಿನಿಮಾಗಳಲ್ಲಿ ನಾಯಕ ಎತ್ತರದ ಏರೋಪ್ಲೇನ್‌ನಿಂದ ವಿಂಗ್ ಸೂಟ್ ಹಾಕಿಕೊಂಡು ಸ್ಕೈ ಡೈವ್ ಮಾಡುವ ಸಾಹಸ ನೋಡಿದ್ದ ನನಗೆ, ಅಲ್ಲಿ ಕಂಡ ವಿಂಗ್ ಸೂಟ್ ಗ್ಲೈಡಿಂಗ್ ಪೋಸಮ್ ಗ್ಲೈಡ್ ಮಾಡುವಾಗ ಕಂಡ ಚರ್ಮದ ಪೊರೆಯ ತದ್ರೂಪವಾಗಿ ಕಂಡಿತು. ಹಾರಬೇಕೆಂಬ ಆಸೆಯೊಂದಿದ್ದರೆ ಸಾಕು, ಅದಕ್ಕೆ ಬೇಕಾದ ವಿನ್ಯಾಸ, ತಂತ್ರ ಎಲ್ಲವೂ ಆಗಲೇ ನಿಸರ್ಗದಲ್ಲಿ ಲಭ್ಯವಿದೆ; ನಾವು ಅದನ್ನು ಅನುಕರಿಸಬೇಕಷ್ಟೆ.

ಹಳದಿ ಕಿರೀಟದ ಕಾಕಟೂ, ಕೇಕೆ ಹಾಕಿ ನಗುವ ಕೂಕಬುರ್ರ

ಬಿಳಿ ಬಣ್ಣದ ನಮ್ಮ ಗಿಣಿಯ ರೀತಿ ಕಾಣುವ ಬಿಳಿಯ ಕಾಕಟೂ ತಲೆ ಮೇಲೆ ಹಳದಿ ಕಿರೀಟ ಸಿಕ್ಕಿಸಿಕೊಂಡ ಮಹಾರಾಜನಂತೆ ಆಸ್ಟ್ರೇಲಿಯಾದ ತುಂಬಾ ಕಾಣಸಿಗುತ್ತವೆ. ನನಗೆ ಅಪರೂಪವಾಗಿ ಕಂಡ ಈ ಪಕ್ಷಿ ಒಂದು ರಸ್ತೆಯ ಮರದ ಕೊಂಬೆಯ ಮೇಲೆ ನೋಡಿದಾಗ ಇಷ್ಟು ವಿಸ್ಮಯಕಾರಿ ಪಕ್ಷಿ ಇದೆಲ್ಲೋ ಮೃಗಾಲಯದಿಂದ ತಪ್ಪಿಸಿಕೊಂಡು ಬಂದದ್ದೇ ಎಂಬ ಅನುಮಾನ ಮೂಡಿತು. ನಂತರ ಅನೇಕ ಬಾರಿ ಬಿಳಿಯ ಕಾಕಟೂ ನನಗೆ ದರ್ಶನ ಕೊಟ್ಟಿತು.

ಇದಲ್ಲದೆ ನಮ್ಮ ಮುಳ್ಳುಹಂದಿಯಂತಿರುವ ಎಕಿಡ್ನ, ಇಲಿಯಂತಿರುವ ಪಾಸ್ಸಮ್, ವಮ್‌ಬ್ಯಾಟ್, ಪಂಚವರ್ಣದ ಗಿಳಿ, ಪ್ಲಾಟಿಪಸ್ ಇವೆಲ್ಲ ಬಹುತೇಕ ಎಲ್ಲ ಮೃಗಾಲಯಗಳಲ್ಲೂ ಕಾಣಸಿಗುತ್ತದೆ. ನಮ್ಮ ಗುಬ್ಬಿಯಷ್ಟು ದೊಡ್ಡದಿರುವ ಕೂಕಬುರ್ರ ಕೂಗಿದಾಗ ನಗುವಿನಂತೆ ಕೇಳುವುದರಿಂದ ಅದಕ್ಕೆ "ಲಾಫಿಂಗ್ ಕೂಕಬುರ್ರ" ಎಂಬ ಹೆಸರು. 'ಕೊ ಕೊ ಕೊ' ಎಂದು ಶುರುವಾಗುವ ಇವುಗಳ ಧ್ವನಿ ಬರ ಬರುತ್ತಾ ಕಿಲಕಿಲ ಕಂದನ ಹ ಹ್ಹಾ ಧ್ವನಿಯಂತೆ ಕೇಳುತ್ತದೆ. ಮನುಷ್ಯರಂತೆ ನಗುತ್ತಿದ್ದ ಇವು ಈಗ ಮನುಷ್ಯರು ಎಸೆದ ಮಾಂಸದ ತುಣುಕನ್ನೂ ತಿನ್ನುವುದ ಕಲಿತು ಕೊಂಡು ನಾಗರೀಕತೆ ಹೊಂದಿವೆ.

ಆಸ್ಟ್ರಿಚ್ ನಂತೆಯೇ ಕಾಣುವ ಎಮು ಆಸ್ಟ್ರೇಲಿಯಾಗೆ ವಿಶಿಷ್ಟವಾದ ಪಕ್ಷಿ. ಅತ್ತಿಂದಿತ್ತ ಓಡಾಡುತ್ತ ನಮ್ಮಂತ ಪ್ರವಾಸಿಗರ ಕಡೆಗೆ ಒಮ್ಮೊಮ್ಮೆ ಬರುತ್ತಾ ಏನೋ ಹೇಳುವಂತೆ ಶಬ್ದ ಹೊರಡಿಸುವ ಎಮು ನಮ್ಮ ಭುಜದವರೆಗೂ ಬೆಳೆದಿದ್ದವು.

ಮೃಗಾಲಯದಲ್ಲಿ ಪರಿಸರ ಪಾಠ

ಸಾಮಾನ್ಯವಾಗಿ ಮೃಗಾಲಯಗಳಲ್ಲಿ ಪ್ರಾಣಿ, ಪಕ್ಷಿಗಳ ಜೊತೆ ಕೆಲವು ತಿಂಡಿ ತಿನಿಸುಗಳ ಅಂಗಡಿ ಇರುತ್ತದೆ. ಆದರೆ ಮೆಲ್ಬರ್ನ್ ಮೃಗಾಲಯದಲ್ಲಿ ಅಲ್ಲಿಗೆ ಬರುವ ಪುಟಾಣಿ ಅತಿಥಿಗಳಿಗೆ ಪರಿಸರ ಪಾಠವನ್ನು ಪರಿಣಾಮಕಾರಿಯಾಗಿ ಹೇಳುವ ಕ್ರಮ ನನಗೆ ಮೆಚ್ಚುಗೆಯಾಯಿತು. ಮಕ್ಕಳು ಊದುವ ಬಲೂನು ಸಾಗರದ ಪಕ್ಷಿಗಳಿಗೆ ಮತ್ತು ಜಲಚರಗಳಿಗೆ ಹೇಗೆ ಮಾರಣಾಂತಿಕ ಎಂಬುದನ್ನು ಚಿತ್ರ ಸಮೇತ ತೋರುವ ಪ್ರಾತ್ಯಕ್ಷಿಕೆಗಳು, ಮರುಬಳಕೆಯಾಗುವ ಶೌಚ ಕಾಗದಗಳಿಂದ ಮರಗಳನ್ನು ಉಳಿಸುವ ವಿಧಾನ, ಮೀನು ಹಿಡಿಯಲು

ಬಳಸುವ ದಾರ, ಕೊಕ್ಕೆ, ಬಲೆ ಇವೆಲ್ಲ ಸಮುದ್ರದ ನೀರು ನಾಯಿಗಳಿಗೆ ಹೇಗೆ ನೇಣು ಕುಣಿಕೆಯಾಗುತ್ತದೆಂಬ ಪ್ರಾತ್ಯಕ್ಷಿಕೆ–ಇವೆಲ್ಲ ಮಕ್ಕಳಿಗೆ ಹಾಗೂ ದೊಡ್ಡವರಿಗೆ ಪರಿಣಾಮಕಾರಿಯಾದ ಪಾಠವಾಗುತ್ತದೆ. ಪರಿಸರ ಕಾಳಜಿ ಇಲ್ಲದೆ ತಯಾರಿಸುವ ತಾಳೆ ಎಣ್ಣೆ ವನ್ಯ ಜೀವಿಗಳ ಆವಾಸ ಸ್ಥಾನವನ್ನು ನಾಶ ಮಾಡುವ ಬಗೆಗಿನ ಅರಿವು, ನಿತ್ಯ ಹರಿದ್ವರ್ಣ ಕಾಡುಗಳ ಉಳಿಸುವ ಕಾಳಜಿ ಇವೆಲ್ಲಾ ಕೇವಲ ತೋರಿಕೆಯ ಕಾಳಜಿಯಾಗಿ ಅಥವಾ ಮಾರಾಟ ತಂತ್ರವಾಗಿ ನನಗೆ ಕಾಣಲಿಲ್ಲ. ನಮಗೆ ಗೊತ್ತಿಲ್ಲದೆಯೇ ಎಷ್ಟೊಂದು ಪಾಪ ಕಾರ್ಯಗಳಲ್ಲಿ ನಾವು ಭಾಗಿ ಎಂಬ ಅರಿವು ನಮಗೆ ಆಯಿತು. ಎಲ್ಲೆಡೆ ಇರುವಂತೆ ಚೀಲಗಳ ಮಾರಾಟ, ಕಾಫಿ ಮಾರಾಟದ ಒಂದು ಭಾಗ ಪ್ರಾಣಿಗಳ ಸಂರಕ್ಷಣೆಗೆ ಎಂಬ ಪ್ರಚಾರ ಇಲ್ಲೂ ಇದೆ.

ಮೃಗಾಲಯದ ಹೊರ ಬರುವ ದಾರಿಯಲ್ಲಿ ದೊಡ್ಡ ಅಂಗಡಿಯಲ್ಲಿ 'ಮೃಗಾಲಯ ಶಾಪ್'ನಲ್ಲಿ ಪ್ಲಾಸ್ಟಿಕ್ ಆಟಿಗೆಗಳು, ತುಪ್ಪಳದ ಗೊಂಬೆಗಳು, ಮೂಲ ನಿವಾಸಿಗಳು ತಯಾರಿಸಿದ ವಸ್ತುಗಳ ಮಾರಾಟ ಜೋರಾಗಿ ನಡೆಯುತಿತ್ತು. ಪ್ಲಾಸ್ಟಿಕ್, ತುಪ್ಪಳದ ವಸ್ತುಗಳಿಂದ ಪರಿಸರಕ್ಕೆ ಹಾನಿಯಾಗುವುದಿಲ್ಲವೇ ಎಂಬ ಜಿಜ್ಞಾಸೆ ಮೂಡಿತು.

ಮತ್ತೆ ಕಂಡ ಗುಬ್ಬಿ

ನಾನು ಚಿಕ್ಕಂದಿನಲ್ಲಿ ಹೇರಳವಾಗಿ ಎಲ್ಲೆಡೆ ಚೀವ್ಗುಡುತ್ತಿದ್ದ ಗುಬ್ಬಚ್ಚಿ ಈಗ ಮಂತ್ರ ಹಾಕಿ ಮಾಯವಾದಂತೆ ಎಲ್ಲಿಯೂ ಕಾಣುತ್ತಿಲ್ಲ. ಅವುಗಳ ಕಣ್ಮರೆಗೆ ಕಾರಣ ವಾಯು ಮಾಲಿನ್ಯವೇ? ನಾಯಿ ಕೊಡೆಗಳಂತೆ ಎಲ್ಲೆಡೆಯೂ ಇರುವ ಮೊಬೈಲು ಟವರುಗಳೇ? ಅಥವಾ ಗುಬ್ಬಿಯ ಗೂಡನ್ನೆಲ್ಲಾ ಅತಿಕ್ರಮಿಸಿರುವ ಪಾರಿವಾಳಗಳೇ? ಒಂದು ವರದಿಯ ಪ್ರಕಾರ ರಾಸಾಯನಯುಕ್ತ ಕೀಟನಾಶಕದ ಬಳಕೆಯಿಂದ ಗುಬ್ಬಿಯ ಮುಖ್ಯ ಆಹಾರವಾದ ಹುಳಗಳೇ ಇಲ್ಲವಾಗಿರುವುದರಿಂದ

ಗುಬ್ಬಿಗಳ ಜನಸಂಖ್ಯೆಯೂ ಕಡಿಮೆಯಾಗಿದೆ. ಮೇಲಾಗಿ ಇಂದಿನ ನವೀನ ವಿನ್ಯಾಸದ ಕಟ್ಟಡಗಳಲ್ಲಿ ಗುಬ್ಬಿ ಗೂಡಿಗಾಗಲಿ ಅಥವಾ ದೇವರ ಮನೆಗಾಗಲಿ ಅವಕಾಶವೇ ಇಲ್ಲ. ಆಸ್ಟ್ರೇಲಿಯಾದಲ್ಲಿ ಅನೇಕ ಕಡೆ ನಾನು ಗುಬ್ಬಿಗಳನ್ನು ಕಂಡಾಗ ಮೂಡಿದ ವಿಚಾರಗಳು ಇವು. ಗುಬ್ಬಿಗಳ ಇರುವಿಕೆಯು ಒಂದು ಸ್ವಸ್ಥ ಮಾಲಿನ್ಯರಹಿತ ಪರಿಸರವನ್ನು ಸೂಚಿಸುತ್ತದೆಯೇ? ನನಗೆ ಹೀಗನಿಸಲು ಕಾರಣ ಆಸ್ಟ್ರೇಲಿಯಾದಲ್ಲಿ ಅವು ಕಂಡ ಜಾಗದಲೆಲ್ಲಾ ನಮ್ಮ ಅರಿವಿಗೆ ಬರುವಷ್ಟು ಶುಭ್ರ ಗಾಳಿ ಮತ್ತು ವಾತಾವರಣವಿತ್ತು.

ಆಸ್ಟ್ರೇಲಿಯಾದ ಗುಬ್ಬಚ್ಚಿಗಳು ನಮ್ಮ ಗುಬ್ಬಿಗಳಿಗಿಂತ ಕೊಂಚ ಭಿನ್ನವಾಗಿವೆ. "ಹೌಸ್ ಸ್ಪ್ಯಾರೋ" ಎಂಬ ಜಾತಿಯ ಗುಬ್ಬಚ್ಚಿ ನಮ್ಮ ಗುಬ್ಬಚ್ಚಿಗಳಷ್ಟೇ ಗಾತ್ರದಲ್ಲಿರುತ್ತದೆ, ಆದರೆ ಅವುಗಳ ಬಣ್ಣ ಸ್ವಲ್ಪ ಭಿನ್ನ. ಗಂಡು ಗುಬ್ಬಚ್ಚಿಗಳು ಕಂದು ಬಣ್ಣದ ತಲೆ, ಬೂದು ಬಣ್ಣದ ಎದೆ, ಕಪ್ಪು ಗುಳಿ ಹೊಂದಿರುತ್ತವೆ. ಹೆಣ್ಣು ಗುಬ್ಬಚ್ಚಿಗಳು ದುಂಡಾಗಿರುತ್ತವೆ, ಕಂದು ಬಣ್ಣದ ಪಟ್ಟಿಗಳು ಅವುಗಳ ಕೆನ್ನೆಯ ಮೇಲೆ ಇರುತ್ತವೆ. ಆಸ್ಟ್ರೇಲಿಯಾದ ಗುಬ್ಬಚ್ಚಿಗಳು ನಗರ ಪ್ರದೇಶಗಳಲ್ಲಿ ಹೆಚ್ಚು ಕಾಣಿಸುತ್ತವೆ. ಮನೆಗಳ ಛಾವಣಿಯ ಮೇಲೆ, ಗಿಡದ ಕೊಂಬೆಗಳಲ್ಲಿ ಗೂಡು ಕಟ್ಟಿ ವಾಸಿಸುತ್ತವೆ. ಬೀಜಗಳು, ಹಣ್ಣುಗಳು, ಉಳಿದ ಆಹಾರದ ತುಣುಕುಗಳನ್ನು ತಿನ್ನುತ್ತವೆ. ಅವುಗಳ ಚಿಲಿಪಿಲಿ ಧ್ವನಿ ಈಗ ಆಸ್ಟ್ರೇಲಿಯಾ ನಗರದ ಒಂದು ಭಾಗವೇ ಆಗಿ ಹೋಗಿದೆ. ನನ್ನ ಬಾಲ್ಯದ ನೆನಪಿನ ಒಂದು ತುಣುಕಾದ ಗುಬ್ಬಿಗಳನ್ನು ಕಂಡಾಗ ಅವನ್ನು ಮತ್ತೆ ನಮ್ಮ ನಗರಗಳಿಗೆ ಊರಿಗೆ ಕರೆತರಬೇಕು ಎಂಬ ಉತ್ಕಟ ಆಸೆ ಮೂಡಿತು.

ತಸ್ಮಾನಿಯಾನ್ ರಕ್ಕಸ ಮತ್ತು ಚುರುಕು ಡಿಂಗೊ

ಲೂನಿ ಟೂನ್ಸ್ ಕಾರ್ಟೂನ್ ಸರಣಿಯಲ್ಲಿ ಬರುವ ನನ್ನ ಮಗನಿಗೆ ಬಹಳ ಇಷ್ಟವಾದ ಪ್ರಾಣಿ 'ತಾಸ್ಮಾನಿಯಾನ್ ಡೆವಿಲ್'. ಕಾರ್ಟೂನಿನಲ್ಲಿ ಈ ಪ್ರಾಣಿ ದೂರ್ವಾಸ ಮುನಿಯಂತೆ ಶೀಘ್ರಕೋಪಿಯಾಗಿದ್ದು ತನ್ನ ಬಲಿಷ್ಠ ದವಡೆ ಮತ್ತು ಹಲ್ಲುಗಳಿಂದ ಸಿಕ್ಕಿದ್ದನ್ನೆಲ್ಲಾ ಕಬಳಿಸುತ್ತಾ ಹೋಗುತ್ತದೆ. ಬಲಿಷ್ಠವಾಗಿದ್ದರೂ ಅದು ಮೊದ್ದಾಗಿರುವುದರಿಂದ ಕಾರ್ಟೂನಿನ ಇತರ ಪ್ರಾಣಿಗಳು ಅದನ್ನು ಸುಲಭವಾಗಿ ಯಾಮಾರಿಸುತ್ತವೆ.

ನಿಜದಲ್ಲಿ ಈ ಕಪ್ಪು ಕಣ್ಣುಗಳ ಚೂಪು ಹಲ್ಲುಗಳ, ರೌದ್ರ ಧ್ವನಿಯಿರುವ ತಸ್ಮಾನಿಯಾನ್ ಡೆವಿಲ್ ನೋಡಲು ಭಯಾನಕವಾಗಿ, ಮೂಳೆಗಳನ್ನೂ ಒಡೆಯಬಲ್ಲಷ್ಟು ಬಲವಾಗಿರುವ ಚೂಪು ಹಲ್ಲುಗಳ ಹೊಂದಿವೆ. ದುರದೃಷ್ಟವಶಾತ್, ಈಗ ತಸ್ಮೇನಿಯನ್ ಡೆವಿಲ್‌ಗಳು ಅಳಿವಿನ ಅಪಾಯದಲ್ಲಿದೆ. 1990ರ ದಶಕದಲ್ಲಿ ಡೆವಿಲ್ ಫೇಷಿಯಲ್ ಟ್ಯೂಮರ್ ಡಿಸೀಸ್ ಎಂಬ ವೈರಸ್ ಹರಡಿತು. ಈ ವೈರಸ್ ಡೆವಿಲ್‌ಗಳ ಮುಖದ ಮೇಲೆ ಗೆಡ್ಡೆಗಳನ್ನು ಉಂಟುಮಾಡಿ, ಅಂತಿಮವಾಗಿ ಸಾವು ತರುತ್ತದೆ. ಈ ಕಾಯಿಲೆಯಿಂದಾಗಿ ಡೆವಿಲ್‌ಗಳ ಸಂಖ್ಯೆ ಗಮನೀಯವಾಗಿ ಕಡಿಮೆಯಾಗಿದೆ.

ನಾನು ಚಿಕ್ಕವನಾಗಿದ್ದಾಗ ಓದಿದ ಬಾಲಮಂಗಳದಲ್ಲಿ 'ಡಿಂಗ' ಒಬ್ಬ ಸೂಪರ್ ಹೀರೋ ಇಲಿಯಾಗಿದ್ದ. ಸರಿ ಸುಮಾರು ಅದೇ ಹೆಸರಿನ "ಡಿಂಗೊ"

ಆಸ್ಟ್ರೇಲಿಯಾದ ಒಂದು ನಾಯಿ. ಮೊದಲ ಬಾರಿಗೆ ಅದನ್ನು ನೋಡಿದಾಗ ನನ್ನ ಮಗ 'ನಮ್ಮ ಸುಂಡಿಗೆ ಬ್ರೌನ್ ಕಲರ್ ಹಚ್ಚಿದರೆ ಹೇಗಿರುತ್ತೋ ಹಾಗಿದೆ ಈ ಡಿಂಗೊ' ಎಂದು ವಿಶ್ಲೇಷಿಸಿದ. ('ಸುಂಡಿ' ಅಲಿಯಾಸ್ 'ಸುಂದರ' ನನ್ನ ಮಗ ಸಾಕಿಕೊಂಡಿರುವ ಬಿಳಿ ಬಣ್ಣದ ಕನಾನ್ ಜಾತಿಯ ನಾಯಿ). ನೋಡಲು ಮಾಮೂಲಿ ಬೀದಿ ನಾಯಿಯಂತೆ ಕಾಣಿಸಿದರೂ, ಇದು ವಾಸ್ತವವಾಗಿ ನರಿಯ ಕುಟುಂಬಕ್ಕೆ ಸೇರಿದ ಒಂದು ಕಾಡು ನಾಯಿ. ಡಿಂಗೋ ನಾಯಿಗಳು ಆಸ್ಟ್ರೇಲಿಯಾದ ವಿವಿಧ ರೀತಿಯ ಪರಿಸರದಲ್ಲಿ ಬದುಕು ಸಾಗಿಸುತ್ತವೆ. ಮರಳುಗಡ್ಡೆಗಳು, ಕಾಡುಗಳು, ಮೈದಾನಗಳು– ಎಲ್ಲೆಡೆ ಇವುಗಳನ್ನು ಕಾಣಬಹುದು. ಚುರುಕುತನ, ಬೇಟೆಯಾಡುವ ಕೌಶಲ್ಯ ಇವುಗಳಿಂದ ಇವು ಕಾಡಿನಲ್ಲಿ ಯಶಸ್ವಿಯಾಗಿ ಬದುಕು ಸಾಗಿಸುತ್ತವೆ. ಡಿಂಗೋಗಳು ಕಾಂಗರೂ, ಮೊಲ, ವಾಲಾಬಿ ಮುಂತಾದ ಸಣ್ಣ ಪ್ರಾಣಿಗಳನ್ನು ಬೇಟೆಯಾಡುತ್ತವೆ. ನಾವು ಭೇಟಿ ಮಾಡಿದ ಮೆಲ್ಬರ್ನ್ ಮೃಗಾಲಯ ಮತ್ತು ವೆರ್ರಿಬೀ ಓಪನ್ ರೇಂಜ್ ಮೃಗಾಲಯಗಳಲ್ಲಿ "ಡಿಂಗೊ ಎಕ್ಸ್‌ಪೀರಿಯೆನ್ಸ್" ಕೊಂಡರೆ ನಾವು ಡಿಂಗೊ ನಾಯಿಗಳ ಜೊತೆ ಕೆಲ ಸಮಯ ಕಳೆಯಲು ಅವಕಾಶವಿರುವುದು.

ನನ್ನ ಮಗ ಡಿಂಗೋವನ್ನು ಪರಿಚಯ ಮಾಡಿಕೊಡುತ್ತಿದ್ದ ಮಾರ್ಗದರ್ಶಿ ಆಂಡ್ರೂಗೆ "ಡಿಂಗೊ ಹೇಗೆ ಬುದ್ಧಿವಂತ ಪ್ರಾಣಿ?" ಎಂಬ ಪ್ರಶ್ನೆ ಹಾಕಿದ. ಆಗ ಆಂಡ್ರೂ ಡಿಂಗೋಗಳ ಬುದ್ಧಿವಂತಿಕೆಗೆ ಒಂದು ನಿದರ್ಶನ ಕೊಟ್ಟ "ಅಕಸ್ಮಾತ್ ಡಿಂಗೊ ನಾಯಿಗಳ ಗುಂಪು ನಮ್ಮನ್ನು ಸುತ್ತುವರಿದರೆ, ಅವು ಮೊದಲು ನಿನ್ನನ್ನು (ಇಡೀ ಗುಂಪಿನಲ್ಲಿ ಅತ್ಯಂತ ಚಿಕ್ಕ ವಯಸ್ಸಿನವನಾಗಿದ್ದ ನನ್ನ ಮಗ) ಈ ಗುಂಪಿನಿಂದ ಬೇರ್ಪಡಿಸುವುದು ಹೇಗೆ ಎಂದು ಯೋಚಿಸುತ್ತವೆ. ಏಕೆಂದರೆ ಅತ್ಯಂತ ದುರ್ಬಲನನ್ನು ಬೇಟೆಯಾಡುವುದು ಸುಲಭ!'

ಡಿಂಗೊ ನಾಯಿ ಆಸ್ಟ್ರೇಲಿಯಾಕ್ಕೆ ಕಾಲಿಟ್ಟ ಕಾಲದಲ್ಲೇ ತಸ್ಮಾನಿಯಾನ್ ಡೆವಿಲುಗಳ ಸಂಖ್ಯೆ ಇಳಿಮುಖವಾಯಿತು. ಡಿಂಗೊ ನಾಯಿ ಚಾಣಾಕ್ಷ ಪ್ರಾಣಿಯಾಗಿದ್ದು ಆಸ್ಟ್ರೇಲಿಯಾದ ಮುಖ್ಯ ಭೂಮಿಯಿಂದ ತಸ್ಮಾನಿಯಾನ್ ಡೆವಿಲುಗಳ ಕಣ್ಮರೆಗೆ ಪ್ರರೋಕ್ಷವಾಗಿಯಾದರೂ ಕಾರಣವಾಗಿರಬಹುದು ಎಂದು ನಂಬಲಾಗಿದೆ (ಹವಾಮಾನ ಬದಲಾವಣೆ ಮತ್ತು ಮನುಷ್ಯರು ಇನ್ನೆರಡು ಕಾರಣಗಳು).

"ಕಿಂಗ್ ಜೂಲಿಯನ್" ಎಂಬ ಕಾರ್ಟೂನಿಂದ ಪ್ರಸಿದ್ಧಿಯಾದ "ಲೆಮುರ್" ಪ್ರಾಣಿಗಳೂ ಕಾಣಸಿಕ್ಕವು. ಅತಿ ಚಟುವಟಿಕೆಯ ಅವು ತಮಗೆ ಕೊಟ್ಟಿದ್ದ ದೊಡ್ಡ ಬೋನಿನಲ್ಲಿ ಒಂದು ಕ್ಷಣವೂ ಒಂದೆಡೆ ಇರದೇ ಓಡಾಡುತ್ತಿದ್ದವು.

ಒಡಲಲ್ಲಿಟ್ಟು ಎದೆಯಲ್ಲಿಟ್ಟು ಬೆನ್ನಲ್ಲಿಟ್ಟು ಕಾಯುವ ತಾಯಿ

ನಿಸರ್ಗದಲ್ಲಿ ತಾಯಿಯ ಪ್ರೀತಿಯ ಅತ್ಯುತ್ಕೃಷ್ಟ ನಿದರ್ಶನಗಳು ಕಾಣಸಿಗುತ್ತವೆ. ತಮ್ಮ ಮುದ್ದಾದ ಮರಿಗಳಿಗೆ ಜನ್ಮ ನೀಡಿ, ಅವುಗಳಿಗೆ ಉಣಿಸಿ, ಬೇಟೆಗಾರರಿಂದ ಕಾಪಾಡಿ ಅವು ಪರಿಸರವನ್ನು ಎದುರಿಸುವವರೆಗೂ ತಮ್ಮ ಕಣ್ಣಂತೆಯೇ ಕಾಪಿಡುತ್ತವೆ. ಆಸ್ಟ್ರೇಲಿಯಾದಲ್ಲಿ ಕಾಂಗರೂಗಳ ಉದರ ಚೀಲ, ಪೆಂಗ್ವಿನ್ನಗಳ ಮಹಾ ಸಾಗರ ಯಾನ, ಕೋಆಲಾಗಳ ಪಾಪ್ ಎಂಬ ವಿಶೇಷ ಕಂದನ ಆಹಾರ ಇವೆಲ್ಲ ಪ್ರಾಣಿಗಳಲ್ಲಿ ತಾಯಿ ಪ್ರೀತಿಯ ಜ್ವಲಂತ ನಿದರ್ಶನಗಳು.

ನಮ್ಮಲ್ಲಿ ತಾಯಿ ಕೋತಿ ತನ್ನ ಮರಿಯನ್ನು ಎದೆಗವಚಿಕೊಂಡು ಮರದಿಂದ ಮರಕ್ಕೆ ನೆಗೆದಿದ್ದನ್ನು ನಾವೆಲ್ಲಾ ಕಂಡಿದ್ದೇವೆ. ಸಿಡ್ನಿ ಮೃಗಾಲಯದಲ್ಲಿ ತನ್ನ ಬೆನ್ನ ಮೇಲೆ ಮರಿಯನ್ನು ಕೂರಿಸಿಕೊಂಡು ಎಲ್ಲೆಡೆ ಸುತ್ತುವ ವಿಶಿಷ್ಟ ಕೋತಿಯನ್ನು ಕಂಡೆ. ಆಸ್ಟ್ರೇಲಿಯಾದ ಪ್ರಾಣಿಗಳು ತಮ್ಮ ಮರಿಗಳನ್ನು ಹೇಗೆಲ್ಲಾ ಜೋಪಾನ ಮಾಡುತ್ತವೆ ಎಂದು ನೆನೆಸಿಕೊಂಡರೆ ವಿಸ್ಮಯವಾಗುತ್ತದೆ. ಕಾಂಗರೂಗಳು, ಕೋಆಲಾಗಳು ಮತ್ತು ವಾಮ್‌ಬ್ಯಾಟ್ ತಮ್ಮ ಹೊಟ್ಟೆಯ ಚೀಲದಲ್ಲಿ ಮರಿಗಳ ಸಾಕಿದರೆ, ಎಕಿಡ್ನ ಮತ್ತು ಪ್ಲಾಟಿಪಸ್‌ಗಳು ತಮ್ಮ ಮೊಟ್ಟೆಗೆ ಗೂಡು ಮಾಡಿ, ಅವುಗಳಿಗೆ ಕಾವು ಹಾಗೂ ರಕ್ಷಣೆ ಕೊಟ್ಟು ಕಾಯುತ್ತವೆ. ನಮ್ಮ ಕಾಜಾಣದ ರೀತಿ ಮ್ಯಾಗಪೈ ಪಕ್ಷಿಗಳು ತಮ್ಮ ಗೂಡಿಗೆ ಹತ್ತಿರ ಬರುವ ಭಕ್ಷಕರನ್ನು ಅಟ್ಟಾಡಿಸಿಕೊಂಡು ಓಡಿಸುತ್ತವೆ. ಲಿಟಲ್ ಪೆಂಗ್ವಿನ್‌ಗಳು ದಕ್ಷಿಣ ಮಹಾಸಾಗರದಂತ ಸಾಗರವನ್ನೇ ದಾಟಿ ತಮ್ಮ ಮರಿಗಳಿಗೆ ಉಣಿಸುತ್ತವೆ.

ಆಸ್ಟ್ರೇಲಿಯದಲ್ಲೊಂದು ಕವಿ ಸಮಯ

ನಮ್ಮಲ್ಲಿ ಚಂದ್ರ ಚಕೋರಿ ಪಕ್ಷಿ ಬೆಳದಿಂಗಳನ್ನೇ ಕುಡಿಯುವುದನ್ನು ಕವಿ ಸಮಯವೆಂದು ಆಸ್ವಾದಿಸುತ್ತೇವೆ. ಅದೇ ರೀತಿಯ ಕವಿ ಸಮಯ ಆಸ್ಟ್ರೇಲಿಯಾದಲ್ಲೂ ಇದೆ. ಹೆನ್ರಿ ಲಾಸನ್ ಎಂಬ ಆಸ್ಟ್ರೇಲಿಯನ್ ಕವಿಯು ಈ ರೀತಿ ಹಾಡಿದ್ದಾನೆ–"**ಕಾಂಗರೂಗಳು ಬೆಳದಿಂಗಳು ಕುಡಿಯುವದ ನಾ ಗಮನಿಸಿದೆ। ಹದ್ದುಗಳು ಇರುಳಲ್ಲಿ ಅತ್ತಿದ್ದನ್ನು ನಾ ಕೇಳಿದೆ । ಎಮುಗಳು ಮುಸ್ಸಂಜೆಯಲ್ಲಿ ಅಲೆದಿದ್ದನ್ನು ನಾ ನೋಡಿದೆ । ನಾ ಹಾಡಿದೆ ನನ್ನೊಂದಿಗೆ ಇಡೀ ದಿನ**". ಹೆನ್ರಿ ಲಾಸನ್ ಆಸ್ಟ್ರೇಲಿಯಾದ ವನ್ಯ ಜೀವಿಗಳ ಮತ್ತು ಪ್ರಕೃತಿಯ ಜೊತೆಯಲ್ಲಿ ಹಾಡುವ ಆ ಧನ್ಯ ಕ್ಷಣಗಳ ಇಲ್ಲಿ ಹಿಡಿದಿಟ್ಟಿದ್ದಾನೆ.

ಶುರುವಾಗಲಿ ಕಿರು ಸಾಹಸ

ಬಿಸಿ ಬಲೂನಿನ ಸಾಹಸ

ಬೆಳ್ಳಂಬೆಳಿಗ್ಗೆ ಯಾವುದೋ ಒಂದು ಗೊತ್ತಿಲ್ಲದ ಸಾಹಸಕ್ಕೆ ಹೋಗುವುದಿದೆಯಲ್ಲಾ, ಅದು ಹಿಂದಿನ ರಾತ್ರಿಯಿಂದಲೇ ನನ್ನಲ್ಲಿ ರೋಮಾಂಚನದ ಅಲೆಗಳನ್ನು ಎಬ್ಬಿಸುತ್ತದೆ. ಚಿಕ್ಕಂದಿನಲ್ಲಿ ಒಮ್ಮೆ ಬಂಡೀಪುರದಲ್ಲಿ ಉಳಿದು ಬೆಳಗ್ಗೆ ಕಾಡಿನ ಸಫಾರಿ ಹೋಗುವುದೆಂದು ತೀರ್ಮಾನವಾದಾಗ, ಹಿಂದಿನ ರಾತ್ರಿ ಇಡೀ ನಿದ್ದೆ ಬಂದಿರಲಿಲ್ಲ. ಬಂದ ಅಲ್ಪ ಸ್ವಲ್ಪ ನಿದ್ದೆಯಲ್ಲೂ ಬೆಳಿಗ್ಗೆ ಸಫಾರಿಯಲ್ಲಿ ಕಾಣಬಹುದಾದ ಜಿಂಕೆ, ಹುಲಿ, ಆನೆ ಇವುಗಳದೇ ಧ್ಯಾನ. ಬಿಸಿ ಗಾಳಿ ಬಲೂನಿನ ವಿಷಯದಲ್ಲೂ ಹಾಗೆಯೇ ಆಯಿತು. ಬೆಳಿಗ್ಗೆ ಟೂರಿನ ಜಾಗ ತಲುಪುವ ಮೊದಲೇ ಹಿಂದಿನ ದಿನದ ನಿದ್ದೆಯಲ್ಲೇ ಒಂದು ಸುತ್ತು ಆಕಾಶವನ್ನು ನಾನು ಬಲೂನಿನಲ್ಲಿ ಸುತ್ತಿಯಾಗಿತ್ತು.

ಆಸ್ಟ್ರೇಲಿಯಾದಲ್ಲಿ ಬಿಸಿ ಗಾಳಿ ಬಲೂನಿನ ಅನುಭವವೆಂದರೆ ಅದು ಮೋಡಗಳ ಮೇಲಿನ ಸವಾರಿಯೇ ಸೈ. ಆಸ್ಟ್ರೇಲಿಯಾದ ಭವ್ಯವಾದ ಭೂದೃಶ್ಯಗಳನ್ನು ಕಣ್ಣುತುಂಬಿಕೊಳ್ಳುವ ಅನುಭವ, ಕೆಳಗೆ ಹರಡಿಕೊಂಡಿರುವ ಅದ್ಭುತ ಪ್ರಪಂಚವನ್ನು ಮೇಲಿನಿಂದ ನೋಡುವುದು ಒಂದು ರೋಮಾಂಚಕ ಸಾಹಸ. ನಾವು ಮೆಲ್ಬರ್ನ್ ಹತ್ತಿರದ ಯಾರ ಕಣಿವೆಯ ಬಿಸಿ ಬಲೂನಿನ ಕಿರು ಸಾಹಸ ಕೈಗೊಂಡೆವು.

ಲೋಕ ಸುತ್ತುವ ಬಿಸಿ ಗಾಳಿಯ ಬಲೂನನ್ನು ನಾನು ಮೊದಲು ಕೇಳಿದ್ದು ಮಾರ್ಕ್ ಟ್ವೈನ್ ನ ಕಾದಂಬರಿ "ಗೋಳದ ಮೇಲೊಂದು ಸುತ್ತು" (ಮೂಲ 'ಟಾಮ್ ಸಾಯರ್ ಅಬ್ರಾಡ್' ಕಾದಂಬರಿಯ ಕನ್ನಡ ಭಾಷಾಂತರ). ಅದರಲ್ಲಿ ಟಾಮ್ ಮತ್ತು ಹಕ್ಕಲ್ ಬೆರಿ ಫಿನ್ ವಿಶ್ವದ ಅದ್ಭುತಗಳಾದ ಈಜಿಪ್ಟಿನ ಪಿರಮಿಡ್ ಮತ್ತು ಸ್ಫಿಂಕ್ಸ್ ನೋಡಿದ್ದರ ಚಿತ್ರ ಇನ್ನೂ ನೆನಪಲ್ಲಿದೆ. ಯಾರ ಕಣಿವೆಯಲ್ಲಿ ಬಲೂನಿನ ಎತ್ತರದಿಂದ ಕಂಡ ನದಿಯ ನೋಟ ಥೇಟ್ 'ಗೋಳದ ಮೇಲೊಂದು ಸುತ್ತು' ಪುಟದ ಚಿತ್ರದಂತೆಯೇ ಇತ್ತು.

ಸೂರ್ಯ ಹುಟ್ಟುವ ಮೊದಲೇ ಟೂರ್ ಆರಂಭವಾಗುತ್ತದೆ. ಗಾಳಿ ತುಂಬುವ ಮೊದಲು ಇಡೀ ಬಲೂನು ಒಂದು ಪುಟ್ಟ ಬಾಲಿನಷ್ಟು ಗಾತ್ರ ಇದ್ದುದ್ದು, ಗಾಳಿ ತುಂಬಿ ದೈತ್ಯ ಆಕಾರವಾದಾಗ ವಾಮನ ತ್ರಿವಿಕ್ರಮನಾಗಿ ಬೆಳೆಯುವ ಪರಿ ನೆನಪಾಯಿತು. ಗಾಳಿ ಬಲೂನಿನ ತಯಾರಿ, ಸುರಕ್ಷತಾ ಸೂಚನೆಗಳು, ಕುತೂಹಲದ ನಿರೀಕ್ಷೆ–ಈ ಸಮಯವೂ ಒಂದು ರೀತಿಯ ರೋಮಾಂಚನ. ಬಿಸಿ ಗಾಳಿ ಊದಿದಾಗ ಬಲೂನ್ ಒಳಗಿನ ಗಾಳಿಯ ತಾಪಮಾನ ಅದರ ಸುತ್ತಲಿನ ಗಾಳಿಯ ತಾಪಮಾನಕ್ಕಿಂತ ಜಾಸ್ತಿಯಾಗಿ ಬಲೂನ್ ನಿಧಾನವಾಗಿ ಏರುತ್ತಿದ್ದಂತೆ ಕೆಳಗಿನ ಭೂಮಿ ಚಿಕ್ಕದಾಗುತ್ತದೆ,. ಯಾರ ಕಣಿವೆಯ ಮೇಲಿಂದ ಒಂದು ಗಂಟೆಯ ಪಯಣದಲ್ಲಿ ಕಾಂಗರೂಗಳು ಮೇಲಿನಿಂದ ಕಂಡವು.

ಸೂರ್ಯನ ಮೊದಲ ಕಿರಣಗಳು ಭೂಮಿಯನ್ನು ಸ್ಪರ್ಶಿಸುವಾಗ ಕೆಳಗೆ ಹರಡಿಕೊಂಡಿರುವ ಕಣಿವೆಗಳು, ಮರುಭೂಮಿಗಳು, ನದಿಗಳು, ಕಾಡುಗಳು ಎಲ್ಲವೂ ಚಿನ್ನದ ಬಣ್ಣದಲ್ಲಿ ಹೊಳೆಯುತ್ತವೆ. ಪಕ್ಷಿಗಳ ಸಂಗೀತ, ಗಾಳಿಯ ಹೊಯ್ದಾಟ ಈ ಶಾಂತಿಯುತ ವಾತಾವರಣ ಮನಸ್ಸನ್ನು ಸೆರೆಹಿಡಿಯುತ್ತದೆ.

ಹಾರುವ ಸಮಯದಲ್ಲಿ ಪ್ರತಿ ಕ್ಷಣವೂ ಹೊಸ ಅನುಭವ. ಮೋಡಗಳನ್ನು ಮುಟ್ಟುವಷ್ಟು ಹತ್ತಿರ ಹೋಗುವುದು, ಕೆಳಗಿನ ಪ್ರಾಣಿಗಳನ್ನು ಗಮನಿಸುವುದು, ದೂರದ ಪರ್ವತಗಳ ಸೊಬಗನ್ನು ಸವಿಯುವುದು, ಆಗ ತಾನೇ ಹುಟ್ಟುವ ಸೂರ್ಯನ ನೋಡುವುದು, ಆ ಎಳೆ ಬಂಗಾರದ ಕಿರಣಗಳು ಮೋಡವನ್ನು ಸ್ಪರ್ಶಿಸಿ ಮೋಡಕ್ಕೆಲ್ಲ ಚಿನ್ನದ ಲೇಪ ಹಚ್ಚುವುದು-ಈ ದೃಶ್ಯಗಳು ಜೀವನಪರ್ಯಂತ ನೆನಪಿನಲ್ಲಿ ಉಳಿಯುತ್ತವೆ.

ಬಿಸಿ ಗಾಳಿ ಬಲೂನು ಯಂತ್ರದ ಧ್ವನಿಯಿಲ್ಲದ, ಸಂಪೂರ್ಣ ಶಾಂತಿಯುತ ಪಯಣ. ಗಾಳಿಯ ಲಯದಲ್ಲಿ ತೇಲಿ, ಪ್ರಕೃತಿಯ ಸೌಂದರ್ಯವನ್ನು ಮೆಲುಕು ಹಾಕುವುದು ಒಂದು ಧ್ಯಾನದ ಅನುಭವ.

ಒಂದು ಗಂಟೆಯಷ್ಟು ಉದ್ದದ ಈ ಹಾರಾಟ ಒಂದು ಅವಿಸ್ಮರಣೀಯ ಕ್ಷಣವಾಗುತ್ತದೆ. ಕೆಳಗಿನ ಭೂಮಿಯನ್ನು ಕಣ್ಣುತುಂಬಿಕೊಳ್ಳುವುದು, ಮೋಡಗಳ ಮೇಲಿನ ಶಾಂತಿ ಅನುಭವಿಸುವುದು-ಇಂತಹ ಅನುಭವವನ್ನು ಬೇರೆಲ್ಲಿಯೂ ಪಡೆಯಲು ಸಾಧ್ಯವಿಲ್ಲ.

ಯಾರ ನದಿಯ ರಿವರ್ ರಾಫ್ಟಿಂಗ್

ದಾಂಡೇಲಿಯ ಕಾಳಿ ನದಿಯ ರಿವರ್ ರಾಫ್ಟಿಂಗ್ ನಂತರ ಮೆಲ್ಬರ್ನ್ ಹತ್ತಿರದ ಯಾರ ನದಿಯ ರಭಸದ ಹರಿವಿನ ಮೇಲೆ ಚಿಮ್ಮುವ ರಾಫ್ಟ್‌ನಲ್ಲಿ ಕುಳಿತು, ನಗರದ ಅದ್ಭುತ ದೃಶ್ಯಗಳನ್ನು ಕಣ್ಣುತುಂಬಿಕೊಂಡಿದ್ದು ಒಂದು ಚೇತೋಹಾರಿ ಅನುಭವ. ಯಾರ ನದಿ ಮೆಲ್ಬರ್ನ್ ನಗರದ ಮೂಲಕ ಹರಿದು ನಗರದ ಜೀವನಾಡಿಯಾಗಿದೆ. ಆದರೆ, ಈ ನದಿಯ ರಾಫ್ಟಿಂಗ್ ರೋಚಕತೆ ಹೆಚ್ಚಿಸುವ ಸಣ್ಣ ಸಣ್ಣ ರ್‍ಯಾಪಿಡ್ಡುಗಳಿಂದ ಹಿಡಿದು, ಗ್ರೇಡ್ 2 ರ್‍ಯಾಪಿಡ್ಡುಗಳ ದಾಟಿ ಹಾರ್ಸ್ ಶೂ ಟನಲಿವರೆಗೆ ಯಾರ ನದಿಯ ರಾಫ್ಟಿಂಗ್ ನದಿಯ ರಾಪಿಡ್ಸ್ ಮೇಲೆ ಕೆಳಗೆ ಸಾಗುತ್ತದೆ.

ರಾಫ್ಟಿಂಗ್ ಮಾಡುತ್ತಾ ಮೆಲ್ಬರ್ನ್ ನಗರದ ಅದ್ಭುತ ದೃಶ್ಯಗಳನ್ನು ಕಣ್ಣು ತುಂಬಿಕೊಳ್ಳಬಹುದು. ಫೆಡರೇಷನ್ ಸ್ಕ್ವೇರಿನ ಗಂಭೀರತೆ, ಸೇಂಟ್ ಪಾಲ್ಸ್ ಕ್ಯಾಥೆಡ್ರಲ್‌ನ ಸೊಬಗು, ರಾಯಲ್ ಬೊಟಾನಿಕ್ ಗಾರ್ಡನ್ಸ್‌ನ ಹಸಿರು ಸಂಪತ್ತು ಈ ಎಲ್ಲಾ ದೃಶ್ಯಗಳು ನದಿಯಿಂದ ವಿಭಿನ್ನವಾಗಿ ಕಾಣುತ್ತವೆ. ನಗರದ ಜೀವಂತಿಕೆಯನ್ನು ಹತ್ತಿರದಿಂದ ಅನುಭವಿಸಬಹುದು.

ರಾಫ್ಟಿಂಗ್ ಮಾಡುತ್ತಾ ನದಿಯ ತೀರದಲ್ಲಿರುವ ಮರಗಳನ್ನು, ಹಕ್ಕಿಗಳ ಕಲರವವನ್ನು, ನೀರಿನ ಮೇಲೆ ಹಾದುಹೋಗುವ ಗಾಳಿಯ ತಂಪನ್ನು

ಅನುಭವಿಸಬಹುದು. ವೃತ್ತಿಪರ ರಾಫ್ಟಿಂಗ್ ಗೈಡ್‌ಗಳು ಸುರಕ್ಷತೆ ಬಗ್ಗೆ ಸಕಲ ಕಾಳಜಿ ಮಾಡುತ್ತಾ ಹೆಲ್ಮೆಟ್ಟು, ಲೈಫ್ ವೆಸ್ಟ್ಸ್ ಮುಂತಾದ ಸಲಕರಣೆಗಳನ್ನು ಒದಗಿಸುತ್ತಾರೆ. ಹೀಗಾಗಿ, ಯಾವುದೇ ಚಿಂತೆಯಿಲ್ಲದೆ ರೋಮಾಂಚನವನ್ನು ಆನಂದಿಸಬಹುದು.

ಯಾರ ನದಿ ರಾಫ್ಟಿಂಗ್ ಕೇವಲ ರೋಮಾಂಚಕ ಸಾಹಸವಷ್ಟೇ ಅಲ್ಲ, ಅದು ಮೆಲ್ಬರ್ನ್ ನಗರವನ್ನು ವಿಭಿನ್ನ ಕನ್ನಡಕದಿಂದ ನೋಡುವ ಅವಕಾಶವೂ ನೀಡುತ್ತದೆ. ನದಿಯ ಮೇಲೆ ಚಿಮ್ಮುತ್ತಾ ನಗರದ ಸೊಬಗನ್ನು ಕಣ್ಣುತುಂಬಿಕೊಳ್ಳಬಹುದು, ಪ್ರಕೃತಿಯ ಸ್ಪರ್ಶವನ್ನು ಪಡೆಯಬಹುದು.

ಗ್ರೇಟ್ ಬ್ಯಾರಿಯರ್ ರೀಫ್‌ನ ಸ್ನಾರ್ಕೆಲಿಂಗ್

ಆಸ್ಟ್ರೇಲಿಯಾದ ಅದ್ಭುತ ಸಹಜ ಸಿರಿಯಲ್ಲಿ, ಗ್ರೇಟ್ ಬ್ಯಾರಿಯರ್ ರೀಫ್‌ನ ನೀಲಿ ನೀರಿನ ಆಳದಲ್ಲಿ ಅವಿಸ್ಮರಣೀಯ ಸಾಹಸ–ಸ್ನಾರ್ಕೆಲಿಂಗ್! ಕಣ್ಣಿಗೆ ನೀರು ನುಗ್ಗದ ಕನ್ನಡಕ ಧರಿಸಿ, ತಲೆಗೊಂದು ರಬ್ಬರಿನ ಟೊಪ್ಪಿ ಧರಿಸಿ, ಪೈಪಿನ ಮೂಲಕ ಬಾಯಲ್ಲಿ ಉಸಿರಾಡುವುದನ್ನು ಅಭ್ಯಾಸ ಮಾಡಿಯಾದ ಮೇಲೆ ಸ್ನಾರ್ಕೆಲಿಂಗ್ ಮಾಡಲು ಸಿದ್ದರಾದೆವು. ನನ್ನ ಮಗ ಸ್ವಲ್ಪ ದೂರ ಸ್ನಾರ್ಕೆಲಿಂಗ್ ಮಾಡಿಯಾದ ಮೇಲೆ ಭಯವಾಗಿ ಅರ್ಧದಲ್ಲೇ ಹಿಂದುರುಗಿದ.

ನೀರಿನೊಳಗೆ ಇಳಿಯುತ್ತಿದ್ದಂತೆಯೇ, ಬೇರೊಂದು ಲೋಕವೇ ನಂಬಲಾಗದಂತೆ ಸೃಷ್ಟಿಯಾಗುತ್ತದೆ. ನಾನು ಬಾಯಿಯ ಪೈಪಿನಿಂದ ಉಸಿರಾಡುವಾಗ, ರಬ್ಬರ್‌ನಂತಹ ಮೃದುತ್ವ, ರತ್ನದಂತಹ ಹೊಳಪು, ಬಣ್ಣ ಬಣ್ಣಗಳ ಸಮ್ಮಿಳಗೊಂಡ ಜೀವಂತ ಹವಳದ ದಂಡೇ ನನ್ನನ್ನು ಸುತ್ತುವರೆದು ಬಣ್ಣಬಣ್ಣದ ಮೀನುಗಳು ಈ ಹವಳಗಳ ನಡುವೆ ಈಜಾಡುತ್ತಾ, ಅದ್ಭುತ ನೃತ್ಯವನ್ನು ಪ್ರದರ್ಶಿಸುತ್ತವೆ. ಸಮುದ್ರದ ಅಡಿ ಇರುವ ಒಂದು ಮಾಯಾ ಲೋಕವನ್ನು ಸ್ವತಃ ಅನುಭವಿಸುವ ಅವಕಾಶ ಇದು.

ಕೆಲವೊಮ್ಮೆ ಸರಿಯಾಗಿ ಗಾಳಿ ತೆಗೆದುಕೊಳ್ಳದೆ ಸಾಗರದ ಉಪ್ಪು ನೀರು ನುಂಗಿ ಪಜೀತಿ ಪಟ್ಟಿದ್ದೀನಿ. ಆಗೆಲ್ಲಾ ನೀರ ಮೇಲೆ ತಲೆ ಹಾಕಿ ಬಾಯಿಗೆ ಮತ್ತೆ ಸರಿಯಾಗಿ ಉಸಿರಾಡುವ ಪೈಪ್ ಸಿಕ್ಕಿಸಿಕೊಂಡು ಮತ್ತೆ ನೀರಿನ ಮಾಯಾಲೋಕ ಪ್ರವೇಶಿಸಬೇಕಾಯಿತು. ಸ್ನಾರ್ಕೆಲಿಂಗ್ ಮಾಡುವಾಗ ಮೀನುಗಳಿಗೆ ಭುಜ ತಾಗುವಷ್ಟು ಹತ್ತಿರದಲ್ಲಿ ಈಜಬಹುದು. ಕೋರಲ್‌ಗಳ ನಡುವೆ ಅಡಗಿಕೊಳ್ಳುವ ಪುಟ್ಟ ಕ್ಲೋನ್‌ಫಿಶ್‌ಗಳು, ಬೆಳ್ಳಿಯಂತೆ ಹೊಳೆಯುವ ಟ್ರಾಪಿಕಲ್ ಮೀನುಗಳು, ಬಣ್ಣ ಬಣ್ಣದ ಚಿತ್ತಾರ ಹೊಂದಿರುವ ನನಗೆ ಹೆಸರೇ ತಿಳಿಯದ ಮೀನುಗಳು ಇವುಗಳ ನಡುವೆ ಈಜಾಡುವುದು ಒಂದು ಧ್ಯಾನದ ಅನುಭವವಾಗುತ್ತದೆ.

ಸಮುದ್ರದ ಮೇಲ್ಭಾಗದ ಗದ್ದಲದಿಂದ ದೂರ ಸರಿದು, ನೀರವ ಶಾಂತಿಯನ್ನು ಅನುಭವಿಸುವ ಅವಕಾಶ ಇದು. ನೀರಿನ ಗುಳ್ಳೆ ಮೀನುಗಳ ಚಲನೆಯಿಂದ ಬರುವ ಸಣ್ಣ ಸದ್ದುಗಳು ಮಾತ್ರ ಕೇಳುತ್ತವೆ.

ವೃತ್ತಿಪರ ಗೈಡ್‌ಗಳು, ಸುರಕ್ಷತಾ ಸಲಕರಣೆಗಳನ್ನು ಇರುವುದರಿಂದ ಈಜು ಬಾರದ ನನ್ನ ಮಡದಿಯೂ ಯಾವುದೇ ಭಯವಿಲ್ಲದೆ ಸ್ನಾರ್ಕೆಲಿಂಗ್ ಮಾಡುವಂತಾಯಿತು.

ಬೆಳ್ಳಿ ಮುತ್ತು ಸಿಡ್ನಿ ಒಪೇರಾ ಹೌಸ್

ಪುಟ್ಟ ಪುಟ್ಟ ಕಂದನ ಹೆಜ್ಜೆಯಿಟ್ಟು
ಮಹಾಸಾಗರದಿಂದ ಬಂದ ಪೆಂಗ್ವಿನ್

ಆಸ್ಟ್ರೇಲಿಯಾದ ವಿಕ್ಟೋರಿಯಾ ರಾಜ್ಯದ ಫಿಲಿಪ್ ದ್ವೀಪ ಪೆಂಗ್ವಿನ್‌ಗಳ ಸ್ವರ್ಗ! ಫಿಲಿಪ್ ದ್ವೀಪ ಜಗತ್ತಿನಲ್ಲೇಯೇ ಲಿಟಲ್ ಪೆಂಗ್ವಿನ್ನುಗಳ ಅತ್ಯಂತ ದೊಡ್ಡ ಗೂಡು(ಕಾಲೋನಿ)ಗಳಿರುವ ಪ್ರದೇಶ. ಇಲ್ಲಿ ಸೂರ್ಯಾಸ್ತದ ನಂತರ ನಡೆಯುವ ಪೆಂಗ್ವಿನ್ ಪರೇಡ್ ಅನುಭವವನ್ನು ಪಡೆಯಲು ಮೆಲ್ಬರ್ನ್‌ನಿಂದ ಒಂದು ದಿನದ ಪ್ರವಾಸವನ್ನು ಕೈಗೊಂಡೆವು. ದಾರಿಯುದ್ದಕ್ಕೂ ಕೋಆಲಾ, ವಾಲ್ಲಬಿ ಮತ್ತು ಕಾಂಗರೂಗಳ ನೋಡುತ್ತಾ, ಫಿಲಿಪ್ ದ್ವೀಪ ತಲುಪುವ ಹೊತ್ತಿಗೆ ಸಂಜೆ ಆರು ಗಂಟೆಯಾಗಿತ್ತು.

ಫಿಲಿಪ್ ದ್ವೀಪದ ಪವಾಡ

ಸಂಜೆ ಆರರ ಹೊತ್ತಿಗೆ ವೀಕ್ಷಣಾ ಸ್ಥಳಕ್ಕೆ ಪ್ರವಾಸಿಗರ ಗುಂಪು ಬರಲಾರಂಭಿಸುತ್ತೆ. ಅಲ್ಲಿನ ಸಿಬ್ಬಂದಿ ಪ್ರತಿ ದಿನದ ಪೆಂಗ್ವಿನ್ ದಿನಚರಿ ದಾಖಲಿಸುತ್ತಾರೆ. ಬೇರೆಲ್ಲಾ ವಿಷಯಗಳಂತೆ ಆಸ್ಟ್ರೇಲಿಯನ್ನರ ಶಿಸ್ತು, ಸಮಗ್ರತೆ, ವೃತ್ತಿಪರತೆ

ಪೆಂಗ್ವಿನ್ನುಗಳ ವಿಷಯದಲ್ಲೂ ಕಾಣುತ್ತದೆ. ನಾವು ವೀಕ್ಷಣಾ ಸ್ಥಳಕ್ಕೆ ಹೋಗುವ ದಾರಿಯ ಎರಡೂ ಬದಿ ಪೆಂಗ್ವಿನ್‌ಗಳಿಗೆಂದೇ ಅನೇಕ ಗೂಡುಗಳ ಮಾಡಿಡಲಾಗಿದೆ. ಕೆಲವು ಮರಿ ಪೆಂಗ್ವಿನ್ನುಗಳು ಗೂಡಿನಿಂದ ಹೊರ ಬಂದು ತಮ್ಮ ನೈಸರ್ಗಿಕ ಪರಿಸರದಲ್ಲಿ ನಡೆಯುವುದನ್ನು ನೋಡಿದೆವು. ಅದೇಕೋ ಇಂತಹ ಅಪರೂಪದ ಸಂಗತಿಗಳನ್ನು ವೀಕ್ಷಿಸುವಾಗ ಕಣ್ಣಿಗಿಂತ ಮುಂಚೆ ಕ್ಯಾಮೆರಾ ಮುಂದಿರುತ್ತದೆ. ಎಲ್ಲರೂ ಈ ಪೆಂಗ್ವಿನ್ ಗೂಡುಗಳ ಫೋಟೋ ತೆಗೆಯುತ್ತಿದ್ದಾಗ ನಾನು ಕೇವಲ ಒಂದು ಪೆಂಗ್ವಿನ್ ನಡವಳಿಕೆಯನ್ನು ಗಮನಿಸುತ್ತಿದ್ದೆ. ಆ ಪೆಂಗ್ವಿನ್ ಅತ್ತಿಂದಿನತ್ತ ಅಲೆಯುತ್ತಾ ಬೇರೆ ಪೆಂಗ್ವಿನ್‌ಗಳ ಭೇಟಿ ಮಾಡುತ್ತಾ ಸಾಗರದಿಂದ ಬರುವ ಇತರ ಸಂಬಂಧಿಕರ ಬಗ್ಗೆ ಇತರ ಪೆಂಗ್ವಿನ್ನುಗಳ ಹತ್ತಿರ ವಿಚಾರಿಸುತ್ತಿದ್ದಂತೆ ಕಂಡಿತು.

ನಿಧಾನವಾಗಿ ಸೂರ್ಯ ಮುಳುಗಿ, ಆಕಾಶ ಕೆಂಪು, ನೇರಳೆ ಬಣ್ಣಗಳಿಂದ ತುಂಬಿದಾಗ ಸಮುದ್ರದ ಅಲೆಗಳ ಸದ್ದಿನ ಜೊತೆ ಸೀ ಗುಲ್‌ಗಳ ವೀವ್ ವೀವ್ ಎಂಬ ಧ್ವನಿಯೂ ಸಂಯೋಜನೆಗೊಂಡು ಒಂದು ಕುತೂಹಲಕಾರಿ ವಾತಾವರಣ ಸೃಷ್ಟಿಯಾಯಿತು.

ನಮ್ಮ ವೀಕ್ಷಣಾ ಸ್ಥಳ ದಕ್ಷಿಣ ಮಹಾ ಸಾಗರದಿಂದ ಸ್ವಲ್ಪ ದೂರದಲ್ಲಿದ್ದರೂ ಮೈಯಲ್ಲಾ ನಡುಗುವಷ್ಟು ತಣ್ಣನೆಯ ಗಾಳಿ ಬೀಸುತಿತ್ತು. ಅನೇಕರು ಮರಳ ದಂಡೆಯ ಮೇಲೆಯೇ ನಿರೀಕ್ಷಿಸುತ್ತಾ ಇದ್ದರು. ಪೆಂಗ್ವಿನ್ನುಗಳಿಗೆ ರಾತ್ರಿ ದೃಷ್ಟಿ

ಚುರುಕಿರುವುದರಿಂದ ಯಾರೂ ಕ್ಯಾಮೆರಾ ಫ್ಲಾಶ್ ಬಳಸಬಾರದೆಂದು ಸಿಬ್ಬಂದಿ ವಿನಂತಿಸಿಕೊಂಡಿದ್ದರು.

ಸುಮಾರು ಅರ್ಧ ಗಂಟೆ ಕಾಲ ಕೇವಲ ಅಲೆಗಳನ್ನು ಗಮನಿಸುತ್ತಾ ಕಾಲ ಕಳೆದೆವು. ಸುಮಾರು 8:47ರ ಹೊತ್ತಿಗೆ ಕಪ್ಪು ಚುಕ್ಕೆಗಳಂತೆ ಕಾಣುತ್ತಿದ್ದ ಸಣ್ಣ ಪೆಂಗ್ವಿನ್ನುಗಳು ಅಲೆಗಳ ಮೇಲೆ ತೇಲಿ ಬಂದವು. ತಮ್ಮ ದಿನದ ಮೀನುಗಾರಿಕೆಯಿಂದ ಹಿಂದಿರುಗಿ ತಮ್ಮ ಗೂಡುಗಳತ್ತ ಮೆರವಣಿಗೆ ಹೊರಡಲು ಒಂದೊಂದಾಗಿ ಅಲೆಗಳ ಮೇಲೆ ಈಜಿ ಬರುತ್ತಿದ್ದವು.

ಪುಟ್ಟ ಪುಟ್ಟ ಹೆಜ್ಜೆಯನಿಟ್ಟು ಮುದ್ದು ಕಂದನ ರೀತಿ ಗುಂಪು ಗುಂಪಾಗಿ ಪೆಂಗ್ವಿನ್‌ಗಳು ತಂಡವಾಗಿ ನಡೆಯುವ ದೃಶ್ಯ ಅತ್ಯಂತ ಚೇತೋಹಾರಿಯಾಗಿರುತ್ತದೆ. ಅವುಗಳ ಚಿಕ್ಕ ಹೆಜ್ಜೆಗಳು, ತೂಗಾಡುವ ತಲೆಗಳು ನಗೆ ತರಿಸುತ್ತವೆ. ಈ ಅನುಭವವನ್ನು ಪದಗಳಲ್ಲಿ ವರ್ಣಿಸಲಾಗದು! ಪೆಂಗ್ವಿನ್‌ಗಳನ್ನು ವಿಚಲಿತಗೊಳಿಸದಂತೆ, ಕಡಿಮೆ ಬೆಳಕಿನ ವ್ಯವಸ್ಥೆ ಬಳಸಲಾಗುತ್ತದೆ. ಆದ್ದರಿಂದ ಅವುಗಳ ನೈಸರ್ಗಿಕ ನಡವಳಿಕೆಯನ್ನು ಗಮನಿಸಬಹುದು.

ಈ ಪುಟ್ಟ ಪೆಂಗ್ವಿನ್‌ಗಳು ತಮ್ಮ ಗೂಡುಗಳನ್ನು ತಲುಪುವವರೆಗೂ ಈ ಮೆರವಣಿಗೆ ಮುಂದುವರಿಯುತ್ತೆ. ಅವುಗಳ ಸಣ್ಣ ಕಾಲುಗಳು ಮರಳಿನ ಮೇಲೆ ಟಪಟಪ ಶಬ್ದ ಮಾಡುತ್ತಾ, ರೆಕ್ಕೆಗಳನ್ನು ಚಿಮ್ಮಿಸುತ್ತಾ ಮುನ್ನಡೆಯುತ್ತವೆ.

ಸಾಗರವ ದಾಟಿ ತಮ್ಮ ಗಡಿಗೆ ಮರಳುತ್ತಿರುವ ಲಿಟಲ್ ಪೆಂಗ್ವಿನ್ ಎಂಬ ದೈತರು

ಕೆಲವು ಪೆಂಗ್ವಿನ್‌ಗಳು ಸ್ನೇಹಿತರೊಂದಿಗೆ ಗುಂಪುಗೂಡುತ್ತವೆ, ಕೆಲವು ಏಕಾಂಗಿಯಾಗಿ ನಡೆಯುತ್ತವೆ. ಒಂದಿಷ್ಟು ತಪ್ಪು ದಾರಿ ಹಿಡಿದು ಮತ್ತೆ ಸರಿ ದಾರಿ ಹಿಡಿಯುವುದು ನೋಡಿದರೆ ನಮ್ಮ ಮನೆಯ ಕಂದನ ರೀತಿಯೇ ಎಂದನಿಸಿಬಿಡುವುದು.

ಒಂದು ಪೆಂಗ್ವಿನ್ ಅಂತೂ ದಡ ತಲುಪಿದ ನಂತರ ಇತರ ಪೆಂಗ್ವಿನ್‌ಗಳು ಇನ್ನೂ ಸಮುದ್ರದಲ್ಲೇ ಇರುವುದನ್ನು ಗಮನಿಸಿ ಮತ್ತೆ ಉಳಿದ ಪೆಂಗ್ವಿನ್‌ಗಳು ಕರೆತರಲೋ ಎಂಬಂತೆ ವಾಪಸ್ಸು ಹೋಯಿತು. ಈ ರೀತಿ ಆ ಪೆಂಗ್ವಿನ್ ದಡಕ್ಕೆ ಬರುವುದೂ ಮತ್ತೆ ವಾಪಸ್ಸು ಹೋಗುವುದೂ ಸುಮಾರು ಬಾರಿ ನಡೆಯಿತು. ಕೊನೆಗೆ ಎಲ್ಲಾ ಪೆಂಗ್ವಿನ್ ದಡಕ್ಕೆ ಬಂದಾಗಲೇ ಆ ಪೆಂಗ್ವಿನ್ ಧೈರ್ಯವಾಗಿ ತನ್ನ ಗೂಡಿನತ್ತ ಹೆಜ್ಜೆ ಹಾಕಿದ್ದು.

ಈ ರೋಮಾಂಚಕ ಕಾರ್ಯಕ್ರಮ ಕೊನೆಗೊಳ್ಳುವ ಹೊತ್ತಿಗೆ ಆಕಾಶದಲ್ಲಿ ನಕ್ಷತ್ರಗಳು ಹೊಳೆಯತೊಡಗುತ್ತವೆ. ಪೆಂಗ್ವಿನ್‌ಗಳು ತಮ್ಮ ಗೂಡುಗಳನ್ನು ಸೇರಿಕೊಳ್ಳುತ್ತವೆ. ವೀಕ್ಷಣಾ ಸ್ಥಳದಿಂದ ವಾಪಸ್ಸಾಗುವ ಹಾದಿಯಲ್ಲಿ ಈಗ ಬಹಳಷ್ಟು ಪೆಂಗ್ವಿನ್ ಕಂಡವು. ನಾವೂ ರೋಮಾಂಚಕ ನೆನಪುಗಳೊಂದಿಗೆ ನಮ್ಮ ಗೂಡಿಗೆ ಹಿಂದಿರುಗಿದೆವು.

ಫಿಲಿಪ್ ಐಲ್ಯಾಂಡ್ ಪಾರ್ಕಿನ ಸಿಬ್ಬಂದಿ ಪೆಂಗ್ವಿನ್ ಗೂಡಿನ ಒಳಗೆ ಕೆಲವು ಕ್ಯಾಮೆರಾಗಳನ್ನೂ ಅಳವಡಿಸಿದ್ದಾರೆ. ಸಣ್ಣ ಪೆಂಗ್ವಿನ್‌ಗಳು ಮೊಟ್ಟೆಗೆ ಕಾವು ಕೊಡುವುದನ್ನು, ಅವುಗಳು ಜಗಳವಾಡುವುದನ್ನು ನೋಡಬಹುದು. ನಮ್ಮ ಬಿಗ್ ಬಾಸ್ ಟಿವಿಯ ರೀತಿ ಪೆಂಗ್ವಿನ್‌ಗಳ ಸಂಸಾರದ ನೇರ ಪ್ರಸಾರವನ್ನು ಈ ಗೂಡಿನ ಕ್ಯಾಮೆರಾಗಳಿಂದ ವೀಕ್ಷಿಸಬಹುದು.

ಇಷ್ಟೇ ಅಲ್ಲದೆ, ಪೆಂಗ್ವಿನ್‌ಗಳು ದತ್ತು ತೆಗೆದುಕೊಳ್ಳುವ ಸೌಕರ್ಯ, ಸಮೀಪದಿಂದ ಪೆಂಗ್ವಿನ್‌ಗಳ ವೀಕ್ಷಿಸಲು ಅಂಡರ್ ಗ್ರೌಂಡ್ ಟೂರ್, ಮಾರ್ಗದರ್ಶಿಯ ಸವಲತ್ತು ಈ ಎಲ್ಲಾ ಆಯ್ಕೆಗಳಿವೆ.

ಎದುರಿಗೆ ಸಾಗರವಿರಲು ಕೂತಲ್ಲಿಯೇ ಚಳಿಗಾಲ

ವೀಕ್ಷಣಾ ಸ್ಥಳಕ್ಕೆ ಹೋಗುವ ಮೊದಲು ಟಿಕೆಟ್ ಪಡೆಯುವ ಸ್ಥಳದಲ್ಲಿನ ಅಂಗಡಿಯಲ್ಲಿ ಪೆಂಗ್ವಿನ್ ಗೊಂಬೆಗಳ ಜೊತೆ ಕಂಬಳಿಯನ್ನೂ ಮಾರುತ್ತಿದ್ದರು. ಸಾಮಾನ್ಯವಾಗಿ ಗೊಂಬೆ ಅಂಗಡಿಯಲ್ಲಿ ಮಾರದ ಕಂಬಳಿಯನ್ನು ಏಕೆ ಮಾರುತ್ತಿದ್ದರೆಂದು ನಂತರ ತಿಳಿಯಿತು.

ನಾವು ವೀಕ್ಷಣಾ ಸ್ಥಳದಲ್ಲಿ ಕುಳಿತಾಗ ದಕ್ಷಿಣ ಮಹಾಸಾಗರದಿಂದ ಬರುವ ಶೀತ ಗಾಳಿ ಮೂಳೆಗಳನ್ನೂ ಕೊರೆಯುವಷ್ಟು ತಣ್ಣಗಿತ್ತು. ವಾತಾವರಣ 20

ಡಿಗ್ರಿಯಷ್ಟು ಇದ್ದರೂ ಆ ಶೀತ ಗಾಳಿಯಿಂದಾಗಿ ಮುಖ ಮೈಗೆಲ್ಲ ಯಾರೋ ಮಂಜಿನ ಸ್ನಾನ ಮಾಡಿಸುತ್ತಿದ್ದಾರೆ ಎಂದನಿಸಿತು. ಜಯಂತ ಕಾಯ್ಕಿಣಿಯವರ ಹಾಡಿನ ಸಾಲನ್ನು ಕೊಂಚ ಬದಲಿಸಿ "ಎದುರಿಗೆ ಸಾಗರವಿರಲು ಕೂತಲ್ಲಿಯೇ ಚಳಿಗಾಲ' ಎಂದು ಹಾಡುವಂತಾಯಿತು. ನಾನು ವಾಪಸ್ಸು ಓಡಿ ಹೋಗಿ ಕಂಬಳಿಯನ್ನು ತತ್ ಕ್ಷಣ ಕೊಂಡು ನಾವು ಮೂವರೂ ಕುತ್ತಿಗೆವರೆಗೂ ಅದನ್ನು ಹೊದ್ದು ಕೊಂಡೆವು. ಮಧ್ಯದಲ್ಲಿ ಕುಳಿತಿದ್ದ ನನ್ನ ಮಗ ಆಗಾಗ್ಗ ಕಂಬಳಿಯನ್ನು ಎಳೆಯುತ್ತಿದ್ದರಿಂದ ಶೀತ ಗಾಳಿ ನಮಗೆ ಕಚಗುಳಿಯಿಡುವುದು ನಡೆದೇ ಇತ್ತು. ಇಂತಹ ಚಳಿಗಾಳಿಯಲ್ಲೂ ಫಿಲಿಪ್ ಐಲ್ಯಾಂಡ್ ನೇಚರ್ ಪಾರ್ಕಿನ ಸಿಬ್ಬಂದಿ ಒಂದು ಮಾಮೂಲಿ ಯುನಿಫಾರ್ಮ್ ಬಟ್ಟೆ ಹಾಕಿ ಓಡಾಡುತ್ತಿದ್ದುದನ್ನು ನೋಡಿದಾಗ ಒಬ್ಬಬ್ಬರಿಗೆ ಒಂದೊಂದು ಛಳಿಯ ಅನುಭವ ಆಗುತ್ತದೆಂದನಿಸಿತು.

ಪೆಂಗ್ವಿನ್ನುಗಳನ್ನು ನಿರ್ಬಂಧಿಸದೆ ಅದರ ಸಹಜ ಪ್ರಾಕೃತಿಕ ಪರಿಸರದಲ್ಲಿ ತನ್ನ ಸಂತಾನ ಅಭಿವೃದ್ಧಿ ಮಾಡಲು ಅವಕಾಶ ಮಾಡಿ ಜೊತೆಗೆ ಅದನ್ನು ಒಂದು ಯಶಸ್ವಿ ಪ್ರವಾಸಿಗರ ಕೇಂದ್ರವಾಗಿ ಪರಿವರ್ತಿಸಿರುವ ಆಸ್ಟ್ರೇಲಿಯನ್ನರ ಪ್ರಯತ್ನ ಶ್ಲಾಘನೀಯ. ನಮ್ಮ ರಂಗನತಿಟ್ಟು ಪಕ್ಷಿಧಾಮದಲ್ಲೂ ಪಕ್ಷಿಗಳಿಗೆ ತೊಂದರೆ ಆಗಬಾರದೆಂದು ಮೋಟಾರುಗಳಿಲ್ಲದ ದೋಣಿಯ ಪ್ರವಾಸ ಇಂತಹುದೇ ಒಂದು ಅಭಿನಂದನೀಯ ಪ್ರಯತ್ನ.

ದಾರಿ ತಪ್ಪದ ಮಗು

ಕಪ್ಪು ಬಣ್ಣದ ಕೋಟನ್ನು ತೊಟ್ಟ ಮುದ್ದು ಮಗುವಿನಂತೆ ಕಾಣುವ ಈ ಲಿಟಲ್ ಪೆಂಗ್ವಿನ್ನುಗಳು ದಕ್ಷಿಣ ಮಹಾಸಾಗರದಂತ ಜಾಗದಲ್ಲಿ ದಿನವೂ ಕೀಲಿ ಕೊಟ್ಟಂತೆ ಫಿಲಿಪ್ ಐಲ್ಯಾಂಡಿಗೆ ಬರುವುದು ಹೇಗೆ? ಈ ಸಮುದ್ರದಿಂದ ಬಂದು ತಮ್ಮ ಗೂಡನ್ನು ಸೇರುವ ಪ್ರಕ್ರಿಯೆಯನ್ನು ಪೆಂಗ್ವಿನ್ನುಗಳು ತಲೆಮಾರುಗಳಿಂದ ಮಾಡುತ್ತಾ ಬಂದಿವೆ. ಎಷ್ಟೋ ಬಾರಿ ಜಿಪಿಸ್ ಮತ್ತು ಗೂಗಲ್ ಮ್ಯಾಪ್ ಇದ್ದೂ ನಾನು ನನಗೆ ಪರಿಚಯ ಇರುವ ಊರಿನಲ್ಲೇ ದಾರಿ ಹುಡುಕಲು ಪರದಾಡಿದ್ದೇನೆ. ಮ್ಯಾಪ್ ಕೈ ಕೊಟ್ಟರಂತೂ ನಾನು ಕಣ್ಣಿದ್ದೂ ಕುರುಡನಂತೆ. ಹೀಗಾಗಿ ಈ ಪುಟ್ಟ ಪೆಂಗ್ವಿನ್ನುಗಳ ದೈತ್ಯ ಸಾಹಸಕ್ಕೆ ನಾನು ಮೂಕ ವಿಸ್ಮಿತನಾದೆ. ಇದೇ ಸೋಜುಗ ನನಗೆ ನಮ್ಮ ರಂಗನತಿಟ್ಟಿಗೆ ಸಾವಿರಾರು ಮೈಲಿ ಕ್ರಮಿಸಿ ಬರುವ ವಲಸೆ ಹಕ್ಕಿಗಳ ಬಗ್ಗೆಯೂ ಇದೆ. ಸೈಬೀರಿಯಾ, ಲ್ಯಾಟಿನ್ ಅಮೇರಿಕಾದಂತ ದೇಶಗಳಿಂದ ಸಾವಿರಾರು ಮೈಲಿ ಈ ಪಕ್ಷಿಗಳಿಗೆ ದಾರಿ ತೋರುವ ಶಕ್ತಿ ಯಾವುದು?

ಪೆಂಗ್ವಿನ್ ದಾರಿ ತಪ್ಪದೆ ಕರಾರುವಕ್ಕಾಗಿ ತನ್ನದೇ ಕಾಲೋನಿಗೆ ಬರುವ ನಿರ್ದಿಷ್ಟ ವಿಧಾನ ವಿಜ್ಞಾನಿಗಳಿಗೆ ಇನ್ನೂ ಗೊತ್ತಾಗದೆ ಇದ್ದರೂ, ಕೆಲವು ವಿಧಾನಗಳನ್ನು ಊಹಿಸಿದ್ದಾರೆ. ಮೊದಲೇ ಹೇಳಿದಂತೆ ಪೆಂಗ್ವಿನ್‌ಗಳಿಗೆ ತುಂಬಾ ಚುರುಕು ದೃಷ್ಟಿ ಶಕ್ತಿ. ಅವು ಸಮುದ್ರ ದಂಡೆಯ ರಚನೆ, ಸುತ್ತಲಿನ ಬೆಟ್ಟಗಳ ವಿನ್ಯಾಸ, ಕಾಡು ಹಾಗೂ ಗಿಡಗಳ ಸಮೂಹ ಮುಂತಾದವುಗಳನ್ನು ಜ್ಞಾಪಕ ಇಟ್ಟುಕೊಂಡು (ಅಷ್ಟು ಪುಟ್ಟ ತಲೆಯಲ್ಲಿ ಹೇಗೆ ಎಂಬುದು ಇನ್ನೂ ಆಶ್ಚರ್ಯದ ವಿಷಯ) ತಮ್ಮ ತವರಿನ ಕಾಲೋನಿಯನ್ನು ಕಂಡು ಹಿಡಿಯುತ್ತವೆ ಎಂಬುದು ಒಂದು ವಾದ. ಸಾವಿರಾರು ಮೈಲಿ ಕ್ರಮಿಸುವ ವಲಸೆ ಹಕ್ಕಿಗಳಿಗೆ ಇದ್ದಂತೆ ಭೂಮಿಯ ಅಯಸ್ಕಾಂತ ಶಕ್ತಿಯ ದಿಕ್ಸೂಚಿಯಂತೆ ಪೆಂಗ್ವಿನ್ ಬಳಸಿ ತಾವು ಹೋಗಬೇಕಾದ ನಿಖರ ದಿಕ್ಕು ತಿಳಿದುಕೊಳ್ಳುತ್ತವೆ ಎಂಬುದು ಇನ್ನೊಂದು ವಾದ. ತಮ್ಮ ಕಾಲೋನಿಯ ವಾಸನೆಯ ಮತ್ತು ಕಾಲೋನಿಯಲ್ಲಿ ಕೊಗುತ್ತಿರುವ ತಮ್ಮ ಬಳಗದ ಧ್ವನಿ ಗುರುತಿಸಿ ಮನೆ ಸೇರುತ್ತವೆ ಎನ್ನುವವರೂ ಉಂಟು. ಮೇಲೆ ಹೇಳಿದ ಎಲ್ಲಾ ವಿಧಾನಗಳನ್ನೂ ಒಟ್ಟಿಗೆ ಪೆಂಗ್ವಿನ್ನುಗಳು ಬಳಸಲೂ ಬಹುದು. ಹೇಗಿದ್ದರೂ ಪೆಂಗ್ವಿನ್ ವಿಶಾಲ ಸಾಗರದಲ್ಲೂ ದಾರಿ ಹುಡುಕುವುದು ನಾವು ತಿಳಿಯಲೇ ಬೇಕಾದ ಚಿದಂಬರ ರಹಸ್ಯ.

ಸಪ್ತ ಸಮುದ್ರ ದಾಟಿ ಬರುತ್ತಿರುವ ಪೆಂಗ್ವಿನ್

ಗ್ರೇಟ್ ಬ್ಯಾರಿಯರ್ ರೀಫ್ ಎಂಬ
ಕಡಲಗಲ ಮುಗಿಲಗಲ ಹಬ್ಬಿದ ಮಹಾ
ಹವಳದ ದಂಡೆ

ಜಗದಗಲ ಮುಗಿಲಗಲ ಹವಳದ ದಂಡೆ

ಹವಳದ ದಂಡೆಗಳ ಬಗ್ಗೆ ನಾನು ಮೊದಲು ಓದಿದ್ದು ಹೈಸ್ಕೂಲಿನ ಪಠ್ಯದಲ್ಲಿ; ಶ್ರೀ ಪೂರ್ಣಚಂದ್ರ ತೇಜಸ್ವಿ ಯವರ "ಅಲೆಮಾರಿಯ ಅಂಡಮಾನ್ ಮತ್ತು ಮಹಾನದಿ ನೈಲ್"ನಲ್ಲಿ ಬರುವ "ವಂಡೂರಿನ ಹವಳದ ದಂಡೆಗಳು" ಅಧ್ಯಾಯ ನನ್ನ ಮನಸ್ಸಿನಲ್ಲಿ ಅಂಡಮಾನ್ ಒಂದು ಚಂದಮಾಮ ಕಥೆಗಳಲ್ಲಿ ಬರುವ "ಏಳು ಸಾಗರದಾಚೆ" ಇರುವ ಅದ್ಭುತ ಲೋಕವಾಗಿ ಕಂಡಿತ್ತು. ತೇಜಸ್ವಿಯವರ ಪ್ರವಾಸ ಕಥನದ ಗುಂಗಿನಲ್ಲಿ ಅಂಡಮಾನಿಗೆ ಭೇಟಿ ಕೊಟ್ಟಿದ್ದೂ ಆಯಿತು.

ತೇಜಸ್ವಿಯವರು ಇಂಗ್ಲಿಷಿನ ಕೋರಲ್ ರೀಫ್ ಅನ್ನು "ಹವಳದ ದಂಡೆ' ಎಂದು ಮೊದಲು ನಾಮಕರಣ ಮಾಡಿದರು. ಆಸ್ಟ್ರೇಲಿಯಾದ ಗ್ರೇಟ್ ಬ್ಯಾರಿಯರ್ ರೀಫ್ ಅತ್ಯಂತ ದೊಡ್ಡ ಹವಳದ ದಂಡೆಯಾದ ಕಾರಣ, ನಾನು ಇದನ್ನು "ಮಹಾ ಹವಳದ ದಂಡೆ' ಎಂದು ಕರೆದಿದ್ದೇನೆ. ಅಂಡಮಾನಿನ ಹವಳದ ದಂಡೆಯ ಪ್ರವಾಸದ ಮುಂದಿನ ಹಂತವಾಗಿ ಆಸ್ಟ್ರೇಲಿಯಾದ ಪ್ರವಾಸದಲ್ಲಿ ಜಗತ್ತಿನ ಅತ್ಯಂತ ವಿಸ್ತಾರದ ಹವಳದ ದಂಡೆ ನೋಡುವ ಅವಕಾಶ ಒದಗಿತು. ಗ್ರೇಟ್ ಬ್ಯಾರಿಯರ್ ರೀಫ್ ವಿಶ್ವದ ಅದ್ಭುತಗಳಲ್ಲಿ ಒಂದಾಗಿದ್ದು, ಯುನೆಸ್ಕೋ ಪಾರಂಪರಿಕ ತಾಣಗಳಲ್ಲೂ ಸ್ಥಾನ ಪಡೆದಿದೆ. 2,300 ಕಿಲೋಮೀಟರ್‌ಗಿಂತಲೂ ಹೆಚ್ಚು ಉದ್ದದ ಈ ರೀಫ್, 3000ಕ್ಕೂ ಹೆಚ್ಚು ಹವಳದ ದಂಡೆಗಳು, 900 ದ್ವೀಪಗಳನ್ನು ಒಳಗೊಂಡಿದೆ. 342 ಸಾವಿರ ಚದರ ಕಿ.ಮೀ. ವಿಸ್ತಾರ ಇರುವ ಈ ಮಹಾ ಹವಳದ ದಂಡೆ ಭೂ ವಿಸ್ತಾರದಲ್ಲಿ ಜರ್ಮನಿ ದೇಶಕ್ಕಿಂತಲೂ ಮತ್ತು ಭಾರತದ ಅತ್ಯಂತ ದೊಡ್ಡ ರಾಜ್ಯವಾದ ರಾಜಾಸ್ಥಾನಕ್ಕಿಂತಲೂ ದೊಡ್ಡದಾಗಿದೆ ಎಂದಾಗ ಗ್ರೇಟ್ ಬ್ಯಾರಿಯರ್ ರೀಫ್ ನಿಜಕ್ಕೂ ಎಷ್ಟು ದೊಡ್ಡದು ಎಂಬ ಕಲ್ಪನೆ ನಮಗೆ ಮೂಡುತ್ತದೆ.

ಹವಳಗಳ ಹಾಡು ಪಾಡು

ಸಾಗರಕ್ಕೆ ಸಾಗರವೇ ಉಪಮೆ ಎನ್ನುವ ರೀತಿ ಈ ಮಹಾ ಹವಳದ ದಂಡೆಗೆ ಅದೇ ಉಪಮೆ ಏಕೆಂದರೆ ಅದರ ವಿಸ್ತಾರ, ಜೀವ ವೈವಿಧ್ಯ ಇವುಗಳಿಗೆ ಹೋಲಿಕೆಯೇ ಇಲ್ಲ. ಪ್ರಪಂಚದ ಏಳು ಅದ್ಭುತಗಳಲ್ಲಿ ಒಂದಾಗಿರುವ ಈ ಮಹಾ ಹವಳದ ದಂಡೆಯಲ್ಲಿ 1,500ಕ್ಕೂ ಹೆಚ್ಚು ಮೀನು ಪ್ರಭೇದಗಳು, 600ಕ್ಕೂ ಹೆಚ್ಚು ಹವಳದ ಪ್ರಭೇದಗಳು, 134ಕ್ಕೂ ಹೆಚ್ಚು ಶಾರ್ಕ್ ಪ್ರಭೇದಗಳು, 6 ರೀತಿಯ ಸಸ್ತನಿಗಳು ನೆಲೆಸಿವೆ. ನೀರಿನೊಳಗೆ ಇಳಿದರೆ,

ಒಂದು ಜೀವವೈವಿಧ್ಯತೆಯ ಇನ್ನೊಂದು ಲೋಕವೇ ಅನಾವರಣಗೊಳ್ಳುತ್ತದೆ. ಮಿಲಿಯನ್‌ಗಟ್ಟಲೆ ಸಣ್ಣ ಜೀವಿಗಳು ಸೇರಿ ನಿರ್ಮಾಣವಾದ ಹವಳದ ದಂಡೆಗಳು ನೀರಿನೊಳಗೆ ಎಲೆ, ಗಿಡ, ಕಲ್ಲು, ಬಂಡೆ ಇತ್ಯಾದಿ ಆಕಾರಗಳಲ್ಲಿದ್ದು ಅದ್ಭುತವಾದ ಕಲಾಕೃತಿಗಳಂತೆ ಕಾಣುತ್ತವೆ. ಜಲಚರಗಳ ನೆಲೆಗೆಂದು, ಮನರಂಜನೆಗೆಂದು ಯಾರೋ ಸಾವಕಾಶವಾಗಿ ಮಾಡಿಟ್ಟ ರಚನೆಗಳಂತೆ ಕಾಣುತ್ತವೆ.

ಹವಳದ ದಂಡೆಗಳು ವಾಸ್ತವಾಗಿ ಜೆಲ್ಲಿಫಿಶ್‌ಗೆ ಹತ್ತಿರದ ಸಂಬಂಧಿಯಾದ "ಕೋರಲ್ ಪಾಲಿಪ್ಸ್" ಎಂಬ ಪ್ರಾಣಿಗಳಿಂದ ಮಾಡಲ್ಪಟ್ಟ ಬೃಹತ್ ಕಾಲೋನಿ. ಕೋರಲ್ ಪಾಲಿಪ್ಸ್ ತಮ್ಮ ದೇಹದಿಂದ ಸುಣ್ಣದ ಕಲ್ಲಿನಂತ ಕ್ಯಾಲ್ಸಿಯಂ ಕಾರ್ಬೋನೇಟ್ ಅನ್ನು ಸ್ರವಿಸಿ ತನ್ನ ಮೃದು ದೇಹಕ್ಕೆ ಕಲ್ಲಿನಷ್ಟೇ ಗಟ್ಟಿಯಾದ ಕೋಟೆಯುಂತಹ ಹೊರಗ ಅಸ್ಥಿ ಪಂಜರವನ್ನು ಕಟ್ಟಿಕೊಳ್ಳುತ್ತದೆ. ಸಾವಿರಾರು ಕಿ.ಮೀ. ಹಬ್ಬಿರುವ ಗ್ರೇಟ್ ಬ್ಯಾರಿಯರ್ ರೀಫ್ ವಾಸ್ತವವಾಗಿ ಸಾವಿರಾರು

ವರ್ಷದಿಂದ ಕೋರಲ್ ಪಾಲಿಪ್ಸ್ ನ ಅನೇಕ ಪೀಳಿಗೆಗಳು ಮಹಾ ಸಾಗರದ ನಿರಂತರ ಘರ್ಷಣೆಯೊಂದಿಗೆ ಸೆಣೆಸುತ್ತಾ ತನ್ನ ಸಂತತಿಯನ್ನು ಉಳಿಸಲು, ಬೆಳೆಸಲು ಕಟ್ಟಿರುವ ಕೋಟೆ. ನಿಸರ್ಗದೊಂದಿಗೆ ಸೆಣೆಸುವ ಜೀವಿಗಳ ಅಚಲ ಶ್ರದ್ಧೆಗೆ ಗ್ರೇಟ್ ಬ್ಯಾರಿಯರ್ ರೀಫ್ ಉಜ್ವಲ ಉದಾಹರಣೆ. 12 ಆಪೋಸ್ಟಲ್ ಒಂದು ರೀತಿ ತಾನು ಸವೆದೂ ಸಾಗರವನ್ನು ಎದುರಿಸಿದರೆ, ಮಹಾ ಹವಳದ ದಂಡೆ ತನ್ನೆಲ್ಲಾ ಶಕ್ತಿ, ತಾಳ್ಮೆಯೊಂದಿಗೆ ಸಾಗರವನ್ನೆದುರಿಸಿ ನಿಂತಿದೆ. ಈ ಹವಳದ ಜೀವಿಗಳ ಬೆಳವಣಿಗೆಗೆ ಸೂರ್ಯನ ಬೆಳಕು ಬೇಕೇ ಬೇಕು. ಅದಕ್ಕಾಗಿಯೇ ಸೂರ್ಯನ ಬೆಳಕು ವಿಪುಲವಾಗಿ ತಲುಪುವ ನೂರಡಿಯಷ್ಟು ಆಳದಲ್ಲಿ ಹವಳದ ದಂಡೆಗಳು ಬೆಳೆಯುತ್ತವೆ. ಅಲೆಗಳನ್ನು ತಡೆದು ಅಭಿವೃದ್ಧಿ ಹೊಂದುವುದು, ಮೀನುಗಳಿಗೆ ಆಶ್ರಯ ನೀಡುವುದು,ಇಂಗಾಲಾಮ್ಲ ಹೀರಿಕೊಂಡು ಸಮುದ್ರದ ಪರಿಸರ ಸಮತೋಲನದಲ್ಲಿ ಮಹತ್ವದ ಪಾತ್ರ ವಹಿಸುತ್ತದೆ. ಸೂರ್ಯನ ಕಿರಣ ತಲುಪುವ 100 ಅಡಿ ಆಳದಲ್ಲಿ ಉಷ್ಣಾಂಶ 17 ಡಿಗ್ರಿಗಿಂತ ಇದ್ದಾಗ ಹವಳಗಳು ಬೆಳೆಯುತ್ತವೆ. 18,000 ವರ್ಷಗಳ ಹಿಂದೆ ಹೀಗೆ ಬೆಳೆದ ಹವಳಗಳು ಹಿಮಯುಗದ ನಂತರ ಸಮುದ್ರದ ಮಟ್ಟ ಏರಿದಾಗ ಬೇರೆ ಎತ್ತರದ ಪ್ರದೇಶಗಳಲ್ಲಿ ಬೆಳೆಯಲು ಶುರುಮಾಡಿತು. ಮೃತ ಹೊಂದಿದ ಹವಳಗಳು ಸುಣ್ಣದ ಕಲ್ಲುಗಳಾಗಿ ಹೊಸ ಹವಳಗಳಿಗೆ ಬೆಳೆಯಲು ಬುನಾದಿ ಒದಗಿಸಿತು. ಹೊರ ಅಸ್ಥಿ ಹೊಂದದ ಮೃದು ಹವಳಗಳು ಸಣ್ಣ ಗಿಡದ ಕೊಂಬೆಗಳಂತೆ ಅತ್ತಿಂದಿತ್ತ ತೂಗುತ್ತವೆ.

ಗ್ರೇಟ್ ಬ್ಯಾರಿಯರ್ ರೀಫ್ ಪ್ರವಾಸೋದ್ಯಮಕ್ಕೆ ಆಸ್ಟ್ರೇಲಿಯಾದ ಆರ್ಥಿಕತೆಗೆ ಭಾರೀ ಕೊಡುಗೆ ನೀಡಿದೆ. ಜೊತೆಗೆ, ಇದು ವಿಜ್ಞಾನಿಗಳಿಗೆ ಸಂಶೋಧನೆ ನಡೆಸಲು, ಸಮುದ್ರದ ಪರಿಸರವನ್ನು ಅರ್ಥಮಾಡಿಕೊಳ್ಳಲು ಸಹಾಯ ಮಾಡುತ್ತದೆ. ಹವಾಮಾನ ಬದಲಾವಣೆಯ ಕುಬಂಧ ಬಾಹುಗಳು ಆ ಮಹಾ ಹವಳದ ದಂಡೆಯ ಮೇಲೂ ಪರಿಣಾಮ ಬೀರಿದೆ–ಹವಳ ಬಿಳಚಿಕೊಳ್ಳುವುದು, ಜೀವವೈವಿಧ್ಯತೆ ಕಡಿಮೆಯಾಗುತ್ತಿರುವುದು ನಮ್ಮೆಲ್ಲರಿಗೂ ಒಂದು ಎಚ್ಚರಿಕೆ ಗಂಟೆ.

ನೀಲಿ ಸಮುದ್ರದ ಎದೆಯಲ್ಲಿ ಹವಳಗಳ ಸ್ವರ್ಗ ಲೋಕ

ಈ ಮಹಾ ಹವಳದ ದಂಡೆಯ ಜೊತೆಗೆ ನಾವು ಇಡೀ ಜೀವನವನ್ನೇ ಕಳೆದರೂ ತಿಳಿಯುವುದಿನ್ನೂ ಉಳಿದಿರುತ್ತದೆ. ಎಲ್ಲದಕ್ಕೂ ಸಮಯವೇ ವೈರಿಯಾಗಿದ್ದಂತೆ ಇಲ್ಲೋ ಕೂಡ ನಮಗಿದ್ದ ಗಡಿಯಾರ, ಅದರಲ್ಲಿ ತಿರುಗುವ ಮುಳ್ಳು ನಮಗೆ ಕೊಟ್ಟಷ್ಟೇ ನಾವು ಮಾಡಲು ಸಾಧ್ಯವಾದದ್ದು. ಮುಖ್ಯವಾಗಿ ನಾವು ಗಾಜಿನ ದೋಣಿಯ ಪ್ರವಾಸ ಮತ್ತು ಸ್ನಾರ್ಕೆಲಿಂಗ್ ಮಾಡಿದ ಅನುಭವಗಳನ್ನು ಇಲ್ಲಿ ಚಿತ್ರಿಸಿದ್ದೇನೆ.

ನೀರಿನೊಳಗೆ ಹೋಗದೆಯೂ, ಗಾಜಿನ ತಳದ ದೋಣಿಯಲ್ಲಿ ಕುಳಿತು ಹವಳದ ಗುಡ್ಡಗಳನ್ನು, ಮೀನುಗಳನ್ನು ನೋಡಬಹುದು. ಈ ದೋಣಿಗಳು ಪಾರದರ್ಶಕ ತಳ ಹೊಂದಿರುವುದರಿಂದ, ನೀರಿನೊಳಗಿನ ಪ್ರಪಂಚವನ್ನು ಸುಲಭವಾಗಿ ವೀಕ್ಷಿಸಬಹುದು. ಕಂಗೊಳಿಸುವ ನೀಲಿ ನೀರಿನ ಮೇಲೆ ತೇಲುವ ದೋಣಿಯ ಪ್ರಯಾಣ 'ದೋಣಿ ಸಾಗಲಿ ಮುಂದೆ ಹೋಗಲಿ ಆದರೆ ಈ ಪಯಣ ಮುಗಿಯದೆ ಇರಲಿ' ಎನ್ನುವಷ್ಟು ಅಪೂರ್ವವಾಗಿರುತ್ತದೆ. ಸೂರ್ಯನ ಕಿರಣಗಳು ನೀರಿನ ಮೇಲೆ ಚಿಮ್ಮುತ್ತಾ, ಹಕ್ಕಿಗಳ ಕಲರವ ಮಧ್ಯೆ ಸಾಗುವುದು ಸ್ವರ್ಗದ ಅನುಭವ. ಸೂರ್ಯಾಸ್ತದ ಸಮಯದಲ್ಲಿ ದೋಣಿಯ ಮೇಲೆ ಕುಳಿತು, ಕಿತ್ತಳೆ ಬಣ್ಣದ ಆಕಾಶವನ್ನು ನೋಡುವುದು ಮನಸ್ಸಿಗೆ ಮುದ ನೀಡುತ್ತದೆ. ಸಮುದ್ರದ ಅಲೆಗಳ ಸದ್ದು, ಗಾಳಿಯ ತಂಪು ಸ್ಪರ್ಶ ಒಂದು ರೀತಿಯ ಧ್ಯಾನದ ಅನುಭವವನ್ನು ನೀಡುತ್ತದೆ. ರೀಫ್‌ನಿಂದ ಹಿಂತಿರುವಾಗ ಸೂರ್ಯಾಸ್ತವನ್ನು ದೋಣಿಯ ಮೇಲೆ ಕುಳಿತು ನೋಡುವುದು ಒಂದು ಕಲಾತ್ಮಕ ಅನುಭವ. ಕಿತ್ತಳೆ, ನೇರಳೆ, ಗುಲಾಬಿ ಬಣ್ಣಗಳಲ್ಲಿ ಆಕಾಶ ಬದಲಾಗುತ್ತಾ, ಸಮುದ್ರದ ನೀರಿನ ಮೇಲೆ ಚಿತ್ರವನ್ನು ಬಿಡಿಸುತ್ತದೆ. ಈ ಸುಂದರ ಕ್ಷಣಗಳು ಮನಸ್ಸಿನಲ್ಲಿ ಶಾಶ್ವತವಾಗಿ ಉಳಿಯುತ್ತವೆ.

ರೀಫ್ ವಾಕಿಂಗ್ ಎಂಬ ಚಟುವಟಿಕೆಯಲ್ಲಿ ನಾವು ಮೃತ ಹೊಂದಿದ ಹವಳಗಳ ಮೇಲೆ ನಡೆಯುವ ಅನುಭವ ಪಡೆದುಕೊಂಡೆವು. ಡೈವಿಂಗ್ ಅಥವಾ ಸ್ನಾರ್ಕೆಲಿಂಗ್ ಮೂಲಕ ನೀರಿನೊಳಗೆ ಧುಮುಕುವುದು ರೋಮಾಂಚಕಾರಿ ಅನುಭವ. ನಾವು ಕೈಗೊಂಡ ಸ್ನಾರ್ಕೆಲಿಂಗ್ ಸಾಹಸದಲ್ಲಿ ಹವಳದ ರಚನೆಗಳ ನಡುವೆ ಈಜಿ, ಮೀನುಗಳ ರೆಕ್ಕೆಯೊಂದಿಗೆ ಸ್ನೇಹ ಬೆಳೆಸಿದ್ದು ಪದಗಳಲ್ಲಿ ಹಿಡಿದಿಡಲಾಗದ ಅನುಭವ. ನೀರಿನೊಳಗೆ ಇಳಿದರೆ, ಹವಳದ ಗುಡ್ಡಗಳು, ವಿವಿಧ ಬಗೆಯ ಮೀನುಗಳು, ಸಮುದ್ರದ ಆಮೆಗಳು ಕಣ್ಣುಗಳಿಗೆ ಹಬ್ಬ. ನೀಲಿ, ಹಳದಿ, ಕೆಂಪು, ಹಸಿರು ಬಣ್ಣಗಳ ರಂಗಿನ ಪ್ರಪಂಚ ನಮ್ಮನ್ನು ಮಂತ್ರಮುಗ್ಧರನ್ನಾಗಿ ಮಾಡುತ್ತದೆ.

ನೀರಿನೊಳಗೆ ಕೇವಲ ಬಣ್ಣಗಳ ರಂಗಲ್ಲೇ ಅಲ್ಲ, ಶಬ್ದಗಳ ಸಂಗೀತವೂ ಕಿವಿಗಳಿಗೆ ಮಧುರವಾಗಿ ಬೀಳುತ್ತದೆ. ಮೀನುಗಳ ಧ್ವನಿ, ಹವಳದ ಗುಡ್ಡಗಳ ಮೇಲೆ ಅಲೆಗಳು ಅಪ್ಪಳಿಸುವ ಸದ್ದು, ಡಾಲ್ಫಿನ್‌ಗಳ ಜಿಗಿತದ ಸದ್ದು ಒಂದು ರೀತಿಯ ಸಮುದ್ರದ ಸಂಗೀತ. ಈ ಶಬ್ದಗಳು ಮನಸ್ಸಿಗೆ ನೆಮ್ಮದಿ ನೀಡಿ, ನಮ್ಮನ್ನು ಪ್ರಕೃತಿಯೊಂದಿಗೆ ಒಂದಾಗಿಸುತ್ತವೆ.

ಸ್ನಾರ್ಕೆಲಿಂಗ್ ಜೊತೆಗೆ ಸ್ಕೂಬಾ ಡೈವಿಂಗ್ ಅವಕಾಶ ಕೂಡ ಸಧ್ಯ. ಪೂರ್ತಿ ನೀರಿನೊಳಗೆ ಧುಮುಕಿ, ಹವಳದ ಗುಡ್ಡಗಳ ನಡುವೆ ಈಜುವುದು ಸ್ಕೂಬಾ ಡೈವಿಂಗ್‌ನ ರೋಚಕತೆ. ಹತ್ತಿರದಿಂದ ಮೀನುಗಳನ್ನು ನೋಡುವುದು, ಹವಳದ ರಚನೆಗಳ ಸೌಂದರ್ಯವನ್ನು ಸವಿಯುವುದು ಒಂದು ಅವಿಸ್ಮರಣೀಯ ಅನುಭವ. ಚೂಪು ಮೂಗಿನ ಕೊರಲ್ ಫಿಶ್, ನೀಲಿ ಬಣ್ಣ ಮೈಯೆಲ್ಲಾ ಹೊದ್ದು ಹಳದಿ ಮೊಗು ಕಪ್ಪು ರೆಕ್ಕೆ ಇರುವ ಬಟರ್ ಫ್ಲೈ ಫಿಶ್, ನೀಲಿ ಬಾಲ, ಹಳದಿ ದೇಹ ಹುಲಿಯ ಪಟ್ಟೆ ಇರುವ ಏಂಜಲ್ ಫಿಶ್, ಈಗಲ್ ರೇ ಹಾವಿನಂತಿರುವ ಈಲ್, ಗೋಟ್ ಫಿಶ್, ಮುಳ್ಳುಗಳಿರುವ ನಕ್ಷತ್ರ ಮೀನು ಮುಂತಾದ ಮೀನುಗಳು ನೀರಿನಲ್ಲಿ ಬಣ್ಣ ಬಣ್ಣದ ರಂಗೋಲಿಯಾಗುತ್ತವೆ. ಸೀಪ್ಲೇನ್ ಪ್ರವಾಸದಲ್ಲಿ ಗಾಳಿಯಲ್ಲಿ ಹಾರಾಡುತ್ತಾ ರೀಫ್‌ನ ವಿಸ್ತಾರವನ್ನು ಕಣ್ಣಾರೆ ಕಂಡು ಅಚ್ಚರಿಯಾಗುವ ಅನುಭವ ಇದು. ಮೇಲಿನಿಂದ ನೋಡಿದರೆ, ಹವಳದ ಗುಡ್ಡಗಳು ಹಸಿರು, ನೀಲಿ ಬಣ್ಣದ ಅದ್ಭುತ ಚಿತ್ರವನ್ನು ರಚಿಸುತ್ತವೆ. ಈ ಪ್ರವಾಸ ಒಂದು ಭಿನ್ನ ಅನುಭವವನ್ನು ನೀಡುತ್ತದೆ. ಇದರೊಂದಿಗೆ ಡಾಲ್ಫಿನ್, ಡ್ಯೂಗಾಂಗ್ (ನೀರ ಹಸು), ಕಿಲ್ಲರ್ ವೇಲ್, ಪೈಲಟ್ ವೇಲ್ ಮುಂತಾದ ಜಲಚರಗಳಿಗೂ ಈ ಮಹಾ ಹವಳದ ದಂಡೆ ಆವಾಸ ಸ್ಥಾನ. ಹಂಪ್ ಬ್ಯಾಕ್ ತಿಮಿಂಗಿಲಗಳಂತೂ ದೂರದ ಅಂಟಾರ್ಟಿಕಾ ಖಂಡದಿಂದ ಈ ಬೆಚ್ಚನೆಯ ಮಹಾ ಹವಳದ ದಂಡೆಗೆ ಸಂತಾನ ವೃದ್ಧಿಗೆಂದು ಮೇ ಮತ್ತು ಅಕ್ಟೋಬರ್ ಮಧ್ಯೆ ವಲಸೆ ಬರುತ್ತವೆ.

ಬಾಹ್ಯಾಕಾಶದಿಂದೊಂದು ನೋಟ

ಬಾಹ್ಯಾಕಾಶದಿಂದ ಕಾಣುವ ಜೀವ ಸಂಕುಲದ ಅತಿ ವಿರಳ ನೋಟಕ್ಕೆ ಗ್ರೇಟ್ ಬ್ಯಾರಿಯರ್ ರೀಫ್ ಒಂದು ಉದಾಹರಣೆಯಾಗಿದೆ. 2,300 ಕಿ.ಮೀ.ನಷ್ಟು ಉದ್ದ, ಆಳವಿಲ್ಲದ ತಿಳಿ ನೀಲಿ ಜೊತೆಗೆ ಸಮುದ್ರದ ಆಳದಿಂದ ಕಾಣುವ ಕಡು ನೀಲಿ–ಈ ಎರಡರ ನಡುವಿರುವ ತೀಕ್ಷ್ಣ ಬಣ್ಣ ವ್ಯತ್ಯಾಸ, ಬಿಳಿ ಮರಳಿನ ದಂಡೆಗಳು ಮತ್ತು ಆಳವಿಲ್ಲದ ಹವಳದ. ಕಡು ನೀಲಿ–ಈ ಎರಡರ ನಡುವಿರುವ ತೀಕ್ಷ್ಣ ಬಣ್ಣ ವ್ಯತ್ಯಾಸ, ಬಿಳಿ ಮರಳಿನ ದಂಡೆಗಳು ಮತ್ತು ಆಳವಿಲ್ಲದ ಹವಳದ ಬಂಡೆಗಳಿಂದ ಪ್ರತಿಬಿಂಬಿತವಾಗುವ ಸೂರ್ಯನ ಬೆಳಕು ಈ ಎಲ್ಲದರ ಕಾರಣದಿಂದಾಗಿ ಗ್ರೇಟ್ ಬ್ಯಾರಿಯರ್ ರೀಫ್ ಬಾಹ್ಯಾಕಾಶದಿಂದ ಸಹ ವೀಕ್ಷಿಸಬಹುದಾದ ಗಮನಾರ್ಹ ನೈಸರ್ಗಿಕ ಅದ್ಭುತವಾಗಿದೆ. ಬಾಹ್ಯಾಕಾಶದಿಂದ ನೋಡಿದಾಗ ಸಮುದ್ರಕ್ಕೆ ಕಲ್ಲಿನಷ್ಟೇ ಗಟ್ಟಿಯಾದ ಹವಳದ ದಂಡೆಗಳ ಕೋಟೆ ಕಟ್ಟಿ ಅದರೊಳಗೆ ಹವಳದ ಮಹಾನಾಡನ್ನೇ ನಿರ್ಮಿಸಿರುವುದನ್ನು ಗಮನಿಸಬಹುದು.

ಬಾಹ್ಯಾಕಾಶದಿಂದ ಗ್ರೇಟ್ ಬ್ಯಾರಿಯರ್ ರೀಫನ್ನು ಕಂಡಾಗ

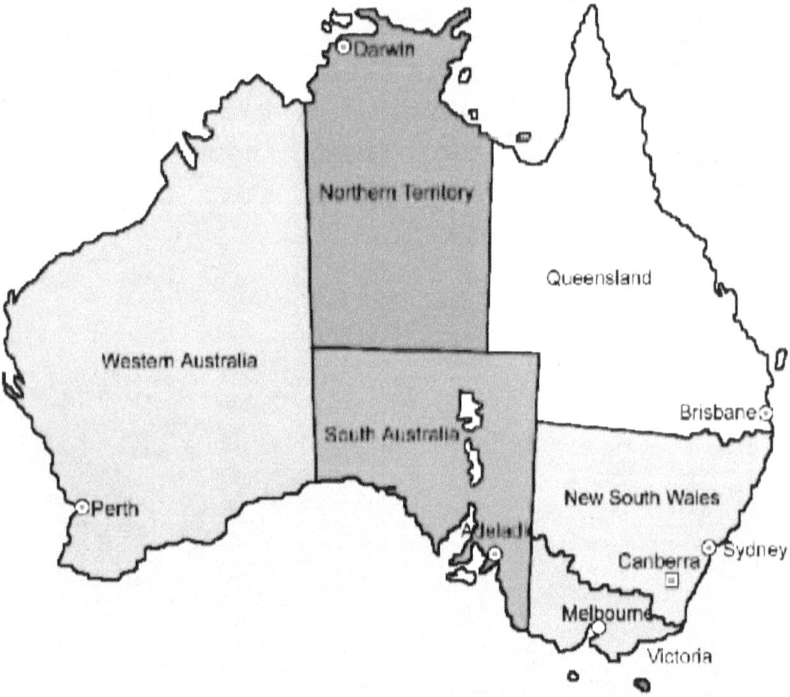

ಆಸ್ಟ್ರೇಲಿಯಾದಲ್ಲಿ ಕನ್ನಡ ಪ್ರಪಂಚ

ಎಲ್ಲಾದರೂ ಇರು, ಎಂತಾದರು ಇರು, ಎಂದೆಂದಿಗೂ ನೀ ಕನ್ನಡವಾಗಿರು

ನಾನು ಆಸ್ಟ್ರೇಲಿಯಾದ ಪ್ರವಾಸದಲ್ಲಿ ಅನೇಕ ಮಂದಿ ಕನ್ನಡಿಗರನ್ನು ಭೇಟಿ ಮಾಡಿದೆ. ನನ್ನ ಹಲವಾರು ಆಫೀಸ್ ಸಹೋದ್ಯೋಗಿಗಳು, ದೂರದ ಸಂಬಂಧಿಕರು ಆಸ್ಟ್ರೇಲಿಯಾದಲ್ಲೇ ನೆಲೆಸಿದ್ದರು (ಮತ್ತು ಈ ಪ್ರವಾಸದ ರೂಪು ರೇಷೆ ಸಿದ್ದಪಡಿಸಲು ಸಹಾಯ ಮಾಡಿದ್ದರು). ನನಗೆ ಪರಿಚಯವಿರುವ ಬಹಳಷ್ಟು ಕನ್ನಡಿಗರು ಅಲ್ಲಿನ ಸಾಫ್ಟ್‌ವೇರ್ ಕಂಪನಿಗಳಲ್ಲಿ ಕೆಲಸ ಮಾಡುವ ವೃತ್ತಿಪರರು ಇಲ್ಲವೇ ಸ್ನಾತಕೋತ್ತರ ಪದವಿ ಓದಲು ಹೋಗಿ ಅಲ್ಲೇ ನೆಲೆಸಿರುವವರು.

ನಾನು ಭೇಟಿ ಮಾಡಿದ ಕನ್ನಡಿಗರಲ್ಲಿ ಕೆಲವರು ಟ್ಯಾಕ್ಸಿ ಚಾಲಕರಾಗಿಯೂ ಕೆಲಸ ಮಾಡುತ್ತಿದ್ದರು. ಅವರು ಹೇಳಿದಂತೆ ಬಹು ಸಂಖ್ಯೆಯ ಕನ್ನಡಿಗರು ಸಾಫ್ಟ್‌ವೇರ್ ಇಂಜಿನಿಯರುಗಳಾಗಿ ಇಲ್ಲವೇ ಡಾಕ್ಟರುಗಳಾಗಿ ಆಸ್ಟ್ರೇಲಿಯಾದಲ್ಲಿ ಕೆಲಸ ಮಾಡುತ್ತಿದ್ದಾರೆ.

ಜನಗಣತಿಯ ಪ್ರಕಾರ ಆಸ್ಟ್ರೇಲಿಯಾದಲ್ಲಿ ಸುಮಾರು 15000 ಕನ್ನಡ ಮನೆಮಾತಿನವರು ಇದ್ದಾರೆಂಬುದು ತಿಳಿಯುತ್ತದೆ. ಅದರಲ್ಲೂ ಬಹಳಷ್ಟು ಕನ್ನಡಿಗರು ವಿಕ್ಟೋರಿಯಾ ರಾಜ್ಯದ ಪಾಯಿಂಟ್ ಕುಕ್, ವೆರ್ರಿಬೀ, ರಾಕ್ಸ್ ಬರ್ಗ್ ಪಾರ್ಕ್ ಮುಂತಾದ ನಗರಗಳಲ್ಲಿ ಇದ್ದಾರೆಂಬುದು ಗಮನಿಸಬೇಕಾದ ಸಂಗತಿ.

ಸಿರಿಗನ್ನಡಂ ಗೆಲ್ಗೆ–ಸಿರಿಗನ್ನಡಂ ಬಾಳ್ಗೆ

ಆಸ್ಟ್ರೇಲಿಯಾದಲ್ಲಿ ಅನೇಕ ಕನ್ನಡ ಸಂಘಟನೆಗಳು ಕನ್ನಡ ಕಾರ್ಯಕ್ರಮಗಳನ್ನು, ಹಬ್ಬ ಹರಿದಿನಗಳನ್ನು ಆಚರಿಸಿ ಸಾಗರದಾಚೆಯೂ ಒಂದು ಕನ್ನಡ ಪ್ರಪಂಚವನ್ನು ಕಟ್ಟಿ ಕೊಂಡಿವೆ.

ಮೆಲ್ಬರ್ನ್ ಕನ್ನಡ ಸಂಘಟನೆ ಕನ್ನಡ ರಾಜ್ಯೋತ್ಸವ, ಯುಗಾದಿ ಮುಂತಾದ ಕಾರ್ಯಕ್ರಮಗಳು, ನೃತ್ಯ ಪ್ರದರ್ಶನಗಳು, ಊಟೋತ್ಸವಗಳು, ಮತ್ತು ಸಾಂಸ್ಕೃತಿಕ ಕಾರ್ಯಕ್ರಮಗಳನ್ನು ಆಯೋಜಿಸಿ ಆಸ್ಟ್ರೇಲಿಯಾದ ಸಮುದಾಯಕ್ಕೆ ಕನ್ನಡ ಸಂಸ್ಕೃತಿಯನ್ನು ಪರಿಚಯಿಸುತ್ತಿದ್ದಾರೆ. ಸಮಯದ ಅಭಾವದಿಂದ ಕನ್ನಡ ಸಂಘಟನೆಯನ್ನು ಭೇಟಿ ಮಾಡಲು ಆಗಲಿಲ್ಲ.

'ಸಿರಿಗನ್ನಡಂ ಗೆಲ್ಗೆ ಸಿರಿಗನ್ನಡಂ ಬಾಳ್ಗೆ' ಎಂಬ ಧ್ಯೇಯ ವಾಕ್ಯವನ್ನು ಹೊಂದಿರುವ ಸಿಡ್ನಿ ಕನ್ನಡ ಸಂಘ 38 ವರ್ಷಗಳಿಂದ ಇರುವ ಸಮರ್ಥ

ಕನ್ನಡ ಸಂಘಟನೆ. 80ರ ದಶಕದಲ್ಲಿ ಸಿಡ್ನಿಯ ಸುತ್ತಲೂ ಕೇವಲ ಕೆಲವೇ ಕೆಲವು ಕನ್ನಡ ಕುಟುಂಬಗಳಿದ್ದ ಕಾಲದಿಂದ ಇಲ್ಲಿನವರೆಗೂ ಬೃಹದಾಕಾರವಾಗಿ ಬೆಳೆದು ನಿಂತಿದೆ. ಆಸ್ಟ್ರೇಲಿಯಾದಲ್ಲಿನ ಸ್ಥಳೀಯ ಮತ್ತು ಕರ್ನಾಟಕದಿಂದ ಬಂದ ಕನ್ನಡ ಕಲಾವಿದರ ಕಾರ್ಯಕ್ರಮಗಳನ್ನು ಆಯೋಜಿಸಿ ಕರ್ನಾಟಕದ ಸಂಸ್ಕೃತಿಕ ಸಿರಿಯನ್ನು ಬೆಳೆಸುವುದು, ಮುಂದಿನ ಪೀಳಿಗೆಗೆ ಕನ್ನಡದ ಅರಿವನ್ನು ಹಾಗೂ ಕನ್ನಡದ ಸಂಸ್ಕೃತಿಯನ್ನು ದಾಟಿಸುವುದು, ಕನ್ನಡ ಭಾಷೆ, ಸಂಸ್ಕೃತಿ, ಕಲೆಯನ್ನು ಉಳಿಸಿ ಬೆಳೆಸುವುದು ಹಾಗೂ ನ್ಯೂ ಸೌತ್ ವೇಲ್ಸಿನ ಕನ್ನಡದ ಮನಸ್ಸುಗಳಿಗೆ ತಮ್ಮ ಪ್ರತಿಭೆಯನ್ನು ತೋರಿಸಲು ವೇದಿಕೆಯನ್ನು ಕಲ್ಪಿಸುವುದು ಸಿಡ್ನಿ ಕನ್ನಡ ಸಂಘದ ಮುಖ್ಯ ಉದ್ದೇಶಗಳು. ಕನ್ನಡ ರಾಜ್ಯೋತ್ಸವ, ಸಂಗೀತ ಸಂಜೆ, ಕನ್ನಡ ಕುಟುಂಬ ದಿನ ಮುಂತಾದ ಅರ್ಥಪೂರ್ಣ ಕಾರ್ಯಕ್ರಮಗಳನ್ನು ಸಂಘ ಮೂರು ದಶಕದಿಂದಲೂ ಹಮ್ಮಿಕೊಂಡು ಬಂದಿದೆ.

700 ಸದಸ್ಯರನ್ನು ಹೊಂದಿರುವ ವೆಸ್ಟರ್ನ್ ಆಸ್ಟ್ರೇಲಿಯಾ ಕನ್ನಡ ಸಂಘ ರಕ್ತದಾನ ಶಿಬಿರ, ಕುಟುಂಬ ದಿನ ಮುಂತಾದ ಕಾರ್ಯಕ್ರಮಗಳನ್ನು ಆಯೋಜಿಸುವುದರ ಜೊತೆಗೆ ಕನ್ನಡ ಶಾಲೆಯ ಕಲ್ಪನೆ ಅಡಿಯಲ್ಲಿ ಪರ್ಥ್‌ನಲ್ಲಿ ನೆಲೆಸಿರುವ ಕನ್ನಡಿಗರ ಮಕ್ಕಳಿಗೆ ಕನ್ನಡ ಕಲಿಸುವ ಅತ್ಯಂತ ಸಾರ್ಥಕ ಕಾರ್ಯ ನಡೆಸುತ್ತಿದೆ. ಜೊತೆಗೆ ಕನ್ನಡ ಗ್ರಂಥಾಲಯವನ್ನು ತೆರೆದು ಭೈರಪ್ಪ, ಕಾರಂತ ಮತ್ತು ತೇಜಸ್ವಿಯವರ ಪುಸ್ತಕಗಳನ್ನು ಆಸಕ್ತರಿಗೆ ತಲುಪಿಸುವ ಅರ್ಥಪೂರ್ಣ ಕೆಲಸ ಮಾಡುತ್ತಿದೆ.

'ಕನ್ನಡ ಶಾಲೆ' ಯಂತಹ ಕಾರ್ಯವನ್ನು ಐಗಿರಿ ಕನ್ನಡ ಸಂಘ (ಕ್ವೀನ್ಸ್ ಲ್ಯಾಂಡ್) ಕೂಡ 2004 ರಿಂದ ನಡೆಸುತ್ತಾ ಬಂದಿದೆ. ಕರ್ನಾಟಕ ಅಸೋಸಿಯೇಷನ್ ಆಫ್ ಕ್ಯಾನ್ಬೆರ್ರಾ ಕನ್ನಡ ಸಂಘವೂ ಕೂಡ ಕ್ರಿಯಾಶೀಲವಾಗಿ ಕನ್ನಡ ಪರ ಕಾರ್ಯಕ್ರಮಗಳನ್ನು ಆಯೋಜಿಸುತ್ತಾ ಬಂದಿದೆ.

ಒಟ್ಟಿನಲ್ಲಿ "ಎಲ್ಲಾದರೂ ಇರು, ಎಂತಾದರು ಇರು, ಎಂದೆಂದಿಗೂ ನೀ ಕನ್ನಡವಾಗಿರು" ಎಂಬ ಕುವೆಂಪುರವರ ವಾಣಿಯನ್ನು ತಮ್ಮ ಎದೆಗಿಳಿಸಿಕೊಂಡು ತಮ್ಮೆಲ್ಲಾ ದೈನಂದಿನ ಒತ್ತಡ ನಡುವೆ ಕನ್ನಡದ ಜವಾಬ್ದಾರಿಯನ್ನು ಹೊತ್ತುಕೊಂಡಿರುವ ಈ ಕನ್ನಡ ಸಂಘಗಳ ಸಂತತಿ ಸಾವಿರವಾಗಲಿ ಎಂಬುದು ನನ್ನ ಹಾರೈಕೆ.

ಮಳೆಕಾಡೂ ಮರಳುಗಾಡೂ ಇರುವ ಪ್ರಕೃತಿಯ ಪ್ರೇಮಪತ್ರ

ಎಲ್ಲ ಕಾಲಗಳಲ್ಲಿ ಹಸಿರು ತೊಟ್ಟ ನಿಸರ್ಗದ ಮಧುಮಗಳು

ನೀಲಿ ಪರ್ವತಗಳಲ್ಲಿ ನಿತ್ಯಹರಿದ್ವರ್ಣ (ಎವರ್ಗ್ರೀನ್) ಕಾಡುಗಳು ಅದ್ಭುತವಾದ ಮತ್ತು ವಿಶಿಷ್ಟವಾದ ಪರಿಸರ ವ್ಯವಸ್ಥೆಯಾಗಿದೆ. ಯುನೆಸ್ಕೋ ವಿಶ್ವ ಪರಂಪರೆಯ ತಾಣವಾದ ಇದು ಆಸ್ಟ್ರೇಲಿಯಾದ ಅತ್ಯಂತ ಪ್ರಮುಖವಾದ ಜೀವವೈವಿಧ್ಯದ ತಾಣಗಳಲ್ಲಿ ಒಂದಾಗಿದೆ.

ನಮ್ಮ ಮಲೆನಾಡಿನ ಕಾಡುಗಳಂತೆ ಬ್ಲೂ ಮೌಂಟನ್ನಿನ ನಿತ್ಯಹರಿದ್ವರ್ಣ ಕಾಡುಗಳು ವರ್ಷಪೂರ್ತಿ ಹಸಿರು ಎಲೆಗಳನ್ನು ಹೊದ್ದು ತೇವಾಂಶಭರಿತ ಹವಾಮಾನ ಮತ್ತು ಫಲವತ್ತಾದ ಮಣ್ಣಿನಿಂದಾಗಿ ಸಮೃದ್ಧವಾಗಿ ಬೆಳೆಯುತ್ತವೆ. ನೀಲಗಿರಿ, ಸಾಸಾಫ್ರಾಸ್, ಬ್ಲಾಕ್‌ಬಟನ್ ಮತ್ತು ಲಿಲ್ಲಿ ಪಿಲ್ಲಿ ಮುಂತಾದ ಮರಗಳು ನೀಲಿ ಪರ್ವತಗಳ ನಿತ್ಯಹರಿದ್ವರ್ಣ ಕಾಡುಗಳಲ್ಲಿ ಸಾಮಾನ್ಯವಾಗಿ ಕಂಡುಬರುತ್ತವೆ. ಈ ಮರಗಳು ಹಸಿರು ಕೊಡೆಯಂತಹ ದಟ್ಟವಾದ ಮೇಲ್ಛಾವಣಿ ಸೃಷ್ಟಿಸಿ, ಕಾಡಿನ ನೆಲವನ್ನು ನೇರ ಸೂರ್ಯನ ಬೆಳಕಿನಿಂದ ರಕ್ಷಿಸಿ, ತಂಪಾದ, ತೇವಾಂಶಭರಿತ ಪರಿಸರವನ್ನು ಸೃಷ್ಟಿಸುತ್ತದೆ. "ನೆಳಲೋ ಬಿಸಿಲೋ ಎಲ್ಲವೂ ನಿನ್ನದೆ ಇರಲಿ ಏಕರೀತಿ" ಎಂಬ ಕೆ.ಎಸ್. ನರಸಿಂಹ ಸ್ವಾಮಿಯವರ ಸಾಲಿನಂತೆ ನೆರಳೂ ಬಿಸಿಲೂ ಎಲ್ಲವೂ ನಿತ್ಯಹರಿದ್ವರ್ಣ ಕಾಡಿನದ್ದೇ ಆಗಿದೆ.

ನಾವು ಕೇಬಲ್ ವೇ ಇಳಿದು ಈ ನಿತ್ಯಹರಿದ್ವರ್ಣ ಕಾಡಿಗೆ ಪ್ರವೇಶಿಸಿದಾಗ, ಒಂದೇ ಕ್ಷಣದಲ್ಲಿ ಶೀತಾಗಾರದಲ್ಲಿ ಕಾಲಿಟ್ಟಂತೆ ತತ್ ಕ್ಷಣ ತಾಪಮಾನ ಕಡಿಮೆಯಾದದ್ದು ತಿಳಿಯಿತು. ಬೆಂಗಳೂರಿನ ಸುಡು ಬೇಸಿಗೆಯಲ್ಲಿ ರಸ್ತೆಯಿಂದ ಲಾಲ್ ಬಾಗ್ ಪ್ರವೇಶಿಸಿದಾಗ ಏಸಿ ಕೋಣೆ ಪ್ರವೇಶಿಸಿದಂತೆ ತಂಪಾದ ಅನುಭೂತಿ ಉಂಟಾಗುವ ಅನುಭವ ಬ್ಲೂ ಮೌಂಟನ್ನಿನ ನಿತ್ಯಹರಿದ್ವರ್ಣ ಕಾಡು ಪ್ರವೇಶಿಸಿದಾಗಲೂ ಆಯಿತು. ಪರಿಸರ ಉಳಿಸಲು ನೂರು ಪಾಠಗಳಿಗಿಂತಲೂ ಈ ರೀತಿಯ ಒಂದು ಅನುಭವವು ಮಕ್ಕಳಿಗೆ ಸಾಕು ಎನ್ನುವುದು ನನ್ನ ಮಗ "ಅರೆ ಇದ್ದಕ್ಕಿದ್ದಂತೆ ಇಲ್ಲಿ ತಂಪಾಗಿದೆ ಅಪ್ಪ' ಹೇಳಿದಾಗ ಅನ್ನಿಸಿತು. ಕೆ.ಎಸ್. ನರಸಿಂಹಸ್ವಾಮಿಯವರ ಆಶಯವ ಮೂರ್ತಗೊಳಿಸಿದಂತೆ ಕಾಣುವ ಈ ನಿತ್ಯಹರಿದ್ವರ್ಣ ಕಾಡಿನ ಮರಗಳು ಅವರ ಸಾಲುಗಳ ಜ್ಞಾಪಿಸಿದವು–

ಹಸಿರೆಲೆಗಳಲ್ಲಿ ಮಾಸದ ಕಣ್ಣು ಥಳಥಳಿಸಿ
ತಪ್ಪು ಹೆಜ್ಜೆಗಳನ್ನು ಸರಿಪಡಿಸಲಿ
ನೆಲದಾಳದಲ್ಲಿ ಬೇರಿಳಿದ ಮರಗಳು ಬದುಕಿ
ಎಲ್ಲ ಕಾಲಗಳಲ್ಲಿ ಹೂವ ತೊಡಲಿ

ನೀಲಿ ಪರ್ವತಗಳ ನಿತ್ಯಹರಿದ್ವರ್ಣ ಕಾಡುಗಳು ಹಲವಾರು ಪ್ರಾಣಿ ಪಕ್ಷಿಗಳಿಗೆ ನೆಲೆಯಾಗಿದೆ. ನಮ್ಮ ಬಸ್ಸಿನ ಚಾಲಕ ಲೆಜ್ ಇಲ್ಲಿಯವನೇ ಆಗಿದ್ದರಿಂದ ಅವನು ನಮ್ಮ ಈ ಕಾಡಿನ ಭೇಟಿಯಲ್ಲಿ ನಮ್ಮ ಮಾರ್ಗದರ್ಶಿಯೂ ಆದ. ಲೆಜ್ ಹುಟ್ಟಿ ಬೆಳೆದಿದ್ದು ಎಲ್ಲಾ ಬ್ಲೂ ಮೌಂಟನ್ ಸುತ್ತ ಮುತ್ತ ಆದ್ದರಿಂದ ನಾವು ಮದುವೆಯಲ್ಲಿ ಗಂಡು ಹೆಣ್ಣಿಗೆ ಸಂಬಂಧಿಕರ ಪರಿಚಯ ಮಾಡಿಕೊಡುವಂತೆ ನಮಗೆ ಆ ನಿತ್ಯಹರಿದ್ವರ್ಣ ಕಾಡಿನ ಮರಗಳ, ಹಕ್ಕಿಗಳ ಸದ್ದಿನ ಪರಿಚಯ ಮಾಡಿಕೊಡ ಹತ್ತಿದ.

ನಿತ್ಯಹರಿದ್ವರ್ಣ ಕಾಡುಗಳು ಭೂ ಕುಸಿತವನ್ನು ತಡೆದು ನೀರನ್ನು ಶುದ್ಧೀಕರಿಸುತ್ತದೆ. ಔಷಧೀಯ ಗಿಡಮೂಲಿಕೆಗಳು ಮತ್ತು ಇತರ ಸಸ್ಯಗಳಿಗೆ ನೆಲೆಯಾಗಿದೆ ಆಸ್ಟ್ರೇಲಿಯಾದ ಸ್ಥಳೀಯ ಜನರಿಗೆ ಆಹಾರ ಮತ್ತು ಔಷಧವಾಗುತ್ತವೆ.ಈ ಕಾಡಿನಲ್ಲಿ ಗ್ರೊಸೆಟ್ ವೇಲ್ಡ್ ಕ್ಯಾನ್ಯನ್ ಟ್ರೇಲ್ ಅಥವಾ ವೆಂಟ್‌ವರ್ತ್‌ಫಾಲ್ಸ್ ಲೂಪ್ ಟ್ರೇಲ್‌ನಂತಹ ಕೆಲವು ಜಾಡುಗಳು ನಿಸರ್ಗದ ಅದ್ಭುತ ದರ್ಶನ ಮಾಡಿಸುತ್ತದೆ. ಮಳೆಗಾಲದಲ್ಲಿ ಇಲ್ಲಿನ ಮುಖ್ಯ ಜಲಪಾತಗಳಾದ ಗೋವೆಟ್ಸ್ ಲೀಪ್ ಜಲಪಾತ ಮತ್ತು ಎಕೊ ಪ್ಯಾಸ್ ಜಲಪಾತಗಳು ಜೀವ ತಳೆದು ಭೋರ್ಗರೆಯುತ್ತಾ ಧುಮುಕುತ್ತವೆ.

ಮೂಲನಿವಾಸಿಗಳಾದ ಅಬಾರಿಜಿನಲ್ಸ್ ಜನರ ಸಂಸ್ಕೃತಿ ಈ ನಿತ್ಯಹರಿದ್ವರ್ಣ ಕಾಡಿನೊಂದಿಗೆ ನಿಕಟವಾಗಿ ಬೆಸೆದು ಕೂಡಿದೆ. ಸಾವಿರಾರು ವರ್ಷಗಳಿಂದ ಈ ಕಾಡುಗಳಲ್ಲಿ ವಾಸಿಸುತ್ತಾ ಅವರು ಸಸ್ಯಗಳು, ಪ್ರಾಣಿಗಳು ಮತ್ತು ಭೌಗೋಳಿಕ ರಚನೆಗಳ ಬಗ್ಗೆ ಆಳವಾದ ಜ್ಞಾನವನ್ನು ಹೊಂದಿದ್ದಾರೆ. ಕಾಡಿನ ಆತ್ಮಗಳೊಂದಿಗೆ ಸಂಪರ್ಕ ಹೊಂದಿರುವ ನಂಬಿಕೆ ಅವರಲ್ಲಿದೆ.

ಇತಿಹಾಸದ ಅನೇಕ ಗುಟ್ಟುಗಳನ್ನು ಈ ನಿತ್ಯಹರಿದ್ವರ್ಣ ಕಾಡುಗಳು ತಮ್ಮ ಒಡಲಲ್ಲಿ ಬಚ್ಚಿಟ್ಟುಕೊಂಡಿವೆ. ಕಡಿದ ಕಲ್ಲುಗುಡ್ಡಗಳು ಮತ್ತು ಮುಚ್ಚಿರುವ ಗಣಿಗಳು ಒಂದು ಕಾಲದಲ್ಲಿ ಮನುಷ್ಯನ ಬಂಗಾರದ ಬೇಟೆಯ ಅವಶೇಷಗಳಾಗಿವೆ.

ಕಾಡಿನ ಮಿಮಿಕ್ರಿ ಹಾಡುಗಾರ ಲೈರ್ ಬರ್ಡ್

ಲೆಜ್ ಒಂದು ಪಕ್ಷಿಯ ಕೂಗನ್ನು ಕೇಳಿದೊಡನೆ ಆ ಕೂಗಿಗೆ ಮಾರುತ್ತರವೆನ್ನುವಂತೆ ಇವನು ಒಂದು ಕೂಗು ಹಾಕಿದ. ಅತ್ತ ಕಡೆಯಿಂದ ಇವನ ಕೂಗಿನ ಪ್ರಶ್ನೆಯನ್ನು ಅರ್ಥ ಮಾಡಿಕೊಂಡಂತೆ ಪಕ್ಷಿ ಇವನಿಗೆ ಉತ್ತರಿಸಿತು. ಈ ಜುಗಲ್ಬಂದಿಯ ನಂತರ ಲೆಜ್ ನಮಗೆ ಲೈರ್ ಬರ್ಡ್‌ಎಂಬ ಅದ್ಭುತ ಪಕ್ಷಿಯ ಪರಿಚಯ ಮಾಡಿಕೊಟ್ಟ. ಗಂಡು ಲೈರ್ ಬರ್ಡ್‌ತನ್ನ

ಸುತ್ತಮುತ್ತಲಿನ ಪರಿಸರದಿಂದ ಧ್ವನಿಗಳನ್ನು ಅದ್ಭುತವಾಗಿ ಅನುಕರಿಸುವ ಸಾಮರ್ಥ್ಯಕ್ಕೆ ಹೆಸರುವಾಸಿಯಾಗಿದೆ. ಕಾಡಿನ ಇತರ ಪಕ್ಷಿಗಳ ಧ್ವನಿಯನ್ನು, ಹಾಡನ್ನು ಅನುಕರಿಸಿ ಒಂದು ಇಡೀ ಹಾಡನ್ನು ಸಂಯೋಜಿಸಿ ಗಂಡು ಲೈರ್ ಬರ್ಡ್‌ಹೆಣ್ಣನ್ನು ಆಕರ್ಷಿಸಲು ಹಾಡುತ್ತದೆ. ಲೆಜ್ ತೋರಿಸಿದ ಒಂದು ವಿಡಿಯೋದಲ್ಲಿ ಲೈರ್ ಬರ್ಡ್‌ಇಂಜಿನ್ನಿನ ಶಬ್ದವನ್ನು ಎಷ್ಟು ಚೆನ್ನಾಗಿ ಅನುಕರಿಸಿತ್ತೆಂದರೆ ನಾವು ಕೇವಲ ಆ ಶಬ್ದವನ್ನು ಕೇಳಿದ್ದರೆ ಅದು ಒಂದು ಪಕ್ಷಿಯಿಂದ ಬಂದದ್ದು ಎಂದು ನಂಬಲಸಾಧ್ಯವಾಗಿತ್ತು. ಕೋಗಿಲೆ ಜಾತಿಯಲ್ಲೂ ಗಂಡು ಕೋಗಿಲೆಯೇ ಹೆಣ್ಣನ್ನು ಆಕರ್ಷಿಸಲು ಹಾಡುವುದನ್ನು ಗಮನಿಸಿದಾಗ ಚಿತ್ರಸಾಹಿತಿ ಯೋಗರಾಜ್ ಭಟ್ಟರ ಸಾಲನ್ನು ಸ್ವಲ್ಪ ಬದಲಿಸಿ ಹೇಳಿದರೆ "ಹಾಡೋ ಕೆಲಸ ಗಂಡು ಹಕ್ಕಿಗೆ ಹೇಳಿ ಮಾಡ್ಸಿದ್ದು"! ಎಂದು ಧಾರಾಳವಾಗಿ ಹೇಳಬಹುದು.

ಇದರೊಂದಿಗೆ ಆಸ್ಟ್ರೇಲಿಯಾದ ಹಕ್ಕಿಯಾದ ನಗುವ ಕೂಕಬರ್ರಾಗಳು, ಕಾಂಗರೂಗಳು ಮತ್ತು ವಾಲಬಿಗಳು ನೀಲಿ ಪರ್ವತಗಳ ನಿತ್ಯ ಹರಿದ್ವರ್ಣ ಕಾಡುಗಳಲ್ಲಿ ಕಂಡೆವು. ಇದಲ್ಲದೆ ನೀಲಗಿರಿ ಮರದ ಮೇಲೆ ಮಲಗಿದ್ದ ಮುದ್ದಾದ ನಿದ್ದೆಪ್ರಿಯ ಕೋಆಲಾಗಳನ್ನೂ ದಾರಿಯುದ್ದಕ್ಕೂ ಕಂಡೆವು. ನಮ್ಮ ಬಸ್ಸಿನ ಚಾಲಕ ಹದ್ದಿನ ಕಣ್ಣಿನಲ್ಲಿ ಕೋಆಲಾಗಳಿದ್ದ ಮರಗಳನ್ನು ಗುರುತಿಸಿ ನಮಗೆ ನೋಡಲು ಅನುವು ಮಾಡಿಕೊಡುತ್ತಿದ್ದ. ಅಂತಹ ಮರಗಳ ಸುತ್ತ ಪ್ರವಾಸಿಗರ ದಂಡೇ ನೆರೆದಿತ್ತು. "ಯಾರೇ ಕೂಗಾಡಲಿ ಊರೇ ಹೋರಾಡಲಿ..ನನ್ನ ನೆಮ್ಮದಿಗೆ ಭಂಗವಿಲ್ಲ" ಎನ್ನುವಂತೆ ಸೈನ್ಯದಂತ ದಂಡೇ ನೀಲಗಿರಿ ಮರದ ಬುಡದಲ್ಲಿ ನೆರೆದಿದ್ದರೂ, ಕೋಆಲಾಗಳು ಒಂದು ರೋಮವನ್ನೂ ಅಲುಗಿಸದೆ ನಿದ್ದೆ ಮಾಡುತ್ತಿದ್ದವು. ಅಂತಹ ನಿದ್ರೆಯಲ್ಲಿ ಅವು ಹೇಗೆ ಸಣ್ಣ ಕೊಂಬೆಯಿಂದ ಎಚ್ಚರ ತಪ್ಪಿ ಬೀಳುವುದಿಲ್ಲ ಎಂಬುದೇ ನನಗೆ ಸೋಜಿಗದ ವಿಷಯವಾಗಿತ್ತು.

ಸಿಡಿಲಿಗೆ ಸಡ್ಡು ಹೊಡೆದು ಮತ್ತೆ ಚಿಗುರಿದ ಮರ

ನಮ್ಮ ಕಾಡಿನ ಮಾರ್ಗದರ್ಶಿ ಲೆಜ್ ನಿತ್ಯ ಹರಿದ್ವರ್ಣ ಕಾಡಿನ ಮರ ಹಾಗೂ ಪ್ರಕೃತಿಯ ಪರಿಚಯ ಮಾಡಿಕೊಡುವಾಗ ಅವನು ತೇಜಸ್ವಿಯವರ ಕಾರ್ವೋಲೋ ದಿಂದ ಮಂದಣ್ಣನೇ ಎದ್ದು ಬಂದಂತೆ ಭಾಸವಾಯಿತು. ಅವನ ಬಳಿ ಸಿಡಲು ಬಡಿದ ಅನೇಕ ಕಥೆಗಳಿದ್ದವು. ಸಿಡಿಲು ಹೊಡೆಯುವ ಸ್ವಲ್ಪ ಮುಂಚೆ ತನ್ನ ಬಸ್ಸಿನ ಒಂದು ಹುಡುಗಿಯ ತಲೆಗೂದಲು ಸಂಪೂರ್ಣವಾಗಿ ನೇರವಾಗಿ ನಿಂತಿದ್ದ ಫೋಟೋ ತೋರಿಸಿದ. ನಂತರ ಇದ್ದಕ್ಕಿದಂತೆ ಬಂದ ಚಂಡಮಾರುತದ ಸಮಯದಲ್ಲಿ ತನಗೆ ಸಿಡಿಲು ಹೊಡೆದಿದ್ದಾಗಿ ಹೇಳಿದ.

ಸಿಡಿಲು ಹೊಡೆದಾಗ ವಿದ್ಯುತ್ ತನ್ನ ಹೃದಯದ ಪಕ್ಕದಲ್ಲೇ ಹರಿದು ಪುಣ್ಯವಶಾತ್ ತನ್ನ ಯಾವ ಅಂಗಕ್ಕೂ ಏನೂ ಅಪಾಯವಾಗದೆ ಕಿವಿ ಮಾತ್ರ ಕೊಂಚ ಮಂದವಾಗಿದೆ ಎಂಬ ವಿಸ್ಮಯ ಬಿತ್ತರಿಸಿದ. ಲೆಜ್ ಮತ್ತೆ ಸಿಡಿಲನ್ನು ಆಕರ್ಷಿಸಬಹುದು ಎಂಬ ಭೀತಿಯಲ್ಲಿ ನಾವೆಲ್ಲರೂ ಕೊಂಚ ದೂರವೇ ಉಳಿದೆವು.

ನಿತ್ಯ ಹರಿದ್ವರ್ಣ ಕಾಡಿನಲ್ಲಿ ವಿವಿಧ ಬಗೆಯ ಮರಗಳನ್ನು ತೋರಿಸಿದ ಲೆಜ್ ಒಂದು ಸಿಡಿಲು ಹೊಡೆದು ನೆತ್ತಿಯಿಂದ ಬುಡದವರೆಗೂ ಸುಟ್ಟುಹೋಗಿದ್ದ ಮರವನ್ನು ತೋರಿಸಿದ. ಇಡೀ ಮರವೇ ಸುಟ್ಟು ಹೋಗಿದ್ದರೂ ಅದರ ಬುಡದ ಬಳಿಯಿಂದ ಮತ್ತೊಂದು ರೊಂಬೆ ಇತ್ತೀಚಿಗೆ ಚಿಗುರಿದ್ದನ್ನು ಗಮನಿಸಿದೆವು. ಒಂದು ಬಡಪಾಯಿ ಮರ ದೈತ್ಯ ಸಿಡಿಲಿನ ಆಘಾತವನ್ನು ಮೆಟ್ಟಿ ನಿಂತು ಮತ್ತೆ ಚಿಗುರಿದ್ದು ಪ್ರತಿ ಜೀವಿಯೂ ಸೋಲನ್ನು ಒಪ್ಪದೆ ಪ್ರಕೃತಿಯ ವಿಧ್ವಂಸಕ ಶಕ್ತಿಯನ್ನು ಎದುರಿಸಿ ಬದುಕ ಮುಂದುವರಿಸುವ ಚೈತನ್ಯದ ಪ್ರತೀಕವಾಗಿದೆ. ಬರುವ ದಾರಿಯಲ್ಲಿ ಮನುಷ್ಯನು ಕಡಿದ ಮರಗಳಲ್ಲೂ ಈ ರೀತಿ ಅಳಿದುಳಿದ ಕಾಂಡದಿಂದ ಚಿಗುರಿದ ಸಣ್ಣ ಕೊಂಬೆಯನ್ನು ಕಂಡೆವು.

ನೀಲಗಿರಿ ಮರದಿಂದ ಒಸರುವ ನೀಲಗಿರಿ ಎಣ್ಣೆ ಬೆಂಕಿಗೆ ಬೇಗನೆ ಉರಿಯುತ್ತಾದ್ದರಿಂದ ಕಾಡ್ಗಿಚ್ಚು (ಆಸ್ಟ್ರೇಲಿಯನ್ನರು ಇದನ್ನು ಬುಷ್ ಫೈರ್ ಎಂದು ಕರೆಯುತ್ತಾರೆ) ಇಲ್ಲಿ ಸಾಮಾನ್ಯ. ಈ ರೀತಿ ಮರಗಳು ಪದೇ ಪದೇ ಕಾಡ್ಗಿಚ್ಚಿಗೆ ತುತ್ತಾದರೂ ಮತ್ತೆ ಮತ್ತೆ ಚಿಗುರುವ ಈ ಮರಗಳ ಜೀವ ಚೈತನ್ಯ ವರ್ಣಿಸಲಾಸಾಧ್ಯ.

ಸತ್ಯದ ಕಿಂಚಿತ್ ದರ್ಶನ ಮಾಡಿಸಿದ ಕಾಡಿನ ಜೀವನಾಡಿ ಹಸಿರು ಪಾಚಿ

ಬ್ಲೂ ಮೌಂಟನ್ನಿನ ಕಾಡಿನ ಮರಗಳಿಗೆ ರಕ್ತನಾಳದಂತೆ ಪೋಷಕಾಂಶಗಳನ್ನು ಉಣಿಸುವುದರಲ್ಲಿ ಹಸಿರು ಪಾಚಿಯ ಪಾತ್ರ ಮಹತ್ವದ್ದು ಎಂಬುದನ್ನು ತಿಳಿದಾಗ ಆಶ್ಚರ್ಯವಾಯಿತು. ನಾವು ಅನೇಕ ಬಾರಿ ಲೆಕ್ಕಿಸದೆ ತುಳಿಯುವ, ನಿರ್ದಾಕ್ಷಿಣ್ಯವಾಗಿ ಕೀಳುವ ಈ ಹಸಿರು ಪಾಚಿ, ವಾತಾವರಣದಿಂದ ಸಾರಜನಕವನ್ನು ಹೀರಿ ಶಿಲೀಂಧ್ರ, ಬ್ಯಾಕ್ಟೀರಿಯಾ ಮುಂತಾದ ಸೂಕ್ಷಾಣು ಜೀವಿಗಳಿಗೆ ಒದಗಿಸುತ್ತದೆ, ಆ ಸೂಕ್ಷಾಣು ಜೀವಿಗಳು ನೆಲದಲ್ಲಿ ಬಿದ್ದ ಎಲೆ, ಸತ್ತ ಪ್ರಾಣಿ ಮುಂತಾದವುಗಳ ಕೊಳೆಯುವಿಕೆಗೆ ಸಹಾಯ ಮಾಡಿ ಮತ್ತೆ ಮಣ್ಣಿಗೆ ಪೋಷಕಾಂಶಗಳನ್ನು ಸೇರಿಸುತ್ತದೆ. ಈ ಪೋಷಕಾಂಶಗಳನ್ನು ಮರಗಳ

ಬೆಳವಣಿಗೆಗೆ ಅತ್ಯಗತ್ಯ. ಈ ಇಡೀ ಜೀವ ಸರಪಳಿಯಲ್ಲಿ ಒಂದೊಂದು ಜೀವಿಯೂ ನಿರ್ವಹಿಸುವ ಪಾತ್ರಗಳನ್ನೂ ಗಮನಿಸಿದಾಗ, ನಿಸರ್ಗ ಎಷ್ಟು ಸುಂದರವೂ ಅಷ್ಟೇ ಸೂಕ್ಷ್ಮ ಹಾಗೂ ಸಂಕೀರ್ಣ ಕೂಡ ಎಂದು ಅರಿವಾಯಿತು.

ಕರ್ವಾಲೋದಲ್ಲಿ ತೇಜಸ್ವಿ ಯವರು ಹೇಳಿದ ಮಾತುಗಳು "..ನಾನು ಪ್ರೊಫೆಸರು, ಮಂದಣ್ಣ ಹಳ್ಳಿ ಗಮಾರ, ಇವೆಲ್ಲ ಹೆಬ್ಬುಬ್ಬೆಯನ್ನು ನೀನು ನಿಜಾಂತ ತಿಳಿದರೆ ಏನಪ್ಪಾ ಕಲಿತಂತೆ ಆಯ್ತು? ಇದರಲ್ಲೇ ನಿನ್ನ ಆಯಸ್ಸು ಮುಗಿದು ಹೋಗುತ್ತೆ. ಸತ್ಯದ ಕಿಂಚಿತ್ ದರ್ಶನಾನೂ ಆಗೋಲ್ಲ ನಿನಗೆ. ಈ ಮಾಯೆನೆಲ್ಲಾ ಮೀರಬೇಕು ನಾವು. ಆಗಲೇ ನಿಮಗೆ ಬೇರೆ ಬೇರೆ ಜಗತ್ತು, ಪ್ರಪಂಚ ಕಾಣ್ತದೆ' ನೆನಪಾದವು. ನಾವು ಕ್ಷುಲ್ಲಕ ಎಂದು ಉಪೇಕ್ಷಿಸಬಹುದಾದ ಪಾಚಿ ಕೂಡ ಜೀವ ಜಾಲದಲ್ಲಿ ಒಂದು ಮಹತ್ವದ ತಂತಾಗಿರುವ ಬೇರೆ ಜಗತ್ತು ಕಾಣಲು ತೇಜಸ್ವಿಯ ಕಂಗಳೇ ಬೇಕು.

ಸ್ವಪ್ನದಿಂದೆದ್ದು ಬಂದ ಮರುಭೂಮಿ

ಪಿನ್ನಾಕಲ್ಸ್ ಮರುಭೂಮಿ ಆಸ್ಟ್ರೇಲಿಯಾದ ಪಶ್ಚಿಮ ಆಸ್ಟ್ರೇಲಿಯಾದಲ್ಲಿರುವ ವಿಶಿಷ್ಟ ಮತ್ತು ರೋಮಾಂಚಕ ಭೂದೃಶ್ಯವಾಗಿದೆ. ಈ ಮರುಭೂಮಿ ಅದರ ಅನನ್ಯವಾದ "ಪಿನ್ನಾಕಲ್ಸ್" ಎಂದು ಕರೆಯಲಾಗುವ ಮರಳುಗುಡ್ಡೆ ರಚನೆಗಳಿಗೆ ಹೆಸರುವಾಸಿಯಾಗಿದೆ. ಇದು ಪಿನ್ನಾಕಲ್ಸ್ ಮರುಭೂಮಿಯು ನಮುನಗ ಪಿನ್ನಾಕಲ್ಸ್ ರಾಷ್ಟ್ರೀಯ

ಉದ್ಯಾನವನದೊಳಗೆ ಇದೆ, ಪರ್ತ್ ನಗರದ ಉತ್ತರಕ್ಕೆ ಸುಮಾರು 230 ಕಿಲೋಮೀಟರ್ ದೂರದಲ್ಲಿರುವ ಈ ಮರುಭೂಮಿಯ ವಿಸ್ತಾರ 300 ಚದರ ಕಿಲೋಮೀಟರ್.

ಪಿನ್ನಾಕಲ್ಸ್ ರಚನೆಗಳು ಸುಣ್ಣಕಲ್ಲಿನಿಂದ ಮಾಡಲ್ಪಟ್ಟವು. ಇವು ಲಕ್ಷಾಂತರ ವರ್ಷಗಳ ಹಿಂದೆ ಸಮುದ್ರದ ತಳದಲ್ಲಿ ರೂಪುಗೊಂಡವು. ಕಾಲಾನಂತರ, ಸವೆತ ಮತ್ತು ಭೂಮಿಯ ಚಲನವಲನಗಳು ಈ ಸುಣ್ಣಕಲ್ಲುಗಳನ್ನು ಹೊರ ತಂದವು. ಪಿನ್ನಾಕಲ್ಸ್‌ಗಳು ಎತ್ತರದಲ್ಲಿ 1ರಿಂದ-5 ಮೀಟರ್ ವರೆಗೆ ಇರುತ್ತವೆ ಮತ್ತು ವಿವಿಧ ಆಕಾರಗಳನ್ನು ಹೊಂದಿರುತ್ತವೆ, ಇವುಗಳ ರಚನೆ ನಮ್ಮ ಕಂಬಗಳನ್ನು ಮತ್ತು ಗುಂಬಜ್‌ಗಳನ್ನೂ ಹೋಲುತ್ತದೆ. ಪಿನ್ನಾಕಲ್ಸ್ ಮರುಭೂಮಿಯು ಜನಪ್ರಿಯ ಪ್ರವಾಸಿ ತಾಣವಾಗಿದೆ, ಸಂದರ್ಶಕರು ನಡಿಗೆ, ಶಿಬಿರ ಹೂಡುವುದು ಮತ್ತು 4 ವೀಲ್ ಡ್ರೈವ್ ಪ್ರವಾಸಗಳನ್ನು ಆನಂದಿಸಬಹುದು. ರಾತ್ರಿಯ ಸಮಯದಲ್ಲಿ, ಮರುಭೂಮಿಯ ಮೇಲೆ ನಕ್ಷತ್ರಗಳ ತುಂಬಿರುವ ಆಕಾಶವನ್ನು ನೋಡಬಹುದು.

ನಡೆದಷ್ಟೂ ನೀಲಗಿರಿ

ನೀಲಗಿರಿಯ ಬಗ್ಗೆ ಮೊದಲ ನೆನಪೆಂದರೆ ಅದು "ಬುಗುರಿ ಕಾಯಿ"ಗಳದೇ ಇರಬೇಕು. ನಾವು ಚಿಕ್ಕ ವಯಸ್ಸಿನಲ್ಲಿ ನಮ್ಮ ಶಾಲೆಯ ಹತ್ತಿರವಿದ್ದ ನೀಲಗಿರಿ ಮರದ ಪುಟ್ಟ ಬುಗುರಿಯಾಕಾರದ ಕಾಯಿಗಳನ್ನು ಚಡ್ಡಿಯ ಜೇಬಿನ ತುಂಬಾ ಆಯ್ದು ಕೊಂಡು ಬಂದು, ಮನೆಯಲ್ಲಿ ನೀಲಗಿರಿಯ ಕಾಯನ್ನು ಹೆಬ್ಬೆರಳು ಮತ್ತು ಮಧ್ಯದ ಬೆರಳಿಂದ ಬುಗುರಿಯಂತೆ ತಿರುಗಿಸಿ ಅದು ತಿರುಗುವುದನ್ನು ನೋಡುವುದೇ ಒಂದು ಖುಷಿಯಾಗಿತ್ತು. ಯಾರ ಬುಗುರಿ ಹೆಚ್ಚು ಹೊತ್ತು ತಿರುಗುವುದೂ ಎಂದು ನನ್ನ ಮತ್ತು ನನ್ನ ತಮ್ಮನ ಮಧ್ಯೆ ಸ್ಪರ್ಧೆ ಏರ್ಪಡುತ್ತಿತ್ತು. ನೀಲಗಿರಿಯ ಇನ್ನೊಂದು ನೆನಪು ಅದರ ಘಾಟು ವಾಸನೆಯದ್ದು. ನನ್ನ ತಾತನ ಮನೆಯಲ್ಲಿ ಹಂಡೆಗೆ (ಕರೆಂಟ್ ಗೀಸರ್ ಇರದಿದ್ದ ಕಾಲ) ನೀಲಗಿರಿ ಮರದ ಸೌದೆಯನ್ನು ಉರುವಲಾಗಿ ಬಳಸುತ್ತಿದ್ದರಿಂದ ಮನೆಯಲ್ಲೆಲ್ಲಾ ನೀಲಗಿರಿಯ ಘಾಟು ಹರಡಿರುತ್ತಿತ್ತು. ಜೋರು ನೆಗಡಿಯಾದಾಗ ಅಮ್ಮ ಮೂಗಿಗೆ, ಹಣೆಗೆ ತೀಡುತ್ತಿದ್ದ ನೀಲಗಿರಿಯ ಎಣ್ಣೆಯಿಂದಾಗಿ ನೀಲಗಿರಿಯ ವಾಸನೆಯ ನೆನಪು ಉಪಶಮನಕಾರಿಯಾಗಿ ಉಳಿದಿದೆ. ಅದಾದ ನಂತರ ಶಾಲೆಯಲ್ಲಿ "ನೆಡದಿರಿ ನೀಲಗಿರಿ" ಎಂಬ ಪಾಠವನ್ನೂ ಓದಿದ್ದೆವು. ನೀಲಗಿರಿ ಮರದ ಬೇರುಗಳು ಅಂತರ್ಜಲವನ್ನೆಲ್ಲಾ ಖಾಲಿ ಮಾಡುತ್ತಾ, ಸುತ್ತ ಮುತ್ತಲೂ ಇತರ ಸಸ್ಯಗಳನ್ನು ಬೆಳೆಯಲು ಬಿಡದೆ ನೋಡ ನೋಡುತ್ತಿದ್ದಂತೆ ಆಕ್ರಮಣಕಾರಿಯಾಗಿ ಎಲ್ಲಡೆ ವ್ಯಾಪಿಸಿ ಸ್ಥಳೀಯ ಮರ ಗಿಡಗಳನ್ನು ಆಪೋಶನ ತೆಗೆದುಕೊಳ್ಳುವ ಗುಣದಿಂದಾಗಿ ನೀಲಗಿರಿಯನ್ನು ನೆಡದಿರಿ ಎಂಬ ಘೋಷ ವಾಕ್ಯ ಮೊಳಗಿತ್ತು. ಕಾಲಚಕ್ರ ಒಂದು ಪೂರ್ತಿ ಸುತ್ತು ಉರುಳಿದಂತೆ, ನರ್ಸರಿಗೆ ಹೋಗುವಾಗ ಶಾಲಾ ಬಸ್ಸಿಗೆ ಕಾಯುವಾಗಲೆಲ್ಲಾ ನನ್ನ ಮಗನೂ ಪಕ್ಕ ಮನೆಯಿಂದ ಚಾಚಿದ್ದ ನೀಲಗಿರಿಯ ಮರದಿಂದುರಿದ ಕಾಯಿಗಳನ್ನು ಆಯ್ದು ಡಬ್ಬಿಗಟ್ಟಲೆ ಸಂಗ್ರಹಿಸಿದ್ದ. ಅವನೂ ನಾನೂ ಒಟ್ಟಿಗೆ ಶಾಲಾ ಬಸ್ಸಿಗೆ ಕಾದ ಕ್ಷಣಗಳನ್ನೆಲ್ಲಾ ಹಿಡಿದಿಟ್ಟುಕೊಂಡಂತಿದ್ದ ಆ ನೀಲಗಿರಿಯ ಕಾಯಿಗಳು ಮನೆ ಬದಲಿಸುವಾಗ ಕಳೆದದ್ದು ದುರದೃಷ್ಟಕರ.

ಆಸ್ಟ್ರೇಲಿಯಾದ ಆ ಬಿಸಿಲು, ಬ್ಲೂ ಮೌಂಟನ್ ಪ್ರವಾಸದಲ್ಲಿ ಕಿಟಕಿಯಾಚೆ ಕಣ್ಣು ಹಾಯಿಸಿದಷ್ಟೂ ಹಬ್ಬಿದ್ದ ನೀಲಗಿರಿಯ ಮರಗಳು, ಗಾಳಿಯಲ್ಲೆಲ್ಲಾ ಹಬ್ಬಿದ್ದ ನೀಲಗಿರಿಯ ಘಮ ಇವೆಲ್ಲವೂ ಅನಾಮತ್ತಾಗಿ ನನ್ನನ್ನು ಆಸ್ಟ್ರೇಲಿಯಾದಿಂದ ನನ್ನ ಬಾಲ್ಯಕ್ಕೆ, ನನ್ನ ಪ್ರಾಥಮಿಕ ಶಾಲೆಯ ಆವರಣಕ್ಕೆ ಕರೆದೊಯ್ದಿತ್ತು.

ಆಸ್ಟ್ರೇಲಿಯಾದ ಸ್ಥಳೀಯ ಮರವಾದ ನೀಲಗಿರಿ ಮರ ಆಸ್ಟ್ರೇಲಿಯಾದಿಂದ ಇತರ ದೇಶಗಳಿಗೆ ಪರಿಚಯಿಸಲ್ಪಟ್ಟವು. ನೀಲಗಿರಿ ಜೇನ್ನೊಣಗಳು ಮತ್ತು

ಆಸ್ಟ್ರೇಲಿಯಾದ ರಾಷ್ಟ್ರೀಯ ಪ್ರಾಣಿ ಕೋಆಲಾದ ಮುಖ್ಯ ಆಹಾರವಾಗಿ ಪರಿಸರ ವ್ಯವಸ್ಥೆಗಳಲ್ಲಿ ಮುಖ್ಯ ಪಾತ್ರ ವಹಿಸಿದೆ. ಈ ಮರಗಳು ಮಣ್ಣಿನ ಸವಕಳಿಯನ್ನು ತಡೆಯಲು ಹಾಗೂ ನೀರನ್ನು ಸಂಗ್ರಹಿಸುವ ಕಾರ್ಯದಲ್ಲಿ ಮುಖ್ಯ ಪಾತ್ರ ವಹಿಸುತ್ತದೆ. ಇದು ಆಸ್ಟ್ರೇಲಿಯಾದ ಶುಷ್ಕ ಹವಾಮಾನದಲ್ಲಿ ಮುಖ್ಯವಾಗಿದೆ.

ನಾನು ನೋಡಿದ ಬ್ಲೂ ಮೌಂಟೈನ್ಸ್ ಮುಂತಾದ ಆಸ್ಟ್ರೇಲಿಯಾದ ಕಾಡುಗಳಲ್ಲಿ ಮುಕ್ಕಾಲು ಭಾಗ ನೀಲಗಿರಿ ಮರಗಳೇ ಇದ್ದವು. ಬೇಸಿಗೆಯ ಬಿಸಿಲು, ಮಿಂಚು ಮತ್ತು ಗಾಳಿಯ ಸಂದರ್ಭದಲ್ಲಿ ನೀಲಗಿರಿ ಎಣ್ಣೆ ಮತ್ತು ಮರಗಳು ಸುಲಭಕ್ಕೆ ಕಾಡ್ಗಿಚ್ಚಿಗೆ ತುತ್ತಾದರೂ, ಮತ್ತೆ ಚಿಗುರುವ ಸಾಮರ್ಥ್ಯ ಹೊಂದಿವೆ. ಕೆಲವು ನಿರ್ದಿಷ್ಟ ನೀಲಗಿರಿ ಜಾತಿಯ ಎಲೆಗಳನ್ನು ಮಾತ್ರ ಕೋಆಲಾಗಳು ತಿನ್ನುತ್ತವೆ. ಹೆಚ್ಚಿನ ಪ್ರಮಾಣದಲ್ಲಿ ಈ ಎಲೆಗಳನ್ನು ತಿಂದಾಗ ಅವುಗಳು ಉತ್ಪತ್ತಿ ಮಾಡುವ ವಿಷವನ್ನು ಜೀರ್ಣಿಸಿಕೊಳ್ಳುವ ಸಾಮರ್ಥ್ಯ ಕೋಆಲಾಗಳು ಹೊಂದಿವೆ. ಒಟ್ಟಿನಲ್ಲಿ ಬೇರೆಯವರಿಗೆ ನೀಲಗಿರಿ ಬಗ್ಗೆ ಏನೇ ಅಭಿಪ್ರಾಯವಿದ್ದರೂ ತಮ್ಮ ತವರಾದ ಆಸ್ಟ್ರೇಲಿಯಾದಲ್ಲಿ ಅವು ಉಳಿದಿವೆ ವಿಪುಲವಾಗಿ ಬೆಳೆಯುತ್ತಿವೆ.

ನಮ್ಮ ಯಾಣದ ಶಿಖರಗಳಂತ ಹ್ಯಾಂಗಿಂಗ್ ರಾಕ್

ನಮ್ಮ ಯಾಣದ ಶಿಖರಗಳನ್ನು ಹೋಲುವ "ಹ್ಯಾಂಗಿಂಗ್ ರಾಕ್" ಎಂಬ ಕಲ್ಲಿನ ರಚನೆಗಳನ್ನು ವಿಕ್ಟೋರಿಯಾ ರಾಜ್ಯದಲ್ಲಿ ಕಾಣಬಹುದು. 6 ದಶಲಕ್ಷ ವರ್ಷದ ಹಿಂದೆ ಭೂಮಿಯಿಂದ ಲಾವಾರಸ ಉಕ್ಕಿ ಈ ಶಿಖರಗಳು ರಚನೆಯಾಗಿವೆ. ಅಲ್ಲಿಂದ ಗಾಳಿ ಮಳೆ ಇವುಗಳ ನಿರಂತರ ಘರ್ಷಣೆಯಿಂದಾಗಿ ಈಗಿರುವ ಹ್ಯಾಂಗಿಂಗ್ ರಾಕ್ ರಚನೆಯಾಗಿದೆ.ಈ ಎರಡೂ ರಚನೆಗಳಲ್ಲಿರುವ ಸ್ವಾಮ್ಯತೆಯನ್ನು ಗಮನಿಸಿದಾಗ, ನಮ್ಮ ಯಾಣದ ಶಿಖರಗಳೂ ಕೂಡ ಲಕ್ಷಾಂತರ ವರ್ಷಗಳ ಹಿಂದಿನ ಲಾವಾ ರಸದಿಂದಾದ ರಚನೆಗಳೇ ಎಂಬ ಯೋಚನೆ ಮೂಡಿತು. ಯಾಣ ಶಿಖರಗಳಿರುವ ಗುಡ್ಡ ಒಂದಾನೊಂದು ಕಾಲದಲ್ಲಿ ಜ್ವಾಲಾಮುಖಿಯಾಗಿತ್ತಾ ಎಂಬ ಅನುಮಾನ ಉದಯಿಸಿತು.

ಗೋಕರ್ಣದಲ್ಲಿರುವ ಓಂ ಬೀಚಿನ ರೀತಿಯ ಕಾಣುವ "ಟೂ ಪೀಪಲ್ಸ್ ಬೇ" ಎಂಬ ಕಡಲ ತೀರವನ್ನೂ ಆಸ್ಟ್ರೇಲಿಯಾದಲ್ಲಿ ಕಾಣಬಹುದು. ಒಂದೇ ರೀತಿ ಕಾಣುವ ಏಳು ಜನ ಈ ಭೂಮಿಯಲ್ಲಿದ್ದಾರೆ ಎಂಬ ನಮ್ಮಲ್ಲಿನ ಮಾತಿನಂತೆ ಒಂದೇ ರೀತಿ ಕಾಣುವ ಬೆಟ್ಟ, ಕಡಲ ತೀರ, ನದಿ ಭೂಮಿಯ ಬೇರೆ ಬೇರೆ ಪ್ರದೇಶಗಳಲ್ಲಿರಬಹುದೇ ಎಂಬ ಶಂಕೆ ಮೊಡಿತು.

50 ಅಡಿ ಎತ್ತರದ ಸಮುದ್ರದ ಅಲೆಗಳ ಯಾರೋ ಶಾಪ ಕೊಟ್ಟು ಶಿಲೆಗಳನ್ನಾಗಿಸಿದಂತೆ ಕಾಣುವ ವೇವ್ ರಾಕ್ ಎಂಬ ವಿಶಿಷ್ಟ ಕಲ್ಲಿನ

ರಚನೆಯನ್ನು ಪರ್ತ್ ಹತ್ತಿರ ಕಾಣಬಹುದು. 360 ಅಡಿ ವ್ಯಾಪಿಸಿರುವ ಈ ಶೀಲಾ ಅಲೆಗಳು, ಭೂಮಿ ಅಡಿಯ ನೀರಿನಿಂದಾದ ಸವೆತ ಹಾಗೂ ರಾಸಾಯನಿಕ ಕ್ರಿಯೆಯಿಂದಾಗಿ ಉಂಟಾದ ರಚನೆಗಳೆಂದು ಹೇಳಲಾಗಿದೆ. ಉಲುರು, 3 ಸಹೋದರಿಯರು ಮುಂತಾದ ವಿಸ್ಮಯಕಾರಿ ಭೌಗೋಳಿಕ ರಚನೆಗಳ ಸುತ್ತ ಇರುವ ಅಬಾರಿಜಿನಲ್ಸ್ "ಡ್ರೀಮ್ ಟೈಮ್" ಕಥೆ ಈ ವೇವ್ ರಾಕ್ ಸುತ್ತಲೂ ಇದೆ. ಅಬಾರಿಜಿನಲ್ಸ್ ಪ್ರಕಾರ ಒಂದು ದೈತ್ಯ ಕಾಮನಬಿಲ್ಲ ಸರ್ಪ ಭೂಮಿಯಲ್ಲಿರುವ ನೀರನ್ನೆಲ್ಲಾ ಕುಡಿದು, ದಪ್ಪಗಾದ ತನ್ನ ದೇಹವನ್ನು ಈ ಕಲ್ಲುಗಳ ಮೂಲಕ ಎಳೆದೊಯ್ದಿರುವುದರಿಂದ ಈ ವೇವ್ ರಾಕ್ ಉಂಟಾಗಿದೆ. ನಮ್ಮಲ್ಲಿ ಈ ರೀತಿಯ ಭೌಗೋಳಿಕ ರಚನೆ ಇದ್ದಿದ್ದರೆ ಅದು ಯಮುನೆ ಶ್ರೀ ಕೃಷ್ಣನನ್ನು ಕರೆದೊಯ್ಯಲು ವಸುದೇವನಿಗೆ ದಾರಿ ಮಾಡಿಕೊಟ್ಟ ಘಟನೆಗೆ ಸರಿಯಾಗಿ ಒಪ್ಪುತ್ತಿತ್ತು.

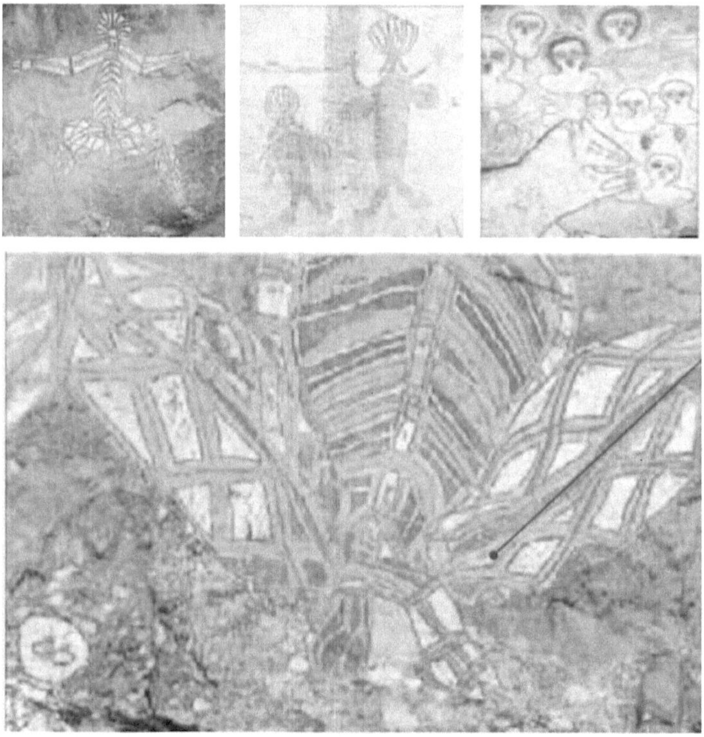

ನೂರು ಸಾವಿರ ವರ್ಷಕ್ಕೂ ಹಿಂದಿನ ಅಬಾರಿಜಿನಲ್ಸ್ ಗುಹಾ ಚಿತ್ರಕಲೆಯಲ್ಲಿ ಮೈದಳೆದ ಪ್ರಾಣಿ, ದೇವತೆ ಇತ್ಯಾದಿ ರಚನೆಗಳು

ಆಸ್ಟ್ರೇಲಿಯಾದಲ್ಲಿ ಕಿಟಕಿ ಪಕ್ಕದ ಸೀಟಿನ
ಅಂತರಂಗ ಬಹಿರಂಗ

ಕಿಟಕಿ ಪಕ್ಕದ ಸೀಟು ಒಳಗೂ ಅಲ್ಲದ, ಹೊರಗೂ ಅಲ್ಲದ ಮನೆಯ ಮುಂಬಾಗಿಲ ಹೊಸ್ತಿಲಿನಂತ ಒಂದು ಲೋಕ. ಒಳಗಿನ ಲೋಕದಲ್ಲಿ ದೇಹವಿರುವ, ಹೊರಗಿನ ಲೋಕದಲ್ಲಿ ಮನಸ್ಸು ನೆಟ್ಟಿರುವ ಕಿಟಕಿ ಪಕ್ಕದ ಸೀಟಿನ ಪ್ರಯಾಣಿಕ ಯಾವ ಲೋಕಕ್ಕೆ ಸೇರಿದವನು ಎಂಬ ಜಿಜ್ಞಾಸೆ ನನ್ನ ಈಗಲೂ ಕಾಡುತ್ತದೆ. ಇಹ-ಪರ, ಕನಸು-ಎಚ್ಚರ, ಭೂಮಿ-ಬಾನು, ಸಥ್ಯ-ಶಾಶ್ವತ, ನಿಜ-ಭ್ರಮೆ ಈ ಕ್ಲೀಷೆಗಳ ಮೀರಿ ಕಾಣ್ಕೆಗಳ ದರ್ಶನ ಮಾಡಿಸುವ ಕಿಟಕಿ ಎರಡನೇ ಕಣ್ಣಿದ್ದಂತೆ.

ನಮ್ಮ ಆಸ್ಟ್ರೇಲಿಯಾದ ಪ್ರವಾಸದಲ್ಲಿ ವಿಕ್ಟೋರಿಯಾ, ನ್ಯೂ ಸೌತ್ ವೇಲ್ಸ್ ಮುಂತಾದ ರಾಜ್ಯಗಳಲ್ಲಿ ಒಂದು ಊರಿನಿಂದ ಇನ್ನೊಂದು ಊರಿಗೆ ಪ್ರಯಾಣ ಹೋಗುವಾಗ ಅನೇಕ ಬಾರಿ ಬಸ್ಸು, ಕಾರು, ಫೆರ್ರಿ, ರೈಲು, ಟ್ರಾಮು, ಕೇಬಲ್ ವೇ, ಸ್ಕೈ ವೇ ಮುಂತಾದವುಗಳಲ್ಲಿ ಅನೇಕ ಬಾರಿ ಕಿಟಕಿ ಪಕ್ಕದ ಸೀಟು ದಕ್ಕಿಸಿಕೊಂಡದ್ದಿದೆ. ಚಿಕ್ಕಂದಿನಲ್ಲಿ ಕಿಟಕಿ ಪಕ್ಕದ ಸೀಟಿಗೆ ನಾನು ಮತ್ತು ನನ್ನ ತಮ್ಮನ ಮಧ್ಯೆ ಆದ ಹೋರಾಟಗಳನ್ನು ನೆನಪಿಸಿಕೊಂಡರೆ ಈಗ ರೋಮಾಂಚನವಾಗುತ್ತದೆ. ಆಸ್ಟ್ರೇಲಿಯಾ ಪ್ರಯಾಣದಲ್ಲಿ ಅನೇಕ ಬಾರಿ ನನ್ನ ಮಗನಿಗೆ ಕಿಟಕಿ ಪಕ್ಕದ ಸೀಟು ಬಿಟ್ಟುಕೊಟ್ಟಿದ್ದೇನೆ. ಚಿಕ್ಕಂದಿನಿಂದ ಈವರೆಗೂ ಆಗಿರುವ ನನ್ನ ಉದಾರತೆಯ ವಿಕಸನಕ್ಕೆ ಇದು ಸಾಕ್ಷಿಯೇ ಎಂಬುದು ನನಗೆ ಗೊತ್ತಿಲ್ಲ.

ಆಸ್ಟ್ರೇಲಿಯಾದಲ್ಲಿ ಪ್ರತಿ ಬಾರಿ ಕಿಟಕಿ ಪಕ್ಕದ ಸೀಟಿನಲ್ಲಿ ಕುಳಿತಾಗಲೂ, ಈ ಕಿಟಕಿ ಪಕ್ಕದ ಸೀಟಿನಲ್ಲಿ ಹುದುಗಿರುವ ನನ್ನ ಚಿಕ್ಕಂದಿನ ನೆನಪುಗಳು ಭೋರ್ಗರೆದು ಬರುತ್ತಿತ್ತು. ಈ ಕಿಟಕಿ ಪಕ್ಕದ ಸೀಟಿನ ನನ್ನ ನೆನಪಿನ ಸಂಚಿಕೆಯಲ್ಲಿ ಒಂದು ಆತ್ಮ ಚರಿತ್ರೆಗಾಗುವಷ್ಟು ಕಾಮಬಿಲ್ಲಿನ ಚಿತ್ರಗಳಿವೆ. ಇವತ್ತಿನ ಕೋಟ್ಯಾಧಿಪತಿ ಹಾಟ್ ಸೀಟಿಗಿಂತಲೂ ರೋಮಾಂಚಕವಾಗಿತ್ತು ಅಂದಿನ ನನ್ನ ಕಿಟಕಿ ಪಕ್ಕದ ಸೀಟು. ಆ ಒಂದಾನೊಂದು ಕಾಲದ ಊರಿಂದೂರಿನ ಪಯಣಕ್ಕೆ ಮಕ್ಕಳಾಗಿದ್ದ ನಮ್ಮೆಲ್ಲ ಅರಮನೆಯ ಸಿಂಹಾಸನದ ಕನಸಿಗೆ ರೆಕ್ಕೆ ಮೂಡಿಸುತ್ತಿತ್ತು ಕಿಟಕಿ ಪಕ್ಕದ ಸೀಟು. ಹೊರಡುವ ಹಿಂದಿನ ದಿನದಿಂದಲೇ ಆ ಸೀಟಿಗಾಗಿ ಪೈಪೋಟಿ, ಲಾಭಿ ಇತ್ಯಾದಿ ಚಾಣಕ್ಯ ತಂತ್ರಗಳೆಲ್ಲಾ ನನ್ನ ಮತ್ತು ನನ್ನ ತಮ್ಮನ ಮಧ್ಯೆ ಶುರುವಿಟ್ಟುಕೊಳ್ಳುತ್ತಿತ್ತು. ಸರದಿಯ ಪ್ರಕಾರ ಕೂತವರ ಲೆಕ್ಕಾಚಾರ; ಅಣ್ಣನು ತಮ್ಮನಿಗೆ ಬಿಟ್ಟು ಕೊಡಬೇಕಾದ ಔದಾರ್ಯ; ಕಿರಿಯರು ಹಿರಿಯರಿಗೆ ಸಲ್ಲಿಸಬೇಕಾದ ಗೌರವ-ಈ ರೀತಿ ನಮ್ಮ ವಯಸ್ಸಿಗೆ ಮೀರಿದ, ಆದರೆ ನಮ್ಮ ವಾದಕ್ಕೆ ಪೂರಕವಾದ ತತ್ವ, ಧರ್ಮಗಳೆಲ್ಲ ನಮ್ಮ ಚರ್ಚೆಯಲ್ಲಿ ಇಣುಕುತಿತ್ತು. ಕೊನೆಗೆ ಚರ್ಚೆಗೆ ಅಂತ್ಯ ಹಾಡಲು ಅಮ್ಮನೋ

ಅಥವಾ ಅಪ್ಪನೋ ತಮ್ಮ ವೀಟೋ ಚಲಾಯಿಸಬೇಕಾಗಿತ್ತು. ಚರ್ಚೆ, ಧರ್ಮ, ತತ್ವಗಳೆಲ್ಲಾ ಕೊನೆಗೆ ಶರಣಾಗುತ್ತಿದ್ದು ಮೇಲುನೋಟದ ಗೌರವಕ್ಕೆ (ಅರ್ಥಾತ್ ಶಿಕ್ಷೆಯ ಭಯಕ್ಕೆ!). ರಾತ್ರಿ ಏನೇ ತೀರ್ಮಾನವಾದರೂ ಬೆಳಿಗ್ಗೆ ಬಸ್ಸಿನ ಕಿಟಕಿ ಪಕ್ಕದ ಖಾಲಿ ಸೀಟು ಕಂಡೊಡನೆ ಮನಸ್ಸು ಆ ಸಿಂಹಾಸನ ದಕ್ಕಿಸಿಕೊಳ್ಳುವ ರಾಜಕಾರಣದಲ್ಲಿ ನಿರತವಾಗುತ್ತಿತ್ತು. ನನ್ನ ತಮ್ಮನ ಮನಸ್ಸನ್ನು ನಾನು ಶಕುನಿಯಂತೆ ಚಾಕಲೇಟ್ಟೊ ಅಥವಾ ಪಾಪಿನ್ಸಿನ ಕಡೆಗೆ ಹರಿಸಿ, ಮುಂದಿದ್ದ ಜನ ಸಂದಣಿಯ ಚಕ್ರವ್ಯೂಹ ಅಭಿಮನ್ಯುವಿನಂತೆ ಭೇದಿಸಿ ಎಷ್ಟೋ ಬಾರಿ ನನ್ನ ಸಿಂಹಾಸನ ದಕ್ಕಿಸಿಕೊಂಡಿದ್ದಿದೆ. ಬಲಾಢ್ಯನೇ ಬದುಕುವುದು ಎಂಬ ಜೀವ ವಿಕಾಸದ ತತ್ವವು, ತಾಳಿದವನೇ ಬಾಳಿಯಾನು ಎಂಬ ಗಾದೆಯನ್ನು ಮೀರಿ ನನ್ನಲ್ಲಿ ಮೈಗೂಡಿತ್ತು. ಕೊನೆಗೆ ಮೋಸ ಹೋಗಿದ್ದು ಅರಿವಾದಾಗ ನನ್ನ ತಮ್ಮ "ಅದಕ್ಕೆ ಕಥೆಯಲ್ಲಿ ಅಣ್ಣನೇ ಯಾವಾಗಲೂ ತಮ್ಮನಿಗೆ ಮೋಸ ಮಾಡುವುದು" ಎಂದು ನನ್ನ ವೈಯುಕ್ತಿಕ ಸ್ವಾರ್ಥವನ್ನು ಸಾಮಾಜಿಕವಾಗಿಸುತ್ತಿದ್ದ (ತೊಂಬತ್ತರ ದಶಕದ ಚಂದಮಾಮದ ಸಹೋದರರ ಕಥೆಗಳಲ್ಲಿ ತಮ್ಮ ಪುಣ್ಯಕೋಟಿಯಾಗಿದ್ದರೆ, ಅಣ್ಣ ಮೋಸ ಮಾಡುವ ಖಾಯಂ ಖಳನಾಯಕನಾಗಿದ್ದ).

ಹಾಗೆಂತ ಮಾತ್ರಕ್ಕೆ ತಮ್ಮನನ್ನು ಏಮಾರಿಸಿದಷ್ಟು ಸುಲಭವಾಗಿರಲಿಲ್ಲ ಕಿಟಕಿ ಪಕ್ಕ ಸೀಟು ಹಿಡಿಯುವುದು; ಕೆಲ ಚಾಣಾಕ್ಷ ಮಂದಿ ಹೊರಗಿನಿಂದಲೇ ಕರ್ಚೀಫನ್ನೋ ಅಥವಾ ಬ್ಯಾಗನ್ನೋ ಕಿಟಕಿಯಿಂದ ಹಾಕಿ ತಮ್ಮ ಸೀಟನ್ನು ಕಾಯ್ದಿರಿಸುತ್ತಿದ್ದರು. ಕೆಲ ಭೂಪರಂತೂ ತಮ್ಮ ಪುಟ್ಟ ಮಕ್ಕಳನ್ನು ಕಿಟಕಿಯಿಂದ ಒಳ ಸೇರಿಸಿ ತಮ್ಮ ಜಾಗವನ್ನು ಭದ್ರ ಪಡಿಸುತ್ತಿದ್ದರು. ಪಯಣದಿಂದ ಪಯಣಕ್ಕೆ ಈ ಎಲ್ಲಾ ಪುಣ್ಯಾತ್ಮರ ತಂತ್ರಗಳಿಗೂ ಪ್ರತಿತಂತ್ರ ಹುಡುಕಬೇಕಾದ ಅನಿವಾರ್ಯತೆ ನನಗೆ ಒದಗಿ ಬಂತು. ಕರ್ಚೀಫು, ಬ್ಯಾಗನ್ನು ಹುಷಾರಾಗಿ ಪಕ್ಕದ ಸೀಟಿಗೆ ಬದಲಿಸಿ, ಅಲ್ಲಿ ಕೂತಿದ್ದ ಮಕ್ಕಳಿಗೆ ಬೇರೆ ಸೀಟನ್ನು ವೈಭವೀಕರಿಸಿ, ತಾವು ಕುಳಿತಿರುವ ಸೀಟನ್ನೇ ಮರೆಸುವ ಅನೇಕ ಟೆಕ್ನಿಕ್ಕುಗಳಲ್ಲಿ ನಾನಾಗ ಸಿದ್ಧ ಹಸ್ತನಾಗಿದ್ದೆ. ಕೊನೆಗೂ ಅಂತೂ ಇಂತೂ ಏಳು ಬೆಟ್ಟ ಏಳು ಸಮುದ್ರ ದಾಟಿ ನನ್ನ ಕಿಟಕಿ ಪಕ್ಕದ ಸೀಟಿನ ಸಿಂಹಾಸನದಲ್ಲಿ ಆಸೀನನಾದಾಗ ಜಗತ್ತನ್ನೇ ಗೆದ್ದ ಭಾವ.

ಇಷ್ಟಕ್ಕೂ ಪಯಣದ ಶುರುವಾಗುವ ಮುಂಚೆಯೇ ಅನೇಕ ರೋಮಾಂಚ ಅನುಭವಗಳನ್ನು ಉಂಟುಮಾಡುತ್ತಿದ್ದ ಆ ಕಿಟಕಿ ಪಕ್ಕದ ಸೀಟಿನ ಆಕರ್ಷಣೆಗಳು ಯಾವುವು ಎಂದು ದಾಖಲಿಸ ಹೊರಟರೆ ಎಲ್ಲಿಂದ ಶುರು ಮಾಡುವುದು ಎಂಬ ಸಂದಿಗ್ಧತೆ ಕಾಡುತ್ತದೆ..

ಕಿಟಕಿ ಚೌಕಟ್ಟಿನಲ್ಲಿ ಚಲಿಸುವ ಲೋಕ ಚಿತ್ರಗಳೋ, ಭೂಮಿಯ ಎಲ್ಲಾ ಪ್ರೀತಿ ತುಂಬಿ ಬಂದಂತೆ ಮುತ್ತಿಕ್ಕುವ ಗಾಳಿಯೋ, ದೂರದ ಮರಗಳ ಮಧ್ಯೆ ಒಂದು ನಿಗೂಢ ಕಥೆ ಬೇಡುವ ಒಂಟಿ ಮನೆಯೋ ಅಥವಾ ಇವೆಲ್ಲಾ ಒಟ್ಟಿಗೆ ಸೇರಿ ಉದ್ದೀಪಿಸುವ ನೆನಪೋ? ಒಟ್ಟಿನಲ್ಲಿ ಕಿಟಕಿ ಪಕ್ಕ ಸೇರಿದಾಕ್ಷಣ ಪರಮ ತುಂಟ ಮಕ್ಕಳಿಗೂ ಧ್ಯಾನಮಗ್ನ ಋಷಿಯ ಗಾಂಭೀರ್ಯ ಬಂದುಬಿಡುತ್ತದೆ. ಬೆಳಗಿನ ದಾರಿಯ ಹೊಂಗೆ ಮರದ ವಾಸನೆಯಾಗಲಿ, ಪ್ರತಿ ತಿರುವಿಗೂ ಒಂದೇ ದೃಶ್ಯದ ಬೇರೆ ಬೇರೆ ಆಯಾಮಗಳನ್ನು ತೋರಿಸುವ ಮಾಯಕನ್ನಡಿಯಾಗಲಿ, ಎಲ್ಲಾ ವ್ಯಾಪಾರೀ ಸದ್ದುಗಳ ಮೀರಿ ತೇಲಿ ಬರುವ ಆ ಮೋಹನ ಮುರಳಿ ಗಾನವಾಗಲಿ, ಒಡ್ಡಿದ ಮುಖಕ್ಕೆ ಬಿಸಿಲಿನ ಶಾಖ ಹಾಗೂ ತಂಗಾಳಿಯ ನೇವರಿಕೆ ಎರಡನ್ನೂ ಒಟ್ಟಿಗೆ ಉಂಟುಮಾಡುವ ಸೋಜಿಗವಾಗಲಿ ಇವೆಲ್ಲವೂ "the world is too much with us" ಎಂಬ ಭಾವನೆ ಉಂಟು ಮಾಡುತ್ತಿತ್ತು. ನಿಲ್ದಾಣದಲ್ಲಿ ಬರುವ ಗರಮಾಗರಂ ಕಡಲೆಕಾಯಿ, ಉಪ್ಪು ಸವರಿರುವ ಸೌತೆಕಾಯಿ, ಮಸಾಲೆ ತುಂಬಿರುವ ಸೀಬೆ, ಎಳಚೆ ಈ ಎಲ್ಲದರ ಮೊದಲ ಪಾಲು ಕಿಟಕಿ ಪಕ್ಕ ಕೂತವರದ್ದೇ. ಬೆಟ್ಟ ಬಳಸುವ ಘಾಟು ರಸ್ತೆಯ ಬಸ್ಸಿನ ಕಿಟಕಿ ಪಕ್ಕದ ಸೀಟಿಗೆ ತುಂಬಾ ಶ್ರಮ ಪಟ್ಟಿದ್ದಿಲ್ಲ; ಬೆಟ್ಟ ಸುತ್ತುವ ಬಸುಗಳು ಹೊಟ್ಟೆ ತೊಳೆಸುವುದೆಂದು ಮತ್ತು ಆ ರೂಟಿನ ಬಸ್ಸಿನ ಕಿಟಕಿಗಳು ಗಲೀಜು ಎಂದು ಬಹುತೇಕ ಬಾರಿ ನಾನು ಸ್ಪರ್ದೆಯೇ ಇಲ್ಲದೆ ವಿಜಯಿಯಾಗುತ್ತಿದ್ದೆ. ಬೆಟ್ಟದ ಪಯಣದಲ್ಲಿ ಕಿಟಕಿಯಾಚೆ ಕಾಣುವ ವಸ್ತು ಒಂದೇ ಇದ್ದರೂ ಪ್ರತಿಸುತ್ತಿನಲ್ಲೂ ಅದು ಬೇರೆಯದಾಗಿಯೇ ಕಾಣುತ್ತಿತ್ತು. ನಾವು ಬಿಟ್ಟು ಬಂದ ದೇವಸ್ಥಾನದ ಕಲ್ಯಾಣಿ ಸುಮಾರು ಸುತ್ತುಗಳ ನಂತರ ಕೇವಲ ಕಣ್ಣು ಮಿಟುಕಿಸುವ ಕನ್ನಡಿಯಾಗಿ ಮತ್ತು ಮರಗಳು ಮೇಲಿನಿಂದ ಸಣ್ಣ ಪೊದೆಗಳಾಗಿ ಭ್ರಮೆ ಹುಟ್ಟಿಸುತ್ತಿದ್ದವು. ಒಂದು ವಸ್ತು ಅಥವಾ ದೃಶ್ಯ ದೂರ ಹಾಗೂ ಎತ್ತರದಿಂದ ಹೇಗೆ ನಿಧಾನವಾಗಿ ಬದಲಾಗುತ್ತದೆ ಎಂಬ ಜಾದುವನ್ನು ಕಿಟಕಿ ಪಕ್ಕದ ಸೀಟಿನಿಂದ ನೈಜವಾಗಿ ವೀಕ್ಷಿಸಬಹುದು. ಒಂದು ಪಕ್ಕದ ಕಿಟಕಿಯಲ್ಲಿ ಮುಗಿಲು ಮುಚ್ಚಿರುವ ಬೆಟ್ಟದ ಬಂಡೆಗಳಾದರೆ ಇನ್ನೊಂದು ಪಕ್ಕದ ಕಿಟಕಿಯಲ್ಲಿ ನೆಲ ಕಾಣದಿರುವ ಪ್ರಪಾತ; ಭೂಮಿ ಮತ್ತು ಆಕಾಶ ಎರಡನ್ನೂ ಆವರಿಸಿ ಕಣ್ಣಿಗೆ ನಿಲುಕುವ ದೃಶ್ಯಗಳನ್ನು ಮಾತ್ರ ಅರಿವಿಗೆ ತರುತ್ತಿತ್ತು. ಬೆಟ್ಟ ಇಳಿಯುವಾಗಿನ ಹೇರ್‌ಪಿನ್ ತಿರುವುಗಳಂತೂ ಈಗಿನ ರೋಲರ್ ಕೋಸ್ಟರ್ ರೈಡಿನಂತೆಯೇ ಎದೆ ಬಡಿತ ಎಲ್ಲೆಡೆಯೂ ಕೇಳುವಂತೆ ಝಲ್ಲೆನಿಸುತಿತ್ತು. ಬೆಟ್ಟ ಹತ್ತುವಾಗ ಒಂದೊಂದು ಸುತ್ತೂ ನಾವು ಬಿಟ್ಟು ಬಂದ ದಾರಿಗಳ ದರ್ಶನ ಮಾಡಿಸಿದರೆ, ಇಳಿಯುವಾಗ ನಮ್ಮ ಬೀಳ್ಕೊಟ್ಟ ಬೆಟ್ಟದ ತುದಿಯನ್ನು ಕೊನೆಯ ಸುತ್ತಿನ ತನಕ ಅಗೋಚರವಾಗಿಯೇ ಉಳಿಯುತ್ತಿತ್ತು.

ಇನ್ನು ಬಂಡೀಪುರ ಮುಂತಾದ ಕಾಡಿನ ಸಫಾರಿಗೆ ಎಲ್ಲರಿಗೂ ಕಿಟಕಿ ಪಕ್ಕದ ಸೀಟೇ ಬೇಕು. ನಾವೇನೋ ಹುಲಿ ಸಿಂಹ ಕರಡಿಗಳನ್ನು ಭದ್ರ ಸರಳುಗಳ ಕಿಟಕಿಯಿಂದ ಹತ್ತಿರದಿಂದ ನೋಡಲು ಸಾಧ್ಯವಾಗುವುದೇನೂ ಸರಿ, ಸ್ವಚ್ಛಂದವಾಗಿ ಓಡಾಡುವ ಅವುಗಳಿಗೆ ಬಸ್ಸಿನ ಕಿಟಕಿ ಸರಳುಗಳ ನಾವು ಬೋನಿನ ಪ್ರಾಣಿಗಳಾಗಿ ಕಾಣಬಹುದು ಎಂದು ನನಗೆ ಅನಿಸಿದ್ದಿದೆ!

ಬೆಳಕಿನಲ್ಲಿ ಈ ಕಿಟಕಿ ಎಷ್ಟೇ ತುಂಟಾಟಗಳಿಗೆ ಸಾಕ್ಷಿಯಾದರೂ, ರಾತ್ರಿಯಾದೊಡನೆ ಕಿಟಕಿಗೆ ತನ್ನದೇ ಆದ ಗಾಂಭೀರ್ಯತೆ ತಾನೇ ತಾನಾಗಿ ಬಂದುಬಿಡುತ್ತದೆ. ಪೆಂಗ್ವಿನ್ ಮೆರವಣಿಗೆ ನೋಡಿಕೊಂಡು ಮೆಲ್ಬರ್ನ್‌ಗೆ ಹಿಂದುರುಗುವಾಗ ರಾತ್ರಿ 10ರ ಸಮಯ. ಆ ಕಾಡು ಪಯಣದ ಹಾದಿಯಲ್ಲಿ ನಕ್ಷತ್ರಗಳಂತೆ ದೂರದಲ್ಲೆಲ್ಲೂ ಮಿನುಗುವ ದೀಪಗಳು ತಮ್ಮಷ್ಟಕ್ಕೆ ತಾವೇ ಕಥೆ ಹೆಣೆದು ಬಿಡುತ್ತಿತ್ತು. ಬೆಳಗಿನ ಹೊತ್ತು ಒಳ ಬರುವ ಬೆಳಕನ್ನು ಹಿಡಿಯಲು ಕಿಟಕಿ ಪಕ್ಕ ನಾವು ಕಾದಂತೆ, ರಾತ್ರಿಯಲ್ಲಿ ಕಿಟಕಿಯಿಂದ ಹೊರ ಹೋಗುವ ಬೆಳಕನ್ನು ಹಿಡಿಯಲು ಜಗತ್ತು ಕಾಯುತ್ತಿರುತ್ತವೆ. ಒಮ್ಮೆ ಕಂಡಿರುವ ಈ ದೃಶ್ಯವ ಮರೆಯಲು ಸಾಧ್ಯವಿಲ್ಲದಂತೆ, ಹೊರಗಿನ ಕಿಟಕಿ ಮುಚ್ಚಿದಾಗಲೂ ಒಳಗಿನ ಅನೇಕ ಕಿಟಕಿಗಳು ತೆರೆದು ಎಲ್ಲದರಿಂದ ಜಗತ್ತು ಹನಿ ಹನಿಯಾಗಿ ಜಿನುಗುತ್ತಿರುತ್ತದೆ.

ಇನ್ನು ರೈಲಿನ ಪಯಣ ಕಿಟಕಿಯಿಂದ ಕಾಣಿಸುವ ಲೋಕವೇ ಬೇರೆ. ರೈಲು ಹೊರಡುವ ಕರಾರುವಾಕ್ಕು ಸಮಯ ನನಗೆ ಎಂಜಿನ್ನು ಉಗುಳುವ ಹೊಗೆಯ ವಿಶಿಷ್ಟ ವಾಸನೆಯಿಂದಲೇ ನನಗೆ ಕಿಟಕಿ ಮೂಲಕ ಗೊತ್ತಾಗುತಿತ್ತು. ರೈಲ್ವೆ ಹಳಿಗಳ ಪಕ್ಕ ಮನೆ ಮುಂದೆ ಸ್ವಾಗತ ಕೋರುವವರಂತೆ ನಿಂತು ಪ್ರತಿ ರೈಲಿಗೂ ಕೈ ಬೀಸುವ ಮಕ್ಕಳು; ಗಡಿ ದಾಟಿದಾಕ್ಷಣ ಬದಲಾಗುವ ಗೋಡೆ ಬರಹದ ಭಾಷೆಗಳು ಇವೆಲ್ಲವೂ ರೈಲಿನ ಕಿಟಕಿಯಲ್ಲದೆ ಇನ್ನೆಲ್ಲೂ ಕಾಣುವುದಿಲ್ಲ. ಸೇತುವೆ ಮೇಲಿಂದ ಕೆಳಗೆ ಹರಿಯುವ ರಭಸದ ನದಿಯ ರುದ್ರ ರಮಣೀಯ ದೃಶ್ಯ ನೋಡಿದಾಗ ಎದೆಯೊಳಗೇ ರೈಲು ಛೀಳಿಡುತ್ತಾ ಓಡುವ ಅನುಭವ.

ನೀರನ್ನು ಕಿಟಕಿ ಅಂಚಿನಿಂದ ಕಾಣುವಾಗ ಮನದಲ್ಲಿ ಏಳುವ ಅಲೆಗಳೇ ಬೇರೆ ರೀತಿಯದು. ಕಿಟಕಿಯೇ ಇಲ್ಲದ ತೆಪ್ಪ, ಪುಟ್ಟ ದೋಣಿಗಳಲ್ಲಿ ಇಡೀ ದೋಣಿಯೇ ಕಿಟಕಿ ಅಂಚಾಗಿ, ನೀರು ಅದರ ಆಚೆಗಿನ ಲೋಕವಾಗಿ ಕಂಡಿದೆ. ತೇಜಸ್ವಿಯವರ "ಅಲೆಮಾರಿಯ ಅಂಡಮಾನ್"ಗೆ ಮಾರು ಹೋಗಿ ಕಾಲೇಜಿನ ಸಮಯದಲ್ಲಿ ನಾನ್‌ಕೌರಿ ಹಡಗಿನ ಮೂಲಕ ಪಯಣಿಸಿದ್ದು ಸಮುದ್ರದ ನನ್ನ ಮೊದಲ ಪಯಣ. ಹಡಗಿನ ಕೆಳಗಡೆ ಸಾಲಿನ ಬಂಕರಿನ ಸಮುದ್ರ ಯಾನ "ಪಯಣವೂ ನಿಲುಗಡೆಯೂ ನೀನರಿಯದಂತಿರಲಿ" ಎಂಬ ಕವಿ ನರಸಿಂಹಸ್ವಾಮಿಯವರ ಹಾರೈಕೆಯಂತಿರುತ್ತದೆ. ಆ ಬಂಕರಿನ ಕಿಟಕಿಯಾಚೆ

ಸಮುದ್ರದಲೆಗಳು, ಅಲೆಗಳ ಜೊತೆ ಹಾರುವ ಮೀನು ಇವೆಲ್ಲದರ ಜೊತೆ ನಾವೂ ಈಜುತ್ತಿದ್ದೇವೆ ಎಂದು ಭಾಸವಾಗುತ್ತದೆ. ನಟ್ಟ ನಡುವಿನ ಸಮುದ್ರದಲ್ಲಿ ಏಳುವ ಅಲೆಗಳ ಆರ್ಭಟ, ಎತ್ತರದ ಅಲೆಗಳಿಂದ ಇದ್ದಕಿದ್ದಂತೆ ಉಂಟಾಗುವ ಆಳ ಇವುಗಳೆಲ್ಲಾ ಉಂಟು ಮಾಡುವ ಭಯ-ಮಿಶ್ರಿತ ರೋಚಕ ಅನುಭವನ್ನು ಅಕ್ಷರದಲ್ಲಿ ಹಿಡಿದಿಡುವುದು ಅಸಾಧ್ಯ.

ಆಸ್ಟ್ರೇಲಿಯಾದ ಪ್ರವಾಸದಲ್ಲಿ ಮೆಆಡೋಬ್ಯಾಂಕಿನಿಂದ, ಸಿಡ್ನಿಯ ಸರ್ಕ್ಯುಲರ್ ಕ್ವೆಗೆ ಆಧುನಿಕ ಫೆರ್ರಿಯಲ್ಲಿ ಪಯಣಿಸಿದ್ದು ನೀರಿನ ಮೇಲಿನ ಪಯಣದ ಇನ್ನೊಂದು ಅನುಭವ. ಕಿಟಕಿಯಲ್ಲಿ ನೀರನ್ನು ನೋಡುವವರೆಗೂ ನಾವು ಅದರ ಮೇಲೆ ಹೋಗುತ್ತಿದ್ದೇವೆ ಎಂಬುದೇ ಗೊತ್ತಾಗದ ನಾಜೂಕಿನಲ್ಲಿ ಫೆರ್ರಿ ಚಲಿಸುತ್ತಿರುತ್ತದೆ. ಅಪರೂಪಕ್ಕೊಮ್ಮೆ ದೊಡ್ಡ ಅಲೆ ಬಂದಾಗ ಕೊಂಚವೇ ಮೇಲೇರಿ ಕೆಳಗಿಳಿಯುವ ಅನುಭವದಲ್ಲಿ ಮಾತ್ರ ನೀರಿನ ಮೇಲಿನ ಪಯಣ ಅನುಭವಕ್ಕೆ ಬರುತ್ತದೆ.

ಆಸ್ಟ್ರೇಲಿಯಾದ ಮೂಲೂಲಬದಲ್ಲಿ ಪ್ರವಾಸಿಗರಿಗೆ ಮೀಸಲಿರುವ ಅಟ್ಲಾಂಟಿಸ್ ಸಬ್‌ಮರೀನಿನಲ್ಲಿ ದ್ವೀಪದ ನೂರಡಿ ಆಳದಲ್ಲಿ ಗುಂಡುಕಿಟಕಿ ತೋರಿಸಿದ್ದು ಅಕ್ಷರಶಃ ಮಾಯೆಯ ಮತ್ಸ್ಯಲೋಕ. ನೀರಿನಲ್ಲಿ ಬಣ್ಣಗಳು ನಿಧಾನವಾಗಿ ತಮ್ಮ ಬಣ್ಣ ಕಳೆದುಕೊಳ್ಳುವ ಸೋಜಿಗ; ಅದರಲ್ಲೂ ಕಡುಕೆಂಪು ಬಣ್ಣ ಆಳಕ್ಕಿಳಿಯುತ್ತಿದಂತೆಲ್ಲಾ ಕಡು ಕಪ್ಪಗಾಗಿದ್ದು ನಂಬಲಾಗದಂತೆ ನೋಡಿದೆ. ಆಳಕ್ಕಿಳಿದಂತೆಲ್ಲ ಮಾಸುತ್ತಾ ಮಾಸುತ್ತಾ ಎಲ್ಲಕ್ಕೂ ಒಂದೇ ಬಣ್ಣವೇ ಎಂಬ ಜಿಜ್ಞಾಸೆ ಮೂಡಿತು. ಸಮುದ್ರದ ಸಾಕ್ಷ್ಯಚಿತ್ರಗಳಲ್ಲಿರುವ ಮೀನುಗಳು, ಮುಳುಗಿದ ಹಡಗಿನ ಅವಶೇಷಗಳು, ತೇಜಸ್ವಿಯವರು ಬಣ್ಣಿಸಿದ ಹವಳದ ಬಂಡೆಗಳ ಮಾಯಾಲೋಕ ಮೈದೋರಿತು.

ಮೆಲ್ಬರ್ನ್ ಹಾಗೂ ಸಿಡ್ನಿ ಮಹಾನಗರದ ಏಸಿ ಬಸ್ಸುಗಳಲ್ಲಿ ತೆರೆಯಲಾರದ ಕಿಟಕಿಗಳಿಂದ ಹೊರಗಿನ ಲೋಕವನ್ನು ಸ್ಪರ್ಶಸುಖವಿಲ್ಲದೆ ಕೇವಲ ಚಲನಚಿತ್ರದಂತೆ ವೀಕ್ಷಿಸಬಹುದು. ಸಮುದ್ರದಂತೆ ಹಬ್ಬಿರುವ ವಿಶಾಲ ಹುಲ್ಲುಗಾವಲಿನಲ್ಲಿ ಹತ್ತಾರು ವಾಲಬಿ (ಕಾಂಗರೂವಿನಂತೆ ಕಾಣುವ ಸಣ್ಣ ಪ್ರಾಣಿಗಳು), ಮೊಲಗಳು ಕಾಣಸಿಗುತ್ತವೆ. ಹಾಗೆಯೇ ಎಲ್ಲೆಡೆಯೂ ಹಬ್ಬಿರುವ ನೀಲಗಿರಿ ಮರಗಳು ಕಿಟಕಿ ಹೊರಗಿನ ನಿಜವ ಪಾರದರ್ಶಕ ಕಿಟಕಿಯೇ ಮರೆಮಾಚಿದೆ. ಸಿಡ್ನಿ ಮಹಾನಗರಗಳಲ್ಲಿ ನಗರ ಪ್ರದಕ್ಷಿಣೆ ಮಾಡಿಸುವ ಎರಡು ಮಹಡಿಯ ಬಸ್ಸುಗಳಲ್ಲಿ ದೈತ್ಯಾಕಾರದ ಕಿಟಕಿಗಳಿದ್ದರೂ ಅರ್ಧ ಕಾಣುವ ಗಗನಚುಂಬಿಗಳ ಚಿತ್ರಗಳಂತೆ ಕಾಣುವುದೆಲ್ಲಾ ನಗರದ ಅಪೂರ್ಣ ಚಿತ್ರಗಳು ಮಾತ್ರ.

ಬ್ಲೂ ಮೌಂಟೈನ್ನಿನ ಕೇಬಲ್ ವೇ ಯಲ್ಲಿ ಇಳಿಯುವಾಗ (ಅಥವಾ ಜಾರುವಾಗ) ಆ ಕಿಟಕಿಯಲ್ಲಿ ಕಂಡದ್ದು ನೆಲದ ಬಸ್ಸಿನ ಎತ್ತರವೂ ಅಲ್ಲದ, ಆಕಾಶದ ವಿಮಾನದ ಎತ್ತರವೂ ಅಲ್ಲದ ಒಂದು ರೀತಿಯ ತ್ರಿಶಂಕು ಸ್ವರ್ಗದ ಎತ್ತರ. ನಮ್ಮ ಕಾಲ ಕೆಳಗಿರುವ ಬೆಟ್ಟದ ಮರಗಳು ನಾನು ಚಿಕ್ಕಂದಿನ ಘಾಟ್ ಪ್ರಯಾಣದಲ್ಲಿ ಕಂಡ ಮರಗಳ ಇನ್ನೊಂದು ಮಗ್ಗುಲೇ ಇದು ಎಂದು ಯೋಚಿಸುವಂತಾಯಿತು.

ಯಾರ ಕಣಿವೆಯ ಬಿಸಿ ಬಲೂನಿನಲ್ಲಿ ಮಾಡುವ ಸಾಹಸದಲ್ಲಿ ಸಾವಿರಾರು ಅಡಿ ಎತ್ತರದಿಂದ ಕಂಡ ಆಕಾಶ ತನ್ನೆಲ್ಲಾ ದೈತ್ಯ ಸುಂದರತೆಯೊಂದಿಗೆ ನಮ್ಮೊಳಗೆ ಸೇರುತ್ತದೆ.

ಸ್ವರ್ಗ ಮೈದಳೆದಂತ ಅಡಿಲೇಡಿನ ಲೋಫ್ಟಿ ಬೊಟಾನಿಕಲ್ ಗಾರ್ಡನ್

ಎದೆಯೊಳಗಿಳಿದ ಆಸ್ಟ್ರೇಲಿಯಾ

ಸಿಡ್ನಿಯ ಬಂದರಿನ ಸೇತುವೆ

ಆಸ್ಟ್ರೇಲಿಯಾದ ಪ್ರವಾಸದ ಮುಖಪುಟ ಚಿತ್ರ ಸ್ಥಾನ ಪಡೆಯುವ ಹೆಗ್ಗಳಿಕೆ ಹೊಂದಿರುವ ಸ್ಥಳಗಳಲ್ಲಿ ಸಿಡ್ನಿ ಹಾರ್ಬರ್ ಸೇತುವೆ ಪ್ರಮುಖವಾಗಿದೆ (ನನ್ನ ಅಭಿಪ್ರಾಯದಲ್ಲಿ ಮಿಕ್ಕವು ಸಿಡ್ನಿ ಒಪೇರಾ ಹೌಸ್, ಬಾಂಡಿ ಬೀಚ್, ಕಾಂಗರೂ ಮತ್ತು ಕೋಆಲಾ). ನಾವು ಸಿಡ್ನಿ ಅಪೇರಾ ಹೌಸಿನಿಂದ ಕಂಡ ಸಿಡ್ನಿ ಹಾರ್ಬರ್ ಸೇತುವೆ ಆಸ್ಟ್ರೇಲಿಯಾದ ಅತ್ಯಂತ ಜನಪ್ರಿಯ ಪ್ರವಾಸಿ ಗುರುತುಗಳಲ್ಲಿ ಒಂದಾಗಿದೆ. ಸಿಡ್ನಿ ಬಂದರನ್ನು ದಾಟಬಹುದಾದ ಈ ಕಮಾನು ಸೇತುವೆ ಹೊಸವರ್ಷದ ಸಂಭ್ರಮದಲ್ಲಿ ಸ್ವರ್ಗಕ್ಕೆ ಕಿಚ್ಚು ಹಚ್ಚುವಂತೆ ಬಣ್ಣ ಬಣ್ಣದ ಬಾಣ ಬಿರಿಸುಗಳಿಂದ ಬೆಳಗುತ್ತದೆ.

1923ರಲ್ಲಿ ನಿರ್ಮಾಣ ಪ್ರಾರಂಭವಾದ ಈ ಸೇತುವೆಯನ್ನು 1932ರಲ್ಲಿ ಪೂರ್ಣಗೊಳಿಸಲಾಯಿತು. ಅಂದಿನ ದಿನಗಳಲ್ಲಿ, ಇದು ಪ್ರಪಂಚದ ಅತಿ ಉದ್ದದ ಏಕಕಮಾನು ಸೇತುವೆಯಾಗಿತ್ತು. ಸುಮಾರು 1,500 ಕಾರ್ಮಿಕರು ಈ ಸೇತುವೆಯನ್ನು ನಿರ್ಮಿಸಲು 9 ವರ್ಷಗಳ ಕಾಲ ಶ್ರಮಿಸಿದರು. ಸೇತುವೆಯ ಮೇಲಿನ ಡೆಕ್‌ನಲ್ಲಿ ರೈಲು, ಕಾರುಗಳು, ಮತ್ತು ನಡಿಗೆ ಮತ್ತು ಸೈಕ್ಲಿಂಗ್ ಪಥಗಳಿವೆ. ಸಿಡ್ನಿ ಹಾರ್ಬರ್ ಸೇತುವೆ ಆಸ್ಟ್ರೇಲಿಯಾದ ಪ್ರಮುಖ ಸಾರಿಗೆ ಸಂಪರ್ಕವಾಗಿದೆ. ಪ್ರತಿದಿನ ಸಾವಿರಾರು ಕಾರುಗಳು, ರೈಲುಗಳು, ಮತ್ತು ಸೈಕಲ್‌ಸವಾರರು ಸೇತುವೆಯನ್ನು ದಾಟುತ್ತಾರೆ. ಪ್ರವಾಸಿಗರು ಸೇತುವೆಯ ಮೇಲೆ ಏರಿ ಸಿಡ್ನಿ ಹಾರ್ಬರ್‌ನ ಅದ್ಭುತ ನೋಟವನ್ನು ಆನಂದಿಸಬಹುದು.

ಸಂಜೆಯಲ್ಲೂ ಕೂಡ ಸೇತುವೆಯ ಮೇಲೆ ಏರಿ ನೋಡುವ ಅನುಭವ ಪಡೆಯುವವರು ಕಾಣುತ್ತಿದ್ದರು. ಸೇತುವೆಯ ತುದಿಯಿಂದ ಸಿಡ್ನಿ ಒಪೇರಾ ಹೌಸ್, ಸಿಡ್ನಿ ಟವರ್, ಮತ್ತು ಬೊಟಾನಿಕ್ ಗಾರ್ಡನ್‌ಗಳಂತಹ ಇತರ ಪ್ರಸಿದ್ಧ ಸ್ಥಳಗಳ ವಿಹಂಗಮ ನೋಟ ಸಿಗುತ್ತದೆ.

ಒಪೇರಾ ಹೌಸಿನಿಂದ ಕಂಡಂತೆ ಸಿಡ್ನಿ ಬಂದರಿನ ಸೇತುವೆ

ಪ್ರತಿ ಮುಖ್ಯ ಮಹಾ ನಗರದಲ್ಲೂ ಇದೇ ರೀತಿಯ ಸೇತುವೆಯೊಂದು ನಗರಕ್ಕೆ ಹೆಗ್ಗುರಾಗಿದೆ-ಅದು ನ್ಯೂಯಾರ್ಕಿನ ಬ್ರಿಜ್ ಆಗಲಿ, ಲಂಡನ್ ಸೇತುವೆಯಾಗಲಿ ಅಥವಾ ಸ್ಯಾನ್ ಫ್ರಾನ್ಸಿಸ್ಕೋ ನಗರದ ಗೋಲ್ಡನ್ ಗೇಟ್ ಬ್ರಿಜ್ ಆಗಲಿ ಆಯಾ ನಗರದ ಹೆಸರಿನೊಂದಿಗೆ, ಪೋಸ್ಟ್ ಕಾರ್ಡ್ ಚಿತ್ರದೊಂದಿಗೆ ಬೆಸೆದು ಕೊಂಡಿರುತ್ತದೆ.

ಸಿಡ್ನಿ ಟವರ್ ಎಂಬೋ ಸಾವಿರ ಅಡಿಯ ಎತ್ತರದ ಜಾತ್ರೆ

ನಮ್ಮ ಪ್ರವಾಸದಲ್ಲಿ ಎತ್ತರದ ಹದ್ದಿನ ಗೂಡಿನಿಂದ ಪಕ್ಷಿನೋಟ ತೋರುವ ಮೆಲ್ಬರ್ನ್ ಸ್ಕೈ ಡೆಕ್ ಮತ್ತು ಸಿಡ್ನಿ ಟವರ್ ಎರಡನ್ನೂ ವೀಕ್ಷಿಸಿದೆವು. ನನಗೆ ಕಂಡ ದೃಶ್ಯ ವಿಭಿನ್ನವಾದರೂ ಎರಡರ ಅನುಭವ ಒಂದೇ ಆದ ಕಾರಣ ಸಿಡ್ನಿ ಟವರ್ ಬಗ್ಗೆ ನನ್ನ ಅನುಭವ ಇಲ್ಲಿದೆ. ಸಿಡ್ನಿ ಟವರ್ ಆಸ್ಟ್ರೇಲಿಯಾದ ಸಿಡ್ನಿಯಲ್ಲಿರುವ ಎತ್ತರದ ಟವರ್.

ಸಿಡ್ನಿ ಟವರ್ 309 ಮೀಟರ್ (1,014 ಅಡಿ) ಎತ್ತರವಿದ್ದು, ನಾವು ಉಪಯೋಗಿಸಿದ ಲಿಫ್ಟ್ ಸರ್ರನೆ ಮೇಲೇರಿದ್ದೇ ಗೊತ್ತಾಗಲಿಲ್ಲ. ಲಿಫ್ಟಿನ ಒಳ ಹೊಕ್ಕಾಗ ಕೆಳಗಡೆ ಇದ್ದ ನಾವು ಬಾಗಿಲು ತೆರೆದಾಗ ಸಾವಿರ ಅಡಿ ಮೇಲಿದ್ದೆವು. ಅಬ್ಸರ್ವೆಟರಿ ಡೆಕ್ಕಿನಲ್ಲಿ ದೊಡ್ಡ ಗಾಜಿನ ಕಿಟಕಿಗಳ ಮೂಲಕ ಇಡೀ ಸಿಡ್ನಿಯನ್ನು ಸವಿಯಬಹುದು. ಅಲ್ಲಲ್ಲಿ ದೊಡ್ಡ ದುರ್ಬೀನು ಇರುತ್ತದೆ. ನಾನು ಮತ್ತು ನನ್ನ ಮಗ ಸರದಿಯಲ್ಲಿ ದುರ್ಬೀನಿನಲ್ಲಿ ಕಾಣಬಹುದಾದ ಸ್ಥಳಗಳನ್ನು ವೀಕ್ಷಿಸಿದೆವು. ಕೆಳಗಡೆ ಕಿರಿದಾಗಿ ಕಾಣುವ ಕಾರುಗಳ ವೀಕ್ಷಿಸುವುದು, ಅಕ್ಕ ಪಕ್ಕದ ಕಟ್ಟಡಗಳ ಸಣ್ಣ ಅಕ್ಷರಗಳ ಓದುವುದು, ಸಿಡ್ನಿ ಹಾರ್ಬರ್ ಬ್ರಿಜ್ ಮತ್ತು ಆಪೇರಾ ಹೌಸಿನ ಇನ್ನೊಂದು ಕೋನದಲ್ಲಿ ನೋಡಿದ್ದು ವಿಸ್ಮಯದ ಅನುಭವ.

ಸಿಡ್ನಿ ಟವರನ್ನು ಭೂಕಂಪ ಹಾಗೂ ಭಾರಿ ಗಾಳಿಯ ಹೊಡೆತವನ್ನು ತಡೆದುಕೊಳ್ಳುವಂತೆ ವಿನ್ಯಾಸಗೊಳಿಸಲಾಗಿದೆ. 400 ರಕ್ಕೂ ಹೆಚ್ಚಿನ ಗಾಜಿನ ಕಿಟಕಿಗಳಿಂದ ಇಡೀ ಸಿಡ್ನಿಯ ರಾತ್ರಿಯ ನೋಟವನ್ನು ಕಣ್ತುಂಬಿಕೊಂಡೆವು. ಪ್ರತಿ ಕಿಟಕಿಯಲ್ಲೂ ಬೇರೆಯೇ ಸಿಡ್ನಿ ಕಾಣುತ್ತಿತ್ತು. ಕೆಲವರು ಆ ಕಿಟಕಿಗಳ ಪಕ್ಕದಲ್ಲೇ ಕೂತು ಕುರುಕಲು ತಿಂಡಿ ತಿನ್ನುತ್ತಿದ್ದರು. ಕೆಲವು ಪುಟಾಣಿ ಮಕ್ಕಳು ಓಡುವ ಆಟ ಆಡುತ್ತಿದ್ದರು. ಮಧ್ಯ ಬಾಗದಲ್ಲಿ ತಿಂಡಿ ತಿನಿಸು ಐಸ್ ಕ್ರೀಮ್ ಮಾರಾಟ ಜೋರಾಗಿಯೇ ನಡೆದಿತ್ತು. ಇನ್ನೂ ಕೆಲವರು ತಮ್ಮ ಮುದ್ದು ಕಂದನ ಸ್ಟ್ರಾಲ್ಲರ್ ಸಮೇತ ಸವರಿ ಹೊರಟಿದ್ದರು. ಸಾವಿರ ಅಡಿ ಎತ್ತರದಲ್ಲೂ ಅಲ್ಲೊಂದು ದೈನಂದಿನ ವ್ಯಾಪಾರಗಳು ನಡೆಯುತ್ತಿದ್ದ ಪುಟ್ಟ ಜಾತ್ರೆಯೇ ನೆರೆದಿತ್ತು.

ಈ ರೀತಿಯ ಬಹು ಎತ್ತರದಿಂದ ನೋಡಿದಾಗ ಭೂಮಿ ಆಕಾಶವನ್ನು ಸಂಧಿಸುವ ಕ್ಷಿತಿಜ ಗೋಚರಿಸುತ್ತದೆ. ಸಿಡ್ನಿ ಗಗನಚುಂಬಿ ಕಟ್ಟಡಗಳ ಹಿನ್ನಲೆಯಲ್ಲಿ ತೆಗೆಯುವ ಫೋಟೋಗಳಿಗೆ ಅಲ್ಲಿ ತುಂಬಾ ಬೇಡಿಕೆ. ನಾವು ಮೂವರೂ ಗಾಜಿನ ಗೋಳದಲ್ಲಿ ಹಿಡಿದಿಡುವ ಕೆಲವು ಫೋಟೋಗಳನ್ನು ತೆಗೆಸಿಕೊಂಡೆವು. ಸಾಹಸ ಪ್ರಿಯರಿಗಾಗಿ ಸ್ಕೈ ವಾಕ್ ಎಂಬ ಭಯ-ಮೋಜು ಭರಿತ ಚಟುವಟಿಕೆಯಲ್ಲಿ ಇಡೀ ಸಿಡ್ನಿಯ ಮುಖ್ಯ ವಾಣಿಜ್ಯ ಮಳಿಗೆಗಳು ಗಾಜಿನ ನೆಲದ ಅಡಿಯಿಂದ ಕಾಣುವಂತೆ ನಾವು ಒಂದು ಗಂಟೆ ನಡೆಯಬಹುದು.

ನೆನಪಿಗಾಗಿ ಒಂದು ಪುಟ್ಟ ಚಿನ್ನದ ಬಣ್ಣದ ಸಿಡ್ನಿ ಟವರ್ ಪ್ರತಿಕೃತಿಯನ್ನು ಕೊಂಡು ತಂದೆವು.

ಸಿಡ್ನಿ ಟವರಿನ ಮುಂದೆ

ಕೇರ್ನ್ಸ್ ಮತ್ತು ಗೋಲ್ಡ್ ಕೋಸ್ಟ್

ಮಳೆಕಾಡಿಗೆ ಮಹಾ ಹವಳಕ್ಕೆ ಹೆಬ್ಬಾಗಿಲು ಕೇರ್ನ್ಸ್

ಕೇರ್ನ್ಸ್ ಕ್ವೀನ್ಸ್ ಲ್ಯಾಂಡಿನ ಪ್ರಮುಖ ಸ್ಥಳ. ಅನೇಕ ಸಮುದ್ರ ತೀರಗಳಿಗೆ, ವನ್ಯ ಜೀವಿಗಳ ವೀಕ್ಷಿಸಲು ಇದು ಜನಪ್ರಿಯ ಜಾಗ. ನಾವು ಇಲ್ಲಿಂದಲೇ ಮಹಾ ಹವಳದ ದಂಡೆಗೆ ಪಯಣ ಬೆಳೆಸಿದ್ದು. ಕೇರ್ನ್ಸ್ ಆಸ್ಟ್ರೇಲಿಯಾದ ಉತ್ತರ ಕ್ವೀನ್ಸ್‌ಲ್ಯಾಂಡ್‌ನಲ್ಲಿರುವ ಉಷ್ಣವಲಯದ ಸ್ವರ್ಗವಾಗಿದೆ. ಇದು ಕಾಡು, ಕಡಲತೀರ ಮತ್ತು ಮಹಾ ಹವಳದ ದಂಡೆಗಳ ಅನನ್ಯ ಸಂಯೋಜನೆಯನ್ನು ಹೊಂದಿದೆ. ಕೇರ್ನ್ಸ್ ಡೇನ್‌ಟ್ರೀ ರಾಷ್ಟ್ರೀಯ ಉದ್ಯಾನವನಗಳು ಮತ್ತು ಮಹಾ ಹವಳದ ದಂಡೆ(ಗ್ರೇಟ್ ಬ್ಯಾರಿಯರ್ ರೀಫ್)ಗಳಿಗೆ ಹೆಬ್ಬಾಗಲಾಗಿದೆ.

ಗ್ರೇಟ್ ಬ್ಯಾರಿಯರ್ ರೀಫ್ ವಿಶ್ವದ ಅತಿದೊಡ್ಡ ಹವಳದ ದಂಡೆಯನ್ನು ಹತ್ತಿರದಿಂದ ಅನುಭವಿಸಲು ಕೇರ್ನ್ಸ್ ಉತ್ತಮ ಸ್ಥಳವಾಗಿದೆ. ಸ್ಕೂಬಾ ಡೈವಿಂಗ್, ಸ್ನಾರ್ಕೆಲಿಂಗ್, ಗಾಜಿನ ದೋಣಿ ಪ್ರವಾಸಗಳು ಮತ್ತು ಹೆಲಿಕಾಪ್ಟರ್ ಪ್ರವಾಸಗಳು ಈ ಭವ್ಯತೆಗೆ ಸಾಕ್ಷಿಯಾಗಲು ನಮಗೆ ಅವಕಾಶ ನೀಡುತ್ತವೆ. ಅದರ ಅನುಭವವನ್ನು ಇನ್ನೊಂದು ಅಧ್ಯಾಯದಲ್ಲಿ ವಿವರಿಸಲಾಗಿದೆ.

ಕೇರ್ನ್ಸ್ ಪ್ರದೇಶದ ಮತ್ತೊಂದು ಪ್ರಮುಖ ಆಕರ್ಷಣೆ ಡೈನ್ ಟ್ರೀ ನಿತ್ಯ ಹರಿದ್ವರ್ಣ ಕಾಡು. ನೀಲಿ ಪರ್ವತದಲ್ಲಿರುವಂತೆಯೇ ಇಲ್ಲಿಯೂ ಕೂಡ ತಾಪಮಾನ ಅನಾಮತ್ತಾಗಿ ತಗ್ಗಿಸುವ ಮಳೆ ಕಾಡಿದೆ. ಸುಮಾರು 1200 ಕಿ.ಮೀ. ಹಬ್ಬಿರುವ ಡೈನ್ ಟ್ರೀ ಮಳೆ ಕಾಡಿನಲ್ಲಿ ಸುಮಾರು ಸಾವಿರ ಜಾತಿಯ ಮರಗಳು, 150 ಹೆಚ್ಚಿನ ಜಾತಿಯ ಪ್ರಾಣಿಗಳಿವೆ. ನಾವು ಕರುಂಡ ಎಂಬ ಹಳ್ಳಿಯಿಂದ ಸ್ಕೈ ರೈಲ್ ಮೂಲಕ ಡೈನ್ ಟ್ರೀ ಪ್ರಯಾಣ ಕೈಗೊಂಡೆವು. ಅಗಲವಾದ ಪಾರದರ್ಶಕ ಕಿಟಕಿಗಳು, ಗಾಜಿನ ತಳ ಹೊಂದಿರುವ ಈ ಸ್ಕೈ ರೈಲ್‌ನಲ್ಲಿ ಡೈನ್ ಟ್ರೀ ನಿತ್ಯ ಹರಿದ್ವರ್ಣ ಕಾಡಿನ ದೃಶ್ಯ ಮನಮೋಹಕವಾಗಿತ್ತು. 5 ಕಿ.ಮೀ. ನಂತರ ನಾವು ಡೈನ್ ಟ್ರೀ ನಿತ್ಯ ಹರಿದ್ವರ್ಣ ಕಾಡಿನಲ್ಲಿ ನಡೆಯುವ ಅವಕಾಶ ಸಿಕ್ಕಿತು. ಜುರಾಸಿಕ್ ಪಾರ್ಕ್ ಚಲನಚಿತ್ರದಿಂದ ಸೀದಾ ಎದ್ದು ಬಂದಂತೆ ಕಾಣುವ ಕಸೊವರಿ ಎಂಬ ತಲೆ ಮೇಲೆ ಕೊಂಬಿನ ಜುಟ್ಟು ಇರುವ ಪಕ್ಷಿ ಕಾಣ ಸಿಕ್ಕಿತು. ಅಕ್ರಮಣಶೀಲ ಪಕ್ಷಿಯಾದ ಇದರಿಂದ ದೂರವಿರುವುದೇ ಕ್ಷೇಮವೆಂದು ನಮ್ಮ ಮಾರ್ಗದರ್ಶಿ ತಿಳಿಸಿದ.

ಕೇರ್ನ್ಸ್ ಅನನ್ಯ ಸಸ್ಯ ಮತ್ತು ಪ್ರಾಣಿಗಳಿಗೆ ನೆಲೆಯಾಗಿದೆ. ಕಾಡುಮೇಜಗಳು, ಕಾಸೊವರಿಗಳು, ಕೋತಿಗಳು ಮತ್ತು ವಿಲಕ್ಷಣ ಹಕ್ಕಿಗಳನ್ನು ಇಲ್ಲಿ ಕಾಣಬಹುದು. ಆಸ್ಟ್ರೇಲಿಯಾದ ಸ್ಥಳೀಯ ಅಬೊರಿಜಿನಲ್ ಜನರ ಸಂಸ್ಕೃತಿಯನ್ನು ಡ್ಯಾನ್ಸ್ ಪ್ರದರ್ಶನಗಳು, ಕಲಾ ಮಳಿಗೆಗಳು ಮತ್ತು ಸಾಂಪ್ರದಾಯಿಕ ಕಥೆ ಹೇಳುವಿಕೆಯ ಮೂಲಕ ಅನ್ವೇಷಿಸಬಹುದು.

ರೋಲರ್ ಕೋಸ್ಟ್ ರೈಡುಗಳ ರಾಜಧಾನಿ ಗೋಲ್ಡ್ ಕೋಸ್ಟ್

ಗೋಲ್ಡ್ ಕೋಸ್ಟ್ ಮಕ್ಕಳಿಗೆ ಹೇಳಿ ಮಾಡಿಸಿದ ಜಾಗ. ಅಲ್ಲಿನ ಸೀ ವರ್ಲ್ಡ್‌ನಲ್ಲಿ ಡಾಲ್ಫಿನ್ ಶೋ, ಸೀ ಲಯನ್ ಮತ್ತು ಪೆಂಗ್ವಿನ್ ಶೋಗಳಿಗೆ ನನ್ನ ಮಗನ ಚಪ್ಪಾಳೆ ಮುಗಿಯಲೇ ಇಲ್ಲ. ಚಿಕ್ಕಂದಿನಲ್ಲಿ ಡಿಸ್ನಿ ವರ್ಲ್ಡ್ ನೋಡುವುದೇ ನನ್ನ ಜೀವನದ ಹೆಗ್ಗುರಿಯಾಗಿತ್ತು. ಡಿಸ್ನಿ ವರ್ಲ್ಡ್ ನೋಡಿದ್ದು ನಾನು ಇಪ್ಪತ್ತರ ಆಸುಪಾಸಿನಲ್ಲಿ. ಆಗಿನ್ನೂ ನನಗೆ ಈ ರೈಡುಗಳನ್ನೆಲ್ಲಾ ಮನಸ್ಫೂರ್ತಿಯಾಗಿ ಅನುಭವಿಸುವ ಹುಡುಗುತನ ಉಳಿದಿತ್ತು. ನಂತರದ ದಿನಗಳಲ್ಲಿ ಪ್ರತಿಯೊಂದು ಥೀಮ್ ಪಾರ್ಕಿಗೆ ಹೋಗುವಾಗಲೂ ಆ ಆಸಕ್ತಿ ಕೊಂಚವೇ ಕಡಿಮೆಯಾಗುತ್ತಾ ಹೋಗುತ್ತಿದೆ. ಈಗಂತೂ ಜೊತೆಯಲ್ಲಿ ಮಕ್ಕಳಿಲ್ಲದೆ ಹೋದರೆ ನಾನು ಕೇವಲ ಈ ರೈಡುಗಳ ನೋಡುತ್ತಲೇ ಕಾಲ ಕಳೆಯುತ್ತೇನೆ. ಈಗ ರೈಡಿನಲ್ಲಿ ಹೋಗುವುದಕ್ಕಿಂತ ಆ ರೈಡಿನ ಕ್ಯೂಗಳಲ್ಲಿ ರೋಮಾಂಚನದ ನಿರೀಕ್ಷೆಯ ಮಕ್ಕಳ ಕಂಗಳ ಮಿಂಚು ಮತ್ತು ರೈಡಿನಲ್ಲಿ ಹೋಗುವಾಗ ಕೇಳಿಸುವ ಮಕ್ಕಳ ಕೇಕೆ, ಇವು ನನಗೆ ಖುಷಿ ಕೊಡುವ ಸಂಗತಿಗಳು. ಈ ಬಾರಿ ನಮ್ಮ ಟ್ರಿಪ್ ಮ್ಯಾನೇಜರ್ ಎಲ್ಲ ರೈಡುಗಳಿಗೂ ಮುಂದಾಳತ್ವ ವಹಿಸಿ ನಮ್ಮನ್ನು ಮತ್ತೆ ಮಗುವಾಗಿಸುತ್ತಿದ್ದ. ಮಕ್ಕಳಿಲ್ಲದೆ ಹೋದರೆ ಈ ಥೀಮ್ ಪಾರ್ಕುಗಳೆಲ್ಲಾ ತುಂಬಾ ಬೇಜಾರು.

ವಾರ್ನರ್ ಬ್ರೋಸ್ ಮೂವಿ ವರ್ಲ್ಡ್‌ನಲ್ಲಿ ಅನೇಕ ಚಲನ ಚಿತ್ರಗಳ ಸೆಟ್‌ಗಳನ್ನು ಕಾಣಬಹುದು. ತನ್ನ ನೆಚ್ಚಿನ ಲೂನಿ ಟ್ಯೂನ್ಸ್ ಕಾರ್ಟೂನಿನ ಅನೇಕ ಪಾತ್ರಗಳನ್ನು ನೋಡಿ ಖುಷಿ ಪಟ್ಟ. ಅಲ್ಲಿ ಅನೇಕ ರೋಲರ್ ಕೋಸ್ಟರ್ ರೈಡ್‌ಗಳಿಗೆ ನಮ್ಮನ್ನು ಅವನೇ ಎಳೆದೊಯ್ಯುತ್ತಿದ್ದ. ಈ ಎತ್ತರದ ರೋಲರ್ ಕೋಸ್ಟರ್‌ಗಳು ನನಗೆ ಯಾವಾಗಲೂ ತಲೆ ಸುತ್ತು ಬಾರಿಸುತ್ತವೆ. ಹಾಗಾಗಿ ಇಲ್ಲಿದ್ದ ಎತ್ತರದ ರೋಲರ್ ಕೋಸ್ಟರ್‌ಗಳಾದ ಜೋಕರ್, ರೋಡ್ರನ್ನರ್ ಕೋಸ್ಟರ್ ಮುಂತಾದವನ್ನು ಕೈ ಬಿಟ್ಟು ಕೆಲ ಕಡಿಮೆ ಎತ್ತರದ ಗ್ರೀನ್ ಲಾಂಟರ್ನ್ ಕೋಸ್ಟರ್‌ನಲ್ಲಿ ಹೋಗುವ ಸಾಹಸ ಮಾಡಿದೆವು.

ನಮ್ಮ ವಂಡರ್ ಲಾದ ಕೆಲವು ಮಾದರಿಗಳನ್ನು ಜ್ಞಾಪಿಸುವ ವೈಟ್ ವಾಟರ್ ವರ್ಲ್ಡ್ ಎಂಬ ನೀರಿನ ಪಾರ್ಕು ಕೂಡ ಇಲ್ಲುಂಟು. ವೈಟ್ ವಾಟರ್ ವರ್ಲ್ಡ್‌ನಲ್ಲಿ ಅನೇಕ ನೀರಿನ ಜಾರಬಂಡೆ, ದಿ ರಿಪ್, ಸುಳಿಯಂತೆ ಸುತ್ತುವ ದಿ ಟ್ರಿಪಲ್ ವಾರ್ಟೆಕ್ಸ್ ಮುಂತಾದ ಆಟಗಳಲ್ಲಿ ಕಾಲ ಕಳೆದೆವು. ಡ್ರೀಮ್ ವರ್ಲ್ಡ್‌ನಲ್ಲಿ ಮೂವಿ ವರ್ಲ್ಡ್‌ಗಿಂತ ಹೆಚ್ಚಿನ ರೈಡ್‌ಗಳು ಉಂಟು. ಡ್ರೀಮ್ ವರ್ಲ್ಡಿನ ವಿಗ್ಗಿ ಫ್ರೆಂಡ್ಸ್ ಶೋ, ಕ್ರೊಕೊಡೈಲ್ ಶೋ ಇನ್ನಿತರ ವನ್ಯ ಪ್ರಾಣಿಗಳ ಶೋ ಮುದ ಕೊಟ್ಟಿತು. ಸೀ ವರ್ಲ್ಡ್‌ನಲ್ಲಿ ಸೀಲ್ ಶೋ, ಡಾಲ್ಫಿನ್ ಶೋ ಜೆಟ್

ಸ್ಕಿ ರೋಲರ್ ಕೋಸ್ಟರ್, ಹಿಮ ಕರಡಿ (ಪೋಲಾರ್ ಬೇಯರ್ಸ್), ಶಾರ್ಕು, ಆಮೆ, ಜೆಲ್ಲಿ ಫಿಶ್, ಪೆಂಗ್ವಿನ್ ಇವೆಲ್ಲವೂ ಕಾಣಸಿಗುತ್ತವೆ. ಮಕ್ಕಳೊಂದಿಗೆ ಈ ರೈಡಿನಲ್ಲಿ ಹೋಗುತ್ತಾ, ಪ್ರಾಣಿಗಳ ನೋಡುತ್ತಾ ಕೆಲ ಬಾಲ್ಯದ ಕನಸುಗಳ ಸಾಕಾರಗೊಳಿಸಿಕೊಳ್ಳಬಹುದು.

ಒಂದು ಬೇಸರದ ಸಂಗತಿಯೆಂದರೆ ಈ ಎಲ್ಲಾ ಥೀಮ್ ಪಾರ್ಕುಗಳಲ್ಲೂ ವಾರಾಂತ್ಯದಲ್ಲಿ ಉದ್ದನೆಯ ಸರತಿ ಸಾಲುಗಳಿರುತ್ತವೆ. ಮುಂದಿನ ಬಾರಿ ವರ್ಚುಯಲ್ ಕ್ಯೂ ಎಂಬ ದುಡ್ಡು ಕೊಟ್ಟು ಸಣ್ಣ ಕ್ಯೂನಲ್ಲಿ ಹೋಗುವ ಪ್ರಯತ್ನ ಮಾಡಬೇಕು.

ಬೆಳದಿಂಗಳ ಬೆಳ್ಳಿ ಮುತ್ತು ಸಿಡ್ನಿ ಒಪೇರಾ ಹೌಸ್

ಗುಡ್ ಡೇ ಮೇಟ್-ಆಸಿ ಜನರ
ಹಾಡು ಪಾಡು

ಆಸ್ಟ್ರೇಲಿಯಾಗೆ ಕರೆ ತಂದ ಅಪರಾಧಿಗಳು ಮತ್ತು ಹೊಸ ವಸಾಹತುಗಾರರು ಎದುರಿಸಿದ ಕಠಿಣ ಪರಿಸ್ಥಿತಿಗಳಲ್ಲಿ ಸಹಾಯಕ್ಕಾಗಿ ಪರಸ್ಪರರ ಮೇಲೆ ನಿಕಟವಾಗಿ ಅವಲಂಬಿತವಾಗಿದ್ದರಿಂದ "ಮೇಟ್" ಎಂಬ ಪದದ ಬಳಕೆ ಇಲ್ಲಿ ಸಾಮಾನ್ಯ. "ಮೇಟ್" ಎಂಬ ಪದದ ವಾಚ್ಯಾರ್ಥ "ಸಂಗಾತಿ" ಎಂದಾದರೂ ಆಸ್ಟ್ರೇಲಿಯಾದ ಜನರು ಉಪಯೋಗಿಸುವುದು ಸ್ನೇಹಿತ ಎಂಬ ಅರ್ಥದಲ್ಲಿ. ಒಟ್ಟಾಗಿ ಹಂಚಿಕೊಂಡ ಅನುಭವ, ಪರಸ್ಪರ ಗೌರವ ಮತ್ತು ಪರಸ್ಪರ ಸಹಾಯದಿಂದ ಎಂತಹ ಕಠಿಣ ಪರಿಸ್ಥಿತಿಯನ್ನೂ ಗೆಲ್ಲಬಲ್ಲ ಉತ್ಸಾಹ "ಮೇಟ್" ಪದ ಬಳಕೆಯಲ್ಲಿ ಕಾಣುತ್ತದೆ.

ಬ್ರಿಟಿಷರ ಪ್ರಭಾವ ಆಸ್ಟ್ರೇಲಿಯಾದ ಜನ ಜೀವನ, ಭಾಷೆ, ಕಟ್ಟಡಗಳ ವಾಸ್ತು, ಆಹಾರ ಪದ್ಧತಿ ಈ ರೀತಿಯಾಗಿ ಸಮಸ್ತವಾಗಿ ಆಗಿದೆ. "ನ್ಯೂ ಸೌತ್ ವೇಲ್ಸ್" ಎಂಬ ಹೆಸರಿನಲ್ಲಿ ಕಂಡುಬರುವ "ಸೌತ್ ವೇಲ್ಸ್" ಇಂಗ್ಲೆಂಡಿನ ಜಾಗ, ಲಂಡನ್ನಿನ "ಹೈಡ್ ಪಾರ್ಕಿನ" ಹೆಸರನ್ನೇ ಹೊಂದಿರುವ ಸಿಡ್ನಿಯಲ್ಲಿರುವ ಹೈಡ್ ಪಾರ್ಕು, ಆಸ್ಟ್ರೇಲಿಯಾದ ಅನೇಕ ಮಹಾನಗರಗಳಲ್ಲಿರುವ ಟೌನ್ ಹಾಲ್, ಕ್ಯಾಥೆಡ್ರೆಲ್ ಮುಂತಾದ ಕಟ್ಟಡಗಳ ವಾಸ್ತು ರಚನೆ ಇಂಗ್ಲೆಂಡಿನ ತದ್ರೂಪಿಯಾಗಿವೆ. ಇಂಗ್ಲೆಂಡಿನಂತೆ ರಸ್ತೆಗಳಲ್ಲಿ ವಾಹನಗಳು ಸಂಚರಿಸುವುದು ಕೂಡ ಎಡಗಡೆಯೇ. ಆಸ್ಟ್ರೇಲಿಯಾದ ಇಂಗ್ಲಿಷ್ ಭಾಷೆಯ ಉಚ್ಚಾರಣೆ ಕೂಡ ಬ್ರಿಟಿಷರ ಉಚ್ಚಾರಣೆಯನ್ನು ಹೋಲುತ್ತದೆ. ಹಿಂದಿನಿಂದ ಆಸ್ಟ್ರೇಲಿಯಾಗೆ ಇಂಗ್ಲೆಂಡ್ ತಾಯಿ ಬೇರಿನ ಸಂಬಂಧ ಹೊಂದಿದೆ. 1914ರ ಮೊದಲ ಮಹಾ ಯುದ್ಧದಲ್ಲಿ ತಮ್ಮ "ತಾಯ್ನಾಡು" ಬ್ರಿಟನ್ ಪರ ಯುದ್ಧ ಮಾಡಲು ಆಸ್ಟ್ರೇಲಿಯಾ ಸುಮಾರು 331 ಸಾವಿರ ಜನರನ್ನು ಯುದ್ಧಕ್ಕೆ ಕಳುಹಿಸಿತು.

ನಾನು ಭೇಟಿ ಮಾಡಿದ ಬಹುತೇಕ ಆಸ್ಟ್ರೇಲಿಯನ್ನರು ಹೆಚ್ಚು ಮಾತಾಡಲು ಬಯಸುವ ಸ್ನೇಹಪರರು. ನಾವು ಬಸ್ಸಿಗೋ ಟ್ಯಾಕ್ಸಿಗೋ ಫುಟ್ಪುಪಾತಿನ ಮೇಲೆ ಕಾಯುತ್ತಿದ್ದಾಗ ಅಥವಾ ನಡೆಯುತ್ತಿದ್ದಾಗ ಎದುರಾಗುವ ಅಪರಿಚಿತ ಆಸ್ಟ್ರೇಲಿಯನ್ನರು ಹಲವಾರು ಬಾರಿ ಒಂದು ಮುಗುಳ್ನಗೆ ವಿನಿಮಯ ಮಾಡದೆ ಮುಂದು ಹೋಗುತ್ತಿರಲಿಲ್ಲ. ನಮ್ಮಲ್ಲಿ ಸಾಮಾನ್ಯವಲ್ಲದ ಈ ಪದ್ಧತಿ ಮೊದ ಮೊದಲಿಗೆ ವಿಚಿತ್ರವಾಗಿ ಕಂಡಿತ್ತು. ಅಪರಿಚಿತರಿಗೆ ಮುಗುಳ್ನಗುವುದು ನನಗಂತೂ ಪರದೇಶಿಯ ಭಾವನೆ ದೂರ ಮಾಡಿತು.

ಹೊರಾಂಗಣ ಕ್ರೀಡಾ ಪ್ರಿಯರು

ಆಸ್ಟ್ರೇಲಿಯಾದಲ್ಲಿ ಬಿಸಿಲು ಹೆಚ್ಚಾಗಿ, ಕಡಲ ತೀರಗಳು ಹೆಚ್ಚಿರುವುದಕ್ಕೋ ಏನೋ ಆಸ್ಟ್ರೇಲಿಯನ್ನರಿಗೆ ಹೊರಾಂಗಣ ಚಟುವಟಿಕೆಗಳು ಹೆಚ್ಚು

ಪ್ರಿಯ. ನಾನು ಹರಟಿದ ಬಸ್ ಚಾಲಕರು, ಹೋಟೆಲಿನ ಸಿಬ್ಬಂದಿ, ಟ್ಯಾಕ್ಸಿ ಚಾಲಕರು ಎಲ್ಲರೂ ತಮ್ಮ ಕೆಲಸ ಮುಗಿದ ನಂತರ ತಾವು ಆಡುವ ಕ್ರಿಕೆಟ್ ಅಥವಾ ಫುಟ್ಬಾಲ್, ಹೋಗಬೇಕಿರುವ ಪ್ರವಾಸಿ ಸ್ಥಳ ಇವುಗಳ ಬಗ್ಗೆ ತೀರಾ ಉತ್ಸಾಹಿತರಾಗಿ ಹರಟುತ್ತಿದ್ದರು. ಅದಕ್ಕಾಗಿಯೇ ಕಡಲತೀರಗಳು, ಉದ್ಯಾನವನಗಳು ಬೇಸಿಗೆಯಲ್ಲಿ ತುಂಬಿರುತ್ತವೆ. ಅದರಂತೆಯೇ ಅವರ ಸಾಹಸ ಚಟುವಟಿಕೆಗಳಾದ ಟ್ರೆಕಿಂಗ್, ಕ್ಯಾಂಪಿಂಗ್, ಸರ್ಫಿಂಗ್, ಸೈಕ್ಲಿಂಗ್, ಹೈಕಿಂಗ್, ಸ್ಕೀಯಿಂಗ್, ಸ್ನೋ ಬೋರ್ಡಿಂಗ್, ಫಿಶಿಂಗ್, ಬೋಟಿಂಗ್, ಎಲ್ಲವೂ ಅವರ ಹೊರಾಂಗಣ ಚಟುವಟಿಕೆಯ ಭಾಗವೇ ಆಗಿದೆ.

ನೋ ವರೀಸ್ ಮೇಟ್

ಹೆಚ್ಚು ಚಿಂತೆ ಪಡದ, ಆರಾಮವಾಗಿ (ಲೇಡ್ ಬ್ಯಾಕ್) ಮನಸ್ಥಿತಿಯು ಆಸ್ಟ್ರೇಲಿಯಾದಲ್ಲಿ ಸಾಮಾನ್ಯ. ಮಾತಿಗೊಮ್ಮೆ "ನೋ ವರ್ರಿಸ್ ಮೇಟ್" (ಏನೂ ಚಿಂತೆಯಿಲ್ಲ ಕಣೋ) ಎಂಬ ಆಡುಮಾತನ್ನು ನನ್ನ ಪ್ರವಾಸದಲ್ಲಿ ಬಹಳಷ್ಟು ಬಾರಿ ಕೇಳಿದ್ದೇನೆ. ನಿರಾಯಾಸ ಮತ್ತು ಆತಂಕವಿಲ್ಲದ ಮನೋಭಾವನೆ ಜೀವನವನ್ನು ಸಕಾರಾತ್ಮಕವಾಗಿ ಮತ್ತು ಹೆಚ್ಚು ಸುಲಭವಾಗಿ ತೆಗೆದುಕೊಳ್ಳುವಂತೆ ಮಾಡುತ್ತದೆ. ಕೆಲಸ ಮತ್ತು ವೈಯುಕ್ತಿಕ ಜೀವನದ ಮಧ್ಯೆ ಇರುವ ವ್ಯತ್ಯಾಸ ಆಸ್ಟ್ರೇಲಿಯನ್ನರಿಗೆ ತುಂಬಾ ನಿಖರವಾಗಿ ತಿಳಿದಿದೆ. ನಮ್ಮ ಬಸ್ಸಿನ ಚಾಲಕ ಜೇಮ್ಸ್ ತಾನು ಒಂದು ಬಾರಿಗೆ ಎರಡೆರಡು ಟ್ರಿಪ್ ಮಾಡಿದ್ದರಿಂದ ವಾರದ ಮಿಕ್ಕ ದಿನಗಳು ರಜಾ ತೆಗೆದುಕೊಳ್ಳುತ್ತೇನೆಂದು ಖುಷಿಯಿಂದ ಹೇಳುತ್ತಿದ್ದ. ಕೆಲಸಗಾರ ಮೇಲೆ ಒತ್ತಡ ಕಡಿಮೆ ಮಾಡುವ "ಫೇಟಿಗ್ ಕಂಟ್ರೋಲ್" (ಆಯಾಸ ನಿಯಂತ್ರಣ) ಮಾಡುವ ವಿಧಾನಗಳನ್ನು ಕೆಲಸ ನೀಡುವ ಸಂಸ್ಥೆಗಳೇ ಶಿಸ್ತಿನಿಂದ ಜಾರಿಗೊಳಿಸಿ ಕೆಲಸಗಾರರಿಗೆ ಕೆಲಸ–ವೈಯುಕ್ತಿಕ ಜೀವನದ ನಡುವೆ ಸಮನ್ವಯ ಸಾಧಿಸಲು ಸಹಾಯ ಮಾಡುತ್ತವೆ. ಆಸ್ಟ್ರೇಲಿಯನ್ನರು ಸಾಮಾನ್ಯವಾಗಿ ಸಮಸ್ಯೆಗಳನ್ನು ಹಗುರವಾಗಿ ತೆಗೆದುಕೊಳ್ಳುತ್ತಾರೆ. "ಯಾವುದೇ ಸಮಸ್ಯೆಯೂ ದೊಡ್ಡದಲ್ಲ" ಎಂಬ ಮನೋಭಾವನೆಯನ್ನು ಹೊಂದಿದ್ದು, ಸಮಸ್ಯೆಗಳನ್ನು ಪರಿಹರಿಸಲು ಸಕಾರಾತ್ಮಕವಾಗಿ ಪ್ರಯತ್ನಿಸುತ್ತಾರೆ.

ಆಸ್ಟ್ರೇಲಿಯನ್ನರು ತಮಗಿಷ್ಟ ಪಟ್ಟ ತಮಾಷೆ ಇಲ್ಲವೆ ಅವಮಾನಕರ ಎಂದು ಅನ್ನಿಸಬಹುದಾದ ವ್ಯಂಗ್ಯಗಳನ್ನು ಬಳಸುವುದಕ್ಕೆ ಹೆಸರುವಾಸಿ. "ಟಾಕಿಂಗ್ ಎ ರಿಪ್" ಎಂಬುದು ಅವರ ಸಾಂಸ್ಕೃತಿಕ ಲಕ್ಷಣವಾಗಿದ್ದು, ಇದು ಸ್ನೇಹಪರವಾಗಿ ತಮಾಷೆ ಮಾಡುವುದನ್ನು ಒಳಗೊಳ್ಳುತ್ತದೆ

ಚಾಲಕರೊಂದಿಗೆ ಹರಟಿದ್ದು

ನಾವು ನಗರದಲ್ಲಿ ಪ್ರವಾಸ ಮಾಡುವಾಗ ಸಿಕ್ಕ ಅನೇಕ ಟ್ಯಾಕ್ಸಿ ಚಾಲಕರು ಏಷ್ಯಾ ಮೂಲದವರಾಗಿದ್ದರು. ನಾನು ಸಂಧಿಸಿದ ಟ್ಯಾಕ್ಸಿ ಚಾಲಕರಲ್ಲಿ ಶೇಕಡಾ 90 ರಷ್ಟು ಭಾರತೀಯ ಮತ್ತು ಪಾಕಿಸ್ತಾನಿ ಮೂಲದವರಾಗಿದ್ದರು. ಹೆಚ್ಚಿನ ಟ್ಯಾಕ್ಸಿ ಚಾಲಕರು ಉತ್ತಮ ಜೀವನಕ್ಕಾಗಿ ಅಥವಾ ಓದಿ ಬೇರೆ ಕೆಲಸ ಸಿಗುವ ತನಕ ಟ್ಯಾಕ್ಸಿ ಓಡಿಸುವ ಕಾಯಕ ಮಾಡಿಕೊಂಡಿರುವವರು. ಅವರು ಮನ ಬಿಚ್ಚಿ ನಮ್ಮೊಂದಿಗೆ ಅಲ್ಲಿನ ಜನ ಜೀವನ, ರಾಜಕೀಯ, ಕ್ರಿಕೆಟ್ ಇತ್ಯಾದಿ ಹರಟಿದರು. ತೆಲಂಗಾಣ ಮೂಲದ ಒಬ್ಬ ಟ್ಯಾಕ್ಸಿ ಚಾಲಕ ಅರುಣ್ ಆಸ್ಟ್ರೇಲಿಯಾದ ಬಿಸಿಲಿನ ಬಗ್ಗೆ ಕುತೂಹಲಕಾರಿ ವಿಷಯ ಹೇಳಿದ– ಆಸ್ಟ್ರೇಲಿಯಾ ಭೂಮಧ್ಯ ರೇಖೆಗೆ ಹತ್ತಿರವಿರುವುದರಿಂದ ಅಲ್ಲಿ ಅತಿ ನೇರಳೆ ಕಿರಣಗಳು ಜಾಸ್ತಿ; ಹಾಗಾಗಿ ಅತಿ ನೇರಳೆ ಕಿರಣಗಳಿಂದ ಉಂಟಾಗುವ ಚರ್ಮದ ಕ್ಯಾನ್ಸರ್ ಪ್ರಮಾಣ ಹೆಚ್ಚು. ಅರುಣ್ ತನ್ನ ಇಡೀ ಕೈ ಮುಚ್ಚುವಂತೆ ದಿರಿಸು ಧರಿಸಿದ್ದ.

ಭಾರತೀಯ ಮೂಲದ ಟ್ಯಾಕ್ಸಿ ಚಾಲಕರು ತಪ್ಪದೆ ಶಿವನನ್ನೋ ಅಥವಾ ಗಣಪನನ್ನೋ ತಮ್ಮ ಟ್ಯಾಕ್ಸಿಯ ಮುಂದಿನ ಸೀಟಿನಲ್ಲಿ ಸಣ್ಣ ವಿಗ್ರಹವಾಗಿ ಕೂರಿಸಿರುತ್ತಾರೆ. ಪರ ದೇಶದಲ್ಲೂ ವಿದೇಶಿ ಟ್ಯಾಕ್ಸಿಗಳಲ್ಲಿ ಪ್ರತ್ಯಕ್ಷನಾದ ನಮ್ಮ ದೇವರನ್ನು ನೋಡಿ ಅಲ್ಲೇ ಆಶೀರ್ವಾದ ಪಡೆದೆ.

ಶಾಂತಿಯ ಮಡಿಲಲ್ಲೂ ಅಶಾಂತಿ

ವಿದೇಶಕ್ಕೆ ಹೋದಾಗಲೆಲ್ಲಾ ಅವರ ಶಿಸ್ತು, ಅಚ್ಚುಕಟ್ಟುತನ ಮೆಚ್ಚಿಕೊಳ್ಳುವ ನಾನು ಒಂದು ಕುತೂಹಲಕಾರಿಯಾದ ಸಂಗತಿಯನ್ನು ಗಮನಿಸಿದ್ದೇನೆ. ಸ್ವದೇಶದಲ್ಲಿ (ನನ್ನನ್ನೂ ಒಳಗೊಂಡಂತೆ) ರಸ್ತೆ ನಿಯಮವ ಲಘುವಾಗಿ ಪರಿಗಣಿಸುವವರು ವಿದೇಶದಲ್ಲಿ ಮಾತ್ರ ಅಲ್ಲಿನ ನಿಯಮಗಳಿಗೆ ಬದ್ಧವಾಗಿ ಶಿಸ್ತುಬದ್ಧವಾಗಿ ರಸ್ತೆ ನಿಯಮ ಪಾಲಿಸುತ್ತಾ, ಕ್ಯೂ ನಿಯಮ ಪಾಲಿಸುತ್ತಾ, ಸ್ವಚ್ಛತೆ ಕಾಪಾಡುತ್ತಾ ಹಾಕಿದ ಗೆರೆ ದಾಟದ ಅತ್ಯುತ್ತಮ ನಾಗರೀಕರಾಗಿ ಬಿಡುತ್ತೇವೆ. ಅದೇನು ಸ್ಥಳದ ಮಹಾತ್ಮೆಯೋ ಅಥವಾ ಎಲ್ಲರಿದ್ದಂತೆ ನಾವಿರಬೇಕು ಎಂಬ ಸಂಕಲ್ಪವೋ ಗೊತ್ತಿಲ್ಲ. ಸ್ವದೇಶಕ್ಕೆ ವಾಪಸ್ಸು ಬಂದ ಮೇಲೆ ಮತ್ತದೇ ಅಡ್ಡಾ ದಿಡ್ಡಿ ವಾಹನ ಚಾಲನೆ. ನಾನು ಸ್ವಚ್ಛತೆಯ ಪಾಠವನ್ನು ನನ್ನ ತಾಯ್ನಾಡಿನಲ್ಲೂ ಮುಂದುವರಿಸುವ ಸಂಕಲ್ಪ ಮಾಡಿದ್ದೇನೆ. ಈ ಬಾರಿ ಬ್ಲೂ ಮೌಂಟನ್‌ನಲ್ಲಿ ನನ್ನ ನಂಬಿಕೆಗೆ ಅಪವಾದದಂತೆ ಒಂದು ಘಟನೆ ಜರುಗಿತು. ನಾವು ಕೇಬಲ್

ವೇ ಕ್ಯೂನಲ್ಲಿ ನಿಂತಿದ್ದಾಗ ನಮ್ಮ ಮಾರ್ಗದರ್ಶಿ ಲೆಜ್ ನೋಡಬೇಕಾದ ಜಾಗಗಳ ಬಗ್ಗೆ ವಿವರಣೆ ಕೊಡುತ್ತಿದ್ದ. ಇದರಿಂದ ಅಸಹನೆಗೊಂಡ ನಮ್ಮ ಹಿಂದೆ ಕಾಯುತ್ತಿದ್ದ ಭಾರತೀಯ ಮೊಲದ ವ್ಯಕ್ತಿ ನಮ್ಮನ್ನು ಹಿಂದಿಕ್ಕಿ ಕ್ಯೂ ನಿಯಮ ಮುರಿದು ಮುಂದೆ ಹೋದ. ಲೆಜ್ ಕೋಪದಲ್ಲಿ ಆ ವ್ಯಕ್ತಿಯೊಡನೆ ವಾಗ್ವಾದಕ್ಕೆ ನಿಂತ; ಅವನೂ ಮಾತಿಗೆ ಮಾತು ಸೇರಿಸಿದ. ಕ್ಯೂ ನಿಯಮ ಮೀರಿ ಅಷ್ಟು ಅವಸರದಲ್ಲಿ ಮುಂದೆ ಹೋದ ವ್ಯಕ್ತಿಯ ಉದ್ದೇಶವೇ ನನಗೆ ಗೊತ್ತಾಗಲಿಲ್ಲ; ಪ್ರತಿ ಕಾಲು ಗಂಟೆಗೊಂದು ಕೇಬಲ್ ಕಾರುಗಳು ಬರುತ್ತಿದ್ದವು. ದರ್ಶನ ತಪ್ಪಿಸಿಕೊಳ್ಳುತ್ತೇವೆಂದು ಭಯ ಪಡಲು ಆ ಬೆಟ್ಟದಲ್ಲಿ ಯಾವುದೇ ದೇವರೂ ಇರಲಿಲ್ಲ. ಜಾಗಗಳನ್ನು ನೋಡಬೇಕಾದ್ದೇನೋ ಸರಿ ಆದರೆ ಶಾಂತಿ ನೆಮ್ಮದಿಯನ್ನು ಬದಿಗೊತ್ತಿ ಅಲ್ಲ ಎಂಬುದು ನನ್ನ ಅನಿಸಿಕೆ. ಅಶಾಂತಿಯಲ್ಲಿ ಶಾಂತತೆಯೇ ಮೂರ್ತಿವೆತ್ತಂತೆ ಇರುವ ಆ ಬೆಟ್ಟಗಳಲ್ಲಿ ನಮಗೆ ಕಾಣುವುದಾದರೂ ಏನು?

ಪರದೇಶದಲ್ಲಿ ಪ್ರೀತಿಯ ಜ್ಞಾನೋದಯ

ಪಾಕಿಸ್ತಾನಿ ಮೂಲದ ಟ್ಯಾಕ್ಸಿ ಚಾಲಕ ಅಶ್ರಫ್, ಊರಿನಲ್ಲಿರುವ ತನ್ನ ತಾಯಿಗೆ ಪ್ರತಿ ತಿಂಗಳೂ 1000 ಆಸ್ಟ್ರೇಲಿಯನ್ ಡಾಲರ್ ಕಳುಹಿಸಿದರೂ ಅವನ ತಾಯಿ ದೇಶದಲ್ಲಿ ಹೆಚ್ಚುತ್ತಿರುವ ಹಣದುಬ್ಬರದಿಂದ ಆ ಹಣ ಏತಕ್ಕೂ ಸಾಲುವುದಿಲ್ಲ ಎಂದು ದೊರುತ್ತಾಳಂತೆ. ತಾನು ಹೆಚ್ಚು ಸಂಪಾದಿಸಿದರೂ ಹಣದುಬ್ಬರ ಎಲ್ಲವನ್ನೂ ನುಂಗಿ ಬಿಡುತ್ತದೆ ಎಂದು ತನ್ನ ಅಳಲು ತೋಡಿಕೊಂಡ. ನನ್ನ ಹಿಂದಿ ಸರಾಗವಲ್ಲದ ಕಾರಣದಿಂದಾಗಿ ಇಂಗ್ಲಿಷಿನಲ್ಲೇ ಮಾತನಾಡಿದಾಗ ಅದರಲ್ಲೇ ನಾನು ದಕ್ಷಿಣ ಭಾರತದವನು ಎಂದು ಕಂಡು ಕೊಂಡ. ತನ್ನ ಮಾತಿನುದ್ದಕ್ಕೂ ಭಾರತೀಯರ ಬಗ್ಗೆ ಅತ್ಯಂತ ಗೌರವ ಮೆಚ್ಚುಗೆಯ ಮಾತನ್ನಾಡಿದ. ಆಸ್ಟ್ರೇಲಿಯಾದಲ್ಲಿ ಭಾರತೀಯರದು ವೈದ್ಯರು, ಇಂಜಿನಿಯರ್‌ಗಳನ್ನೊಳಗೊಂಡ ಶ್ರೀಮಂತ ವರ್ಗ ಎಂದು ಸಂತಸದಿಂದ ನುಡಿದ. ಭಾರತದ ಪ್ರಧಾನಿ ಅಂತೂ ಅವನಿಗೆ ಆದರ್ಶ. ನಾನು ಮಾಧ್ಯಮದಲ್ಲಿ (ಮುಖ್ಯವಾಗಿ ಸಾಮಾಜಿಕ ಜಾಲತಾಣದಲ್ಲಿ) ಕಂಡ ಬೊಬ್ಬೆ ಹೊಡೆದು ಎರಡೂ ದೇಶಗಳ ನಡುವೆ ದ್ವೇಷ ಬಿತ್ತುವ ಕೆಲಸ ಕೇವಲ ಪಟ್ಟಭದ್ರ ಹಿತಾಸಕ್ತಿಗಳದೇ ಹೊರತು ಎರಡೂ ದೇಶದ ಜನರ ಹೃದಯಗಳ ಮಧ್ಯೆ ಇರುವುದು ಕೇವಲ ಪ್ರೀತಿ ಮತ್ತು ಗೌರವ ಮಾತ್ರ. ಈ ಜ್ಞಾನೋದಯವಾಗಿದ್ದು ಪರದೇಶದಲ್ಲಿ ಎಂಬುದು ವಿಪರ್ಯಾಸ.

ನಾಣ್ಯದಿಂದಾದ ಫಜೀತಿ

ನನ್ನ ಮಗ ಮೆಲ್ಬೋರ್ನ್ ಸ್ಥಳೀಯ ಏರ್ಪೋರ್ಟ್‌ನಲ್ಲಿ ವಿಡಿಯೋ ಗೇಮ್ ಆಡಲಿಕ್ಕೆಂದು ಕೊಂಡ 1 ಡಾಲರಿನ ಅನೇಕ ನಾಣ್ಯಗಳು ಇನ್ನೂ ಉಳಿದಿದ್ದವು. ಭಾರತದಲ್ಲಿ ಅವು ಕೇವಲ ಸ್ಮರಣಿಕೆಯಾಗುತ್ತವೆಂದು ಆಸ್ಟ್ರೇಲಿಯಾ ಬಿಡುವ ಮುಂಚೆ ಖರ್ಚು ಮಾಡುವ ಯೋಚನೆ ಮೂಡಿತು. ಸಿಡ್ನಿಯ ಒಂದು ನೀರು ಬಾಟಲಿ ಮಾರುವ ಅಂಗಡಿಗೆ ಹೋಗಿ 5 ಡಾಲರಿನ ನೀರಿನ ಬಾಟಲಿ ಕೊಂಡೆ. ಅಂಗಡಿಯವನಿಗೆ ಕೊಡಲೆಂದು 5 ಡಾಲರಿನ ನಾಣ್ಯಗಳನ್ನು ಎಣಿಸುತ್ತಿರುವಾಗ ಬಹುಶಃ ನನ್ನಲ್ಲಿ ದುಡ್ಡು ಇಲ್ಲವೆಂದು ಆ ಅಂಗಡಿಯವ ತಿಳಿದನೋ ಏನೋ, “ಪರವಾಗಿಲ್ಲ ನೀವು ನೀರಿನ ಬಾಟಲಿ ಹಾಗೇ ತೆಗೆದುಕೊಂಡು ಹೋಗಬಹುದು” ಎಂದು ಕನಿಕರದಿಂದೆಂಬಂತೆ ನುಡಿದ. ಆಗಲೇ ನನಗೆ ಅಂಗಡಿಯವನ ಮುಂದೆ ನಾಣ್ಯವನ್ನು ಎಣಿಸುವ ಅಪಾಯಗಳನ್ನು ಮನಗಂಡಿದ್ದು. ಎಲ್ಲರೂ ಡಿಜಿಟಲ್ ಪಾವತಿ ಮಾಡುವ ಸಮಯದಲ್ಲಿ ನಾನು ಒಂದೊಂದೇ ನಾಣ್ಯವನ್ನು ಎಣಿಸಿದ್ದು, ಜೊತೆಯಲ್ಲಿ ನನ್ನ ಮಗನೂ ನೀರಿನ ಬಾಟಲಿಯತ್ತಲೇ ನೋಡುತ್ತಿದ್ದುದು ಅಂಗಡಿಯವನಲ್ಲಿ ಕಾರುಣ್ಯದ ಜಾಗೃತಿ ಮೂಡಿಸಿರಬೇಕು. ಅವನಿಗೆ ಪೂರ್ತಿ 5 ಡಾಲರಿನ ನಾಣ್ಯವನ್ನು ಪಾವತಿಸಿ ಅಂಗಡಿಯಿಂದ ಹೊರಬಿದ್ದೆ.

ಸುಖೀ ಸಂಸಾರಕ್ಕೊಂದು ಸುವರ್ಣ ಸೂತ್ರ

ಒಂದು ಬಸ್ಸಿನ ಪ್ರಯಾಣದಲ್ಲಿ ಒಬ್ಬ ವೃದ್ಧ ದಂಪತಿ ಆಂಡ್ರೂ ಮತ್ತು ಲಿಜ್ ಎಲ್ಲಾ ಚಟುವಟಿಕೆಗಳಲ್ಲೂ ಸಕ್ರಿಯವಾಗಿ (ಅದೂ ಜೊತೆಯಾಗಿ) ಭಾಗವಹಿಸುತ್ತಿದ್ದುದರಿಂದ ಕುತೂಹಲ ತಡೆಯಲಾರದೆ ಕೇಳಿದೆ–

“ನೀವು ಮದುವೆಯಾಗಿ ಸುಮಾರು ಎಷ್ಟು ವರ್ಷ ಆಗಿರಬಹುದು?”

ಆಂಡ್ರೂ ನಗುತ್ತಾ ಉತ್ತರಿಸಿದ–

“72 ವರ್ಷ.”

ನಾನು ಎಂದಿನ ಅದೇ ಕ್ಲೀಷೆಯ ಪ್ರಶ್ನೆ ಕೇಳಿದೆ–

“ನಿಮ್ಮ ಸುದೀರ್ಘ ದಾಂಪತ್ಯದ ಗುಟ್ಟೇನು?”

ಇಂತಹ ಪ್ರಶ್ನೆಯನ್ನು ಆಂಡ್ರೂನನ್ನು ಅನೇಕರು ಕೇಳಿರಬಹುದು, ತಡಬಡಿಸದೆ ತಟ್ಟೆಂದು ಉತ್ತರಿಸಿದ–

“ನೀನು ಸರಿಯಿರಬಹುದು” (ಯು.ಆರ್. ಪ್ರಾಬಬಲಿ ರೈಟ್).. ಮುಂದುವರಿದು ತನ್ನ ಉತ್ತರವನ್ನು ವಿಶದೀಕರಿಸಿದ–

"ನನ್ನ ಹೆಂಡತಿ ಏನೇ ಹೇಳಿದರೂ ಅದಕ್ಕೆ ನಾನು ಹೇಳುವುದು ಇದನ್ನೇ- ನೀನು ಸರಿಯಿರಬಹುದು."

ಪಕ್ಕದಲ್ಲಿದ್ದ ಅವನ ಹೆಂಡತಿ ಲಿಜ್ ತನ್ನದೇ ಒಂದು ಇಸ್ಪೀಟು ಆಟದ ಉಪಮೆಯನ್ನು ಹೇಳಿದಳು-

"ನಾವು ಸಂಸಾರ ಶುರು ಮಾಡಿದಾಗ ಇಸ್ಪೀಟಿನ ಎಲೆಯ ಎರಡು ಹೃದಯ ಒಂದು ವಜ್ರದಂತಿದ್ದವು (ಟೂ ಡೈಮಂಡ್ಸ್ ಅಂಡ್ ಒನ್ ಸ್ಪೇಡ್).. ಈಗ ನಾವು ಇಸ್ಪೀಟಿನ ಎಲೆಯ ಒಂದು ಕ್ಲಬ್ ಮತ್ತು ಒಂದು ಸ್ಪೇಡ್ ಆಗಿದ್ದೇವೆ" (ಕ್ಲಬ್‌ಗೆ ದೊಣ್ಣೆ ಎಂಬ ಅರ್ಥದಲ್ಲಿ ಮತ್ತು ಸ್ಪೇಡ್ ಕತ್ತಿ ಎಂಬ ಅರ್ಥದಲ್ಲಿ).

ತಟ್ಟಂತೆ ಬಂತು ಆಂಡ್ರೂ ಮಾತು-

"ನೀನು ಸರಿಯಿರಬಹುದು!"

ಬಂಗಾರ ಬಣ್ಣದ ಆಕಾಶದಲ್ಲಿ ಬೆಳ್ಳಿ ಚಿಪ್ಪು ಸಿಡ್ನಿ ಆಪೆರಾ ಹೌಸ್

ನೆನಪುಗಳನ್ನು ಮಾತ್ರ ಎದೆಗಿಳಿಸಿಕೊಂಡು
ಹೆಜ್ಜೆಗುರುತನ್ನಷ್ಟೇ ಉಳಿಸು

ಆಸ್ಟ್ರೇಲಿಯಾ ಎಂಬ ಮುಗಿಯದ ಕನಸು

ಈ ಅಧ್ಯಾಯದ ಶೀರ್ಷಿಕೆ "ನೆನಪುಗಳನ್ನು ಮಾತ್ರ ತೆಗೆದುಕೊಂಡು ಹೆಜ್ಜೆಗುರುತನ್ನಷ್ಟೇ ಉಳಿಸು" (Take only memories, leave only footprints) ಎಂಬುದು ಆಸ್ಟ್ರೇಲಿಯಾದ ಮೂಲ ನಿವಾಸಿಗಳಾದ ಅಬಾರಿಜಿನಲ್ಸ್ ಜನಾಂಗದ ಒಂದು ಪ್ರಸಿದ್ಧ ಗಾದೆ. ಈ ಗಾದೆ ಮನುಷ್ಯ ಜೀವನದ ಅಸಂಗತೆಯನ್ನೂ, ನೆನಪುಗಳ ಪ್ರಾಮುಖ್ಯವನ್ನೂ ಉಜ್ವಲವಾಗಿ ನಿರೂಪಿಸುತ್ತದೆ. ಅಸಲಿಗೆ ಹೆಜ್ಜೆ ಗುರುತುಗಳೂ ಕಾಲನ ದವಡೆಯಿಂದ ಪಾರಾಗುವುದಿಲ್ಲ.

ಪಯಣ ಮುಗಿದಾದ ಮೇಲೆ ಆಸ್ಟ್ರೇಲಿಯಾದ ನೆನಪೆಂದರೆ ಬಾಯಾರಿದಾಗ ಆಕಸ್ಮಾತವಾಗಿ ಸಿಕ್ಕ ಸಿಹಿ ನೀರ ಒರತೆಯಿಂದ ಮೊಗೆ ಮೊಗೆದು ಬೊಗಸೆಯಲ್ಲಿ ಕುಡಿದು ದಾಹ ತಣಿಸಿದ ಹಾಗೆ; ಅಚಾನಕ್ಕಾಗಿ ಬಂದ ಮೋಹನ ಗಾನವೊಂದು ಬೇರೊಂದು ಲೋಕಕ್ಕೆ ನಮ್ಮ ಕರೆದೊಯ್ದ ಹಾಗೆ; ನಾವು ಯೋಚನಾ ಮಗ್ನರಾಗಿದ್ದಾಗ ಮಗುವೊಂದು ತನ್ನ ಪುಟ್ಟ ಕೈಗಳಿಂದ ತನ್ನ ಆಟಕ್ಕೆ ಬರಮಾಡಿಕೊಂಡ ಹಾಗೆ; ನವಿರು ಮೊಳಕೆಯೊಂದು ಭೂಮಿಯಿಂದ ಆಗ ತಾನೇ ತಲೆ ಎತ್ತಿ ನಮ್ಮೆಡೆ ಹೂನಗೆ ಬೀರಿದ ಹಾಗೆ.

ಸ್ಫಟಿಕ ಶುಭ್ರ ಸಮುದ್ರ ದಂಡೆಗಳಲ್ಲಿ, ಪೆಂಗ್ವಿನ್ನಿನ ಪುಟ್ಟ ಕಂದನ ಪಾದಗಳಲ್ಲಿ ಮತ್ತು ನೀಲಗಿರಿಯ ಕಡುವಾಸನೆಯಲ್ಲಿ ಆಸ್ಟ್ರೇಲಿಯಾ ಬೂಮ್ ರಂಗಿನಂತೆ ತಿರುಗಿ ತಿರುಗಿ ಬರುತ್ತಲೇ ಇರುತ್ತದೆ. ಹಾಗೆಯೇ ಆಸ್ಟ್ರೇಲಿಯನ್ ಕ್ರಿಕೆಟ್ ಬ್ಯಾಟ್ಸ್ ಮನ್ನಿನ ಹೆಲ್ಮೆಟ್ಟಿನಲ್ಲಿ ಕಾಂಗರೂ ಮತ್ತು ಎಮು ಚಿಹ್ನೆಯ ಧ್ವಜವನ್ನು ನೋಡಿದಾಗಲೂ.

ಆ ಕೊನೆಯ ಎಸೆತ

ಅದು 1999ರ ಕ್ರಿಕೆಟ್ ಏಕ ದಿನ ವರ್ಲ್ಡ್ ಕಪ್ ಸೆಮಿಫೈನಲ್. ಆಸ್ಟ್ರೇಲಿಯ ಮತ್ತು ದಕ್ಷಿಣ ಆಫ್ರಿಕಾ ಮಧ್ಯೆ ನಡೆದ ಆ ಸೆಣೆಸಾಟ ನಾನು ನೋಡಿದ ವರ್ಲ್ಡ್ ಕಪ್ ಪಂದ್ಯಗಳಲ್ಲೇ ಅತ್ಯಂತ ರೋಚಕತೆ ಹೊಂದಿದ್ದ ಪಂದ್ಯ. ಮೊದಲು ಬ್ಯಾಟ್ ಮಾಡಿದ ಆಸ್ಟ್ರೇಲಿಯ ಅಲೆನ್ ಡೊನಾಲ್ಡ್ ಹಾಗೂ ಶಾನ್ ಪೊಲಾಕ್ ಮಾರಕ ಧಾಳಿಗೆ ಕುಸಿಯುತ್ತಿದ್ದಾಗ ಸ್ಟೀವ್ ವಾ ತಮ್ಮ ಮನಮೋಹಕ ಮತ್ತು ಕೆಚ್ಚೆದೆಯ ಆಟದಿಂದ ಆಸ್ಟ್ರೇಲಿಯಾಕ್ಕೆ ಗೌರವಾನ್ವಿತ ಮೊತ್ತ ತಂದಿತ್ತರು. ಕುಸಿತವನ್ನು ತಡೆದದ್ದಲ್ಲದೆ ತಮ್ಮ ಮನಮೋಹಕ ಲೆಗ್ ಫ್ಲಿಕ್, ಕವರ್ ಡ್ರೈವ್ ಹಾಗೂ ಕಲಾತ್ಮಕ ಆಟದಿಂದ ಆಸ್ಟ್ರೇಲಿಯಾ ತಂಡಕ್ಕೆ ಭದ್ರ ಬುನಾದಿ ಹಾಕಿಕೊಟ್ಟರು. ಆ ಮೊತ್ತವನ್ನು ಸಲೀಸಾಗಿ ಬೆನ್ನತ್ತಿದ್ದ ದಕ್ಷಿಣ ಆಫ್ರಿಕಾಕ್ಕೆ ಲಗಾಮು ಹಾಕಿದ್ದು ಶೇನ್ ವಾರ್ನೆ ಎಂಬ ಸ್ಪಿನ್ ಮಾಂತ್ರಿಕ. ಗ್ಯಾರಿ

ಕರ್ಸ್ಟನ್ ಅವರನ್ನು ಬೌಲ್ಡ್ ಮಾಡಿದಾಗ ಅವರು "ಕಮ್ ಆನ್" ಎಂದು ತಮ್ಮ ಆಸ್ಟ್ರೇಲಿಯ ತಂಡವನ್ನು ಹುರಿದುಂಬಿಸಿ, ಜೋತು ಬಿದ್ದ ಮೋರೆಗಳೆಲ್ಲವೂ ಮತ್ತೆ ಪುಟಿಯುವಂತೆ ಮಾಡಿದ. ಕೆಲ್ಲೀಸ್ ಮತ್ತು ಜಾನ್ಟಿ ರೋಡ್ಸ್ ಉತ್ತಮ ಜೊತೆಯಾಟವಾಡಿದರೂ ಸೋಲುತ್ತಿದ್ದ ತಂಡಕ್ಕೆ ಕೊನೆವರೆಗೂ ಹೋರಾಡಿದ್ದು ಲಾನ್ಸ್ ಕ್ಲುಸ್ನೇರ್ ಎಂಬ ಆಲ್ರೌಂಡರ್. ವಿಶ್ವಕಪ್ಪಿನ ಪುಸ್ತಕದಲ್ಲಿ ಸುವರ್ಣ ಅಕ್ಷರಗಳಲ್ಲಿ ಬರೆದಿಡಬೇಕಾದ ಆಟ ಅವನದು. ಬಾಲಿಗೆರಡು ರನ್ನು ಬಾರಿಸಿ ತಂಡಕ್ಕೆ ಅಕ್ಷರಶಃ ಊರುಗೋಲಾದ. ಕೊನೆಯ ಎಸೆತದಲ್ಲಿ ಅಲನ್ ಡೊನಾಲ್ಡ್ ರನ್ ಔಟ್ ಆಗದಿದ್ದರೆ ದಕ್ಷಿಣ ಆಫ್ರಿಕಾ ಗೆದ್ದೇ ಗೆಲ್ಲುತ್ತಿತ್ತು. ದುರದೃಷ್ಟವಶಾತ್ ಪಂದ್ಯ ಟೈ ಆಗಿ ನೆಟ್ ರನ್ ರೇಟ್ ಆಧಾರದ ಮೇಲೆ ಆಸ್ಟ್ರೇಲಿಯ ಫೈನಲ್ಸ್‌ಗೆ ಮುಂದುವರೆಯಿತು. ಪ್ರತಿ ಇನ್ನಿಂಗ್ಸನಲ್ಲೂ ಗೆಲುವು ಪ್ರತಿ ಓವರಿಗೆ ತೊಗುಯ್ಯಾಲೆಯಾಡುತ್ತಿತ್ತು. ನೋವು, ಸಂತಸ, ನಿರಾಸೆ, ರೋಚಕತೆ, ಹೋರಾಟ, ತನ್ಮಯತೆ ಕ್ರಿಕೆಟ್ ಆಟ ಕೊಡಬಹುದಾದ ಎಲ್ಲ ರೋಚಕ ಭಾವನೆಗಳ ಸಂಗಮವಾಗಿತ್ತು ಆ ಎರಡೂ ರಾಷ್ಟ್ರಗಳ ಇನ್ನಿಂಗ್ಸ್. ಟಿ20 ಇರುವ ಈ ಸಮಯದಲ್ಲೂ ನನಗೆ ಲಾನ್ಸ್ ಕ್ಲುಸ್ನೇರ್ ಇನ್ನಿಂಗ್ಸ್ ವೈಯುಕ್ತಿಕವಾಗಿ ಶ್ರೇಷ್ಠ ಆಟವಾಗಿ ಕಾಣುತ್ತದೆ.

ಪ್ರವಾಸದ ಕೊನೆಯ ದಿನದ 1999ರ ಕ್ರಿಕೆಟ್ ಏಕ ದಿನ ವರ್ಲ್ಡ್ ಕಪ್ ಸೆಮಿಫೈನಲ್ಲಿನಂತೆ ಭಾವನೆಗಳ ಹೊಯ್ದಟವಾಗಿತ್ತು. ಅಬಾರಿಜಿನಲ್ಸ್ ಜನಾಂಗದ ಕೆಚ್ಚೆದೆಯ ಜೀವನ, 12 ಅಪೋಸ್ಟೋಲ್ಸ್ ಮತ್ತು ಮಹಾ ಹವಳದ ದಂಡೆಗಳ ಸೋಲರಿಯದ ಹೋರಾಟ, ಫಿಲಿಪ್ ದ್ವೀಪದ ಪೆಂಗ್ವಿನ್ನುಗಳ ವಿಸ್ಮಯ, ಬಾಂಡಿ ಸಮುದ್ರ ದಂಡೆಯ ಆಹ್ಲಾದತೆ, ಒಂದೇ ದಿನದಲ್ಲಿ ಬಿಸಿಲು ಮಳೆಯ ಕಣ್ಣಾಮುಚ್ಚಾಲೆ, ಬಿಸಿಲ ಬಲೂನಿನ ಮತ್ತು ರಿವರ್ ರಾಫ್ಟಿಂಗನ ರೋಚಕತೆ, ಉಲುರುವಿನ ರಹಸ್ಯ ಈ ಎಲ್ಲಾ ಭಾವಗಳೂ ಸ್ಪರ್ಧೆಗೆ ಬಿದ್ದಂತೆ ಬೋರ್ಗರೆಯುತ್ತಿದ್ದವು. ಇಲ್ಲಿ ಯಾರೂ ಸೋಲಲೂ ಇಲ್ಲ ಯಾರೂ ಗೆಲ್ಲಲೂ ಇಲ್ಲ; ಆ ಪಂದ್ಯ ಟೈ ಆದಂತೆ ಈ ಎಲ್ಲಾ ಭಾವನೆಗಳೂ ನೆನಪಿನ ನಿರ್ವಾಣ ಸ್ಥಿತಿಯನ್ನು ಸೇರಿದವು.

ನೋಡದೆ ಉಳಿದ ಸ್ಥಳಗಳೆಂಬ ಮರು-ಆಹ್ವಾನ ಪತ್ರಿಕೆಗಳು

ದಕ್ಷಿಣದ ದೀಪಗಳು (ಸೌಥರ್ನ್ ಲೈಟ್ಸ್) ಭೂಮಿಯ ದಕ್ಷಿಣ ಧ್ರುವದ ಸುತ್ತಲೂ ನಡೆಯುವ ವಿದ್ಯುತ್ ಚಟುವಟಿಕೆಯಿಂದ ಉಂಟಾಗುವ ಕ್ರಿಯೆ. ಸೂರ್ಯನಿಂದ ವಿದ್ಯುದಾವೇಶದ ಕಣಗಳು ಭೂಮಿಯ ವಾತಾವರಣದೊಂದಿಗೆ ಸಂವಹನ ಮಾಡುವುದರಿಂದ ಉಂಟಾಗುವ ಬಣ್ಣದ, ಹೊಳೆಯುವ ಬೆಳಕುಗಳು. ಹಸಿರು, ಗುಲಾಬಿ, ನೇರಳೆ ಮತ್ತು ಕೆಂಪು ಮುಂತಾದ ರೋಮಾಂಚಕ ಬಣ್ಣಗಳಲ್ಲಿ ಹೊಳೆಯುವಂತೆ ಮಾಡುತ್ತದೆ. ಆಸ್ಟ್ರೇಲಿಯಾದ

ದಕ್ಷಿಣ ತುದಿಯಲ್ಲಿರುವ ಟ್ಯಾಸ್ಮೆನಿಯಾ ಭೂಮಿಯ ಕಾಂತೀಯ ಧ್ರುವದ ಹತ್ತಿರ ಬರುವುದರಿಂದ ಈ ವಿಸ್ಮಯಕಾರಿ ವಿದ್ಯಮಾನವನ್ನು ಟ್ಯಾಸ್ಮೆನಿಯಾದಲ್ಲಿ ಗಮನಿಸಬಹುದು. ಈ ವಿದ್ಯಮಾನವನ್ನು ನೋಡಲು ಮಾರ್ಚ್‌ನಿಂದ ಸೆಪ್ಟೆಂಬರ್ ವರೆಗೆ ಮುಖ್ಯವಾಗಿ ಕಾಣಲು ಸಾಧ್ಯವಿರುವುದರಿಂದ ನಾವು ಇದನ್ನು ನೋಡುವ ಅವಕಾಶದಿಂದ ವಂಚಿತರಾದೆವು.

ಸಿಡ್ನಿಯಿಂದ ಪರ್ತ್ ವರೆಗೆ ಇರುವ ಇಂಡಿಯನ್ ಪೆಸಿಫಿಕ್ 4352 ಕಿ.ಮೀ. ದೂರದ ರೈಲು ಸುಮಾರು ಎರಡೂವರೆ ದಿನದ ಪಯಣವು ಕರಾವಳಿ, ಬಯಲು ಪ್ರದೇಶಗಳು, ಪರ್ವತ, ಮರುಭೂಮಿಗಳು ಮತ್ತು ಸೊಂಪಾದ ದ್ರಾಕ್ಷಿತೋಟಗಳವರೆಗೆ ವೈವಿಧ್ಯಮಯ ಭೂದೃಶ್ಯಗಳಿಂದ ಕೂಡಿರುತ್ತದೆ. ನಮ್ಮ ಹತ್ತಿರ ಅಷ್ಟು ಸಮಯ ಇರದ ಕಾರಣ ಈ ರೈಲು ಪಯಣದಿಂದ ವಂಚಿತರಾದೆವು.

ಕ್ಯಾನ್ಬೆರ್ರಾದಿಂದ ವಿಕ್ಟೋರಿಯಾದವರೆಗೆ 500 ಕಿ.ಮೀ. ವ್ಯಾಪಿಸಿರುವ ಸ್ನೋಯಿ ಮೌಂಟೈನ್ಸ್ ಹಿಮಗಡ್ಡೆಯ ಸರೋವರ, ಸ್ಕೀ ರೆಸಾರ್ಟ್ಸ್ ಒಳಗೊಂಡ ಎತ್ತರದ ಪರ್ವತ ಶ್ರೇಣಿ. ಸ್ನೋಯಿ ಪರ್ವತಗಳು ಹಿಮದಿಂದ ಆವೃತವಾದ ಶಿಖರಗಳು, ಆಳವಾದ ಕಣಿವೆಗಳು ಮತ್ತು ಗ್ಲೇಶಿಯಲ್ ಸರೋವರಗಳನ್ನು ಒಳಗೊಂಡಂತೆ ತಮ್ಮ ಅದ್ಭುತ ದೃಶ್ಯಾವಳಿಗಳಿಗೆ ಹೆಸರುವಾಸಿಯಾಗಿದೆ. ಸ್ಕೀಯಿಂಗ್ ಮತ್ತು ಸ್ನೋಬೋರ್ಡಿಂಗ್, ಜೊತೆಗೆ ಹೈಕಿಂಗ್, ಕ್ಯಾಂಪಿಂಗ್ ಮತ್ತು ಬೇಸಿಗೆಯಲ್ಲಿ ಮೀನು ಶಿಕಾರಿ ಮುಂತಾದ ಚಳಿಗಾಲದ ಕ್ರೀಡೆಗಳಿಗೆ ಅವು ಜನಪ್ರಿಯ ತಾಣವಾಗಿದೆ. ಸ್ನೋಯಿ ಮೌಂಟೇನ್ಸ್ ಕೂಡ ಒಂದು ವಿಶಿಷ್ಟವಾದ ಪರಿಸರ ವ್ಯವಸ್ಥೆಗೆ ನೆಲೆಯಾಗಿದೆ, ಪ್ರಪಂಚದಲ್ಲಿ ಬೇರೆಲ್ಲಿಯೂ ಕಂಡುಬರದ ಅನೇಕ ಸಸ್ಯ ಮತ್ತು ಪ್ರಾಣಿ ಪ್ರಭೇದಗಳಿವೆ. ಇದು ಅಳಿವಿನಂಚಿನಲ್ಲಿರುವ ಪರ್ವತ ಪಿಗ್ಮಿ ಪೊಸಮ್, ಮಚ್ಚೆಯುಳ್ಳ ಬಾಲದ ಕ್ವಾಲ್ ಮತ್ತು ಆಲ್ಪೈನ್ ಸ್ಕಿಂಕ್ ಅನ್ನು ಒಳಗೊಂಡಿದೆ. ಸಮಯದ ಅಭಾವದಿಂದಾಗಿ ಇವನ್ನೂ ಕೂಡ ನೋಡಲಾಗಲಿಲ್ಲ.

ಕಡಲಿಗೆ ಕೊನೆಯೇ ಇಲ್ಲದಂತೆ ಆಸ್ಟ್ರೇಲಿಯಾದಲ್ಲಿ ಇರುವ ಸಮುದ್ರ ದಂಡೆಗಳಿಗೂ ಕೊನೆಯೇ ಇಲ್ಲ. ದಿನಕ್ಕೊಂದು ಸಮುದ್ರ ದಂಡೆ ನೋಡಿದರೂ ಮುಗಿಯದಿರುವಷ್ಟು ಕಡಲ ತೀರಗಳಿರುವಲ್ಲಿ ನಾವು ಮೆಲ್ಬರ್ನ್ ನ ಬ್ರೈಟನ್ ಬೀಚ್, ತಸ್ಮಾನಿಯಾದ ವೈನ್ ಗ್ಲಾಸ್ ಬೇ, ಕ್ವೀನ್ಸ್ ಲ್ಯಾಂಡಿನ ನೊಸ ಮೇನ್ ಬೀಚ್, ಟರ್ಕಾಯ್ಸ್ ಕೋಸ್ಟ್, ಕೇಬಲ್ ಬೀಚ್ ಬ್ರೂಮ್, ಕೇಬಲ್ ಬೀಚ್ ಮುಂತಾದ ಅನೇಕ ಸಮುದ್ರ ದಂಡೆಗಳನ್ನು ನಮ್ಮ ಪಟ್ಟಿಯಿಂದ ಹೊರಗಿಡುವುದು ಅನಿವಾರ್ಯವಾಯಿತು. ಡಾರ್ವಿನ್ ಮತ್ತು ಉತ್ತರದ ಭಾಗದಲ್ಲಿರುವ ಅಬಾರಿಜಿನಲ್ಸ್ ಭೂಮಿಗೆ ಭೇಟಿ ಕೊಟ್ಟು ಅಬಾರಿಜಿನಲ್ಸ್ ಬಗ್ಗೆ ಇನ್ನಷ್ಟು ತಿಳಿದುಕೊಳ್ಳಬೇಕೆಂಬ ಆಸೆಯಿದ್ದರೂ ಸಮಯವೇ ಇರಲಿಲ್ಲ.

ನೋಡದೆ ಉಳಿದ ಎಲ್ಲಾ ಸ್ಥಳಗಳೂ ಮತ್ತೆ ನಮ್ಮನ್ನು ಆಸ್ಟ್ರೇಲಿಯಾಗೆ ಮರು ಆಹ್ವಾನ ಪತ್ರಿಕೆಗಳಾಗಿವೆ ಎಂದು ಭಾವಿಸುತ್ತೇನೆ.

ಹೇಳಿದಷ್ಟೂ ಏನೋ ಉಳಿಯುವ, ಬಿಚ್ಚಿದಷ್ಟೂ ನಿಗೂಢ ಬೆರಗುಳಿಸುವ

ನಾನು ಕಂಡದ್ದೆಲ್ಲವ ಬಣ್ಣಿಸಿದ್ದೇನೆ, ಅನುಭವಿಸಿದ್ದನ್ನ ಪದಗಳಲ್ಲಿಳಿಸಿದ್ದೇನೆ ಎಂದುಕೊಳ್ಳುವುದು ಹುಸಿ ಮಾತಾದೀತು. ಉಲುರು ಎಂಬ ಮಹಾಬಂಡೆ ರಾತ್ರಿಯಲ್ಲಿ ನಕ್ಷತ್ರದೊಂದಿಗೆ ಏನು ಮಾತಾಡಿತು? ಟಾಮ್ ಮತ್ತು ಇವಾ ಬಂಡೆಗಳ ನಡುವೆ ಮುಂದೆಂದಾದರೂ ಮತ್ತೆ ಪುಟ್ಟ ಸಿಡ್ನಿ ಹಾರ್ಬರಿನಂತ ಸೇತುವೆ ಹುಟ್ಟಿಕೊಳ್ಳುತ್ತದಾ ಹೇಗೆ? ಕಾಂಗರೂಗಳು ಮತ್ತು ವಾಲಬಿಗಳು ಓಡುವುದರ ಬದಲು ಜಿಗಿಯುವುದನ್ನು ರೂಢಿಸಿಕೊಳ್ಳಲು ವಿಕಾಸದ ಹಾದಿಯಲ್ಲಿ ಅವುಗಳಿಗಿದ್ದ ಒತ್ತಡವೇನು? ಆಸ್ಟ್ರೇಲಿಯನ್ ಇಂಗ್ಲಿಷ್ ಕಲಿತು ಸಿಡ್ನಿ ಡೌನ್ ಟೌನ್‌ನಲ್ಲಿ ಆಧುನಿಕ ಸೌಕರ್ಯ ಅನುಭವಿಸುವ ಅಬಾರಿಜಿನಲ್ಸ್ ಯುವಕ ತನ್ನ ಪೂರ್ವಜರ ಚರಿತ್ರೆ ಬರೆದರೆ ಅದರಲ್ಲಿ ಖಳ ನಾಯಕರು ಯಾರಾಗಬಹುದು? ಮಹಾನಗರದ ಭಿಕ್ಷುಕ ಸ್ವಗತ ಮಾತಾಡಿಕೊಳ್ಳುವುದು ಯಾರ ಬಗ್ಗೆ ಇರಬಹುದು? ಒಪೇರಾ ಹೌಸ್ ಮುದುಡಿದ ರೆಕ್ಕೆ ತೆರೆದು ಚಂದ್ರನಲ್ಲಿಗೆ ಮುಟ್ಟುವುದು ಯಾವಾಗ? ಹಿಂದಿನ ದಿನಗಳಲ್ಲಿ ಉಲುರು ಯಾವ ಅನುಭೂತಿಯನ್ನು ಅಬಾರಿಜಿನಲ್ಸ್ ಜನಾಂಗದಲ್ಲಿ ಉದ್ದೀಪಿಸಿರಬಹುದು? ಮಹಾ ಹವಳಗಳ ನಿರಂತರ ಹೋರಾಟಕ್ಕೆ ಸಾಗರ ಮೆಚ್ಚುಗೆ ವ್ಯಕ್ತ ಪಡಿಸುವುದು ಯಾವಾಗ? ನಾನು ಸಿಡ್ನಿ ಟವರಿನ ಸಾವಿರ ಅಡಿ ಎತ್ತರದಿಂದ ದುರ್ಬೀನು ಹಾಕಿ ಕೆಳಗಿನ ರಸ್ತೆಯನ್ನು ಗಮನಿಸುತ್ತಿರುವಂತೆ ಮೋಡಗಳ ಮೇಲಿಂದ ನನ್ನನ್ನೂ ಯಾರಾದರೂ ಗಮನಿಸುತ್ತಿರಬಹುದೇ? ಅಬಾರಿಜಿನಲ್ಸ್ ಈಟಿ ಹಿಡಿಯುವುದರ ಬದಲಾಗಿ ಶಾಂತಿ ಧರಣಿ ಮಾಡಿದ್ದರೆ ಅಥವಾ ಮಹಾತ್ಮಾ ಗಾಂಧಿ ರೀತಿ ಉಪವಾಸ ಸತ್ಯಾಗ್ರಹ ಮಾಡಿದ್ದರೆ ಚರಿತ್ರೆ ಬದಲಾಗುತ್ತಿತ್ತಾ? ಫಿಲಿಪ್ ದ್ವೀಪದಲ್ಲಿ ಒಂದು ಪೆಂಗ್ವಿನ್ ಆ ದಿನ ಸಮುದ್ರದಿಂದ ಬರದಿದ್ದರೆ ಅದನ್ನೇ ಕಾಯುತ್ತಾ ಕುಳಿತ ಮರಿ ಪೆಂಗ್ವಿನ್ನಿನ ಗತಿ ಏನು? ದಿನದ 20 ಗಂಟೆ ನಿದ್ದೆ ಮಾಡುವ, ಆಕ್ರಮಣಕಾರಿಗಳಿಂದ ತಪ್ಪಿಸಿಕೊಳ್ಳುವ ಯಾವುದೇ ರಕ್ಷಣಾ ತಂತ್ರ ಗೊತ್ತಿಲ್ಲದ ಮುದ್ದು ಕೋಆಲಾವನ್ನು ಇಲ್ಲಿಯವರೆಗೂ ರಕ್ಷಿಸಿದ್ದು ಯಾರು? ಅಬಾರಿಜಿನಲ್ಸ್ ಜನರಿಗೆ ಈಗೊಂದು ನಾವ್ಯಾರೂ ಎದುರಿಸಲಿಕ್ಕಾಗದ ಬ್ರಹ್ಮಾಸ್ತ್ರ ಸಿಕ್ಕರೆ ಅವರು ಅದನ್ನು ಯಾರ ಮೇಲೆ ಪ್ರಯೋಗಿಸಬಹುದು?

ಪ್ರತಿ ಬಾರಿ ನೆನಸಿಕೊಂಡಾಗಲೂ ಅನುಭವದ ವಿವಿಧ ಮಜಲುಗಳನ್ನು ಮನಸ್ಸು ಹೊಸೆಯುತ್ತ ಹೋಗುತ್ತದೆ.

ನನ್ನಲ್ಲೇ ಆಸ್ಟ್ರೇಲಿಯ ಬೆಳೆಯುತ್ತ ಹೋಗುತ್ತದೆ.

ಆ ಒಂದು ಕಾರಣ ಹುಡುಕುತ್ತಾ

"ಈ ಪ್ರಪಂಚದಲ್ಲಿ ನಾವು ಆಕಸ್ಮಿಕ ಅಲ್ಲ, ಈ ಪ್ರಪಂಚದಲ್ಲಿ ಬೇಕಾಬಿಟ್ಟಿ ವಸ್ತುಗಳ ಯಾರೂ ಚೆಲ್ಲಾಡಿಲ್ಲ. ನಾವು ಒಂದು ಕಾರಣಕ್ಕಾಗಿ ಇಲ್ಲಿದ್ದೇವೆ. ನಮ್ಮ ದಾರಿಯನ್ನು ಕಳೆದುಕೊಳ್ಳದಂತೆ ನಾವು ಆ ಕಾರಣವನ್ನು ಹುಡುಕಬೇಕು.' ಎಂದು ಆಸ್ಟ್ರೇಲಿಯನ್ ಕವಿ ಲೆಸ್ ಮುರ್ರೆ ಪ್ರತಿ ಮನುಷ್ಯನ ಜೀವನದ ಗುರಿಯ ಬಗ್ಗೆ ಈ ರೀತಿ ಹೇಳಿದ್ದಾನೆ. ಅಂತಹ ಒಂದು ಕಾರಣ ಹುಡುಕುವ ನನ್ನ ಪಯಣದಲ್ಲಿ ಆಸ್ಟ್ರೇಲಿಯಾವೂ ಒಂದು. ಆ ಕಾರಣ ದೊರೆಯುವವರೆಗೂ ನನ್ನ ಪಯಣ ಮುಂದುವರೆಯುತ್ತಿರುತ್ತದೆ.

ಇನ್ನು ಬರಲೇ ಆಸ್ಟ್ರೇಲಿಯಾ?

ಒಂದು ವಿಸ್ಮಯಕಾರಿ ಸಂಗತಿ ಎಂದರೆ, ಸ್ಥಳೀಯವಾಗಿ ಸಂಚರಿಸುವ ಬೆಂಗಳೂರಿನಿಂದ ಹುಬ್ಬಳಿಗೆ ಹೋಗುವ ವಿಮಾನಕ್ಕೂ ನಮ್ಮಲ್ಲಿ ಪೂರ್ಣ ಭದ್ರ ತಪಾಸಣೆ ಮಾಡುತ್ತಾರೆ. ಆಸ್ಟ್ರೇಲಿಯಾದಲ್ಲಿ ಮೆಲ್ಬರ್ನ್‌ನಿಂದ ಸಿಡ್ನಿಗೆ ಹೋಗುವ ಸ್ಥಳೀಯ ವಿಮಾನ ನಿಲ್ದಾಣದಲ್ಲಿ ನಮ್ಮ ಐಡಿ ಕಾರ್ಡನ್ನೂ ತಪಾಸಣೆ ಮಾಡಲಿಲ್ಲ.

ಆಸ್ಟ್ರೇಲಿಯಾದಿಂದ ನಮ್ಮ ಮಲೇಷ್ಯನ್ ಏರ್ಲೈನ್ಸ್ ವಿಮಾನ ಆಕಾಶಕ್ಕೆ ಹಾರಿದಾಗ ಮಧ್ಯಾನ್ಹವಾಗಿತ್ತು. ನಮ್ಮ "ಟ್ರಿಪ್ ಮ್ಯಾನೇಜರ್" ಪಟ್ಟಿಯಲ್ಲಿ ನಾವು ನೋಡಿದ ಎಲ್ಲಾ ಸ್ಥಳಗಳ ಮುಂದೆ ಟಿಕ್ ಹಾಕಿ "ನಾವು ಅಂದುಕೊಂಡಿದ್ದೆಲ್ಲವನ್ನೂ ನೋಡಿದೆವು ಅಪ್ಪ" ಎಂದು ಪ್ರವಾಸದ ಅಂತಿಮ ವರದಿ ಒಪ್ಪಿಸಿದ. ಮರುಕ್ಷಣವೇ ಅವನು ವಿಮಾನದ ಕಾರ್ಟೂನ್ ವೀಕ್ಷಣೆಯಲ್ಲಿ ಮುಳುಗಿದರೆ ನಾನು 'ನೋಡಿದೆವು ಅಂದುಕೊಂಡ' ಸ್ಥಳಗಳ ನೆನಪಲ್ಲಿ ಮುಳುಗಿದೆ. ನೋಡಲು ಮರೆತ ಜಾಗಗಳಿಗಿಂತ ನೋಡಿದ ಜಾಗಗಳನ್ನೇ ಇನ್ನೂ ನೋಡಬೇಕೆಂಬ ತವಕ ಹೆಚ್ಚುತ್ತಿತ್ತು. ಆಸ್ಟ್ರೇಲಿಯ ಭಾರತಕ್ಕಿಂತ ಸುಮಾರು 6 ಗಂಟೆ ಮುಂದಿರುವುದರಿಂದ ನಾವು ಬಿಟ್ಟ ದಿನದಂದೇ ಬೆಂಗಳೂರಿಗೆ ಬಂದೆವು. ಥೇಟ್ ಎ.ಕೆ. ರಾಮಾನುಜನ್ ವರ್ಣಿಸುವ ಹಾಗೆ "ಬಂದವನೇ ಹಿಂದೆಲ್ಲೂ ಕೀ ಕೊಟ್ಟ ಯಂತ್ರದಂತೆ ತನ್ನ ಮೊಹಲ್ಲಾ ತನ್ನ ಬೀದಿ ತನ್ನ ಮನೆಗೆ ನೇರ ಬಂದ ಹಾಗೆ ಬಂದು ಸೇರಿದೆ".

ವೀರಲೋಕದ ಪ್ರಕಟಣೆಗಳು

1. ಕೈ ಹಿಡಿದು ನೀ ನಡೆಸು ತಂದೆ–ವಿಶ್ವೇಶ್ವರ ಭಟ್ 250/–
2. ವಿಶ್ವಸುಂದರಿ–ಕುಂ. ವೀರಭದ್ರಪ್ಪ (ಕಾದಂಬರಿ) 160/–
3. ನಿಮಗೆಷ್ಟು ಹಣ ಬೇಕು?–ಅನಂತ ಹುದೆಂಗಜೆ....................250/–
4. ಆರ್ಟ್ ಆಫ್ ಸಕ್ಸಸ್–ರಮೇಶ್ ಅರವಿಂದ್ 120/–
5. ಮನಿ ಮನಿ ಎಕಾನಮಿ–ರಂಗಸ್ವಾಮಿ ಮೂಕನಹಳ್ಳಿ....................160/–
6. ಇವರು ಅವರು ದೇವರು–ಜೋಗಿ (ವ್ಯಕ್ತಿಚಿತ್ರಗಳು) 200/–
7. ಲಾಸ್ಟ್ ಡೇಸ್ ಆಫ್ ಲೆಜೆಂಡ್ಸ್–ಗಣೇಶ್ ಕಾಸರಗೋಡು (ಲೇಖನಗಳು)....................225/–
8. ಒಳ್ಳೆಯ ಬದುಕಿನ ಸೂತ್ರಗಳು–ರವಿ ಕೃಷ್ಣಾರೆಡ್ಡಿ (ಮೂಲ: ಕೆಂಟ್ ಎಂ. ಕೀತ್) 150/–
9. ಸೋಲೆಂಬ ಗೆಲುವು–ದೀಪಾ ಹಿರೇಗುತ್ತಿ (ಲೇಖನಗಳು)....................150/–
10. ಬೆಳ್ಳಿತೆರೆಯ ಬಂಗಾರದ ಗೆರೆ–ಗಣೇಶ್ ಕಾಸರಗೋಡು (ಲೇಖನಗಳು)....................150/–
11. ನಟನ ಕಥೆ–ಮಂಡ್ಯ ರಮೇಶ್–ಎನ್. ಧನಂಜಯ (ಜೀವನಚರಿತ್ರೆ) 250/–
12. ತ್ಯಾಗಕ್ಕಿಲ್ಲ ನೂಕುನುಗ್ಗಲು–ಡಾ. ಗವಿಸ್ವಾಮಿ ಎನ್. (ಕಥಾಸಂಕಲನ) 150/
13. ಬದುಕೇ ಭಗವಂತ–ಡಾ. ಡಿ.ಎಸ್. ಶ್ರೀನಿವಾಸ ಪ್ರಸಾದ್ (ಲೇಖನಗಳು) 170/–
14. ಮಾದಕ ದೊರೆ–ಸಂತೋಷಕುಮಾರ ಮೆಹೆಂದಳೆ (ಕಾದಂಬರಿ) 375/–
15. ದ್ವೈತ–ರಾಘವ್ (ಕಾದಂಬರಿ)....................140/–
16. ಹೃದಯದ ಮಾತು ಕೇಳಿ–ಮಂಜುನಾಥ್ ಚಾಂದ್ (ಲಲಿತ ಪ್ರಬಂಧಗಳು)....................160/–
17. ಹಿಂದಿನ ನಿಲ್ದಾಣ–ಶುಭಶ್ರೀ ಭಟ್ಟ (ಲಲಿತ ಪ್ರಬಂಧಗಳು) 120/–
18. ಪ್ರೀತ್‌ಸು–ರಾಜೀವ ನಾರಾಯಣ ನಾಯಕ (ಕಾದಂಬರಿ)....................170/–
19. ಕೃಷಿ ಯಾಕೆ ಖುಷಿ?–ನರೇಂದ್ರ ರೈ ದೇರ್ಲ (ಲೇಖನಗಳು)....................140/–
20. ಕ್ಷಯ–ಡಾ. ವಾಸುದೇವ ಶೆಟ್ಟಿ (ಕಾದಂಬರಿ)....................120/–
21. ಅರ್ಧ ಬಿಸಿಲು ಅರ್ಧ ಮಳೆ...–ಸದಾಶಿವ ಸೊರಟೂರು (ಕಥಾಸಂಕಲನ)....................120/–
22. ಯಾರೂ ಹೇಳದ ಕಥೆಗಳು–(ಸಂ.) ಸುದರ್ಶನ ಚೆನ್ನಂಗಿಹಳ್ಳಿ....................150/–
23. ಕಥಾ ಸಾಗರಿ–ನಾಗವೇಣಿ ವೆಂ. ಹೆಗಡೆ ಹೆಗ್ಗರ್ಸಿಮನೆ (ಮಕ್ಕಳ ಕಥಾಸಂಕಲನ)......125/–
24. ಮೆಮರೀಸ್ ಆಫ್ ಬಾಸರ್ಾ–ರಂಗಸ್ವಾಮಿ ಮೂಕನಹಳ್ಳಿ (ಪ್ರವಾಸಕಥನ) 160/–
25. ಮೇರುನಟ–ಡಾ. ಶರಣು ಹುಲ್ಲೂರು (ಜೀವನಚರಿತ್ರೆ) 240/–
26. ನಾ ಸೆರೆಹಿಡಿದ ಕನ್ಯಾಸ್ತ್ರೀ–ಶಶಿಧರ ಹಾಲಾಡಿ (ಲೇಖನಗಳು)....................200/–
27. ಟ್ರಾಯ್–ಗಾಯಿತ್ರಿ ರಾಜ್ (ಕಾದಂಬರಿ) 200/–
28. ಫಾರೆಸ್ಟರ್ ಪೊನ್ನಪ್ಪ–ನೌಶಾದ್ ಜನ್ನತ್ (ಕಾದಂಬರಿ)....................300/–
29. ವಿಶ್ವಯಾನಕ್ಕೆ ಗಣಿತವಾಹನ–ಎಸ್.ವಿ. ಶ್ರೀನಿವಾಸಮೂರ್ತಿ (ಲೇಖನಗಳು)....................200/–
30. ಲೆಟ್ಸ್ ಮೇಕ್ ಎ ಶಾರ್ಟ್ ಫಿಲಂ–ಜಯರಾಮಾಚಾರಿ 120/–
31. ಕುಣಿಗಲ್ ಟು ಕಂದಹಾರ್–ಮಂಜುನಾಥ್ ಕುಣಿಗಲ್ (ಪ್ರವಾಸ ಕಥನ) 260/–
32. ಗದಾಯುದ್ಧಂ–ಡಾ. ಎಂ.ಎ. ಜಯರಾಮ್ ರಾವ್ 350/–
33. ಫೀನಿಕ್ಸ್–ದೀಪಾ ಹಿರೇಗುತ್ತಿ (ಲೇಖನಗಳು)....................120/–
34. ಹಿಟ್ಲರ್ ಲವ್ ಪಾಲಿಟಿಕ್ಸ್–ಸತೀಶ ಬಳೆಗಾರ (ವ್ಯಕ್ತಿಚಿತ್ರ)....................170/–
35. ಭಾನುಮತಿಯ ಪರಿವಾರ–ಕುಮಾರಸ್ವಾಮಿ ತೆಕ್ಕುಂಜ (ಕಾದಂಬರಿ)....................140/–
36. ನೀ ದೂರ ಹೋದಾಗ–ಫೌಝಿಯ ಸಲೀಂ (ಕಾದಂಬರಿ) 220/–
37. ವ್ಯಗ್ರ ಮತ್ತು ಇತರ ಕಾದಂಬರಿಗಳು–ಕುಮಾರ ಬೇಂದ್ರೆ....................180/–
38. ಸತ್ಯದ ಅನಾವರಣ–ಕೆ.ಎಸ್. ರಮಾಸುಂದರಿ (ಕಾದಂಬರಿ)....................100/–

39. ಅಂತಾರಾಷ್ಟ್ರೀಯ ಕುಂಬಳಕಾಯಿ ಮತ್ತು ಇತರ ಕಥೆಗಳು–ಅಬ್ದುಲ್ ರಶೀದ್........120/–
40. ಅನಾಥ ಪ್ರೀತಿಯ ಅನುಬಂಧ–ಬಿ. ಮಂಜುನಾಥ್ ಕಾಮತ್ ಹಾಲಾಡಿ (ಕಾದಂಬರಿ)........140/–
41. ಹಕ್ಕಿ ಮತ್ತು ಹುಡುಗಿ (ಕವನ ಸಂಕಲನ)–(ಸಂ.) ಪ್ರಜಾವಾಣಿ ಬಳಗ........150/–
42. ಹಾವಿನ ಮನೆ–ಅನು ಬೆಳ್ಳೆ (ರಾಘವೇಂದ್ರ ಬಿ. ರಾವ್) (ಕಾದಂಬರಿ)........250/–
43. ಈಗಲ್ಸ್ ಲೈನ್–ರಾಜೇಶ್ ಕುಮಾರ್ ಕಲ್ಯಾ (ಕಾದಂಬರಿ)........220/–
44. ನಂಬಿಕೆಯೆಂಬ ಗಾಳಿಕೊಡೆ–ಡಾ. ಪ್ರೇಮಲತ ಬಿ. (ಕಥಾಸಂಕಲನ)........180/–
45. 10 ಕುಟುಂಬ 18 ಗೋತ್ರದ ಗೌಡ ಪರಂಪರೆ–ಮುತ್ತೂರು ಅನಂತರಾಜ ಗೌಡ......300/–
46. ಗಿಳಿಯು ಬಾರದೆ ಇರದು (ಕಥಾಸಂಕಲನ)–ಪಿ.ಎಸ್. ಶ್ರೀಧರನ್ ಪಿಳ್ಳೆ (ಅನುವಾದ: ಮೇರಿ ಜೋಸೆಫ್)........85/–
47. ಒಂದು ಆದಿಮ ಪ್ರೇಮ (ಕವನ ಸಂಕಲನ)–ನಂದಿನಿ ಹೆದ್ದುರ್ಗ........150/–
48. ಮಣ್ಣೇ ಮೊದಲು... (ಕವನ ಸಂಕಲನ)–ಪಾಪುಗುರು........120/–
49. ಬಿಂಜೆಮುಳ್ಳು (ಕವನ ಸಂಕಲನ)–ಫಾಲ್ಗುಣ ಗೌಡ ಅಚವೆ........120/–
50. ಅಮೋಘವರ್ಷ–ಡಾ. ಲಕ್ಷ್ಮಣ ಕೌಂಟೆ (ಕಾದಂಬರಿ)........420/–
51. ಗಾಯಗೊಂಡ ಸಾಲುಗಳು (ಕವನ ಸಂಕಲನ)–ಸದಾಶಿವ ಸೊರಟೂರು........110/–
52. ನಿನ್ನ ಧ್ಯಾನದ ನೂರೊಂದು ಹಣತೆ (ಕವನ ಸಂಕಲನ)–ವಾಸುದೇವ ನಾಡಿಗ್......170/–
53. ಕ್ರಿಕೆಟಾಯಣ–ಎಚ್. ಪ್ರೇಮಾನಂದ ಕಾಮತ್ (ಲೇಖನಗಳು)........230/–
54. ಹೂವಿನಕೊಲ್ಲಿ–ಅಬ್ದುಲ್ ರಶೀದ್ (ಕಾದಂಬರಿ)........270/–
55. ಕನಸುಗಳ ಶ್ರಾದ್ಧ–ಡಾ. ಗೀತಾ ಸುನಿಲ್ ಕಶ್ಯಪ್ (ಕಾದಂಬರಿ) (ಮೂಲ: ಉತ್ತಮ್ ಕಾಂಬಳೆ)........200/–
56. ವೀರ ಸಿಂಧೂರ ಲಕ್ಷ್ಮಣ–ಕೌಂಡಿನ್ಯ (ಕಾದಂಬರಿ)........190/–
57. ಸಹಭಾಷಿಕರ ಕನ್ನಡ ಪ್ರೇಮ–ಡಾ. ಡಿ.ಎಸ್. ಶ್ರೀನಿವಾಸ ಪ್ರಸಾದ್ (ವ್ಯಕ್ತಿಚಿತ್ರಗಳು)........400/–
58. ಚಿತ್ರ–ವಿಚಿತ್ರ–ರವೀಂದ್ರ ವೆಂಶಿ (ಸಿನಿಮಾ ವಿಶ್ಲೇಷಣೆ)........220/–
59. ಜನಮಿತ್ರ ಅರಸು–ಡಾ. ಡಿ.ಎಸ್. ಚೌಗಲೆ (ನಾಟಕ)........80/–
60. ಹಂಸಾಕ್ಷರ–ಜಯರಾಮಾಚಾರಿ........160/–
61. ನದಿಯೊಂದು ಕಡಲ ಹುಡುಕುತ್ತಾ–ಸಂತೆಬೆನ್ನೂರು ಫೈಜ್ನಟ್ರಾಜ್ (ಕಥಾಸಂಕಲನ)........180/–
62. ನೀಲಿ ಮತ್ತು ಸೇಬು–ಸುಧಾ ಆಡುಕಳ (ಕಥಾಸಂಕಲನ)........180/–
63. ಕಾಗೆ ಮೇಷ್ಟ್ರು–ವಿಕ್ರಮ ಹತ್ವಾರ (ಕಥಾಸಂಕಲನ)........125/–
64. ಪರಿಮಳದ ಪಡಸಾಲೆ (ಎಸ್. ದಿವಾಕರ್ ಪ್ರಪಂಚಕ್ಕೊಂದು ಪ್ರವೇಶಿಕೆ)........190/–
65. ಈ ಹೊತ್ತಿನ ಕಥೆಗಳು–(ಸಂ) ವಿಜಯ ಕರ್ನಾಟಕ........250/–
66. ನಿಶ್ಚಲವ ಕಲಕಿದ ಹಕ್ಕಿ–ವಿಕ್ರಮ ಹತ್ವಾರ (ಕವನ ಸಂಕಲನ)........100/–
67. ಹರಿವ ಕನ್ನಡಿ–ಸ್ವಯಂಪ್ರಭಾ ಮಹೇಶ (ಕವನ ಸಂಕಲನ)........120/–
68. ನರಕದ ಕೆನ್ನಾಲಿಗೆಯಂಥ ನಿನ್ನ ಬೆನ್ನಹುರಿ–ಅಬ್ದುಲ್ ರಶೀದ್ (ಕವನ ಸಂಕಲನ)..130/–
69. ಚಿಕ್ಕಪುಟ್ಟಮ್ಮನವರ ಗೃಹನ್ಯಾಯ–ಕೆ. ಸತ್ಯನಾರಾಯಣ (ಕಥಾಸಂಕಲನ)........140/–
70. ಹಕ್ಕಿ ಅಟೆಂಡೆನ್ಸ್–ಡಾ. ಲೀಲಾ ಅಪ್ಪಾಜಿ........595/–
71. ದಡ ಸೇರದ ದೋಣಿಗಳು–ಬೇಲೂರು ರಾಮಮೂರ್ತಿ (ಕಥಾಸಂಕಲನ)........275/–
72. ನಿಷಿತೆ–ಪ್ರೀತಿನಿ ಧನಂಜಯ (ಕಾದಂಬರಿ)........250/–
73. ಮಲೆನಾಡ ಅಜ್ಜಿ–ಶೋಭಾ ರಾವ್ (ಲಲಿತ ಪ್ರಬಂಧಗಳು)........175/–

74. ಮಲ್ಲಿಮಲ್ಲಿಗಿ–ಎಂ.ಎಲ್. ಪ್ರಸನ್ನ (ಕಾದಂಬರಿ).......................................210/–
75. ಬೆಳವಡಿ ಮಲ್ಲಮ್ಮ–ಕೌಂಡಿನ್ಯ (ಕಾದಂಬರಿ)..200/–
76. ಆರೋಹಣ–ವಿವೇಕಾನಂದ ಕಾಮತ್ (ಕಾದಂಬರಿ)..190/–
77. ಕಂದಕ–ಭಾರದ್ವಾಜ ಕೆ. ಆನಂದತೀರ್ಥ (ಕಾದಂಬರಿ)..................................265/–
78. ಕ್ರಮಣ–ಭಾರದ್ವಾಜ ಕೆ. ಆನಂದತೀರ್ಥ (ಕಾದಂಬರಿ)..................................375/–
79. ವ್ಯಾಘ್ರಹತ್ಯೆಯ ನಿಗೂಢಗಳು–ಡಾ. ಟಿ.ಎಸ್. ವಿವೇಕಾನಂದ..............................200/–
80. ಹಿಮಾಲಯದ ನರಭಕ್ಷಕಗಳು–ಡಾ. ಟಿ.ಎಸ್. ವಿವೇಕಾನಂದ
(ಜಿಮ್ ಕಾರ್ಬೆಟ್‌ರವರ ಸಮಗ್ರ ಕತೆಗಳು).......................................675/–
81. ಪರಿಸರ ನಿಘಂಟು–ಡಾ. ಟಿ.ಎಸ್. ವಿವೇಕಾನಂದ..625/–
82. ಪ್ರೀತಿಯೆನುವ ಮಾಯೆ–ಬಿ.ಆರ್. ಲಕ್ಷ್ಮಣರಾವ್ (ಕಥಾಸಂಕಲನ)..........................320/–
83. ಸಹಜ ಜೀವನ–ರವಿ ಕೃಷ್ಣಾರೆಡ್ಡಿ (ಆರೋಗ್ಯ ಸಲಹೆಗಳು)....................................160/–
84. ಬಿಂಬ–ಬಿಂಬನ–ಗೋಪಾಲಕೃಷ್ಣ ಪೈ & ಗಿರೀಶ್ ಕಾಸರವಳ್ಳಿ.................................385/–
85. ಕಥಾ ಸಂಕ್ರಾಂತಿ (ಕನ್ನಡ)–(ಸಂ) ಕೇಶವ ಮಳಗಿ (ಕಥಾಸಂಕಲನ)..........................185/–
86. ಕುಸುರೆಳ್ಳು–(ಸಂ) ಕೇಶವ ಮಳಗಿ (ಕಥಾಸಂಕಲನ)......................................320/–
87. ಕಥಾ ಸಂಕ್ರಾಂತಿ (ತೆಲುಗು)–(ಸಂ) ಕೇಶವ ಮಳಗಿ (ಕಥಾಸಂಕಲನ)........................220/–
88. Festive (English)–(Ed) Keshava Malagi (Short Stories)........................249/–
89. ಕಥಾ ಸಂಕ್ರಾಂತಿ (ಮಲಯಾಳಂ)–(ಸಂ) ಕೇಶವ ಮಳಗಿ (ಕಥಾಸಂಕಲನ)........................
90. ಕಗ್ಗಕ್ಕೊಂದು ನ್ಯಾನೋ ಕತೆ–ವಿ. ಗೋಪಕುಮಾರ್..130/–
91. ಪುನರುತ್ಥಾನ–ಪಾರ್ವತಿ ಪಿಟಗಿ (ಕಾದಂಬರಿ)..200/–
92. ಮಹಾವಿನಾಶ–ಡಾ. ಲಕ್ಷ್ಮಣ ಕೌಂಟೆ (ಕಾದಂಬರಿ)..450/–
93. ಮಿಸ್ಸಿನ ಡೈರಿ–ಮೇದಿನಿ ಕೆಸವಿನಮನೆ (ಅನುಭವ ಕಥನ)....................................200/–
94. ನೀಲಿ ಶಾಯಿಯ ಕಡಲು–ಗೀತಾ ದೊಡ್ಮನೆ (ಕವನ ಸಂಕಲನ)..................................120/–
95. ಬಹುತ್ವ ಭಾರತ ಕಟ್ಟಿದವರು–ರಾಘವೇಂದ್ರ ಪ್ರಭು ಎಂ. (ವ್ಯಕ್ತಿಚಿತ್ರಗಳು)....................350/–
96. ಬೇವಾಚ್–ನೌಶಾದ್ ಜನ್ನತ್ತ್ (ಕಾದಂಬರಿ)..225/–
97. ಸುಪ್ತ ಸಾಗರದಾಚೆ–ಡಾ. ಶೈಲೇಶ್ ಕುಮಾರ್ (ಪ್ರವಾಸ ಕಥನ)................................200/–
98. ನಾತಿಚರಾಮಿ–ಎನ್ ಸಂಧ್ಯಾರಾಣಿ (ಕಾದಂಬರಿ)..150/–
99. ಜಗತ್ತಿನ ಭೀಕರ ಯುದ್ಧಗಳು–ಡಾ. ಎಂ. ವೆಂಕಟಸ್ವಾಮಿ......................................495/–
100. ಕವಚ–ರಾಧಾಕೃಷ್ಣ ಕಲ್ಚಾರ್ (ಕಾದಂಬರಿ)..185/–

www.ingramcontent.com/pod-product-compliance
Lightning Source LLC
LaVergne TN
LVHW090357051026
849518LV00006B/2160
* 9 7 8 8 1 9 7 2 0 0 6 7 0 *